தலித் இலக்கிய வரலாறு

முனைவர் பா.செல்வகுமார்

எதிர் வெளியீடு

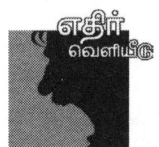

தலித் இலக்கிய வரலாறு
முனைவர் பா.செல்வகுமார்

முதல் பதிப்பு: டிசம்பர் 2018
எதிர் வெளியீடு,
96, நியூ ஸ்கீம் ரோடு, பொள்ளாச்சி - 642 002.
தொலைபேசி: 04259 - 226012, 99425 11302.

விலை: ரூ. 350

Dalit IlaKiyA VaRaLaru
Dr. P. Selvakumar

Copyright © Dr. P. Selvakumar

First Edition: December 2018

Published by
Ethir Veliyeedu, 96, New Scheme Road. Pollachi - 2.
email: ethirveliyedu@gmail.com
www.ethirveliyedu.in

Price: ₹ 350

Wrapper Design: Santhosh Narayanan

ISBN :978-93-87333-41-3
Layout : Publishing Next
Printed at Jothy Enterprises, Chennai.

All rights reserved. No part of this book may be reprinted or reproduced or utilised in any form or by any electronic, mechanical or other means, now known or hereafter invented, including photocopying and recording, or in any information storage or retrieval system, without permission in writing from the Publisher.

முன்னுரை

இந்நூலிற்கு பேராசியர்கள் அ.ராமசாமி, க. பஞ்சாங்கம் ஆகியோரின் கட்டுரைகள் அடிப்படையாக இருந்துள்ளன. இவ்விடத்தில் அதற்கான நினைவு கூறி நன்றியையும் தெரிவித்துக்கொள்கிறேன். தலித் இலக்கியத்தைப் பேசும் கட்டுரைகளும் வரலாறும் என இன்னும் மேலதிகமான நூல்களுக்கு அப்பால் தலித் இலக்கிய வரலாறு என்னும் தனிப்பட்ட நூலாக இந்நூல் வெளிவருகிறது. தலித் இலக்கிய வரலாறுக்கான ஒரு முதல் முயற்சியாகத் தன்னை நிறுவிக் கொள்ள முயலாமல் மாணவர்களுக்கான ஒரு கையேடாக இந்நூல் விளங்கும் என்பதில் மட்டுமே இது தன்னை வெளிச்சமிட்டுக்கொள்கிறது. பாடம் எடுக்கக் குறிப்புகள் தயார் செய்வதிலிருந்து இந்நூல் தோற்றம் பெற்றது என்ற அளவில் இது மேலும் செழுமைப்பட வேண்டியது என்பதையும் மேலதிக ஆய்வுப் பார்வையை இனிமேல் செலுத்தத்தக்கது என்பதையும் அதற்கு உங்கள் உதவியும் கருத்துகளும் தேவை என்பதையும் இந்நூல் தெளிவுபடுத்திக்கொள்கிறது. பாடம் எடுக்கத் தேவைப்பட்ட குறிப்புகள் என்ற அளவில் பலருடைய நூல்களை சுட்டப்பட முடியாமல் போய்விட்டது. சுட்டுவோரால் அது சரி செய்யப்படமுடியும். இயன்றவரை ஆசிரியர்களின் பெயர்கள் நூல்கள் குறிப்புகளின் கீழேயே கொடுக்கப்பட்டுள்ளன. ‘தலித் இலக்கிய வரலாறு’ எழுதித் தீர முடியாத முற்கோள்களும் அடையாளம் காணப்படதாவர்களும் - காணப்படாதவைகளும் ஏராளம்...இது துவக்கமான அடையாளம் மட்டுமே; மேலும் இந்நூலில் பெண்படைப்பாசிரியர்கள் சுட்டப்பட்டு இருப்பார்களே தவிர பேசப்பட்டு இருக்கமாட்டார்கள். தலித் பெண்ணியம் என்பதற்குள் அவர்கள் விரிவாகப்

பேசப்படவேண்டியவர்கள். மாணவர்கள் இக்குறிப்புகளைப் புத்தகமாக்கினால் என்ன என்ற கேள்விக்குப் பிறகான ஞானோதயத்தில் பிறப்பதால் பல பிழைகள் இருக்கலாம். பொறுத்தல் வேண்டும். இன்னும் செம்மையாக்கும் முயற்சியில் நீங்களும் பங்குபெற வேண்டும். இந்நூலை வெளியிடும் எதிர் வெளியீடு பதிப்பகத்தாருக்கும் நண்பர் கார்த்திகைப் பாண்டியனுக்கும் நன்றிகள் என்ற சொல் போதுமானதில்லை, எனினும் நன்றிகள். அண்ணன் பாரி செழியன், என்றென்றும் நான் கடமைப்பட்டிருக்கின்ற எனது நெறியாளர் பேரா ம. திருமலை, பேரா. ஸ்டாலின் ராஜாங்கம், பேரா தே. ஞானசேகரன், பேரா. ந. முத்துமோகன், பேரா. ஆ. முருகேசன், ஆரோக்கியம் சாமுவேல், பேரா. ஜோசப் சார்லி, சு.மா.கருநாநிதி, க.சி.பழனிக்குமார், பேரா G. குருசாமி, கவியோவியத் தமிழன், பொன். குமார், யாழன் ஆதி, அன்பாதவன், என். டி. ராஜ்குமார் ஆகியோருக்கும், கடுமையான மனச் சோர்வினில் இடையே இதனை சாத்தியப்படுத்திய மாணவமணிகளுக்கும் எனது குடும்பத்தாருக்கும் குறிப்பாக இதனில் நிறைய அழித்துவிட்டு வேடிக்கைப்பார்த்த குழந்தை அமுதயாழினிக்கும் என் நெஞ்சம் நிறைந்த நன்றிகள்.

பா.செல்வகுமார்
உதகை
17.10.2018
kselva528@gmail.com

இந்நூல்

சகோதர சகோதரியர்
பா.செந்தில்குமார்
பா.மகேந்திரன் என்கிற சம்பத்
பா.மலர்விழி என்கிற மகேஸ்வரி
மற்றும் அன்னை
பிரேமா என்கிற பாப்பாள்
ஆகியோருக்கு
சமர்ப்பணம்

பா.செல்வகுமார் (பாரதிநிவேதன்)

நீலகிரியில் பிறந்திருந்தாலும் மதுரையில் பல வருடங்கள் கழித்ததையே தன் அடையாளமாகக் கருதுபவர். உதகையில் தற்பொழுது தற்காலிக உதவிப்பேராசிரியராக பணிபுரிபவர். புனைப்பெயரில் இவரது முதல் கவிதைத் தொகுப்பு 'ஏவாளின் அறிக்கை' (2006-காலச்சுவடு), 'வேறுகாலம் மறுத்துத் தாயம் போடுபவர்கள்' (2009-அனன்யா), இயற்பெயரில் வெளியான நூல்கள் 'கவிதை இயங்கியல்' 2008 (கீற்று), 'தமிழ்ப் புதுக்கவிதைகளில் பின்னை நவீனத்துவக் கூறுகள்' 2009 (பாலம்), 'இன்றைய கவிதையின் இயக்கவியல்' (2017-என்.சி.பி.எச்). மலையாளத்தில் – ஆங்கிலத்தில் இவருடைய கவிதைகள் மொழிபெயர்க்கப்பட்டுள்ளன. இலக்கியக் கட்டுரைகளைப் பல்வேறு பெயரில் எழுதி வந்தவர் தற்போது புனைப்பெயர் மற்றும் இயற்பெயரில் மட்டும் எழுதி வருகிறார்.

உள்ளடக்கம்

1. தலித் 11

தலித்–பெயர்க் காரணம், சாதிய அமைப்பு, ஆங்கிலேயரால் புதிய வெளிச்சம்.

2. தலித்திய முன்னெடுப்பாளர்கள் 19

ஜோதிராவ் புலே, வாழ்வும் படிப்பினையும், டாக்டர் அம்பேத்கர், வாழ்க்கை வரலாறு – இளமை, கல்வி, சமூகப்பணிகள், தீண்டாமைக்கு எதிராக – புனே உடன்படிக்கை, இந்திய அரசியலமைப்பில் பங்கு, ரிசர்வ் வங்கி உருவாக்கத்தில் பங்கு, பௌத்த சமயத்திற்கு மாறுதல், மரணம், அம்பேத்கர் கருத்துக்கள், ஆவணப்பதிவுகள்.

3. தமிழக தலித்தியச் சிந்தனை உருவாக்கம் 37

அயோத்திதாசப் பண்டிதர்–கல்வியும் புலமையும்–சமயம் தொடர்பான கருத்துகளும் பணிகளும்–ஆதிதிராவிடர்களுக்கான செயற்பாடுகள்–பௌத்தத்திற்கு மாறுதல்–தமிழன் இதழ்–திராவிட அரசியலின் முன்னோடி–அயோத்திதாசர் படைப்புகள் நூல்கள்–ஆங்கிலேயர் ஆதரவு–சமணமும் பௌத்தமும்–தனித்துவப் பார்வை–பதிப்புகள் உருவாக்கிய வரலாறு–நந்தன் யார், தாத்தா இரட்டைமலை சீனிவாசன், பெருந்தலைவர் எம்.சி.ராஜா–ஆதிதிராவிடர் மகாநாடு; தீண்டாதார் துயரம்.

4. தலித்திய இயக்கம் 59

அறிமுகம்–இயக்கங்களின் தோற்ற வளர்ச்சி–இயக்கங்கள்;வரையறை, இந்தியாவில் இயக்கங்கள், தமிழக அரசியல்–இலக்கிய இயக்கங்கள், தலித்துகள் எதிர்கொள்ளும் வர்க்க முரண்பாடு, பொருளாதார நசிவு, இட ஒதுக்கீடு, அரசியல் சட்டமும் இட ஒதுக்கீடும், தலித்துகள் மீதான தாக்குதல்களும், நீதிமன்றத் தீர்ப்புகளும், தலித் அரசியல் முன்னோட்டம், தலித்திய இயக்கம்– தலித்திய இயக்கத்தின் செயற்பாடுகள்.

5. **இலக்கியம் 77**

தலித் தமிழ்ச்சமூகப் பின்புலம், இந்திய பக்திய திராவிட அரசியல் தலித்தியம், ஐரோப்பியர் வருகைக்குப்பின், தலித் இதழ்கள், தமிழில் தலித் இலக்கியம், ராஜ்கௌதமன், அ.மார்க்ஸ், ரவிக்குமார், தலித் இலக்கியம்-தமிழ் இலக்கியம் எதிர்கொள்ளல், தலித் இலக்கியப் படைப்பாளர்கள்.

6. **தலித் படைப்பழகியல் 101**

அழகியல் சொல்வரைவு-அழகியல் பொருள் விளக்கம்-மேனாட்டார் விளக்கங்கள்-அழகியல்; தமிழ் கருத்துப் பதிவுகள்-தலித் அழகியல் செயலும் எழுத்தும்-தலித்தியமும் பிற இயக்கங்களும்.

7. **தலித்தியக் கவிதைகள் 119**

தலித்திய கவிதைகளின் தன்மைகள், இந்திரன்-அறைக்குள் வந்த ஆப்பிரிக்க வானம், மின்துகள் பரப்பு, மிக அருகில் கடல், விழி.பா. இதயவேந்தன்-கனவுகள் விரியும், என்.டி.ராஜ்-குமார்-மாந்திரீக மரபுக்கூறு, கல்விளக்குகள், அழகியலை அழித்தல், நட.சிவக்குமார்-வெட்டி முறிப்புக்களம், தம்புராட்டியின் பரியங்கம், அன்பாதவன் (ஐ.ப.அன்புசிவம்)-அன்பாதவன் கவிதைகள், பாரதி வசந்தன்-தலை நிமிர்வு, ம.மதிவண்ணன்-நெறிந்து, தய்.கந்தசாமி, மதியழகன் கவிதைகள்-வியூகம் கொள்ளும் காய்கள், யாழினி முனுசாமி, முத்துவேல், ஆதவன் தீட்சண்யா-ஆதவன் தீட்சண்யா கவிதைகள், திருமகன், யாழன் ஆதி- யாழன் ஆதி கவிதைகள், தம்மபதம், தடா நல்லரசன், பாரதிநிவேதன், தமிழ்முதல்வன் தனித்தன்மைமிக்க எழுத்துகள், கதைப்பாடல்கள்-இசைப்பாடல்கள்-கவிதைகள்-தலித் உணர்வுகள்-மைக்கேலம்மா கதைப்பாடல்-தலையாரி-அபிமானி-தணிகைச் செல்வன்-இரவிக்குமார்-அழகிய பெரியவன்-யாக்கன்-தலித் சுப்பையா.

8. **தலித் சிறுகதைகள் 231**

அன்பாதவன், உஞ்சைராசன், விழி.பா.இதயவேந்தன், பூமணி-அம்பாரம், யாக்கன், பாமா, மு.ஹரிகிருஷ்ணன், சிவகாமி, இமையம், அறிவழகன், இந்திரன், அழகிய பெரியவன், ஆதவன் தீட்சண்யா-கதையின் தலைப்பு கடைசியில் இருக்கக்கூடும்,

பாப்லோ அறிவுக்குயில்–நேர்காணல்–குதிரில் உறங்கும் இருள், ஸ்ரீதர கணேசன்–மீசை, வெ.வெங்கடாசலம்–மேலும் சில மனிதர்கள்.

9. **தலித்திய நாவல்கள்** 273

நாவல்களில் தலித்திய பார்வை–முன்னோட்டம், தமிழில் தலித்திய நாவல்கள், தலித் நாவலாசிரியர்கள், கே. டானியல்– பஞ்சமர், போராளிகள் காத்திருக்கின்றனர், பூமணி– பிறகு, வெக்கை, அஞ்ஞாடி, சோ.தர்மன்–கூகை, ஸ்ரீதர கணேசன்–உப்புவயல், சடையன்குளம், இமையம்–சாதிய அடையாளத்தை மறுத்தல், கோவேறு கழுதைகள், செடல், எங்கதெ, அறிவழகன்– கழிசடை, ஆதவன் தீட்சண்யாவின் மீசை என்பது வெறும் மயிர் நாவல், அழகிய பெரியவன்–தகப்பன்கொடி, வல்லிசை, திருநாவுக்கரசன் – 'சாந்திவனத்துவேர்கள்' நாவல்.

10. **தலித் நாடகங்கள்** 357

சுயசரிதை, கே.ஏ.குணசேகரன்–வடு.

1

தலித்

விடுதலையை முன்னெடுத்துச் செல்லப்பட்ட இந்தியப் பயணத்தில் ‘தலித்திய இயக்க வரலாறு’ வேறுபட்ட ஒன்றாக இருந்தது. வெள்ளையர்களிடமிருந்து அல்ல, முதலில் இந்தியாவில் இருக்கக்கூடிய ஆதிக்கச் சாதிகளிடமிருந்துத் தங்களுக்கு விடுதலை வேண்டும் என்றது தலித்திய இயக்கமும் அதன் வரலாறும் - இதனைப் பின்வருமாறு காணலாம்.

‘தலித்’ என்ற மராத்திச் சொல்லுக்கு ‘உடைந்து போனவர்கள்’ என்று பொருள். எழுபதுகளில் மராட்டியத்தில் வசிக்கும் ஒடுக்கப்பட்ட மக்களும், இந்திய வரலாற்றில் சாதி முறையில் ஒடுக்கப்பட்ட இனங்களைச் சேர்ந்த மக்களில் சிலரும், தங்களைத் தலித் என்று அழைத்துக் கொள்ளத் தொடங்கினர். பின்னர், இந்தப் பெயர் ஒடுக்கப்பட்ட, தாழ்த்தப்பட்ட மக்களுக்கு நிலைத்துவிட்டது என்று பிரிட்டானிக்கா கலைக் களஞ்சியம் கூறுகிறது.

‘தலித் என்பவர் யார் என்ற கேள்விக்குக் கெய்ல் ஓம்வெத், ‘தாழ்த்தப்பட்டவர்கள், மலைவாழ் மக்கள், புதிய பௌத்தர்கள், உழைக்கும் மக்கள், நிலமற்றவர்கள், ஏழை விவசாயிகள், பெண்கள், அரசியல் ரீதியாகவும் மதத்தின் பெயராலும் பொருளாதார ரீதியாகவும் சுரண்டப்படும் அனைவருமே தலித்துகள்தான் என்கிறார். *(தலித்தியம், பக். 138, காவ்யா, 1996).* இந்திய மற்றும் தமிழ்ச் சாதியச் சமூகப் படிநிலை கட்டமைப்பில் அடித்தள மக்கள் பட்டியலின மக்கள் என்று பொதுவாக அடையாளப்படுத்தப்படுவார்கள். ஒடுக்கப்பட்ட மக்கள், நசுக்கப்பட்ட மக்கள், நொறுக்கப்பட்ட மக்கள், பிற்படுத்தப்பட்ட மக்கள், தாழ்த்தப்பட்டோர், தீண்டத்தகாதவர்கள், பஞ்சமர்கள்,

அரிஜனங்கள், பட்டியல் இனத்தவர் என்றும் தலித்துகள் குறிப்பிடப்படுவதுண்டு.

வரலாற்றில் தாழ்த்தப்பட்ட மக்களை திருக்குலத்தார், ஆதிதிராவிடர், பழந்தமிழர், ஹரிஜன், தாழ்த்தப்பட்டோர், தீண்டத்தகாதவர், பறையர், பஞ்சமர், அட்டவனை இனத்தினர், சண்டாளர், புலையர், அவர்ணத்தார் என ஆதிக்க சாதியினர் பல பெயரிட்டு தங்களின் நலத்திற்கேற்ப அழைத்து வந்துள்ளனர். இன்றைய காலகட்டத்தில்தான் இவர்கள் தங்களுக்குத் தாங்களே 'தலித்' என்று பெயரிட்டுக்கொண்டு திரளத் தொடங்கியுள்ளனர். இதனைப் 'பெயரிடுதலின் அரசியல்' விளைவாகப் பார்க்கலாம். தலித் என்ற பெயர் மராட்டிய மொழிச் சொல்லிலிருந்து தமிழுக்கு வந்துள்ளது. (இச்சொல் ஹீப்ரு மொழியிலிருந்து சமஸ்கிருத மொழிக்கு வந்து அங்கிருந்து மராட்டிய மொழிக்கு வந்ததாகக் கருதப்படுகிறது) ஒடுக்கப்பட்டவர், நொறுக்கப்பட்டவர், பள்ளத்தில் வாழ விதிக்கப்பட்டவர் என்றெல்லாம் பொருள் தரும் இந்தச் சொல் இன்று தலித்துகளினுடைய வேதனையின் குரலாகவும், எதிர்ப்பின் குறியீடாகவும் விளங்குகிறது.

ஒரு சாதியைக் குறிக்கிற ஒன்றாக 'தலித்' என்கிற சொல்லைச் சுருக்கிவிடக்கூடாது. தலித் என்பது வேதனையின் குறியீடாக இருக்க வேண்டுமே தவிர சுரண்டலின் குறியீடாக ஆகிவிடக்கூடாது. சுரண்டல் மற்றும் கொடுமை, அக்கிரமங்களை எதிர்க்கிற குறியீடாக மலர வேண்டும். அவமானம், பாதுகாப்பின்மை, எதிர்ப்பு ஆகிய பொருள்களைத் 'தலித்' என்ற சொல் தரவேண்டும் (சித்தலிங்கையா நேர்காணல்; 1994. நிறப்பிரிகை) என்பதும் இங்கு கவனிக்கத்தக்கது.

இவர்கள், இந்து-வர்ண தத்துவ சமய நோக்கில் ஒடுக்கப்பட்டவர்களாகவும், தீண்டத்தகாதவர்களாகவும், பொருளாதாரத்தில் தாழ்த்தப்படுத்தப்பட்டும், அரசியல் அதிகார வலு அற்றவர்களாகவும், சமூகப் பண்பாட்டு நிலையில் மற்ற சமூகத்தால் வேறுபடுத்தப்பட்டவர்களாகவும் ஆக்கப்பட்டுள்ளனர். அப்படி ஆக்கபடுகிற ஒவ்வொரு சாதியையும் தலித் என்றே வட இந்தியாவில் அழைத்து வந்தனர். இவ்வாறு அழைக்கப்பட்ட இவர்கள், பல காலத் தொடர்ச்சியான

எதிர்ப்பு போராட்டங்கள் ஊடாக நியாயமான வாய்ப்புகளைப் பெற, முன்னேற முயன்று கொண்டிருக்கின்றார்கள்.

தலித்-பெயர்க் காரணம்

இந்திய அரசியலமைப்புச் சட்டத்தில் பிற்படுத்தப்பட்ட வகுப்பினர் (Backward Classes) மற்றும் அட்டவணை சாதிகள் (Schedule Castes) என்றும் குறிப்பிடப் பெற்றுள்ள மக்களை மராத்திய மொழிச் சொல்லில் தலித் என்று குறிப்பிடப்படுவதுண்டு. இதை ஜோதிராவ் புலே அறிமுகப்படுத்தினார். பிற்படுத்தப்பட்ட வகுப்பைச் சார்ந்த மாலே என்கிற சாதியில் வருகிற சத்திரிய ஜாதி வகுப்பைச் சேர்ந்த இவர், அழுத்தப்பட்டவர்கள் என்ற பொருளில் (Suppressed) இச்சொல்லை உருவாக்கினார். இக்கருத்து சட்ட மாமேதை டாக்டர் பி.ஆர். அம்பேத்கரின் தலித் மனித உரிமைப் போராட்டம் என்ற நூலில் கூறப்பட்டுள்ளது. எனினும் இது தவறுதலாக, பட்டியலின ஜாதிப்பிரிவினர் அரசியலுக்காக இந்தச் சொல்லை அந்தப் பிரிவில் இருக்கும் சிலர் பயன்படுத்தி வருகின்றனர் என்பது குறிப்பிடத்தக்கது. அரசின் ஜாதி சான்றிதழ்களிலோ அரசு ஆணைகளிலோ இந்தப் பெயர் குறிப்பிடப்படுவதில்லை. அட்டவணை ஜாதிகள் என்றே குறிப்பிடப்படுகின்றன என்கிறது விக்கிபீடியா கலைக் களஞ்சியம்.

தலித் என்ற சொல்...இது 'தல்' என்ற எபிரேய மூலச்சொல்லிலிருந்து பிறந்தது. பைபிளை இந்தியில் மொழியாக்கம் செய்தபோது எடுத்தாளப்பட்ட சொல். இந்தத் 'தல்' என்ற சொல்லைத் தமிழ் பைபிளில் 'ஏழைகள்' என்றே மொழியாக்கம் செய்துள்ளனர். "தமிழகத்தில் திராவிட இயக்கங்களும் பொதுவுடைமை இயக்கங்களும் உருவான நேரத்தில் தென்னிந்தியாவில் வாழ்ந்த பண்டைய திராவிட இனத்தினரை பஞ்சமர் என்ற சொல் தலித் மக்களிடையே மிகவும் இழிவாகக் கருதப்பட்ட நேரத்தில் தாழ்த்தப்பட்ட வகுப்பினர் அட்டவணை இனத்தவர் என்றும் ஆந்திராவில் ஆதி ஆந்திரர் என்றும் கர்நாடகாவில் ஆதி கர்நாடகர் என்றும் தமிழகத்தில் ஆதி திராவிடர் என்ற வழக்கும் வழங்கலாயிற்று" (விழி பா.இதயவேந்தன், 2009:10).

தமிழகத்தில் தலித் என்ற வார்த்தையை பயன்படுத்தும் காரணத்தைப் பின்வருமாறு வரையறுக்கலாம்:

தமிழகத்தில் பட்டியலின ஜாதிகளை அரசு ஆணைப்படி ஆதிதிராவிடர் என்றும், அதற்கான துறையை ஆதி திராவிடர் நலத்துறை என்றும் இன்றுவரை வழங்கப்பட்டுவருகிறது. ஜாதி சான்றிதழ்களிலும் அப்படியே குறிப்பிடப்படுகிறது. பட்டியலினம் என்றும் குறிப்பிடப்படுகிறது. இது திராவிட அரசியலை மையப்படுத்துவதாக ஜாதிய அமைப்புகள், சங்கங்கள் கருதியதால் இந்த வடமொழிப் பெயரை ஒரு சில ஜாதிய அமைப்புகள் பயன்படுத்தி வருகின்றன என்கிறார்கள்.

அதேசமயம், தலித் என்றசொல் தற்பொழுது மிகவும் பரவலாகப் பயன்படுத்தப்பட்டு வருகிறது என்றும் கூறுகிறார்கள். இந்தியாவின் முக்கியமான பிரச்சினை ஜாதிகள் பெயர் சூட்டப்படுவதே. இந்த அடிப்படையில் தலித் பெயர் சூட்டப்படுவதில், காந்தி கொடுத்த புதுப்பெயரான ‘ஹரிஜன்’ (ஹரியின் புதல்வர்கள்) என்பதும் கேள்விக்குள்ளாக்கப்படுகிறது. தீண்டத்தகாதவர்கள் என்று சொல்லப்படுபவர்களை இன்று ஹரிஜன் என்று அழைப்பது அவ்வளவு பொருத்தமாக இருக்காது என்று சொல்லுவதையும் பார்க்கமுடிகிறது. டாக்டர் பி.ஆர். அம்பேத்கர் தமது படைப்புகள் முழுவதிலும் தாழ்த்தப்பட்டவர்களைக் குறிக்க ‘தலித்’ என்னும் சொல்லையே பயன்படுத்தினார்.

தலித் என்னும் இந்தச் சொல் ஜாதிய அரசியலுக்காகப் பயன்படுத்தபடுவதில்லை, அது ஒரு விடுதலை கருத்தியலாக ஒடுக்கபட்டோரை ஒன்றிணைக்கப் பயன்படுத்தப்படும் வார்த்தையாகும் என்பதும் குறிப்பிடத்தக்கது. “தலித் என்பவர்கள் தீண்டத்தகாதவர்களும், தீண்டாமைக்கு ஆளாகாவிட்டாலும் மிகுந்த துன்பங்களுக்கும் துயரங்களுக்கும் உட்பட்டு சிதறிப்போயிருக்கும் சிறுபான்மையினரின் பிரதிநிதிகளும் ஆவார்கள். அதாவது, தலைமுறை தலைமுறையாகப் பொருளாதார ரீதியாகவும், சமுதாய அமைப்பு ரீதியாகவும், கல்வி மற்றும் அரசியல் ரீதியாகவும் ஒடுக்கப்பட்டவர்கள் மட்டுமே தலித்துகள் என்பதைத் தெளிவாகப் புரிந்து கொள்ள வேண்டும்.” (சிவ.மங்கையர்க்கரசி, இலக்கிய இயக்கங்கள், ப.103). இங்கு தீண்டத்தகாதவர், ஒடுக்கப்பட்டவர், ஹரிஜன் என்ற

சொற்களைத் தாண்டியும் புறக்கணித்தும் ‘தலித்’ என்ற சொல் பொருளாதார, கல்வி, சமுதாய அமைப்பு, அரசியல் வகையிலான ஒடுக்கப்பட்டவர்கள் என்னும் விரிந்த பொருளில் பயன்படுத்தப்படுவதைக் கவனிக்க வேண்டும்.

தற்போது, இச்சொல்லக்கமானது இப்படி வரையறை செய்யப்படுகிறது. நார்சி மேத்தா என்ற பார்ப்பனக் கவிஞருக்குப் பின்பு ‘ஹரிஜன்’ என்ற சொல்லை 1931 ஆகஸ்டு 2இல் ‘தலித்’ மக்களைச் சுட்டும் சொல்லாகக் காந்தி பயன்படுத்தினார். எனினும் இச்சொல்லானது எல்லாச் சாதியிலும் ஒடுக்கப்பட்டவர்களை, அடிமைப்படுத்தப்பட்டவர்களைப் பிச்சைக்காரர்களைச் சுட்டுவதாகத் ‘தலித்’ என்னும் பதம் சுட்டப்பட்டது. இன்று இச்சொல் தாழ்த்தப்பட்ட மக்களைச் சுட்டும் சொல்லாகவே கருதப்படுகிறது; பயன்படுத்தப்படுகிறது. ஆக அரசு அட்டவணைச் சாதியில் குறிப்பிடுவது ஒன்றாக இருக்க அரசியல், சமூகப் பொருளாதாரச் சூழ்நிலையில் விளிம்பு நிலை மக்களைச் சுட்டும் சொல்லாக இருந்து இன்று தாழ்த்தப்பட்ட மக்களின் வாழ்க்கைவெளியைச் சுட்டும் சொல்லாக அரசியல் மயப்பட்டுள்ளது எனலாம்.

சாதிய அமைப்பு

இந்திய சமுதாயத்தின் ஒரு தனிப்பட்ட குணாம்சமே அதன் சாதிய அடிப்படையிலான கூட்டிணைப்பாகக் கருதப்படுகிறது. பார்ப்பனர்களால் அவர்களது மதநூல்களில் முன்வைக்கப்பட்டுள்ள சமூக, அரசியல், பொருளாதார மற்றும் மத வரையறைகளை நான்கு வர்ணங்களாகக் (சாதி) கட்டமைத்துள்ளனர். பார்ப்பனர்களால் எழுதப்பெற்ற இந்துக் கோட்பாடுகளானது, ‘இந்த வகுப்பு அமைப்பு என்பதே கடவுளால் உருவாக்கப்பட்டது; மனிதனால் அல்ல’ என்றதன் மூலம் குறிப்பிட்ட அங்கீகாரத்தையும் அதிகாரத்தையும் பெற்றது.

பிரம்மாவின் வாயிலிருந்து பார்ப்பனர்களும், தோளிலிருந்து சத்திரியர்களும், தொடையிலிருந்து வைசியர்களும், பாதத்திலிருந்து சூத்திரர்களும் பிறந்ததாகக் கூறுகிறது ‘ரிக்’ வேதம். ஒரு குறிப்பிட்ட சாதியினருக்காக ஒதுக்கப்பட்ட கடமைகளை நிறைவேற்றுவது ஒரு மதரீதியான கடப்பாடு; ஓர் அரசியல் ஆணைக்கு - முறைமைக்குக் கீழ்படிதல்

என்பதுமாக ஆகியது. அரசர்கள் அல்லது சத்திரியர்களால் இது நடைமுறைப்படுத்தப்பட்டது. மதமும் அரசும் கைகோர்த்து சூத்திரர்கள் எனப்படும் வகுப்பை, உளப்பாங்கு ரீதியாக - பண்பாட்டு மற்றும் சமூக ரீதியாக அடிமைத் தனத்திற்கு ஆட்படுத்தி, பிறகு தீண்டாமையில் அழுத்தி வைத்தனர்.

தீண்டத்தகாதவர்களின் வாழ்நிலைமைகள் வெட்கத்திற்குரியதாக இருந்தது. விலங்குகளைப் போன்று நடத்தப்பெற்றனர். கிராமங்களிலிருந்து தள்ளி வைக்கப்பட்டனர். அவர்களைத் தொடுவதோ, அவர்களின் நிழல் தங்கள் மேல் படுவதோ பாவமாக பார்ப்பனர் கருதினர். பார்ப்பனர்களின் இவ்விதமான ஒதுங்கிப்போகும் தன்மை, பிற சாதியினருக்கும் உயர்வை அளித்ததால் தீண்டத்தகாதவர்களின் வாழ்வு மிருகங்களை விடக் கேவலமானதாக இருந்தது. வறுமை, பஞ்சம், பட்டினி, அறியாமை, இழிவு, அநீதி, அடக்குமுறை ஆகியவை மட்டுமே அவர்களுடைய வாழ்வாக இருந்தன. தங்களின் வாழ்வால் தங்களின் சொந்த இருப்பே மறந்த நிலையில், தங்களின் விடுதலைக் குறித்து அவர்களால் சிந்திக்க இடமில்லாத சூழ்நிலையில் ஆங்கிலேயரின் வரவு ஒரு திருப்புமுனையாக அமைந்தது.

ஆங்கிலேயரால் புதிய வெளிச்சம்

இந்திய சமூக அமைப்பில் ஒரு அதிர்ச்சியையும் மாற்றத்தையும் கொண்டு வந்தது ஆங்கிலேய அரசு. அவர்கள் புதிய அறிவு, புதிய தொழில் நுட்பம், தொழிற்மயமாக்கல், உற்பத்தி முறைகள் ஆகியவற்றையும் கொண்டு வந்தனர்.

கல்வி கற்பதிலும், உயர்வுகளை மதிப்புகளை தன்வயமாக்கிக் கொள்வதில் தலைசிறந்த பார்ப்பனர்கள் ஆங்கிலேய நிர்வாகத்தில் பங்கேற்றனர். தீண்டாமையை அதிகாரத்தை வேறுவகையில் கடைப்பிடித்தனர். இருந்தபோதும் சில காரணங்களால் தீண்டத்தகாதவர்களின் எழுச்சியை அவர்களால் தடுக்க முடியவில்லை.

குறிப்பாக, ஆங்கிலேயர்கள் ஆட்சிக்காலத்தில் இந்தியர்களுக்குக் கிடைத்த கல்வி அவர்களை விழிப்படையச் செய்தது. சாதியும், பெண்ணடிமைத் தனமும் இந்தியாவின் தலைக்கு மேலே உள்ள சாபங்கள் என சமய - சமூகச்

சீர்திருத்தவாதிகள் உணர்ந்தனர். கிறித்துவ தொண்டு நிறுவனங்கள் (அவைகளின் நோக்கம் எவ்வாறு இருந்தாலும்) கல்வியை, வேலை வாய்ப்பினை, மருத்துவத்தினை சமூகத்திற்குத் தந்தன. விழிப்புணர்வும் தன்னம்பிக்கையும் கொண்ட மக்களாக இவர்கள் உருவாயினர். பத்தொன்பதாம் நூற்றாண்டில் நிறைய எண்ணிக்கையில் இந்தியா முழுவதும் சீர்திருத்தவாதிகள் உருவாயினர். அவர்களுள் குறிப்பிடத்தக்கவர்கள், ஜோதிராவ் புலே, அம்பேத்கர், அயோத்திதாசப் பண்டிதர், பெரியார், இரட்டைமலை சீனிவாசன் ஆவர்.

மனுதர்மத்தைப் பின்பற்றிய பார்ப்பனியக் கொடுமையில் இருந்து மீள தாழ்த்தப்பட்டவர்களுக்குக் கல்வி உரிமையை முதன்முதலில் தந்தது பிரிட்டிஷ் அரசு. கி.பி. 1800க்கு பிறகு, குறிப்பாக சாவித்திரி பா புலே, ஜோதிராவ் புலே, புரட்சியாளர் அம்பேத்கர் உள்ளிட்டோர் கற்றதினாலேயே பிரிட்டிஷ் அரசிடமிருந்து தாழ்த்தப்பட்டவர்களுக்கான ஆட்சியை அவர்களே அமைத்துக் கொள்ளும்படியான சமூக அரசியல் பொருளாதார உரிமைகளுக்கான சிந்தனையை முன் வைக்கமுடிந்தது. இந்தியாவில் எண்பத்து ஐந்து விழுக்காட்டிற்கும் மேலிருக்கும் பார்ப்பனர் அல்லாதோருக்கு அனைத்து உரிமையும் குறிப்பாக கல்வி, ஆட்சி உரிமை, பொருளீட்டும் உரிமை வேண்டுமென வாதிட்ட அம்பேத்கருக்கு வட்டமேஜை மாநாட்டில் உறுதியளித்தனர். பின்பு அரசியல் அமைப்பில் தலித்துகளுக்கான உரிமைகள் முன்னெடுக்கப்பட்டன.

உலக மனித உரிமைகளைப் பேணிவருவதாகச் சொல்லப்படும் சர்வதேச மனித உரிமைகள் சாசனம் 50 வருடங்களாக இயங்கி வருகிறது. இந்தியா அந்நியர்களிடமிருந்து சுதந்திரம் பெற்று 50 வருடங்களையும் அடைந்து விட்ட நிலையிலும் தலித்களுக்கு எதிரான வன்முறை குறையவில்லை என்பதையும் இங்கு கவனிக்க வேண்டியிருக்கிறது. ஒரு மணிநேரத்திற்குள் இரண்டு தலித்துகள் தாக்குதலுக்கு உள்ளாக்கப்படுவதும், ஒவ்வொரு நாளும் 3 தலித் பெண்கள் பாலியல் வல்லுறவுக்கு உள்ளாக்கப்படுவதும், தினந்தோறும் 2 தலித்துகள் கொல்லப்படுவதும் இரண்டு தலித் வீடுகள் அழிக்கப்படுவதும் இதே இந்தியாவில் என்பதும் ஆய்வுகள் தெரிவிக்கின்றன.

“சொதந்திரமாம் சொதந்திரம் சீரழிஞ்ச சொதந்திரம். பள்ளுபற சக்கிலியக் கொல்ல வந்த சொதந்திரம்” (ச.ராஜநாயகம், சாமிக்கண்ணு எனச் சில மனிதரின் கதைகள், 2000) என்னும் கூற்று சுதந்திரம் இங்கு எல்லா மனிதருக்குமான சுதந்திரமாக இல்லை என்பதைப் பகடி செய்கிறது. காலனி ஆதிக்கத்திற்குப் பிறகு கிடைத்த அரசியல் சுதந்திரம் இப்படிக் கேலிக்குரியதாக சித்திரிக்கப்பட்டிருக்கிறது.

இந்நிலையில் இந்தியாவில் பல்வேறு மாநிலங்களிலும் செயற்பட்டுவரும் பல்வேறு தலித் இயக்கங்களும் ஒன்று சேர்ந்து 1998இல் தலித் மக்களின் மனித உரிமைகளுக்கான தேசிய செயற்திட்டம் ஒன்றை வரைந்தன. அதன்படி, அம்பேத்கார் பிறந்த தினமான 14 ஏப்ரல் 1999 வரையான காலத்திற்குள் உலக அளவில் தலித் மக்களின் பிரச்சினைகளின்பால் கவனத்தை ஈர்ப்பதற்கு முயற்சி செய்தன. அதனை தலித் மக்களின் அவலங்களையும் உரிமைகளையும் பற்றிப் பிரசாரப்படுத்தும் காலமாகப் பிரகடனப்படுத்திச் செயற்பட்டனர். ஐ.நா. மனித உரிமைகள் பிரகடனத்தின் 50வது வருட பூர்த்தி தினமான டிசம்பர் 10 என்பதனை அதற்கான இலக்காக நிர்ணயித்துக் கொண்டன. ஐநாவிடம் விடுக்கப்பட்டுள்ள கோரிக்கையில் “மனிதத்துவத்துக்கு எதிரான குற்றங்களாகக் கருதி” தலித் மக்களின் பிரச்சினைகளை ஐ.நாவில் பிரதிநிதித்துவப்படுத்த வாய்ப்பு ஏற்படுத்தித் தரும்படியும், இப்பிரச்சினைகளுக்கென சிறப்பு ஐ.நா அறிக்கையாளர் (Special Rapporteur) ஒருவரை நியமிக்கும்படியும் கோரினர்.

2
தலித்திய முன்னெடுப்பாளர்கள்

இந்திய தலித்திய கருத்துருவாக்கத்திற்கு உதவிய மற்றும் அதனை முன்னெடுத்தவர்களைப் பற்றிய அறிமுகம் இங்கு முதன்மையாகிறது.

ஜோதிராவ் புலே

'தலித்' என்னும் வார்த்தை, ஆதிக்கத்திற்கு எதிராக சொல்லப்படும் வார்த்தையே, இதனை ஜோதிராவ் புலே முதலில் சொன்னார்.

"கல்விக் குறைவால், அறிவு சீரழிந்தது.

அறிவுக் குறைவால், நல்லொழுக்கம் அழுகியது.

நல்லொழுக்கக் குறைவால், முன்னேற்றம் நின்று போனது.

முன்னேற்றம் நின்றுபோனதால், செல்வம் மறைந்தது.

செல்வக்குறைவினால், சூத்திரர்கள் அழிந்தனர்.

கல்லாமையிலிருந்தே அனைத்துத் துயரங்களும் ஊற்றெடுக்கின்றன"

–ஜோதிராவ் புலே

இந்து மதவாதக் கோட்பாடுகளை ஈவிரக்கமின்றி ஆய்வுக்குட்படுத்திய ஜோதிராவ் புலே (1827-1890) என்னும் மாமனிதர் அச்சுறுத்தலுக்கும் பல தொல்லைகளுக்கும் ஆளானார். என்றாலும், சாதி மேலாண்மையை ஆதரித்துத் தூக்கிப் பிடித்தவர்களைக் கடுமையாகச் சாடினார். "இந்நாட்டின் பிற்படுத்தப்பட்ட வகுப்புகள், தீண்டப்படாதோர் மற்றும் பெண்கள் ஆகியோர் அடிமைத் தளையிலிருந்து விடுவிக்கப்பட்டு

தன்மானத்தோடு தலைநிமிர்ந்து வாழ்வதற்கு வாய்ப்பளிக்கப்பட வேண்டும் என்று வலுவாகக் குரல் கொடுத்தார்." (அர்ஜுன் டாங்ளே, தலித் இலக்கியம் போக்கும் வளர்ச்சியும், ப.10)

வாழ்வும் படிப்பினையும்

இந்தியாவின் மாபெரும் சமூகச் சீர்திருத்தவாதி ஜோதிராவ் புலே அடித்தட்டுக் குடும்பத்தில் பிறந்தவர். இவரது குடும்பத்தினர் பூச்செடிகள், பழமரங்கள், காய்கறிகள் ஆகியவற்றைப் பயிரிட்டு வந்தனர்; பூ வியாபாரத்திலும் ஈடுபட்டனர். ஜோதிராவ் புலே 1827 ஆம் ஆண்டு கோவிந்த்ராவ், சிம்னாபாய் தம்பதியருக்கு மூன்றாவது மகனாகப் பிறந்தார். 'சுடர் ஒளி' என்ற பொருளில் ஜோதி என இவருக்குப் பெயர் சூட்டப்பட்டது.

ஜோதிராவ் புலேவுக்கு ஒரு வயது இருக்கும்போது தாயார் சிம்னாபாய் இறந்துவிட்டார். தந்தை இரண்டாம் திருமணம் செய்துகொள்ளாமல் தனது குழந்தைகளை வளர்ப்பதற்கு ஒரு வளர்ப்புத் தாயை அமர்த்திக் கொண்டார். கோவிந்த்ராவ் தன் மகன் ஜோதிராவ் புலேயை பள்ளியில் சேர்த்தார். புத்திக் கூர்மையும், ஆர்வமும் மிகுந்த ஜோதிராவ் புலே படிப்பில் பெரும் முன்னேற்றங்களைக் கண்டார்.

கோவிந்த்ராவ் கடையில் எழுத்தராக பணியாற்றி வந்தார். ஒரு பார்ப்பனர் 'உன் மகன் கல்வி கற்பதால் மதவிரோதியாகி விடுவான், விவசாய வேலைக்கு லாயக்கற்றவனாகிவிடுவான், கலகக்காரனாகிவிடுவான்' - என்று கோவிந்தராவிடம் கூறினார். அதைக் கேட்டு தன் மகனை பள்ளியிலிருந்து நிறுத்திவிட்டார். பள்ளியிலிருந்து நிறுத்தப்பட்டாலும் புத்தகங்கள் மீதான ஆர்வம் அவருக்குக் குறையவில்லை. பகல் முழுவதும் வயலிலும், தோட்டத்திலும் உழைப்பார்; இரவு விளக்கு வெளிச்சத்தில் பல புத்தகங்களைப் படிப்பார்.

இந்நிலையில் பதிமூன்று வயதில் ஜோதிராவ் புலேவுக்கு திருமணம் நடத்தி வைக்கப்பட்டது. எட்டு வயது மனைவியின் பெயர் சாவித்திரி. உருது மொழி ஆசிரியர் ஹிப்விஹர் பெய்க் முன்சி என்பவர் முயற்சியால் 1844 ஆம் ஆண்டு மீண்டும் ஜோதிராவ் புலே, ஒரு மிஷனரி பள்ளிக்கு அனுப்பப்பட்டார். அப்போது அவருக்கு வயது பதினான்கு.

பாடங்களைக் கற்றுக்கொள்வதில் மிகுந்த ஆர்வம் கொண்டிருந்தார். தேர்வுகளில் அதிக மதிப்பெண்கள் பெற்றார்; தன் சக மாணவர்கள் மற்றும் ஆசிரியர்களின் நன்மதிப்பையும், பாராட்டையும் பெற்றார். ஸ்காட்டிஸ் பிரிட்டிஷ் மிஷன் நடத்தி வந்த பள்ளியிலும், புத்வர் அரசு பள்ளியிலும் பள்ளிப் படிப்பை முடித்தார்.

ஜோதிராவ் புலே இளமையில் சிவாஜி, ஜார்ஜ் வாஷிங்டன் போன்றவர்களின் வாழ்க்கை வரலாற்றைப் படித்தார். அவர்களின் துணிச்சல், நாட்டுப் பற்று, உயர்ந்த குறிக்கோள் இவரது மனதில் பதிந்தது. தாய் நாட்டின் விடுதலைக்கு அவர்களைப் போலவே ஈடுபடத் தூண்டியது. மேலும், தாமஸ் பெயினின் படைப்பான 'மனித உரிமைகள்'- என்ற புத்தகம் ஜோதிராவ் புலேயின் சிந்தனையில் பெரும் தாக்கத்தை ஏற்படுத்தியது. அறியாமையில் உழன்றுகிடந்த சக குடிமக்களை முன்னேற்றத் துடித்தார். காலம் கடந்துபோன மூட நம்பிக்கைகளுக்கு, அடிமைகளாக இருந்து வந்த அவர்களை எழுச்சிக் கொள்ளவைக்கத் தனது வாழ்க்கையை அர்ப்பணித்தார்.

'மற்றவர்களுக்கு நன்மை செய்வதே நல்லொழுக்கம். மற்றவர்களுக்குத் தீங்கிழைப்பது பாவம்'- என்ற கொள்கையை ஜோதிராவ் புலேயும் அவரது நண்பர்களும் கொண்டிருந்தனர். 1847 ஆம் ஆண்டு ஜோதிராவ் புலே தனது ஆங்கிலப் பள்ளி படிப்பை முடித்துக் கொண்டார். அமெரிக்க விடுதலைப் போராட்டத்திலிருந்து இவர் பெற்ற ஊக்கம் மிக ஆழமும், அகலமும் கொண்டதாக இருந்தது. மனித உரிமைகள், மனித சமத்துவம், மனித விடுதலை ஆகிய கருத்துக்கள் ஜோதிராவ் புலேயின் மனதை ஈர்த்தன.

ஒரு தச்சனின் மகன் தச்சனாக இருக்க வேண்டும் என அக்காலத்தில் எதிர்பார்த்தது போலவே, தோட்டக்காரனின் மகனான ஜோதிராவ் புலே பள்ளிப் படிப்பை முடித்தவுடன் தோட்டக்காரனாகவே வருவான் என எதிர்பார்க்கப்பட்டது. ஆனால், ஜோதிராவ் புலே மற்றவர்களின் வழியைப் பின்பற்றுபவரல்ல; அவரே ஒரு வழிகாட்டியானார். மக்களின் நல்வாழ்வும், அவர்களுக்கு ஊழியம் புரியவேண்டுமென்ற உணர்வும் அவரது சிந்தனையில் கொந்தளித்துக் கொண்டிருந்தது.

ஒரு பார்ப்பன நண்பரின் திருமண ஊர்வலத்தில் ஜோதிராவ் புலே கலந்துக் கொண்டதற்காக, பார்ப்பனர்களால் மிகவும் அவமானப்படுத்தப்பட்டு விரட்டப்பட்டார். அந்த அவமானத்தால் மிகவும் மனம் பாதிப்படைந்தார். பார்ப்பனர்கள் ஆட்சி செய்து வந்த மகாராஷ்டிரத்தில் அதிகம் துன்பத்திற்குள்ளானது ஏழை தாழ்த்தப்பட்ட ஜாதி மக்கள். பூனாவில் வீதியில் நடக்கும் தாழ்த்தப்பட்டவர்கள் தங்கள் இடுப்பில் இலைகளைக் கட்டிக்கொள்ள வேண்டும். கழுத்தில் மண் சட்டியை தொங்கவிட்டுக் கொள்ள வேண்டும். அச்சட்டிக்குள்தான் அவர்கள் தங்கள் எச்சிலைத் துப்பிக்கொள்ள வேண்டும். கீழே துப்பக் கூடாது. இந்தச் சுதந்திரம்கூட காலையிலும், மாலையிலும் கிடையாது. காரணம் அவர்களது நிழல் தங்களை அசுத்தப்படுத்திவிடும் (தீட்டு) என பார்ப்பனர்கள் கருதினார்கள்.

பார்ப்பனர்களின் மேலாதிக்கம் வாழ்வின் அனைத்துத் துறைகளிலும் நிலவி வந்தது. அடிமைத்தனம், வறுமை, துன்பம் இவைகள்தான் சூத்திரர்களின் நிலைமை. ‘சமூக இழிவுக்கு எதிராக கலகம் செய்ய வேண்டும்; அடிமைச் சங்கிலியை உடைத்தெறிய வேண்டும்; மதத்தின் பெயரால் நடத்தப்படும் கொடுமைகளையும், பாதிப்புகளையும் எதிர்க்க வேண்டும்; மூடப் பழக்க வழக்கங்கள், சடங்குகள் ஆகியவற்றின் வன்கொடுமைகளைப் பற்றிய உணர்வுப் பூர்வமான புரிதல் தாழ்த்தப்பட்ட மக்களுக்கு ஏற்பட வேண்டும். அப்போதுதான், விடிவு பிறக்கும்’ என்று ஜோதிராவ் புலே மக்களுக்கு எடுத்துரைத்தார்.

வகுப்புவாதத்தைவிட சாதியம் அபாயகரமானது. காரணம், வகுப்புவாதத்தின் புயல் மையங்களை எளிதாக கண்காணித்து அதன் தீமைகளை இரக்கமின்றி வேரறுத்துவிடலாம். ஆனால், சாதியமோ தலைவர்கள், அமைச்சர்கள், அதிகாரிகள், வணிகர்கள் ஆகியோர் மத்தியில் கண்ணுக்குத் தெரியாத வகையில் ஊடுருவி நிற்கிறது. சாதி மறைந்து வருகிறது. ஆனால் சாதி உணர்வோ தகுதி என்ற போர்வையின் கீழ் வாழ்ந்து வருகிறது. பொறியியல், மருத்துவம், தொழில்நுட்பம் ஆகியவற்றில் மாணவர்கள் சேர்க்கையில் பிரச்சனை எழும். அப்போதெல்லாம், காலங்காலமாக கல்வியறிவு பெற்று வந்த தலைமுறையில் பிறந்த பார்ப்பன மாணவனை, தலைமுறை தலைமுறையாகக்

கல்வியிலிருந்து விலக்கி வைக்கப்பட்டிருந்த தாழ்த்தப்பட்ட சாதி மாணவனோடு ஒப்பிட வேண்டுமென, இத் 'தகுதி' மிக நுட்பமாக வாதம் செய்யும்; இப்படித் தகுதி, திறமை பற்றி அன்றே ஜோதிராவ் புலே எடுத்துக் கூறினார். அவர் கூறி நூற்றைம்பது ஆண்டுகள் கடந்துவிட்டன. ஆனால், இன்றும் மேல் சாதியினர், தாழ்த்தப்பட்ட, பிற்படுத்தப்பட்ட, மிகப் பிற்படுத்தப்பட்ட சாதிகளைச் சேர்ந்த மாணவர்களுக்கு இட ஒதுக்கீடு வழங்கக் கூடாது என்கின்றனர். தகுதி, திறமை என்ற சொத்தை வாதத்தை முன்வைப்பதையும், நீதிமன்றங்கள் அதையே பிரதிபலிப்பதையும் நாம் இன்று இந்தியாவில் கண்கூடாகக் காண முடிகிறது.

பார்ப்பனியம் சமூக ஏற்றத் தாழ்வுகளை வளர்த்து வருகிறது. அதன் விளைவாக அதிகாரமும், சலுகைகளும் மேல் சாதியினருக்கு கிடைத்து வருகிறது. சாஸ்திரங்களும், புராணங்களும் மேல் சாதியினர்களுக்குச் சாதகமான கருத்துகளைப் பரப்புகிறது. சூத்திரர்கள், ஆதி சூத்திரர்கள், பெண்கள் ஆகியோரின் முன்னேற்றத்திற்குத் தடையாக விளங்குகிறது. எனவே, பார்ப்பனியத்தை தீவிரமான தாக்குதல்கள் மூலம் முறியடிக்க வேண்டும் என மக்களை அணி திரட்டினார்.

வேதம் படிக்கவும், வேதம் ஓதவும் பார்ப்பனர்களுக்கு மட்டுமே உரிமை இருந்தது. வேதங்களைப் படித்த தாழ்த்தப்பட்ட மக்களுக்கு தண்டனை அளிக்கப்பட்டது. பார்ப்பனர் அல்லாத பிற சாதிச் சிறுவர்களின் கல்வியை நயவஞ்சகமாகப் பல வழிகளில் பார்ப்பனர்கள் தடுத்தனர். தாழ்த்தப்பட்ட சாதியினர் கல்வி கற்றால் வேலை வாய்ப்புகளில் தங்களுக்குப் பங்காளிகளாக வந்துவிடுவார்கள்; அதனால் பெரும்பகுதி வேலைகள் அவர்களுக்கே சென்றுவிடும்; இவ்வாறு பார்ப்பனர்கள் கருதினர். அதனால் தாழ்த்தப்பட்ட மக்கள் கல்வி பெறுவதற்குப் பல தடைகள் அக்காலத்தில் ஏற்படுத்தப்பட்டன.

'தொட்டிலை ஆட்டும் கைகள் உலகத்தை ஆளும்' என்ற பொன்மொழியின் உண்மையை உணர்ந்தவர் ஜோதிராவ் புலே. அறியாமை இருளை அகற்றவும், கல்வியறிவை வழங்கவும், பெண்களுக்கென பள்ளி ஒன்றைத் திறந்தார். பெண்கள் தங்கள் குழந்தைகளின் எதிர்காலத்திற்கு வழி காட்டுபவர்கள்,

தலித் இலக்கிய வரலாறு | 23

கல்வியின் மூலவேர் பெண்கள். அவர், தனது பள்ளியில் சூத்திரப் பெண்களுக்கும், ஆதி சூத்திரப் பெண்களுக்கும் கல்வி அளித்தார். இது வைதீகப் பார்ப்பனர்களின் எதிர்ப்பைச் சம்பாதித்தது. 'அறிவும், கல்வியும் சூத்திரர் வீடுகளில் புகலிடம் தேடிக்கெண்டது' எனப் புலம்பினார்கள். அக்காலத்தில் சாஸ்திர விதிகளின்படி கல்வி கற்கும் உரிமை சூத்திரனுக்கில்லை, ஆகவே, இது கடவுள் விருப்பத்திற்கும், மதத்திற்கும், சமூகத்திற்கும் எதிரானது. பெண்களுக்குக் கல்வி கற்றுத் தருவது என்பது மிக மோசமான பாவச் செயலாகும். மேலும், 'பெண் கல்வி கற்றால் தன் தந்தையை மதிக்க மாட்டாள், மற்றப் பெண்களோடு பழக்கம் ஏற்படுத்திக் கொள்வாள், ஆணவக்காரியாக மாறிவிடுவாள், இழிவான நூல்களைப் படிப்பாள்' - என்ற மிகவும் பிற்போக்கான கருத்து நிலவி வந்தது. அணு அளவு சுதந்திரம்கூட பெண்களுக்கு வழங்கப்படாத நிலை இருந்தது. அந்தக் காலத்தில் பெண்களுக்கு கல்வியளிக்க வேண்டும் என்பதற்காகப் பள்ளியைத் திறந்த 'முதல் சமூகச் சீர்த்திருத்தவாதி' ஜோதிராவ் புலே.

தனது பள்ளியில் ஆசிரியர் பணிக்கு வேறு பெண்கள் வராத காரணத்தினால் தனது மனைவி சாவித்திரியை ஆசிரியராக நியமனம் செய்தார். ஜோதிராவ் புலே, பள்ளி நடத்துவதைக் கண்டு ஆத்திரமடைந்த உயர் சாதியினர், அவரது தந்தையைச் சந்தித்து மிரட்டல் விடுத்தனர். மிரட்டலுக்குப் பயந்து அவரது தந்தை, ஜோதிராவ் புலேயையும் அவரது மனைவியையும் வீட்டை விட்டு வெளியேற்றினார். "நான் உயிரிழப்பதாக இருந்தாலும் சரி, என் லட்சியத்தைக் கைவிட மாட்டேன்" - என்று தனது தந்தையிடம் கூறிவிட்டு வெளியேறினார். வேறொரு இடத்தில் மீண்டும் பள்ளியைத் தொடங்கி பெண்களுக்குக் கல்விப் பணியாற்றினார். பள்ளியில் உள்ள குடிநீர்த் தொட்டிகளிலும், கிணறுகளிலும் நீர் அருந்த தாழ்த்தப்பட்ட குழந்தைகளுக்கு அனுமதி மறுக்கப்பட்டு வந்தது. அந்நிலை கண்டு கொதிப்படைந்த ஜோதிராவ் புலே, தனது சொந்த செலவிலேயே குடிநீர் வசதி செய்து கொடுத்தார்.

ஜோதிராவ் புலே கல்விப் பணிக்காக தம் வாழ்க்கையை அர்ப்பணித்துக் கொண்ட ஓர் உன்னத மனிதர். பெண் கல்வியின் பாதுகாவலர். தாழ்த்தப்பட்ட மக்களுக்காக நூல்நிலையம்

ஆரம்பித்தார். 'முதல் சுதேசி நூல் நிலைய'த்தைத் தொடங்கிய பெருமைக்குரியவர் ஜோதிராவ் புலே.

தாழ்த்தப்பட்ட மாணவர்களின் கல்விக்காக தனது வாழ்நாள் முழுவதும் போராடினார். தாழ்த்தப்பட்ட மக்களுக்கு விடுதலை கிடைக்கவும், உரிமைகள் கிடைக்கவும் கல்வி மிக முக்கியம் என்பதைப் பிரச்சாரம் செய்தார். சிலைகளை வழிபடுவதைக் காட்டிலும், அறிவே சிறந்தது எனக் கூறினார். சமூக மாற்றத்திற்கு அறிவாயுதத்தை ஏந்துங்கள் என்று இளைஞர்களைத் தட்டி எழுப்பினார்.

பெண் குழந்தைகளைக் கொல்லுதல், விதவைகளைக் கொளுத்துதல், பால்ய மணம்புரிதல், குழந்தை விதவை மறுமணத்தை நியாயப்படுத்துதல் - ஆகியவற்றை எதிர்த்துப் போராடினார். சமத்துவம், விடுதலை, பகுத்தறிவு இவற்றின் அடிப்படையில் புதிய சமூகத்தை உருவாக்க வேண்டும் என்று வலியுறுத்தினார். 'அறியாமை என்பது ஒரு அபாயகரமான நோய்-அறியாமையை எதிர்த்து அறிவாளிகள் போராடவேண்டும்' என்று எடுத்துரைத்தார். விதவைகளை மொட்டையடிக்கும் கொடுமைக்கு எதிராகக் குரல் கொடுத்தார். நாவிதர்களைத் திரட்டி மொட்டையடிப்புக்கு எதிராக போராட வைத்தார்.

1888 ஆம் ஆண்டு, மே மாதம், 11 ஆம் தேதி, மண்ட்வி பகுதியிலுள்ள கோவிவாடா அரங்கில் சாதாரண மக்கள், தங்கள் விடுதலைப் போராளிக்கு நன்றி செலுத்த ஒரு சிறப்பான நிகழ்ச்சியை ஏற்பாடு செய்தனர். நாற்பதாண்டுகளுக்கு மேலாக ஏழை மக்களுக்கு இவர் ஆற்றி வந்த நீண்டகால, தன்னலமற்ற உன்னதப் பணிகளைப் பாராட்டி தலைவர்கள் சொற்பொழிவுகளை நிகழ்த்தினார்கள். அறியாமை, வைதீகம், தனிச் சலுகை ஆகியவற்றிற்கு எதிராகத் தனி ஒருவராகப் போராடியதற்காகவும், அடக்கப்பட்ட, ஒடுக்கப்பட்ட மக்களின் நன்மைக்காக அயர்வின்றி பாடுபட்டதற்காகவும் ஜோதிராவ் புலேவுக்கு 'மகாத்மா' என்ற பட்டம் அளிக்கப்பட்டது.

தீண்டத்தகாதவர்களுக்காகவும், பெண்களுக்காவும் இவர்களின் வாழ்க்கைத் தரம் உயர்வதற்காகவும் போராடிய ஜோதிராவ் புலே 1890 ஆம் ஆண்டு நவம்பர் மாதம் 27 ஆம் தேதி காலமானார்.

பொய்க்கு எதிரான உண்மையின் போராட்டம்; அநீதிக்கு எதிரான நீதியின் போராட்டம்; அடிமைதனத்திற்கெதிரான விடுதலையின் போராட்டம்; இப்படிச் சமூகப் போராட்டங்களுக்கு வித்திட்டவர் ஜோதிராவ் புலே. அதனால்தான் மகாத்மா காந்தி 1933 ஆம் ஆண்டு மே மாதம் எரவாடா சிறையிலிருந்த நேரத்தில், ஜோதிராவ் புலேயை 'ஓர் உண்மையான மகாத்மா' எனப் பாராட்டினார்.

டாக்டர் அம்பேத்கர்

பாபா சாகேப் (பொருள்: தந்தை) என்றழைக்கப்படும் பீம்ராவ் ராம்ஜி அம்பேத்கர் (Bhimrao Ramji Ambedkar) இந்திய விடுதலைக்குப் பின்னர் நாட்டின் முதலாவது சட்ட அமைச்சராக பதவியேற்றவர். உயர்கல்விப் பெறுவதற்காக அமெரிக்கா சென்ற முதல் இந்தியர் ஆவார். பட்டியல் சாதி மக்களுக்கென கழகம் ஒன்றைத் தொடங்கியவர். பரோடா மன்னருடன் இணைந்து தீண்டாமை ஒழியப் போராடியவர். பொருளாதாரம், அரசியல், வரலாறு, தத்துவம், சட்டம் ஆகிய துறைகளில் தேர்ந்தவர்; ஆசிரியராகவும், இதழாளராகவும், எழுத்தாளராகவும் சமூகநீதிப் புரட்சியாளராகவும் விளங்கியவர். 'திராவிட புத்தம்' என்ற பெயரில் பல ஆயிரக்கணக்கான பட்டியல் சாதி மக்களை புத்தசமயத்தைத் தழுவச்செய்தவர்; இவை யாவற்றுக்கும் மேலாக இந்திய அரசியலமைப்புச் சாசனத்தை வரைவதற்கான குழுவின் தலைவராகவும் பொறுப்பேற்றவர். 2012 ஆம் ஆண்டில் வரலாற்றுத் தொலைக்காட்சியும், சி.என்.என்- ஐ.பி.என் தொலைக்காட்சியும் நடத்திய வாக்கெடுப்பில் மிகச்சிறந்த இந்தியராகத் தேர்ந்தெடுக்கப்பட்டார். இந்தியாவின் மிகச்சிறந்த உயரிய விருதான 'பாரத ரத்னா' விருது இவரது இறப்புக்குப் பின் 1990 இல் இவருக்கு வழங்கப்பட்டது.

பிறப்பு: பீமாராவ் சக்பால் அம்பேவாதேகர் என்றழைக்கப்படும் அம்பேத்கர் ஏப்ரல் 14, 1891 அன்று மாவ்(Mhow) என்றழைக்கப்படும் பிரித்தானிய இந்தியாவில் பிறந்தார் (இப்போது மத்தியப் பிரதேசம்). தில்லியில் 6 டிசம்பர் 1956, 65வது அகவையில் இறந்தார். இவரது பிற பெயர்கள் பாபா சாகேப், பாபா, பீமா, மூக்நாயக் என்பனவாகும். படித்த கல்வி நிறுவனங்கள் மும்பைப் பல்கலைக்கழகம், கொலம்பியா பல்கலைக்கழகம், இலண்டன் பல்கலைக்கழகம், இலண்டன்

பொருளாதாரப் பள்ளி ஆகியவையாகும். முதல் இந்திய சட்ட அமைச்சர், இந்திய அரசியலமைப்பு வரைவுக் குழுவின் தலைவராகவும் விளங்கினார். இவரது துணைவியர் இராமாபாய் அம்பேத்கர், சவிதா அம்பேத்கர் ஆகியோராவர்.

வாழ்க்கை வரலாறு - இளமை

அம்பேத்கர் பிரித்தானிய இந்தியாவில் மாவ் (Mhow) என்னுமிடத்தில் அம்பாவாதே என்னும் கிராமத்தில் 1891 ஏப்ரல் 14 அன்று ராம்ஜி மாலோஜி சக்பால் - பீமாபாய் ஆகியோரின் 14-வது குழந்தையாகப் பிறந்தார். அம்பேத்கரின் குடும்பப் பின்னணி தற்போதைய மகாராஷ்டிர மாநிலம் ரத்னகிரி மாவட்டத்தில் அம்பேவாதே வட்டத்தைச் சேர்ந்த மராத்தியர் குடும்பத்தைச் சேர்ந்ததாகும்.

இராம்ஜி சக்பால் இராணுவப்பள்ளி ஒன்றின் தலைமை ஆசிரியராகப் பணிபுரிந்து வந்தார். இவர் 'சுபேதார் மேஜர்' என்ற தகுதிப் பெற்றவர். மகர் என்னும் தாழ்த்தப்பட்ட சமுதாயத்தில் பிறந்த பீமாராவ் இராம்ஜி இளம் வயதில் பல்வேறு துன்பங்களை அனுபவித்தார். டாக்டர் அம்பேத்கர் தனது இளம் வயதில் ஒரு முறை மாட்டு வண்டியில் சகோதரருடன் பயணம் செய்து கொண்டிருந்தபொழுது, இவர்கள் தாழ்த்தப்பட்ட சமுதாயத்தைச் சேர்ந்தவர்கள் என்பதை வண்டிக்காரன் அறிந்ததும் உடனே மாட்டை அவிழ்த்துவிட்டு அச்சிறுவர்களைக் குப்பையைக் கொட்டுவது போலக் கொட்டிய கொடுமை நிகழ்ந்தது.

கல்வி

1900 ஆண்டில் சாத்தாராவில் உள்ள ஒரு பள்ளியில் தனது தொடக்கக் கல்வியைத் முடித்த அம்பேத்கர் உயர்நிலைப்பள்ளியில் சேர்ந்து பயின்றார். அங்கு தாழ்த்தப்பட்ட மாணவர்கள் தனியே அமர்த்தப்பட்டனர். மற்ற மாணவர்களுடன் பேசவோ விளையாடவோ முடியாது. அவர்களின் குறிப்பேடுகளையும் புத்தகங்களையும் தொடமாட்டார்கள். கேள்விகள் கேட்பதும் கிடையாது. தண்ணீர் வேண்டுமென்றாலும் பிறர் ஊற்ற கையால் பருகவேண்டும். அமருவதற்கு இம்மாணவர்கள் ஒரு கோணிப்பையைத் தங்கள் வீட்டிலிருந்தே கொண்டுவர வேண்டும். வடமொழி கற்கவும் தடை இருந்தது.

இக்கொடுமைகளைக் கண்ட அம்பேத்கரின் பிஞ்சுமனம் வெம்பியது.

பீமாராவ் ராம்ஜி அம்பேவாதேகர் என்பது அம்பேத்கரின் இயற்பெயராகும். அம்பேவாதேகர் என்பது இவரது சொந்த ஊரின் நினைவாக வழங்கப்படும் குடும்பப் பெயராகும். இவர் மீது அன்பும் அக்கறையும் கொண்ட பிராமண ஆசிரியரான மகாதேவ அம்பேத்கர் இவரின் குடும்பப் பெயரான அம்பேவாதேகர் என்பதை மாற்றி தன் குடும்பப் பெயரான அம்பேத்கர் என்பதை இவரின் பெயரில் சேர்த்தார். இது ஒரு சாரரின் கருத்து. ஆனால் இந்தக் கருத்து முற்றிலும் ஏற்றுக்கொள்ளக் கூடியதாக இல்லை. ஏனெனில் இந்தியாவில் எந்தவொரு பிராமணருக்கும் இத்தகைய குடும்பப் பெயர் இல்லை. மேலும் இது தங்களின் சமூகத்திற்குப் பெருமையை சேர்த்துக்கொள்ள அவர்கள் செய்துகொண்ட ஒரு போலி இடைச்செருகல் என்பதே பலரின் குற்றசாட்டு. இவர் அம்பவாடே என்னும் கிராமத்தில் பிறந்ததால் இவரை அம்பவாடேகர் என்று முதலில் அழைத்தனர். பின்னர் அதுவே அம்பேத்கர் என்றானது என்பது ஒரு சாரரின் கருத்து. 1904ஆம் ஆண்டு அவரது குடும்பம் மும்பைக்குச் சென்றது. அங்கு எல்பின்ஸ்டன் உயர்நிலைப்பள்ளியில் சேர்ந்து தனது கல்வியை தொடர்ந்தார் அம்பேத்கர். குடும்பத்தில் மிகவும் வறுமை சூழ்ந்த நிலையிலும் கல்வியை விடாமல் மெட்ரிக்குலேசன் தேர்வில் தேர்ச்சி பெற்றார். இவரது குடும்பமே அம்பேத்கரின் கல்வியில் ஆர்வம் காட்டியது. மெட்ரிகுலேசன் தேர்வு முடிந்ததும் அம்பேத்கருக்கும் ஒன்பது வயதான ராமாபாய் என்ற பெண்ணுக்கும் திருமணம் நடைபெற்றது. கல்லூரியில் சேர்ந்து கல்வியைத் தொடர விரும்பிய அம்பேத்கருக்கு பரோடா மன்னர் உதவி புரிந்தார். சாதிக் கொடுமை கல்லூரியிலும் தொடர்ந்தது. ஆயினும் பேராசிரியர் முல்லர் என்பவர் அன்புடனும் அனுதாபத்துடனும் நூல்கள், உணவு மற்றும் உடைகள் கொடுத்து உதவினார். இவரின் உதவியால் அம்பேத்கர் நன்கு படித்து பி.ஏ இளங்கலைப் பட்டதாரியானார்.

படிப்பு முடிந்ததும் குடும்பச் சுமையை ஏற்பதற்காக சிறிது காலம் பரோடா மன்னரின் அரண்மனையில் படைகளுக்குத் தலைவராக 'லெப்டினன்ட்' பதவியில் வேலைக்குச் சேர்ந்தார். அங்கும் நிலவிய சாதி வேற்றுமையால் மனம் நொந்து

மும்பைக்கே திரும்பினார். பின்னர் மும்பைக்கு வந்த பரோடா மன்னரை நேரில் சந்தித்து தான் வேலைக்கு வர இயலாத சூழ்நிலையை எடுத்துக் கூறினார். மிகவும் வேதனையடைந்த மன்னர், மிகச் சிறந்த கல்வியாளரான அம்பேத்கர் கொலம்பியா பல்கலைக்கழகத்தில் எம்.ஏ பயில ஏற்பாடு செய்தார். தாழ்த்தப்பட்ட சமூகத்தில் உயர்கல்வி பயின்றவர் என்ற பெருமையும் பெற்றார்.

1913 ஆம் ஆண்டு ஜூன் 4 ஆம் நாள் அம்பேத்கர் அமெரிக்கா சென்றார். உயர்கல்விப் பெறுவதற்காக அமெரிக்கா சென்ற முதல் இந்தியர் என்ற பெருமையைப் பெற்றார். கொலம்பியா பல்கலைக்கழகத்தில் சேர்ந்து பொருளாதாரம், அரசியல், தத்துவம் மற்றும் சமூகவியல் ஆகியப் பாடங்களைப் படித்தார். அங்கு அவர் 1915இல் 'பண்டைய இந்தியாவின் வாணிகம்' என்ற ஆய்வுக்கு முதுகலைப் பட்டம் பெற்றார். இந்தியாவின் சாதிகள் என்ற தலைப்பில் கருத்தாழமிக்க ஒரு கட்டுரையை எழுதினார். பின்னர், 'இந்திய தேசியப்பங்கு விகிதம் ஒரு வரலாற்றுப் பகுப்பாய்வு' என்ற தலைப்பில் பொருளாதாரத்தை அடிப்படையாகக் கொண்டு ஓர் ஆய்வுக்கட்டுரை வெளியிட்டார். இந்த ஆய்வுக்கு கொலம்பியா பல்கலைக்கழகம் அவருக்கு டாக்டர் பட்டம் வழங்கியது. இக்கட்டுரை ஆங்கிலத்தில் 'இந்தியாவில் மாகாண நிதி வளர்ச்சி' என்ற தலைப்பில் நூலாக வெளியிடப்பட்டது. இன்று இந்தியாவில் நிதிநிலை அறிக்கை வெளியிடும் பொழுது ஒவ்வொருவரும் புரட்டிப்பார்க்கும் உயர் நூலாக இன்றும் உள்ளது. மேலும் அம்பேத்கர் 'பிரிட்டிஷ் இந்தியாவில் அரசு நிதியைப் பரவலாக்குதல்' என்ற ஆய்வுரைக்கு 1921-இல் முது அறிவியல் பட்டம் பெற்றார். 'ரூபாயின் பிரச்சினை' என்ற ஆய்வுரைக்கு 1923-இல் டிஎஸ்சி பட்டம் பெற்றார்.

சமூகப்பணிகள்

பிரிட்டிஷ் ஏகாதிபத்தியத்துக்கு எதிரான போராட்டத்தில் டாக்டர் அம்பேத்கர் தன்னை ஈடுபடுத்திக் கொண்டார். அதே நேரத்தில், சமுதாய அமைப்பிலும் பொருளாதாரத்திலும் ஒடுக்கப்பட்டவர்கள் கையில் அதிகாரம் கிடைக்க வேண்டும் என்று போராடினார். 1930இல் லண்டனில் நடைபெற்ற வட்ட மேசை மாநாட்டில் கலந்து கொள்வதற்காகப்

புறப்படுகையில், 'என் மக்களுக்கு என்ன நியாயமாகக் கிடைக்க வேண்டுமோ, அதற்காகப் போராடுவேன். அதே சமயத்தில் சுயராஜ்யக் கோரிக்கையை முழு மனதுடன் ஆதரிப்பேன்' என்று கூறிச் சென்றார். இரண்டாவது வட்டமேசை மாநாட்டில் வகுப்புவாரி பிரதிநிதித்துவம் குறித்த பிரச்சினை முக்கியமாக விவாதிக்கப்பட்டது. தாழ்த்தப்பட்டோருக்குத் தனி வாக்குரிமையும், விகிதாசாரப் பிரதிநிதித்துவமும் வழங்கப்பட வேண்டுமென டாக்டர் அம்பேத்கர் வலியுறுத்தினார். இதன் விளைவாக ஒரு தொகுதியில் பொது வேட்பாளரைத் தேர்ந்தெடுக்க ஒரு வாக்கும், அதே தொகுதியில் தாழ்த்தப்பட்ட சமூக வேட்பாளரைத் தேர்ந்தெடுக்க ஒரு வாக்கும் அளிக்கும் 'இரட்டை வாக்குரிமை' தாழ்த்தப்பட்ட மக்களுக்கு வழங்கப்பட்டது. மகாத்மா காந்திஜி இதனை எதிர்த்தார். தாழ்த்தப்பட்ட மக்களுக்கு தனித் தொகுதிகள் ஒதுக்கப்படக் கூடாது என வலியுறுத்தி காந்திஜி உண்ணாவிரதப் போராட்டத்தைத் தொடங்கினார். இதன் விளைவாக செப்டம்பர் 24 - 1931இல் காந்திஜிக்கும், டாக்டர் அம்பேத்கருக்கும் இடையே 'பூனா ஒப்பந்தம்' ஏற்பட்டது. இதன்படி தாழ்த்தப்பட்டோருக்கு தனி வாக்குரிமை என்பதற்குப் பதிலாக பொது வாக்கெடுப்பில் தனித்தொகுதி ஒதுக்கீடுகள் ஒத்துக் கொள்ளப்பட்டன. வர்ணாசிரம தருமத்திலிருந்து தோன்றிய சாதிய அமைப்பையும், தீண்டாமைக் கொடுமைகளையும் எதிர்த்து டாக்டர் அம்பேத்கர் தீவிரமாகப் போராடினார். இறுதியில் 1956இல் தமது ஆதரவாளர்களுடன் புத்த மதத்தில் இணைந்தார்.

இந்திய விடுதலைக்குப் பின்னர் நாட்டின் முதலாவது சட்ட அமைச்சராகவும், இந்திய அரசியல் சாசனத்தின் தலைமைச் சிற்பி ஆகவும் செயல்பட்டார். அவரது தலைமையில் இந்திய அரசியல் சட்டம் இயற்றப்பட்டது, அதன் ஒரு பகுதியான 'இந்து சட்டத் தொகுப்பு மசோதா'விற்கு பாராளுமன்றத்தில் சட்டமாக்க ஆதரவு கிடைக்காததை எதிர்த்து தனது சட்ட அமைச்சர் பதவியைத் துறந்தார். (1952 பாராளுமன்ற தேர்தலுக்கு பின்னான காங்கிரஸ் அதிக இடங்கள் பெற்றமையினால் 1952இல் அந்தச் சட்டம் நிறைவேறியது) சமூக நீதிப் போராளி டாக்டர் அம்பேத்கர் 1956 - டிசம்பர் 6இல் காலமானார்.

தீண்டாமைக்கு எதிராக - புனே உடன்படிக்கை

தாழ்த்தப்பட்டவர்களிடம் அம்பேத்கருக்கு இருந்த ஆதரவாலும் செல்வாக்காலும் பிரித்தானிய அரசால் அவர் 1932ஆம் ஆண்டு இலண்டனில் நடைபெற்ற இரண்டாம் வட்ட மேசை மாநாட்டுக்கு அழைக்கப்பட்டார். அம்பேத்கர் தாழ்த்தப்பட்டவர்களுக்கு தனி வாக்காளர் தொகுதி வேண்டும் (தாழ்த்தப்பட்டவர்களுக்கான தொகுதியில் தாழ்த்தப்பட்டவர் மட்டுமே வாக்களிக்கமுடியும்) என்று கோரியதை காந்தி கடுமையாக எதிர்த்தார். இக்கோரிக்கை இந்து சமுகத்தை இரண்டு குழுக்களாகப் பிரித்துவிடும் என்று அஞ்சினார்.

பிரித்தானியர்கள் அம்பேத்கரின் கோரிக்கையை ஏற்று தாழ்த்தப்பட்டவர்களுக்கு என்று தனித் தொகுதி ஒதுக்கினர். இதை எதிர்த்து காந்தி உண்ணாவிரதம் மேற்கொண்டு கைதானார். அவர் புனேவிலுள்ள ஏரவாடா மத்தியச் சிறையில் அடைக்கப்பட்டார். இந்த உண்ணாவிரதத்தால் நாட்டில் குழப்பம் ஏற்பட்டது. மதன் மோகன் மால்வியா, பால்வான்கர் பாலோ போன்ற தலைவர்கள் அம்பேத்கருடன் பேச்சுவார்த்தை நடத்தினர். தாழ்த்தப்பட்டவர்களுக்கு எதிராக பெரும் வன்முறை ஏற்படலாம் என்று கூறப்பட்டதால் அம்பேத்கர் காந்தியுடன் உடன்பாடு செய்து கொண்டார். இதைத் தொடர்ந்து காந்தி தன் உண்ணாவிரதத்தை முடித்துக் கொண்டார். அம்பேத்கர் தாழ்த்தப்பட்டவர்களுக்குத் தனித் தொகுதி வேண்டும் என்ற கோரிக்கையைத் தற்காலிகமாகக் கைவிட்டார். இது புனே உடன்படிக்கை எனப்படும். இதன்படி தாழ்த்தப்பட்டவர்களுக்கு என தனித் தொகுதிகள் விரைவில் ஒதுக்கப்படும் என்றும் அதில் அனைவரும் வாக்களிக்கலாம் என்றும் முடிவாகியது.

அம்பேத்கரின் புகழ்பெற்ற குற்றச்சாட்டு, ‘காந்தியை துறவி என்றோ, மகாத்மா என்றோ அழைக்காதீர்கள். அவர் ஒரு சந்தர்ப்பவாத அரசியல்வாதி. காலத்திற்கேற்றாற்போல் அவர் குணம் மாறும். ஆதரவும் மாறும். ஆனால் இந்து மதத்தில் ஓர் அடிமைகளாக தாழ்த்தப்பட்டவர்கள் காலம் முழுவதும் நீடிக்க வேண்டும் என்ற ஆசை மட்டும் மாறாது’. பூனா உண்ணாவிரதத்தில் தன்னை நெருக்குதலுக்குள்ளாக்கி உடன்பட வைத்தபோது காந்தியின் முகத்துக்கு நேரே அம்பேத்கர் இப்படிச் சொல்கிறார்: “காந்திஜி, உண்ணாவிரதம் ஒரு

பலமான ஆயுதம்தான். ஆனால் அதை அடிக்கடி கையிலெடுக்க வேண்டாம். ஆயுதமும் மழுங்கிவிடும். நீங்களும் இருக்க மாட்டீர்கள். இந்த தேசத்துக்கு நீங்கள் தேவைப்படலாம்."

இந்திய அரசியலமைப்பில் பங்கு

இந்தியா விடுதலை பெற்றவுடன் இந்திய யூனியன் முஸ்லிம் லீக் சார்பில் அரசியல் நிர்ணய சபை உறுப்பினராக தேர்வு செய்யப்பட்ட அம்பேத்கரை, காங்கிரசு அரசு சட்ட அமைச்சராக பதவியேற்றுக் கொள்ளும்படி அழைத்தது. அம்பேத்கர் அதை ஏற்று விடுதலை பெற்ற இந்தியாவின் முதல் சட்ட அமைச்சரானார். ஆகத்து 29இல் அம்பேத்கர் இந்திய அரசிலமைப்பை உருவாக்கும் ஆணையத்திற்கு தலைவரானார். அம்பேத்கரால் முன்மொழியப்பட்ட இந்திய அரசியலமைப்பு 'மிகச்சிறந்த சமூக ஆவணம்' என்று வரலாற்றுவியலாளரும் இந்திய அரசியலமைப்பை நன்கு அறிந்தவருமான கிரான்வில்லா ஆசுட்டின் கூறினார். அம்பேத்கரால் உருவாக்கப்பட்ட அரசியலமைப்பு குடிமக்களின் உரிமைகளுக்கு பலவகைகளில் பாதுகாப்பை வழங்கியது. அரசியலமைப்பு நவம்பர் 26, 1949 அன்று மக்களவையில் ஏற்கப்பட்டது. இந்து நெறியியல் சட்டத்தைக் கொண்டு வருவதில் நேருவுடன் ஏற்பட்ட கருத்து வேறுபாட்டால் 1951ஆம் ஆண்டு இவர் தன் பதவியைத் துறந்தார்.

ரிசர்வ் வங்கி உருவாக்கத்தில் பங்கு

அம்பேத்கர் 1921ஆம் ஆண்டு வரை தொழில்முறை பொருளாதார அறிஞராகப் பணியாற்றியபொழுது பொருளாதாரம் குறித்து மூன்று துறைசார் புத்தகங்களை எழுதியிருந்தார்.

1. கிழக்கிந்தியக் கம்பெனியின் நிர்வாகமும் நிதியும் (Administration and Finance of the East India Company).

2. பிரித்தானிய இந்தியாவின் மாகாணங்களின் நிதியின் பரிணாமம் (The Evolution of Provincial Finance in British India).

3. ரூபாயின் சிக்கல்கள் : மூலமும் தீர்வும்

கில்டன் யங் ஆணையத்திடம் அம்பேத்கர் கூறிய கருத்துக்களின் அடிப்படையில் 1934ஆம் ஆண்டு இந்திய ரிசர்வ் வங்கி தோற்றுவிக்கப்பட்டது.

பௌத்த சமயத்திற்கு மாறுதல்

அம்பேத்கர் பழங்கால இந்தியாவைப்பற்றியும் மானிடவியலைப் பற்றியும் செய்த ஆராய்ச்சியின் மூலம் மகர் மக்கள் பௌத்த சமயத்தை சேர்ந்தவர்கள் என்றும் அவர்கள் பௌத்த பழக்கங்களை விட மறுத்ததால் கிராமத்தை விட்டு வெளியே தீண்டத்தகாதவர்கள் போல் வாழ வற்புறுத்தப்பட்டார்கள் என்றும் கருதினார். இதனாலயே அவர்கள் தீண்டத்தகாதவர்களாக ஆனார்கள் என்று கருதினார். இதைப்பற்றி *யார் சூத்திரர்கள்? (Who were the Shudras?)* என்ற புத்தகத்தை எழுதினார்.

பௌத்த சமயத்தை பற்றி நன்கு படித்த அம்பேத்கர் 1950 முதல் பௌத்த சமயத்தின் மீது தன் கவனத்தை முழுவதுமாக திருப்பினார். இலங்கையில் நடைபெற்ற பௌத்த துறவிகள் மற்றும் அறிஞர்களின் கருத்தரங்கில் கலந்து கொண்டார். புனேக்கு அருகில் புதிய பௌத்த விகாரை அர்ப்பணித்தபின் தான் பௌத்தத்தைப் பற்றி புத்தகம் எழுதிக்கொண்டுள்ளதாகவும் விரைவில் அது நிறைவடையும் என்றும் கூறினார். அதிகாரப்பூர்வமாக பௌத்த சமயத்திற்குத் திரும்புவது பற்றி திட்டமிட்டுக் கொண்டிருந்தார். 1954ஆம் ஆண்டு இரு முறை பர்மாவிற்குப் பயணம் மேற்கொண்டார். இரண்டாவது முறை மூன்றாவது உலக பௌத்த சமய மாநாடு ரங்கூனில் நடைபெற்றதில் கலந்து கொள்ளச் சென்றார். 1955ஆம் ஆண்டு பாரதீய பௌத்த மகாசபாவை தோற்றுவித்தார். 1956ஆம் ஆண்டு *புத்தரும் அவரின் தம்மமும் (The Buddha and His Dhamma)* என்ற புத்தகத்தை எழுதினார், அவரின் மறைவுக்குப் பின் அப்புத்தகம் வெளியிடப்பட்டது.

இலங்கை பௌத்தத் துறவி ஹம்மல்வா சதாடிஷ்சாவை கலந்த பின் அம்பேத்கர் அக்டோபர் 14, 1956இல் நாக்பூரில் உள்ள தீக்சாபூமியில் அதிகாரப்பூர்வமாக விழா எடுத்து பௌத்த சமயத்திற்கு மாறினார். அவருடன் அவர் ஆதரவாளர்கள் 500,000 பேரும் பௌத்த சமயத்திற்கு மாறினார்கள். நாக்பூரின் தீக்சாபூமியில் அம்பேத்கரின் 22 உறுதிமொழிகள் எழுதப்பட்ட கற்றளியும், நாக்பூரின் தீக்சாபூமியில் அம்பேத்கர் முயற்சியால் எழுப்பட்ட, சாஞ்சி மாதிரியான ஸ்தூபியும் புகழ்பெற்றது. அதன் பின் இவர் காட்மண்டுவில் நடைபெற்ற நான்காவது உலக

பௌத்த கருத்தரங்கத்திற்குச் சென்றார். இவரின் புத்தர் அல்லது கார்ல் மார்க்சு என்ற புத்தகம் நிறைவுபெறாமலேயே உள்ளது.

மரணம்

1948இல் இருந்து அம்பேத்கர் நீரிழிவு நோயால் பாதிக்கப்பட்டிருந்தார். இதற்காக உட்கொண்ட மருந்துகளாலும் கண்பார்வை குறைந்ததாலும் 1954 சூன் முதல் அக்டோபர் வரை படுக்கையில் கழிக்கநேர்ந்தது. இவரின் உடல்நலம் தேறிவந்தபோதும் கசப்பூட்டும் அரசியல் நிகழ்வுகளால் மேலும் பாதிக்கப்பட்டது. 1955ஆம் ஆண்டில் இவர் உடல்நலம் மேலும் மோசமடைந்தது. புத்தரும் அவரின் தம்மமும் என்ற புத்தகத்தை எழுதிய 3 நாட்களுக்குப் பிறகு 1956 டிசம்பர் 6இல் டில்லியிலுள்ள இவர் வீட்டில் தூக்கத்தில் உயிர் பிரிந்தது.

பௌத்த சமய முறையில் இவரின் உடல் தாதர் சௌபதி கடற்கரையில் டிசம்பர் 7 அன்று தகனம் செய்யப்பட்டது. இதில் பல்லாயிரக்கணக்கான மக்கள் கலந்துகொண்டனர். டிசம்பர் 16, 1956 அன்று மதமாற்றத்திற்கு ஏற்பாடு செய்யப்பட்டிருந்தது. அதற்கு முன்பே அம்பேத்கர் மரணமடைந்ததால் அவர் உடல் தகனம் செய்யப்பட்ட இடத்திலேயே அவரின் உடலைப் பார்க்க வந்தவர்கள் மத மாற்றம் செய்துகொண்டனர்.

மரணத்திற்குப் பின் இவருக்கு இந்தியாவின் உயரிய விருதான பாரத ரத்னா 1990ஆம் ஆண்டு வழங்கப்பட்டது. அம்பேத்கர் மணிமண்டபம் சென்னையிலும், அம்பேத்கர் அருங்காட்சியகம் புனேவிலும் நிறுவப்பட்டுள்ளது. அம்பேத்கரின் 124-ஆம் பிறந்தநாளை முன்னிட்டு, மன்மத வருடம், சித்திரை 1-ஆம் நாள் (ஏப்ரல், 14, 2015), கூகிள் தன் டூடில் தளத்தில் அம்பேத்கரின் படத்தை வெளியிட்டுக் கௌரவப்படுத்தியது.

அம்பேத்கர் கருத்துகள்

'எனக்குத் தாயகம் உண்டு என்று நீங்கள் கூறுகிறீர்கள். ஆனால், நான் மீண்டும் கூற விரும்புகிறேன், எனக்கு அது இல்லை... நாய்கள், பூனைகளைவிட நாங்கள் மோசமாக நடத்தப்பட்டால், குடிதண்ணீர் பெறவும் உரிமை இல்லை என்றால் சுயமரியாதையுள்ள எந்தத் தீண்டப்படாதவன் இந்த நாட்டைத் தன் நாடாகக் கருதுவான்? இந்த நாடு எங்களுக்கு

அளித்த உதவி, இன்னல்களையும் அநீதிகளையும் மலைபோல் எங்கள் மீது சுமத்தியதே ஆகும். யுகயுகமாகக் காலால் மிதித்து நசுக்கப்பட்ட, தாழ்த்தப்பட்ட என் மக்களுக்கு மனித உரிமைகளுக்காக நான் செய்யும் முயற்சிகளின் காரணமாக இந்த நாட்டுக்கு எவ்விதத் தீங்கும் நேர்ந்துவிடாது' என்பது முக்கியத்துவமானதாகும்.

இதைத் தவிர, 1931ஆம் ஆண்டு மகாத்மா காந்தியைச் சந்தித்தபொழுது டாக்டர் அம்பேத்கர் முன் வைத்த கருத்துகளைப் பின்வருமாறு சுட்டலாம்.

1. சாதி தான் சமூகம் என்றால் வீசும் காற்றில் விஷம் பரவட்டும்.

2. மகாத்மாக்கள் பலபேர் வருவார்கள் போவார்கள், ஆனால் நமது வாழ்க்கை நிலை அப்படியேதான் இருக்கிறது.

3. கடவுளுக்குச் செலுத்தும் காணிக்கையை உன் பிள்ளைகளின் கல்விக்குச் செலுத்து, அது உனக்குப் பயன்தரும்.

4. ஆடுகளைத்தான் கோவில்கள் முன்பாக பலியிடுவார்கள், சிங்கங்களை அல்ல. நீங்கள் சிங்கங்களாக இருங்கள்.

5. கற்பி, ஒன்று சேர், புரட்சி செய்.

6. சுதந்திரம், சமத்துவம், சகோதரத்துவம்.

ஆவணப்பதிவுகள்

மகாராஷ்டிர அரசின் கல்வித்துறை, முனைவர். அம்பேத்கரின் உரையாடல்களையும், உரைகளையும் தொகுதிகளாக வெளியிட்டுள்ளன. அவை வருமாறு:

தொகுதி 1- கூட்டாட்சியா, சுதந்திரமா?, தொகுதி 2- சமூகப் பாதுகாப்பு, தொகுதி 3- அதிகாரமும் உறவும், தொகுதி 4-வட்டமேசை மாநாடுகளில், தொகுதி 5-பொதுவுடைமைக்கான முற்படுதேவைகள், தொகுதி 6-The evolution of provincial finance in British India, தொகுதி 7- Who Were the Shudras? ; The untouchables, தொகுதி 8-பாகிஸ்தான் அல்லது இந்திய பிரிவினை,

தொகுதி 9-*What Congress and Gandhi have done to the untouchables; Mr. Gandhi and the emancipation of the untouchables,* தொகுதி 10- *Dr. Ambedkar as member of the Governor General's Executive Council,* **1942-46,** தொகுதி 11-*The Buddha and His Dhamma,* தொகுதி 12- *Unpublished writings; Ancient Indian commerce; Notes on laws; Waiting for a Visa ; Miscellaneous notes, etc,* தொகுதி 13- டாக்டர் அம்பேத்கர் இந்திய அரசியலமைப்பின் முதன்மை சிற்பி, தொகுதி 14-(2 பகுதிகள்) *Dr. Ambedkar and The Hindu Code Bill,* தொகுதி 15- *Dr. Ambedkar as free India's first Law Minister and member of opposition in Indian Parliament (1947-1956),* தொகுதி 16- டாக்டர் அம்பேத்கரின் பாலி மொழி இலக்கணம், தொகுதி 17-(பகுதி 1) *Dr. B.R. Ambedkar and his Egalitarian Revolution - Struggle for Human Rights. Events starting from March 1927 to 17 November 1956 in the chronological order,* தொகுதி 18- (3 பகுதிகள்) மராத்தியில் டாக்டர் அம்பேத்கரின் பேச்சுகளும் எழுத்தும், தொகுதி 19- மராத்தியில் டாக்டர் அம்பேத்கரின் பேச்சுகளும் எழுத்தும், தொகுதி 20- மராத்தியில் டாக்டர் அம்பேத்கரின் பேச்சுக்ளும் எழுத்தும், தொகுதி-21 *Dr. B. R. Ambedkar's Photo Album and correspondence,* (பகுதி 2) *Dr. B. R. Ambedkar and his Egalitarian Revolution - Socio-political and religious activities. Events starting from November 1929 to 8 May 1956 in the chronological order,* (பகுதி 3) *Dr. B. R. Ambedkar and his Egalitarian Revolution- Speeches. Events starting from 1 January to 20 November 1956 in the chronologicalorder.*

3

தமிழக தலித்திய சிந்தனை உருவாக்கம்

இந்திய-தமிழக தலித்திய கருத்துருவாக்கத்திற்கு உதவிய மற்றும் அதனை முன்னெடுத்த முதன்மையானவர்கள் இங்கு அறிமுகப்படுத்தப்படுகிறார்கள். இதில் அயோத்திதாசப் பண்டிதர்(1845-1914) குறிப்பிடத்தக்கவராக விளங்குகிறார். தமிழ், ஆங்கிலம், சமஸ்கிருதம், பாலி எனப் பல மொழி வல்லுநரான இவர் பௌத்தம், சமணம், இந்து, இஸ்லாம், கிறித்துவம் ஆகிய மதங்களையும் கற்றுத் தேர்ந்தவராக விளங்கியுள்ளார். நீலகிரியில் 1870-இல் 'அத்வைதானந்த சபாவைத் தொடங்கியுள்ளார். தொடர்ந்து 1881-இல் 'திராவிட மகாஜன சங்கத்தையும்', 1898-இல் 'சாக்கிய புத்தர்கள் சங்கத்தையும்' சென்னையில் தொடங்கிச் செயல்பட்டுள்ளார். 1891 டிசம்பர் 1-ஆம் நாளில் ஊட்டியில் 'திராவிட மகாஜன சங்க மாநாட்டை' நடத்திக் காட்டியுள்ளார். அம்மாநாட்டில் பல சட்ட உரிமைகள் கோரியும் கல்விச் சலுகைக் கோரியும், கிராம நிர்வாக அலுவலர் உட்படப் பல அரசாங்கப் பணிகளில் தலித்துகளுக்கு இடம் ஒதுக்குவதன் மூலம் அவர்களைப் பொருளாதார அடிப்படையில் உயர்த்தக் கோரியும், தலித்துகளுக்குக்கெதிரான சிறைச் சட்டங்களில் உள்ள குறைகளை நீக்கக் கோரியும் பல தீர்மானங்களை நிறைவேற்றியுள்ளனர். மேலும் 1892-இல் சென்னை மாநிலத்தைச் சார்ந்த தலித் தலைவர்கள் பலரும் 'ஆதிதிராவிட மகாஜன சபை' என்ற அமைப்பின் கீழ் ஒன்றுகூடிப் போராடியுள்ளனர்.

இதனைத் தொடர்ந்து இரட்டைமலை சீனிவாசனும், எம்.சி.இராசாவும் அழுத்தமான விழிப்புணர்வோடு தீவிரமாகச் செயல்பட்டுள்ளனர். அன்றே அரசாங்கமும் தாழ்த்தப்பட்ட மக்களின் கோரிக்கைகளுக்கு ஆதரவாக

இரண்டு அரசாணைகளைப் போட்டுள்ளது. *(G.O.Mos 10, 1010 (A), Revenue dated 30th September 1892 and G.O.No.68, Education dated 1st February, 1892).* மேலும் **1891**-க்கும் **1935**-க்கும் இடைப்பட்ட காலங்களில் அன்றைய ஒன்றிணைந்த சென்னை மாகாணங்களின் பல பகுதிகளில் ஏறத்தாழ 40 மாநாடுகளை நடத்திப் பொது மேடைகளில் தாழ்த்தப்பட்ட மக்களின் பிரச்சினைகளை வெளிப்படையாகப் பேசிப் போராடியுள்ளனர். ஆனால் காந்தியின் இந்தியத் தேசிய இயக்கம், நீதிக்கட்சி (**1916**), தனித்தமிழ் இயக்கம் (**1916**), பெரியாரின் சுயமரியாதை இயக்கம்(**1926**), இந்தியக் கம்யூனிஸ்டு கட்சி (**1924**), திராவிடக் கழகம் (**1944**), திராவிட முன்னேற்றக் கழகம்(**1949**), ஆதித்தனாரின் நாம் தமிழர் கட்சி, ம.பொ.சி.யின் தமிழ்த் தேசியக் கட்சி மற்றும் கிறித்துவம், இஸ்லாம் மதங்களின் மதம் மாற்றும் முயற்சி முதலியன எல்லாம் சேர்ந்து மேற்கண்டவாறு திரண்ட தாழ்த்தப்பட்டவர்களின் இயக்கத்தைச் சிதைத்துள்ளன. ஏறத்தாழ இந்த இயக்கங்கள் அனைத்திலுமே தாழ்த்தப்பட்டவர்களை மேலேற்றிவிட வேண்டும் என்ற ஆதரவான குரல் ஒலித்துக் கொண்டுதான் இருந்தன என்றாலும் அவர்களின் மேல் திணிக்கப்பட்ட தீண்டாமை போன்ற கொடுமைகளிலிருந்து விடுதலை செய்ய ஆக்கப்பூர்வமான முயற்சிகள் எதையும் இந்த இயக்கங்கள் மேற்கொள்ளவில்லை. அப்படியே சிலவற்றை (சமபந்தி, கோயில் நுழைவு) மேற்கொண்டிருந்தாலும் தாழ்த்தப்பட்டவர்களை, அந்தப் பெருவாரியான மக்கள் தொகையினரை - ஓட்டு வங்கியாக - தங்கள் இயக்கத்திற்குள் வைத்துக் கொள்ள வேண்டும் என்ற நடைமுறைத் தந்திரத்தின் ஒரு பகுதியாகவே மேற்கொள்ளப்பட்டது எனக் கூறப்படுவதை கவனத்தில் கொள்ளலாம்.

அயோத்திதாசப் பண்டிதர்

பண்டிதர் க.அயோத்திதாசரின் இயற்பெயர் காத்தவராயன், அயோத்திதாசர் **1845** மே **20** இல் சென்னை ஆயிரம் விளக்குப் பகுதியில் பிறந்தவர். பிறகு தனது தந்தை பணியின் காரணமாக நீலகிரிக்குப் புலம்பெயர்ந்தார். நீலகிரியில் இவரது தாத்தா, ஜார்ஜ் ஹாரிங்டனிடம் வேலைபார்த்து வந்தது இளம்வயதில் அயோத்திதாசருக்கு பலவகைகளில் உதவியாக இருந்தது. பெரும் கல்விப்புலம் மிக்கக் குடும்பத்தில் பிறந்தவர். இவருடைய தாத்தா பட்லர் கந்தப்பன். அயோத்திதாசர் மறைந்து

நூறாண்டை எட்டும் தருணத்தில், 1990-களில்தான் அவரது எழுத்துகள் மறுகண்டுபிடிப்பு செய்யப்பட்டன. 1880முதல் சமூக மேம்பாட்டுப் பணிகளில் ஈடுபடத் தொடங்கிய அவர் 1907 ஆம் ஆண்டு தொடங்கி 1914 ஆம் ஆண்டு வரையிலும் நடத்திய வார ஏடான 'தமிழன்' என்கிற இதழில் எழுதிய எழுத்துகளின் தொகுப்பு மட்டுமே அவரின் சிந்தனைகளாகக் கிடைக்கப்பெற்றுள்ளன. இவரது இறப்பு-மே 4,1914.

அயோத்திதாசர் தென்னிந்தியாவின் முதல் சாதி எதிர்ப்புப் போராளி, சமூக சேவகர், தமிழறிஞர் மற்றும் சித்த மருத்துவர் ஆவார். திராவிட இயக்கம் உருவாக வித்திட்ட முன்னோடிகளில் ஒருவர். ஆதிதிராவிட பின்புலத்தில் இருந்து வந்த இவர், 19 ஆம் நூற்றாண்டின் இறுதியில் ஆதிதிராவிட மக்களின் முன்னேற்றத்துக்காக அரசியல், சமயம், இலக்கியம் ஆகிய களங்களில் தீவிரமாகச் செயல்பட்டார். பௌத்தத்திற்கு மாறிய இவர் பறையர்களின் மூலச் சமயம் பௌத்தம் என்றும் அதனால் அவர்கள் பௌத்தத்திற்குத் மாறவேண்டும் என தமது ஆய்வுகளையும் முன்வைத்தார். 1891 இல் இரட்டைமலை சீனிவாசனுடன் இணைந்து பஞ்சமர் மகாசன சபையைத் தோற்றுவித்தார். பஞ்சமர் என்போர் வருணாசிரம முறையில் வராமல், அவர்ணாக்கள் என அழைக்கப்பட்டனர்.

கல்வியும், புலமையும்

தனது தந்தையிடமும் காசி மேடு சதாவதாணி வைரக்கண் வேலாயுதம் புலவர் (1830-1892), வல்லக்காளத்தி வீ. அயோத்தி தாசர் பண்டிதர் (1836-1900) ஆகியோரிடமும் கல்வி கற்றார். தமிழ், சித்த மருத்துவம் மற்றும் தத்துவம் ஆகியவற்றில் ஆழ்ந்த புலமையும் ஆங்கிலம், வடமொழி, மற்றும் பாலி போன்ற மொழியறிவும் பெற்று விளங்கினார். தன் குருவின் மீது கொண்ட மதிப்பால் காத்தவராயன் என்ற தனது பெயரை அயோத்தி தாசர் என மாற்றிக் கொண்டார்.

சமயம் தொடர்பான கருத்துகளும் பணிகளும்

தன்னுடைய 25 ஆம் வயதில் நீலகிரியில் ஒடுக்கப்பட்ட மக்களான தோடர்களை அணிதிரட்டி 1870 களில் 'அத்வைதானந்த சபை' ஒன்றை நிறுவினார். அவரது குடும்பம் வைணவ சமய மரபுகளைப் பின்பற்றியது. அதனடிப்படையில் தன் ஆண்

குழந்தைகளுக்கு மாதவராம், பட்டாபிராமன், ஜானகி ராமன், இராசராம் என்றும், புத்த மதத்தைத் தழுவிய பின்னர் பிறந்த தனது பெண் குழந்தைகளுக்கு அம்பிகா தேவி, மாயா தேவி எனப் பெயர் சூட்டினார்.

அத்வைத வேதாந்தத்தில் ஈடுபாடு கொண்டிருந்தாலும் அதனுடைய இறைக்கொள்கை, சடங்குவாதம், பிராமணீய ஆதிக்கம், ஆன்மீகக்கொள்கை, மதப் பண்பாட்டுத்தளங்கள் என அனைத்து வடிவங்களுக்கும் எதிரான ஒரு பகுத்தறிவு ரீதியான விடுதலை மெய்யியலே அவரது தேடலாக இருந்தது. அதன் அடிப்படையில் சுய சிந்தனை, சுய கருத்தியல் தேடலாகவும் அது அமைந்தது.

பண்டிதருடைய காலம் (19 நூற்றாண்டின் பிற்பகுதி) இந்துத்துவம் மீட்டுருவாக்கம் செய்யப்பட்ட காலமாக இருந்தது. பிரம்ம சமாஜம், ஆரிய சமாஜம் போன்ற அமைப்புகள் மூலம் அனைத்தும் இந்து சமயத்துக்குள் திணிக்கப்பட்டது. 'யாரெல்லாம் கிறித்துவர்கள், இசுலாமியர் இல்லையோ' அவர்களெல்லாம் இந்துக்கள் என 1861 முதல் 1891 வரை மக்கள் தொகை கணக்கெடுப்பில் 'இந்து' அடையாளத்திற்குள் வலிய திணிக்கப்பட்டார்கள். பண்டிதர் வைணவ மரபை ஆதரித்தாலும் 'இந்து' என்ற அடையாளத்தை ஏற்க மறுத்தவர். அவ்வாறு 'இந்து' அடையாளத்தை ஏற்றுக்கொண்டால் 'இந்து' சமூகத்தின் சாதீய அமைப்பை ஏற்றுக்கொள்ள வேண்டும். சாதியக்கொடுமையை மிக அதிகமாக அனுபவிக்கும் ஆதிதிராவிட மக்கள் இந்து அடையாளத்தை ஏற்கக்கூடாது என்பதில் மிக எச்சரிக்கையாக இருந்தார். அதற்கு மாற்றாக இந்து அல்லாத மாற்று அடையாளம் ஒன்றைத் தேடத் துவங்கினார். தமிழகத்தில் பக்தி வடிவங்களில் 'தமிழ்ச் சைவ' மீட்டுருவாக்க முயற்சி நடந்தது. இதுவும் ஒரு வகையில் சாதியத்தை உள்வாங்கியவர்களின் முயற்சியாகவே இருந்தது. 'தமிழ் சைவம்' பிராமண எதிர்ப்புப் பேசினாலும் 'சாதி ஒழிப்பு' பற்றி எதுவும் பேசவில்லை. அதனால் பண்டிதர் தமிழ் சைவத்தோடு இணையவில்லை.

பண்டிதரால் துவக்கப்பட்ட 'சாதியற்ற திரவிட மஹா ஜனசபையின்' சார்பாக 1891 டிசம்பர் 1 ஆம் தேதி நிறைவேற்றப்பட்ட இலவசக் கல்வி, கோவில் நுழைவு, தரிசு

நிலம் ஒதுக்குதல் போன்ற 10 கோரிக்கை அடங்கிய மனு ஒன்றை இந்திய தேசிய காங்கிரசு கட்சிக்கு அனுப்பினார். அந்த கோரிக்கைகள் இறுதிவரை நிறைவேற்றப்படவே இல்லை. சென்னை மகா ஜனசபை 1892 இல் ஏற்பாடு செய்த கூட்டத்தில், நீலகிரி மாவட்டப் பிரதிநிதியாகப் பண்டிதர் கலந்துகொண்டு, மேற்படி 10 கோரிக்கையை சமர்ப்பித்து, விஷ்ணு, சிவன் கோவில்களில் நுழைய அனுமதி கேட்டார். அது உடனே மறுக்கப்பட்டு அவமதிக்கப்பட்டார். இந்த அவமானபடுத்துதல் பண்டிதரை இன்னொரு சிந்தனைக்கு இட்டுச் சென்றது. நாம் யார்? இந்துக்களா? சாதி இழிவுகள் ஏன் நம்மீது திணிக்கப்படுகிறது? என எண்ணி சுயத்தைத்தேடி நகர்ந்தார். வேதம், இந்து, பிராமணீயம், சடங்குவாதம்... முதலானவற்றை கேள்விக்குட்படுத்தினார்.

ஆதி திராவிடர்களுக்கான செயற்பாடுகள்

1870களில் அயோத்திதாசர் நீலமலையின் தோடர் மற்றும் பிற மலைவாழ் பழங்குடியினரையும் ஒருங்கிணைத்தார். 1875இல் அத்வைதானந்த சபையை நிறுவினார். வெசிலியன் மிஷன் பள்ளியை ஆயிரம் விளக்குப் பகுதியில் ஆதி திராவிடர்களுக்காக நடத்திய அருட்திரு டி. ஜான் ரத்தினத்துடன் (Rev. John Rathinam) தொடர்பு ஏற்பட்டது. ஜான் ரத்தினம் நடத்திய ‘திராவிடர் கழகம்‘ அதன் சார்பாக வெளிவந்த ‘திராவிட பாண்டியன்’ என்ற செய்தி இதழிலும் பண்டிதர் பங்கெடுத்துக் கொண்டார்.

1886களில் ஆதி திராவிடர்கள் ‘இந்துக்கள்’ அல்ல என்று அறிக்கை விட்டார். அப்பிரகடனத்தைத் தொடர்ந்து 1891 இல் திராவிட மகாசன சபையை நிறுவினார். 1891 இல் நடத்தப்பட்ட மக்கட்தொகைக் கணக்கெடுப்பில் ஆதி திராவிடர்கள் தங்களை இந்துக்கள் என அடையாளப்படுத்திக் கொள்ளாமல், ‘சாதியற்ற தமிழர்கள்’ எனப் பதிவு செய்யுமாறு வலியுறுத்தினார். இவரது நடவடிக்கைகள் இலங்கையின் பௌத்தப் புத்துயிர்ப்பிப்பாளர் அனகாரிக தர்மபாலருக்குப் பெரிதும் ஊக்கமளித்தன.

அப்போதிருந்த ஒரே கட்சி இந்திய தேசியக் காங்கிரஸ் கட்சி. அதை இரண்டு பிரிவாகப் பிரித்து ஒன்று வடநாட்டுக் காங்கிரஸ், அது வங்காளின் காங்கிரஸ் மற்றொன்று தென்னாட்டுக் காங்கிரஸ் அது பிராமணக் காங்கிரஸ் என விமர்சித்து காங்கிரஸ்

கட்சியை ஒதுக்கிவிட்டார். ஆக மதமாற்றம், அத்வைதம், தமிழ் சைவம், தியாசபிகல் தொடர்பு, காங்கிரசுக் கட்சி, அனைத்திலுமிருந்து வேறுபட்டும் பிற்போக்குத்தனத்திற்கு எதிராகவும் சுய கருத்தியலை, சுய அரசியலைத் துவக்கினார்.

ஆதி திராவிட மக்களை ஒடுக்குவதற்கு எழுப்பிய பண்பாட்டு, மதத்தடைகளை நீக்குவதுதான் ஒடுக்கப்பட்ட மக்களின் மெய்யான விடுதலையைக் கொண்டுவரும் என்றும் பௌத்தம் என்ற சாதி, வருண எதிர்ப்பு சமயமான பௌத்தமே அதற்கு ஏற்றது என்றும் கருதினார். பௌத்தமே ஆதி திராவிடர்களின் மூல சமயமாகவும் அவர்களின் தாழ்வு நிலைக்கு காரணமாகவும் அமைந்தது (அதாவது பௌத்ததை பின்பற்றியதால் ஆதி திராவிடர்கள் அடிமைகளாக்கப்பட்டார்கள்). அதே பௌத்த சமயம்தான் ஆதி திராவிடர் விடுதலைக்கும், அதிகாரம் பெறுவதற்கும் உறுதுணையாகவும் வழியாகவும் இருக்கும் எனக் கருதினார்.

இந்தியப் பாரம்பரியம் பௌத்த மதமாக இருந்தது என்பதைத் தன் தமிழ்ப் புலமை மூலம் விளக்கினார். இந்தியா என்ற சொல் ‘இந்திரம்’ என்பதன் திரிபு. இந்திரனாகிய புத்தனும் அவனைக் குருவாக கருதும் மக்களும் வாழும் நாட்டிற்கு ‘இந்திரதேசம்’ என்ற பெயர் வந்தது. ஆரியர் வருகைக்கு முன் இங்கே ஒரு தேசம் இருந்தது, அந்த தேசியத்தைப் பௌத்தம் உருவாக்கியது. அதில் பகுத்தறிவு, மனித நேயம், சமத்துவம், அறக்கருத்தொற்றுமை, மெய்யியல் மற்றும் நடைமுறை சார்பானதாகவே இருந்து வந்திருக்கின்றது. இதில் அன்னியரான வெள்ளையரின் ஊடுருவலால், படையெடுப்பால் காலப்போக்கில் அது மந்திர அல்லது மாயத்தன்மையென திரிக்கப்பட்டது என்று பண்டிதர் விளக்குகிறார். சொந்த நாட்டின் சாதியற்ற பண்பாட்டை அயல் சக்திகள், வெளியாட்கள் நசித்து திரித்துவிட்டார்கள். பிறப்பால் ஏற்படும் ஏற்றத்தாழ்வுகளை அழித்து சமத்துவத்தை நோக்கி நகரும் ஓர் அரசியல் கருத்தியலை உருவாக்கும் ஒரு தேசியத்தைக் கட்டமைக்க முயற்சித்தார்.

1912 அக்டோபர் 30 தமிழன் இதழில், இந்தியாவிற்கு சுதந்திரம் அளித்தால் இம்மண்ணின் மைந்தர்களாம் ஆதித்தமிழர்களிடம் அரசியல் அதிகாரத்தை வழங்கவேண்டுமென ஆங்கிலேயர்களிடம் (சுதந்திரத்திற்கு 35 வருடங்களுக்கு

முன்) கோரிக்கை வைத்தார். 'கருணை தாங்கிய பிரிட்டீஷ் துரையவர்கள், சுதேசிகள் மீது கிருபை பாவித்து சுயராட்சியத்தை அளிப்பதாயினும் இத்தேச பூர்வக்குடிகளுக்கு அளிப்பதே கருணையாகும். நேற்றுக் குடியேறி வந்தவர்களையும், முன்னர் குடியேறி வந்தவர்களையும் சுதேசிகள் எனக் கருதி அவர்கள் வசம் சுயராட்சிய ஆளுகையைக் கொடுத்தால் நாடு பாழாகிச் சீர்கெட்டுப்போகும்' என்றார். ஆதி திராவிடர்கள் அரசியல் அதிகாரம் பெறவேண்டும் என்பதை வலியுறுத்தினார். இந்தியாவில் தமிழனுக்குக் கிடைக்கவேண்டிய அதிகாரத்தைத் துணிந்து கேட்ட ஈடுஇணையற்ற மாமனிதர் அயோத்திதாசர் ஆவார்.

பௌத்தத்திற்கு மதம் மாறுதல்

அயோத்திதாசர் தனது வழிநடப்பவர்களுடன் ஹென்றி ஸ்டீல் ஆல்காட்டைச் சந்தித்து பௌத்தத்திற்கு மாறும் தனது விருப்பத்தைத் தெரிவித்தார். தமிழகப் பறையர்கள் பௌத்த மதத்தினரே என்றும் அவர்களுக்குச் சொந்தமான தமிழகத்தை ஆரியர்கள் கைப்பற்றிவிட்டதாகவும் அயோத்திதாசர் கருத்துத் தெரிவித்தார். ஆல்காட்டின் உதவியுடன் இலங்கைக்குச் சென்று அங்கிருந்த சிங்கள பௌத்தத் துறவி சுமங்கல நாயகரிடம் தீட்சை பெற்றார். அங்கிருந்து திரும்பிய அயோத்திதாசர் சென்னையில் சாக்கிய பௌத்த சொசைட்டியைத் தோற்றுவித்து, தென்னிந்தியா முழுவதும் அதன் கிளைகளை ஏற்படுத்தினார். 'இந்திய பௌத்த சங்கம்' எனவும் அறியப்பட்ட சாக்கிய பௌத்த சொசைட்டி 1898 ஆம் ஆண்டு தோற்றுவிக்கப்பட்டது.

தமிழன் இதழ்

ஒரு பைசாத் தமிழன் இதழ் சென்னை இராயப்பேட்டையிலிருந்து 19 சூன், 1907 முதல் புதன் கிழமை தோறும் நான்கு பக்கங்களுடன் அன்றைய காலணா விலையில் 'ஒரு பைசாத் தமிழன்' என்று பெயர் சூட்டப்பட்டு வெளிவந்தது. இந்த இதழ் வெளிவருவதற்கானத் தேவையையும் யாருக்கானது என்பதையும் பண்டிதர் அந்த இதழில் விளக்கியிருந்தார்.

உயர் நிலையும், இடை நிலையும், கடை நிலையும் பாகுபடுத்தி அறியமுடியாத மக்களுக்கு நீதி, சரியான பாதை, நேர்மை ஆகியவற்றைக் கற்பிப்பதற்காகச் சில தத்துவவாதிகளும்

இயற்கை விஞ்ஞானிகளும், கணிதவியலாளரும், இலக்கியவாதிகள் பலரும் ஒன்று கூடி இப்பத்திரிகையை வெளியிட்டிருக்கிறோம். தமிழ் மணம் பரவ விரும்பும் தமிழர் ஒவ்வொருவரும் கையொப்பம் வைத்திதனை ஆதரிக்கக் கோருகிறோம் என்று அறிவித்தார்.

இதழின் முகப்பில் 'ஒரு பைசாத் தமிழன்' என்ற இதழின் பெயரை புத்தக் குறியீட்டு வடிவமான ஒன்பது தாமரை இதழ்களின் மீது எழுதி அதன் இடப்புறம் 'ஜெயது' என்றும் வலப்புறம் 'மங்களம்' என்றும் நடுவில் 'நன்மெய்க் கடைபிடி' என எழுதி, இருபுறமும் மலர்க் கொத்து என அழகுணர்வோடும் நேர்த்தியாகவும் இதழின் சின்னம் இருந்தது. முதல் இதழில், கடவுள் வாழ்த்து, அரசர் வாழ்த்து, தமிழ் வாழ்த்து, பூர்வத்தமிழொளி (அரசியல் தொடர்) வர்த்தமானங்கள் (நாட்டு நடப்புச்செய்திகள்) சித்த மருத்துவக் குறிப்புகள் எனச் செய்திகளின் முக்கியத்துவம் கருதி வகைப்படுத்திப் பிரசுரிக்கப்பட்டது. ஓராண்டுக்குப் பிறகு, வாசகர்களின் வேண்டுகோளுக்கிணங்க 'அச்சுக்கூடமும் பத்திரிக்கைப் பெயரும் மாறுதலடைந்தது' (26. ஆகஸ்ட் 1908 - பக் 2) என்ற விளக்கத்துடன் 'ஒரு பைசாத்' நீக்கப் பெற்று 'தமிழன்' என்ற பெயரோடு 26. ஆகஸ்ட் 1908 முதல் வெளிவந்தது.

தமிழனில் வெளிவந்த செய்திகளும் விரிவாக்கம் செய்யப்பட்டிருந்தன. சிறப்பாக, மகளிர் பத்தி (Ladies column) தலைப்பில் பெண்கள் கல்வி, வேலை வாய்ப்பு, பெண்கள் முன்னேற்றம் பற்றிய செய்திகள் இடம் பெற்றது. அடுத்து பொதுச் செய்தி (Genaral news) பகுதியில் பொது வர்த்தமானம், நாட்டு நடப்புகள், பொதுச் செய்திகள், வானிலை அறிக்கை, வாசகர் கடிதங்கள், அயல்நாட்டுச் செய்திகள், விளம்பரங்கள் மற்றும் நூல் விமர்சனங்கள் தொடர்ந்து இடம் பெற்றிருக்கின்றன. தமிழர்கள் அதிகம் வசித்த கர்நாடக கோலார் தங்க வயல், குடகு, பர்மா, தென்னாப்பிரிக்கா, ரங்கூன், சிங்கப்பூர்... போன்ற அயல் நாடுகளிலும் தமிழன் இதழ் பரவியது.

மூட நம்பிக்கை, தீண்டாமை கொடுமைக்கு ஆதரவளிக்கும் வேத இதிகாசப் புரட்டுகள் பற்றி, பிராமணீய மேலாதிக்கம் பற்றி விரிவாக ஆய்வு செய்தார். 'யதார்த்த பிராமண வேதாந்த விவரம்', 'வேஷ பிராமண வேதாந்த விவரம்', 'ஸ்ரீ முருகக்

கடவுள் வரலாறு', 'விபூதி ஆராய்ச்சி' போன்ற நூல்களில் வேத மத எதிர்ப்பு, பிராமணீய எதிர்ப்பு, மூடப்பழக்கம் எதிர்ப்பு, சாதி ஒழிப்பு போன்ற கருத்துகளைக் குறித்து விரிவாக எழுதினார்.

தமிழகத்தில் எந்த இயக்கமும் தோன்றாத காலத்தில், சமூக நீதி, சமூக மதிப்பீடுகள் விளிம்பு நிலை ஒடுக்குமுறைகள் குறித்துப் பேசினார். அதிகாரத்தில் பங்கு, பிரதிநிதித்துவ அரசியல், ஒடுக்கப்பட்டோர் விடுதலை, பெண்ணியம், தமிழ் மொழியுணர்வு, பகுத்தறிவு, சுயமரியாதை, சாதி ஒழிப்பு, இந்தி மொழி எதிர்ப்பு, வேத மத, பிராமணீய எதிர்ப்பு, தீண்டாமை போன்ற கருத்துகளை உரையாடல் செய்து பல இயக்கங்களுக்கு ஒரு முழுமையான அரசியல்கொள்கை தொகுப்பை வழங்கிய தமிழன் இதழின் நூற்றாண்டு விழாவை தமிழக அரசு கொண்டாடி பெருமைப்படுத்தியது. இதழியலிலும், அரசியலிலும் நவீனம் குறித்த கருத்தாக்கங்கள் தமிழன் இதழிலிருந்தே துவக்கம் பெற்றன.

திராவிட அரசியலின் முன்னோடி

திராவிட மகாஜன சபை இவரால் கி.பி. 1891 தொடங்கப்பட்டது. அயோத்திதாசர் 1885 ஆம் ஆண்டிலேயே திராவிட பாண்டியன் என்னும் இதழைத் தொடங்கினார். அவர் கி.பி. 1886ஆம் ஆண்டில் இந்துக்களில் தீண்டத்தகாதவர்கள் என அழைக்கப்பட்டவர்கள் இந்துக்கள் அல்லாதவர்கள் என்றார். அவர்கள் யாவரும் சாதியற்ற திராவிடர்கள் என்னும் கருத்தையும் முன்வைத்தார். இதனால் இவர் திராவிடக் கருத்தியலின் முன்னோடி என அறியப்பட்டார். திராவிட மகாஜன சபையை நிறுவி திராவிட அரசியலைத் தொடங்கி வைத்ததால் திராவிட அரசியலின் முன்னோடி எனவும் கூறப்படுகிறார்.

அயோத்திதாசர் படைப்புகள்- நூல்கள்

பண்டிதர் க. அயோத்திதாசர் சுமார் 25 நூல்கள் 30 தொடர்கட்டுரைகள் 2 விரிவுரைகள், 12 சுவடிகளுக்கு உரை தவிர அரசியல் கட்டுரைகள், கேள்வி பதில்கள், பகுத்தறிவுக் கட்டுரைகள் எனச் சில நூறு கட்டுரைகளை எழுதினார். பிரதிகள் அழிந்து நூற்றாண்டுகளாக வழக்கில் இல்லாமல் போயிருந்த திருக்குறளைத் தன் குடும்பச் சேமிப்பு ஏடுகளில் இருந்து மீட்டு எல்லிஸ் துரையிடம் வழங்கியவர். அதன்

பின்னர்தான் திருக்குறள் இன்றைய அச்சு வடிவுக்கு வந்தது. அவர் மறைவதற்கு ஒரு வருடம் முன்பு எழுதத் துவங்கிய திருக்குறள் உரையானது அவரது மரணத்தால் 55 அதிகாரங்களுடன் நின்று விட்டது.

அம்பிகையம்மன் அருளிய திரிவாசகம், அம்பிகையம்மன் சரித்திரம், அரிச்சந்திரன் பொய்கள், ஆடிமாதத்தில் அம்மனை சிந்திக்கும் விவரம், இந்திரர் தேச சரித்திரம், இந்திரர் தேச பௌத்தர்கள் பண்டிகை விவரம், கபாலீஸன் சரித்திர ஆராய்ச்சி, சாக்கிய முனிவரலாறு, திருக்குறள் கடவுள் வாழ்த்து, திருவள்ளுவர் வரலாறு, நந்தன் சரித்திர தந்திரம், நூதன சாதிகளின் உள்ளே பீடிகை, புத்தர் எனும் இரவு பகலற்ற ஒளி, புத்த மார்க்க வினா விடை, மாளிய அமாவாசை எனும் மாவளி அமாவாசி தன்ம விவரம், முருகக் கடவுள் வரலாறு, மோசோயவர்களின் மார்க்கம், யதார்த்த பிராமண வேதாந்த விவரம், விபூதி ஆராய்ச்சி, விவாஹ விளக்கம், வேஷ பிராமண வேதாந்த விவரம், பூர்வத் தமிழ்மொழியாம் புத்தாது ஆதிவேதம் ஆகிய நூல்களையும் எழுதியுள்ளார். இவர் தொடங்கி நடத்திய இதழ்கள், *திராவிடப்பாண்டியன் (1885)* (ரெவரென்ட் ஜான் ரத்தினத்துடன் இணைந்து), *ஒரு பைசாத் தமிழன் (தமிழன் (1907-1914))*.

அவரது எழுத்துகளில் சமூகம், பண்பாடு, அரசியல் போன்றவை தனித்தனியாக இல்லாமல் ஒன்றோடொன்று பிணைந்து வெளிப்படுகின்றன. ஆனால், அவர் எழுத்துகளில் இதுவரை உடனடித் தேவைக்கான அரசியல் முழக்கங்கள் கண்டெடுக்கப்பட்டு அவற்றை அடிப்படையாக வைத்து எளிய எதிர்வுகளை அமைத்து விவாதிப்பது மட்டும்தான் நடந்திருக்கிறது. அதேபோல, நம்முடைய அறிவுமுறைக்குப் பழக்கமான நவீன கல்விப்புலச் சட்டகங்களுக்குள் இருந்து கொண்டு அவர் பேசும் பண்பாடு மற்றும் மரபு சார்ந்த விஷயங்களை உரிய அளவில் புரிந்துகொள்வதில் சிக்கல் இருக்கிறது என்பதும் அவர் பரவலாக வாசிக்கப்படாமைக்குக் காரணமாகும்.

ஆங்கிலேயர் ஆதரவு

அயோத்திதாசரை வாசிக்க நுழையும் யாரையும் முதலில் அவருடைய தீவிர ஆங்கில அரசுசார்பு கொஞ்சமாவது சங்கடப்படுத்தும். இந்த வகையில் அவரை காலனியத்தின் முற்றுமுழுதான ஆதரவாளர் என்று சொல்லிவிடக்கூடிய வாய்ப்பு இருக்கவே செய்கிறது. அயோத்திதாசர் தொடங்கி அம்பேத்கர் வரையிலான ஒடுக்கப்பட்டோர் தலைவர்கள் பற்றி இந்த வகை மதிப்பீடுகளே மேலோங்கி இருக்கின்றன. ஆங்கிலேயர் உருவாக்கிய நிர்வாக முறை, அதில் பங்கேற்ற சுதேச சாதிகளின் அதிகாரம், தேச உருவாக்கம் ஆகியவை செல்வாக்கு அடைந்திருந்த நிலையில் ஒடுக்கப்பட்டவர்களாக இருந்து அரச ஆதரவைக் கைக்கொள்ளும் போக்கை தேசப்பற்று மற்றும் தேசத்துரோகம் என்கிற எதிர்வுகளைக்கொண்டு மட்டுமே எளிமைப்படுத்திப் புரிந்துகொள்ள முடியாது. ஆனால், அயோத்திதாசரின் ஆங்கிலேயர் ஆதரவு அரசியல் தேவை சார்ந்ததே தவிர சமூகம் மற்றும் பண்பாட்டுப் பார்வையில் காலனியம் உருவாக்கிய சிந்தனை முறைக்கு வெளியிலிருந்தே தம் சிந்தனைகளை அவர் அமைத்துக்கொண்டார்.

சமணமும் பௌத்தமும்

அயோத்திதாசர் 1898இல் மதம் மாறியபோது கிறித்தவம் போன்ற ஐரோப்பிய மதத்தை அல்லாமல் பௌத்தம் என்கிற உள்ளூர் மதத்தைத் தேர்ந்தெடுத்தார். தாழ்த்தப்பட்டவர்கள் கிறித்தவராகவோ முகமதியராகவோ மாறிவிடலாம் என்று அரசாங்கத்துக்கு அறிக்கை அளித்த சீனிவாச ராகவ அய்யங்காருக்கு 1898 ஜூனில் அயோத்திதாசர் எழுதிய கடிதம் மூலம் மதமாற்றம்பற்றி அவர் கொண்டிருந்த அரசியல் நிலைப்பாட்டை அறியலாம். பௌத்தம் என்பதில்கூட அன்றைக்கு ஐரோப்பியர் கண்ணோட்டத்தில் உருவான நவீன மறைஞான நோக்கிலோ இலங்கை பௌத்த சங்கங்களின் நிறுவனவாத விளக்கங்களிலோ ஈடுபாடு கொள்ளாமல் முழுக்கத் தமிழ்த் தரவுகளிலிருந்தே விளக்கங்களை அமைத்துக் கொண்டார். அந்த வகையில் நவீன அரசியல் சிந்தனையாக வெளிப்பட்ட சாதிபேதம் மறுப்பு என்கிற அணுகு முறைக்குத் தமிழ் மரபிலிருந்தும் நவீனத்துக்கு முந்தைய அடித்தளச் சாதிகளின்

கலக மரபுகளிலிருந்தும் கூறுகளைக் கண்டெடுத்து இணைப்பைத் தந்தார். இதற்கு அவரிடமிருந்த இலக்கிய அறிவு கைகொடுத்தது.

பௌத்தம் பற்றிய அவருடைய விளக்கங்களில் மணிமேகலை, வீரசோழியம், சித்தர் பாடல்கள், நிகண்டுகள் உள்ளிட்ட எழுத்துப் பிரதிகள் மட்டுமல்லாது சடங்குகள், பழமொழிகள், மருத்துவத் தகவல்கள் உள்ளிட்ட மக்கள் வழக்காறுகள் போன்றவையும் இடம்பெற்றன. தமிழ் மொழியும் இலக்கியமும் அறியாத ஒருவரால் பௌத்தத்தைப் புரிந்துகொள்ள முடியாது என்பது அவரின் நிலைப்பாடு. பௌத்தம் மட்டுமல்லாது ஏதோவொரு பிரதேசத்தில் தோன்றி உலகின் பல பகுதிகளுக்குப் பரவிய எந்த சமயமும் அந்தந்தப் பகுதிகளின் சூழல் அடையாளம் சார்ந்து உள்வாங்கப்படுவதும் பின்பற்றப்படுவதும் நடக்கிறது. அவ்வாறுதான் தமிழ்ப் பகுதி சார்ந்து அவரால் பௌத்தம் விளக்கப்பட்டது. சமயம்பற்றிப் பேசினாலும் இன்றைய நிறுவனமயமான மதத்தின் கண்கொண்டே அதைப் புரிந்துகொள்கிறோம். ஆனால், அயோத்திதாசரின் விளக்கங்களில் வெகுஜன மக்கள் மத்தியில் நீண்ட நாட்களாகப் புழங்கியிருந்த சடங்குகள், தெய்வங்கள், கதைகள் போன்றவை இடம்பெறுகின்றன. படையெடுப்புகள், அரச ஆதரவு சார்ந்து மட்டுமே வரலாற்றில் சமயங்கள் செல்வாக்கு பெற்றிருக்க முடியும் என்று சொல்லும் நவீன வரலாற்று நூல்கள் இந்தியாவில் பௌத்தம் அழிந்துவிட்டதாகவே கருதுகின்றன. ஆனால், அயோத்திதாசர் வெகுமக்களிடம் புழங்கிவந்த சமய மரபுகள் உடனடியாக அழித்துவிட்டிருக்க முடியாது என்று கருதி மக்களின் வாழ்வில் சமண, பௌத்த மரபுகள் வேறு பெயர்களில் உலவத்தான் செய்யும் என்றார். அந்த வகையில் காதுவடித்தல், மொட்டைபோடுதல் போன்ற சடங்குகள், தெய்வங்களின் பெயர்கள் ஆகியவற்றை பௌத்தப் பின்னணியில் அயோத்திதாசர் விளக்குகிறார். அயோத்திதாசரின் இத்தகைய விளக்கங்களுக்குப் பிந்தைய சான்றாக மயிலை சீனிவேங்கடசாமி எழுதிய 'பௌத்தமும் தமிழும்' (1940) என்கிற புகழ்பெற்ற நூல் விளங்குகிறது என்பது குறிப்பிடத்தக்கதாகும்.

தனித்துவப் பார்வை

அயோத்திதாசரின் இத்தகைய தனித்துவமான பண்பாட்டுப் பார்வைக்குக் காரணம் அவர் ஐரோப்பிய ஆய்வுலகச் சட்டகம்

சாராமல் மரபான தமிழ்க் கல்வி பயின்றிருந்ததுதான். மேலும், அவர் ஒரு சிறந்த சித்த வைத்தியர். அவர் வைத்தியராய்ப் பேர்பெற்றவர் என்பதை திரு.வி.க. தனது வாழ்க்கைக் குறிப்புகளில் குறிப்பிடுகிறார். இவ்வாறு மரபின் வேர்களிலிருந்து உருவாகிவந்த அவர் ஆங்கிலேயர் ஆட்சியில் நடந்துவந்த நவீன மாற்றங்களையும் அவற்றை இங்கிருந்த பல்வேறு சமூகங்களும் உள்வாங்கிய முறையையும் கண்கூடாகப் பார்த்தார். இவ்விரண்டு நிலைகளிலிருந்தும் பிரதிபலிக்க வேண்டிய நிலையில் அவர் இருந்தார். இரண்டு போக்கில் எந்த ஒன்றையாவது புறக்கணிப்பது அல்லது ஏற்பது என்ற நிலையில் அவர் இல்லை. இரண்டு போக்குகளின் தவிர்க்க இயலாத கூறுகளோடு உரையாடல் நடத்தினார் என்றே சொல்ல வேண்டும். நவீன காலத்தில் வலுப்பெற்ற சாதியாதிக்கத்தை எதிர்கொள்வதில் புதிய சிந்தனைக் கருவிகளும் நவீனத்துக்கு முந்தைய சமூகக் கூறுகளும் அவரிடம் இணைந்துகொண்டன.

ஒடுக்கப்பட்டோருக்குச் சார்பான குரல்கள்கூட வரலாற்றில் அம்மக்களிடமிருந்து ஆதிக்கச் சாதியினர் பறித்த அடையாளங்களை உரிமை கோராமல் ஒடுக்கப்பட்ட மக்களெல்லாம் வரலாற்றில் எதுவுமற்று இருந்தவர்கள் என்கிற தோற்றம் ஏற்படும்படிதான் ஒலிக்கின்றன. இந்த நிலைக்கு மாறாக பிராமணியத்துக்கு நிகரான-அடித்தள சாதிகளுக்குச் சொந்தமான ஆன்மிக மரபு ஒன்று அயோத்திதாசரால் இனம்காட்டப்பட்டது. அதுவே, பௌத்தம். அவருடைய பௌத்தம் புனித நூல்கள், குருமார்கள் என்று நிறுவனரீதியாக அமையாமல் மக்களின் அன்றாட வாழ்வின் சடங்குகள், வரலாற்று உரிமைகள் என்பதாக அமைந்திருந்தது.

பதிப்புகள் உருவாக்கிய வரலாறு

தமிழ் ஏடுகள் பலவும் அச்சுக்கு மாறிக்கொண்டிருந்த 19ஆம் நூற்றாண்டில் வாழ்ந்து அதில் நடந்து வந்த குளறுபடிகளையும் அவற்றை அடிப்படையாகக்கொண்டு உருவான தமிழ் வரலாற்றுத் தருணங்களையும் அயோத்திதாசர் பார்த்து வந்தார். 1812இல் புனித ஜார்ஜ் கோட்டை கல்லூரி என்றறியப்பட்ட சென்னைக் கல்விச் சங்கத்தைத் தொடங்கி, தமிழ் ஏடுகள் பலவற்றை அச்சிட்ட எல்லிஸ் (1777 - 1819) என்ற ஆங்கிலேய அதிகாரியிடம் குறளையும் நாலடியாரையும்

தந்து அச்சிடக் கோரியவர் தம் பாட்டனார் கந்தப்பன்தான் என்கிறார் அயோத்திதாசர். தொடக்க காலக் குறள் பதிப்புகளில் வள்ளுவர் பற்றிய பிறப்புக் கதை ஏதுமில்லாத நிலையில் 1830-களில் பதிப்பில் ஈடுபட்ட திருத்தணிகை சரவணபெருமாளையர் திருவள்ளுவர் பிராமண ஆணுக்கும் புலையர் இனப் பெண்ணுக்கும் பிறந்தார் என்கிற கதையைச் சிறிய அளவில் பின்னிணைப்பாக எந்த ஆதாரமும் இல்லாமல் சேர்த்தார். அவரது சகோதரர் விசாக பெருமாளையர் அடுத்துப் பதிப்பித்தபோது அதே கதையை சற்றே விரித்து நூலின் முதற்பகுதிக்குக் கொண்டுவந்தார். இந்தக் கதை அடுத்தடுத்த பதிப்புகளில் மீண்டும் மீண்டும் எடுத்தாளப்பட்டு உண்மை வரலாறாகிப்போனது என்று கூறி வள்ளுவர் வரலாறு அச்சுக் கலாச்சாரத்தினூடாக உறுதிப்பட்டது என்று அவர் எடுத்துக்காட்டுகிறார். அதுபோன்று பல்வேறு பதிவுகள் அவரிடமுண்டு. இன்றைக்கு, தமிழில் தாழ்த்தப்பட்டோரை இழிவுசெய்யும் பல்வேறு கதைகளும் இவ்வாறு பிற்காலங்களில் உண்டாக்கப்பட்டு உண்மையாக்கப்பட்டவை என்பது அவருடைய வாதம். காலனியம் நிலைபெற்றபோது எழுத்துப் பிரதிகளில் இருப்பதே உண்மையானவை என்று மக்களால் ஏற்றுக்கொள்ளப்பட்டு சாதிகளின் இழிவும் பெருமையும் எழுத்தாக்கப்பட்டு நிறுவப்பட்டுவிட்டன. இதைப் பற்றிய விழிப்புணர்வு தமிழின் நவீனச் சிந்தனையாளர்களில் அயோத்திதாசரிடம்தான் துலக்கமாக வெளிப்படுகிறது.

நந்தன் யார்

இதேபோல, அயோத்திதாசரால் காட்டப்படும் மற்றொரு பதிவும் முக்கியமானது. சைவ சமயக் கதைகளில் நந்தன் என்கிற தாழ்த்தப்பட்ட பண்ணையடிமை பக்தர் காட்டப்படுகிறார். ஆனால், அதற்கு நேர்மாறாக அயோத்திதாசர் நந்தனை பௌத்த மன்னன் என்கிறார். இது தொடர்பாக அவர் எழுதிய ‘இந்திரர் தேச சரித்திரம்’ என்கிற நீண்ட தொடரில் விவரிக்கிறார். 1910 முதல் ‘தமிழன்’ இதழில் தொடராக எழுதித் தொகுக்கப்பட்ட இந்நூலே ஒடுக்கப்பட்டோர் நோக்கில் தமிழில் எழுதப்பட்ட முதல் வரலாறாகக் கருதப்படுகிறது. நந்தன் மன்னன் என்கிற அவரின் இப்பதிவுக்குப் பல்வேறு சான்றுகள் கிடைக்கின்றன. காலின் மெக்கன்ஸிக்காக 1798-இல் தஞ்சை வேதநாயக சாஸ்திரி தொகுத்து, தமிழ்நாடு கீழ்த்திசைச்

சுவடிகள் நூலகம் வெளியிட்டுள்ள இடங்கை வலங்கை சரித்திரம் (1995) என்கிற நூலை உடனடியாகச் சான்றாகக் கூறலாம். அதாவது அடிமை, மன்னன் என்கிற இரண்டு பதிவுகளில் எது உண்மை என்பதைவிடவும் எது மட்டும் இங்கு எடுத்துக்கொள்ளப்படுகிறது; எடுத்துக் கொள்ளப்பட்டது என்பதும், நம்முடைய மனமும் அறிவும் எதை ஏற்கின்றன என்பதும்தான் முக்கியம். இவ்விடத்தில்தான் சாதிய மனநிலையைக் கட்டமைப்பதில் கருத்தியலும் தேர்வும் பங்குவகிப்பதைக் கவனிக்க வேண்டியிருக்கிறது. இந்த வகையில் மொழியின் வழியாகப் படிந்து கருத்தியலாக மாறிவிடும் சாதியக் கருத்தியல் பற்றிய பதிவுகளையும் அயோத்திதாசர் விவாதித்திருக்கிறார். உண்மையில், தலித்துகள் பற்றிய இன்றைய சமூக மனப்பதிவு என்பது அவர்களின் எதார்த்தத்தைப் பார்த்து மதிப்பிடுவதைவிடவும் அவர்களின் 'யதார்த்தம்' என்னவாக இருக்க வேண்டும் என்கிற எதிர்பார்ப்புதான் அவர்களைப் பற்றிய வரலாறாகக் காட்டப்படுகிறது. ஒரு விஷயத்தை அரசியல்ரீதியாக மட்டுமே பார்ப்பது வெறும் பேச்சாகவும், நம் சிந்தனையை வடிவமைக்கும் பண்பாட்டுப் பார்வையில் பார்ப்பது சிந்தனையாகவும் அமைகிறது. அயோத்திதாசர் அரசியல்ரீதியாக மட்டுமின்றிப் பண்பாட்டுரீதியாகவும் பேசினார். இந்த வகையில் நினைவுகொள்ளவும் சூழலில் பொருத்திப் பார்க்கவும் அயோத்திதாசரிடம் ஏராளமான விஷயங்களுண்டு. (மே 5 அயோத்திதாசர் மறைந்த நூற்றாண்டு நினைவுதினம். மே 20 அயாத்திதாசரின் பிறந்தநாளை முன்வைத்து - ஸ்டாலின் ராஜாங்கம், தி ஹிந்துவில் வெளியிட்ட கட்டுரை, 20.05.2018- stalinrajangam@gmail.com)

தாத்தா இரட்டைமலை சீனிவாசன்

சாதி எனும் பெயரில் சக மனிதர்களை விலங்குகளாக நடத்திய கேடுகெட்ட சமூகத்தைத் திருத்த, ஒடுக்கப்பட்ட அடித்தட்டு மக்களின் சமூகத்திலிருந்து தோன்றியவர் தத்தா இரட்டைமலை சீனிவாசன். செங்கல்பட்டு மாவட்டம் மதுராந்தகம் வட்டத்தில் கோழியாளம் எனும் கிராமத்தில் 7.7.1859 ஆம் ஆண்டு பிறந்தார். கோழியாளம் மதுராந்தகத்திற்கு வடமேற்கே சுமார் பதிமூன்று கி.மீ.தூரத்தில் அமைந்துள்ளது. இவர் பெயரிலுள்ள இரட்டைமலை எனும் ஒட்டு அவரது தந்தையின் பெயராக வரலாற்றுக் குறிப்புகள் சொல்கின்றன. பின்னர் இவரது குடும்பம்

தஞ்சை மாவட்டத்திற்குக் குடிபெயர்ந்தபோது அங்கு உயர் கல்வியை முடித்தவர், அதன்பின்னர் கோவையில் அரசினர் கலைக் கல்லூரியில் படிப்பினைத் தொடர்ந்து தாழ்த்தப்பட்ட சமூகத்தின் பி.ஏ. பட்டதாரியாக பெருமைகொண்டார். இங்கு கல்வி பயிலும் காலத்தில் அறிஞர் அயோத்திதாசப் பண்டிதரின் வீட்டில் தங்கி இருந்தார் என்பது குறிப்பிடத்தக்கது. இவர் அயோத்திதாசப் பண்டிதரின் மைத்துனன் ஆவார். 1887 ஆம் ஆண்டு ரெங்க நாயகி அம்மையாரை மணந்தவர், ஊட்டியில் வெள்ளையர் கர்னல் ஆல்காட் மூலம் ஒரு நிறுவனத்தில் பத்தாண்டுகள் கணக்கராக பணிபுரிந்தார்.

தலித் சமூகத்தின் துயரத்தைத் தொடர்ந்து கண்டவர், தம் சமூகத்தின் துயரங்களை நீக்கப் பணியிலிருந்து விலகி 1890 ஆம் ஆண்டு சென்னைக்கு வந்தார். தென்னிந்தியா முழுவதும் சென்று ஒடுக்கப்பட்ட மக்களின் நிலையை நேரில் கண்டறிந்த அவர், சாதியிலிருந்து மக்களை விடுவிப்பதற்கான வழியைக் காணும் ஆய்வில் இறங்கினார். சமத்துவ சமூகம் அமைப்பதற்கானத் தரவுகளைக் கல்வெட்டுகளிலிருந்தும், வரலாற்று நூல்களிலிருந்தும், அரசுக் குறிப்பேடுகளிலிருந்தும் தேடினார். தானடைந்த அறிவுகளை 1893 ஆம் ஆண்டு தொடங்கிய 'பறையன்' என்ற இதழ் மூலம் வெளிப்படுத்தினார். அவரின் பத்திரிகை அந்நாளில் அச்சிட்ட உடனேயே வெகுவாக விற்றுத் தீர்ந்தது. இந்தியா கடந்து அயல்நாடுகளிலும் அதற்கு வாசகர்கள் பெருகியிருந்தனர். பத்திரிகையாளராக மட்டும் இருந்திடாமல் மக்களைத் திரட்டி அமைப்பாக்கினார். 1891 ஆம் ஆண்டு பத்திரிகை தொடங்கும் முன்னரே 'பறையர் மகாஜன சபை' என்ற அமைப்பைத் தொடங்கி சாதிக் கொடுமையை எதிர்த்து மக்களை அணிதிரட்டினார். பல போராட்டங்களை நடத்தினார்.

'பறையர் மகாஜன சபை' மூலம் அக்காலத்திலேயே மாநாடு நடத்தி தலித் மக்களின் உரிமைகள் குறித்துப் பேசினார். இவ்வாறான தொடர்ச்சியான போராட்டங்கள், கூட்டங்கள் மூலம் 1894 ஆம் ஆண்டு குடியிருக்க வீட்டுப் பட்டாக்களும், விவசாயம் செய்வதற்கு நிலங்களும், குழந்தைகளுக்குக் கல்வி வசதியும் பெற்றுத் தந்தார். மேலும், ஆங்கில அரசு காலத்தில் வழங்கப்பட்ட பஞ்சமி நிலங்களை மீட்டெடுத்த முன்னோடியாகவும் விளங்கினார். மக்களோடு இருந்து

பணிசெய்ததன் சாட்சியாக ஒரு நிகழ்வைச் சுட்டிக்காட்டலாம். 1895 ஆம் ஆண்டு சென்னை வந்த ஆங்கில அதிகாரி வைஸ்ராய் லார்டு எல்சின் என்பவரிடம் மனு கொடுப்பதற்காக மக்களைத் திரட்டியவர், அவர்களோடு ஊர்வலமாகச் சென்றார். இன்றைய கால ஊர்வலங்களின் போது தலைவர்கள் மக்களுக்கு அப்பாற்பட்டு வாகனத்தில் வருவதை ஒப்பிட்டுப் பார்த்து அவருடைய மக்கள் நெருக்கத்தை உணரலாம்.

மேலும், அதே 1895 ஆம் ஆண்டு அக்.5 ஆம் தேதி வெளிவந்த பறையன் இதழில் தலித்துகளுக்கு நிலம் ஒதுக்கவில்லை என்பது குறித்து எழுதினார். மதுரை மாவட்ட ஆட்சியரும், வட்டாட்சியரும் புறம்போக்கு நிலங்களை பறையர் சமூகத்திற்கு வழங்கவேண்டுமென்ற அரசாங்க உத்தரவு மதுரை மாவட்டத்திற்கு பொருந்தாது என்று கூறி நிலம் கொடுக்காமல் ஓரவஞ்சனை செய்வதாகவும், நிலம்கேட்டு அளித்த விண்ணப்பங்களை நிராகரித்ததாகவும் கூறினார். மேலும், புதுப்பட்டி கிராமத்தில் வனத்துறைக்குச் சொந்தமான நூறு ஏக்கர் நிலத்தை ஒரு பிராமணருக்கு ஒதுக்கியதை சுட்டிக் காட்டி, ஆட்சியர் அலுவலகத்தில் பிராமணர்களே அதிகாரிகளாக இருப்பதால்தான் பறையர்களுக்கு ஒரு துண்டு நிலம்கூட ஒதுக்கவில்லை என்றும் எழுதினார்..

இந்நிலையில், 1896 ஆம் ஆண்டு அக்டோபர் ஏழாம் நாள் சென்னை விக்டோரியா அரங்கில் மக்கள் மாநாட்டைக் கூட்டியவர் ஒடுக்கப்பட்ட மக்களின் அரசியல், கல்வி, பொருளாதாரம், பண்பாடு குறித்துப் பேசினார். அதுகுறித்துப் பல செயல் திட்டங்களை வகுத்தார். ஆனால், திட்டங்கள் நிறைவேறத் தேவையான நிதிதேடி லண்டன் நோக்கிக் கப்பலில் பயணமானார். செல்லும் வழியில் உடல் நலக்குறைவு ஏற்பட்டதனால் தென்னாப்பிரிக்காவில் இறக்கிவிடப்பட்டார். அங்கேயே நேட்டால் என்ற இடத்தில் தங்கி நீதிமன்ற மொழிபெயர்ப்பாளராகப் பணியாற்றினார். இந்தப் பணி நாட்களின்போதுதான் காந்தியுடன் நண்பரானார். தென்னாப்பிரிக்காவின் பீனிக்ஸ் என்னுமிடத்தில் காந்தியைக் கண்டதாகக் கூறுகிறார். காந்திக்குத் தமிழில் பெயர் எழுதக் கற்றுக் கொடுத்தார். ஆப்பிரிக்காவில் பதினேழு ஆண்டுகள் பணியாற்றிவிட்டு 1921 ஆம் ஆண்டு இந்தியாவிற்குத் திரும்பி, மீண்டும் பறையன் இதழைத் தொடங்கினார்.

(எஸ்.கே.அந்தோணி பால் என்பவரின் குறிப்பு இப்படிச் சொன்னாலும் ரவிக்குமார் அவர்களின் தொகுப்பில் 1897 ஆம் ஆண்டு வெளிவந்த ‘பறையன்’ இதழ்ச் செய்திகள் இடம் பெற்றிருக்கின்றன. ஆக அவர் வெளிநாட்டில் இருந்தபோதும் பத்திரிகை நடத்தியிருக்க வேண்டும்)

1922களில் நீதிக்கட்சியில் இணைந்தவர், 1923 முதல் 1938 வரை பதினைந்து ஆண்டுகள் சட்டப் பேரவையில் நியமன உறுப்பினராக இருந்தார். அனைத்து மக்களுடனும் சாலைகளில் சமமாக நடக்கவும், பொது நீர்நிலைகளில் தண்ணீர் எடுக்கவுமான சுதந்திரம் கொடுக்கும் சட்டத்தை 1925 ஆம் ஆண்டு ஆங்கில அரசிடமிருந்து ஒடுக்கப்பட்ட மக்களுக்குப் பெற்றுத்தந்தார். மேலும், ஒடுக்கப்பட்டவர்கள் மீட்சி பெற சென்னையில் ‘ஐக்கிய மகா சபை’ எனும் அமைப்பை 1928 ஆம் ஆண்டு நிறுவி அதன் தலைவராகவும் விளங்கினார்.

லண்டனில் நடைபெற்ற வட்டமேசை மாநாட்டிற்கு புரட்சியாளர் அம்பேத்கருடன் சென்றவர் ஐந்தாம் ஜார்ஜ் மன்னரை அதிர்ச்சியடையச் செய்தார். இங்கிலாந்து அரசர் கைகுலுக்க வந்தபோது கைகளை பின்னுக்கு இழுத்துக்கொண்டு கைகுலுக்குவதிலிருந்து விலகி ‘நான் தீண்டத்தகாதவன்’ என்று கத்தினார். அவையிலிருந்த அனைவரும் அதிர்ந்தனர். அரசர் தாத்தாவைத் தழுவி அணைத்துக்கொண்டார். தாத்தா அணிந்திருந்த ‘பறையன்’ என்ற அடையாள அட்டையை நெஞ்சோடு உரசினார். இந்நிகழ்வு அம்பேத்கருடன் அவர் வைத்த இரட்டை வாக்குரிமை கோரிக்கை ஏற்கப்பட உதவியது. இவ்வரலாற்று நிகழ்வு 1930 ஆம் ஆண்டு நடந்தேறியது.

ஆனால், இரட்டை வாக்குரிமை வழங்குவதை எதிர்த்து காந்தி உண்ணாவிரதம் இருந்தார். ஒடுக்கப்பட்ட மக்களுக்குத் தனித் தொகுதி வழங்குவதை எதிர்த்து காந்தி உண்ணாவிரதம் இருந்ததை வீரத் தன்மையற்ற செயல் என்று கூறியதோடு, நேருக்கு நேர் நின்று வாதாடாமல் உண்ணாமல் இருக்கும் கோழை என்று காந்தியைக் குறிப்பிட்டார். அச்சூழ்நிலையில் ஒடுக்கப்பட்ட மக்கள்மீது நடத்தப்பட்ட கொலை, பாலியல் வன்முறை ஆகியவை பெருகியது. அதனால், வேறு வழியில்லாமல் தலித்துகளின் அன்றையப் பாதுகாப்புக் கருதி அம்பேத்கருடன் பூனா ஒப்பந்தத்தில் கையெழுத்திட்டார். இது

வரலாற்றில் ஒரு கருப்பு நிகழ்வாக அமைந்தது. ஒடுக்கப்பட்ட மக்களுக்கு காந்தி செய்த துரோகம் மன்னிக்கமுடியாததாக அமைந்தது.

அவருடைய மைத்துனர் அயோத்திதாசர் 'தமிழன்' என்று சாதியை ஒழிப்பதற்காக மொழியின்வழி அடையாளப் படுத்தப்பட்ட பத்திரிகை துவங்கியதற்கு மாறாக, சாதியின் பெயரிலேயே 'பறையன்' என்று பத்திரிகை துவங்கினார். எனை எந்தப் பெயரைச் சொல்லித் தாழ்த்துகிறாயோ அந்தப் பெயர்கொண்டே மீண்டேழுவேன் என்றவாறு அவரது போர்க்குணம் அமைந்தது. அயோத்திதாசர் 'திராவிட மகாஜன சபை' என்று துவங்கியபோது இவர் 'பறையர் மகாஜன சபையை' நிறுவினார். விடுதலையின் செயல் வடிவத்தில் இவ்வாறு தனித்த போக்குகளைக் கொண்டிருந்த தாத்தா இரட்டைமலை சீனிவாசன், அம்பேத்கரின் வழிமுறையிலும் முரண்பட்டு நின்றார். புத்த மதம் மாறினால் சாதிக் கொடுமைகளுக்கு முடிவுகட்டலாம் என அம்பேத்கர் உரைத்த பொழுது, அதில் தீர்வுகிடைக்காது என்று ஆணித்தரமாகக் கூறினார் தாத்தா. அவர் கூறியது போலவே இன்றும் புத்த மதத்திற்கு மாறிய தலித்துகளின் நிலையில் மாற்றமில்லை.

இவ்வாறான தொலைநோக்கு சிந்தனை கொண்டிருந்த தாத்தா 1937 ஆம் ஆண்டு ஆகஸ்ட் -27 ஆம் நாள் உருவாக்கப்பட்ட செட்யூல்டு இன புரோவின்சியல் அட்வைசரிப் போர்டுக்கு ஆலோசகராக விளங்கினார். தொடர்ந்து மக்கள் பணி செய்த அவருக்கு ஆங்கில அரசு 1926 ஆம் ஆண்டு ராவ் சாகிப், 1930 ஆம் ஆண்டு ராவ் பகதூர், 1936 ஆம் ஆண்டு திவான் பகதூர் ஆகிய பட்டங்களை வழங்கியது. 1940 ஆம் ஆண்டு திராவிட மணி என்ற பட்டம் தமிழ் தென்றல் திரு.வி.க. முன்னிலையில் வழங்கப்பட்டது. அந்நிகழ்வுக்கு இராஜாஜி தலைமை தாங்கினார் என்பது குறிப்பிடத்தக்கது. ஓயாமல் ஒடுக்கப்பட்ட மக்கள் விடுதலைக்குப் பாடுபட்ட மாவீரன் இரட்டைமலை சீனிவாசன் 1945 ஆம் ஆண்டு இயற்கை எய்தினார்.

பெருந்தலைவர் எம்.சி.ராஜா (1883-1947)

இந்திய தேசத்தின் தாழ்த்தப்பட்ட மக்களின் முதல் சட்டமன்ற பிரதிநிதி (1919), முதல் பாராளுமன்ற உறுப்பினர். தேசிய

அளவிலான தலித் இயக்கத்திற்கு வேரூன்றியவர். வட்டமேசை மாநாட்டிற்கு முன்பாகவே இலண்டன் சென்று (1929) தலித் மக்களின் பிரச்சினைகளையும், ஆங்கில அரசின் தவறுகளையும் வெகு தெளிவாகச் சமர்ப்பித்தவர். இரட்டைமலை சீனிவாசன் துவங்கிய திராவிடர் மகாஜன சபையின் செயலாளராகப் பல ஆண்டுகள் திறம்படச் செயலாற்றியவர். தனது இறுதி மூச்சுவரை தலித் மக்களின் விடுதலைக்காக உழைத்தவர். இப்படி பல சிறப்புகளையும் உடையவர் பெருந்தலைவர் எம்.சி.ராஜா (1883-1947).

ஒடுக்கப்பட்டவர் விடுதலைக்காக இவர் தலைமையில் நடைபெற்ற கூட்டங்கள் 537. இவற்றில் 137 மாநாடுகள். கோவில்பட்டி முதல் கொர்கான் (பஞ்சாப்) வரை. சாதி இந்துக்கள் சங்கமாக செயல்பட்டுவரும் நீதிக்கட்சியினரையும், மேல் சாதியினரின் நலன் காக்கும் அமைப்பாகவுள்ள காங்கிரசையும் கடுமையாக சாடியவர். 1921 ஆம் ஆண்டு சென்னை பி அண்ட் சி ஆலை வேலை நிறுத்தத்தில் தலித் தொழிலாளர்கள் பாதிப்படையக் கூடாது என்பதற்காக அவர்களை வேலைக்குத் திரும்பச் செய்து வேலை நிறுத்தத்தைத் தோல்வியடைய வைத்தவர்.

பெரிதும் ஆங்கிலத்திலேயே இருக்கும் இவரது பரந்துபட்ட சிந்தனைகளை வெளிச்சத்துக்கு கொண்டுவரும் முயற்சியின் ஒரு பகுதியாக அவரது நூல்கள், சட்டமன்ற உரைகள், செய்தித்தாள் ஆவணங்கள் என்ற பெரும் தொகுதிகளான, 1935 மே 23 தேதியிட்ட 'தமிழ்நாடு' செய்தித்தாள் ஆவணமொன்றை வே. அலெக்ஸ் அவர்கள் 'மொழி' சிற்றிதழில் பதிவு செய்த சுருக்கம் இங்கே தரப்படுகிறது (மொழி,ஆகஸ்ட்-2006, பக்29-32. மதுரை).

ஆதிதிராடவிர் மகாநாடு - தீண்டாதார் துயரம்

ராமநாதபுரம், மே,22- இன்று (1931) ராமநாதபுரம் ஜில்லா ஆதிதிராவிடர் மகாநாடு கூடியது. எம்.சி.ராவ் பகதூர் தலைமை வகித்துப் பேசினார். அதன் சாரம்சம்: இந்தியாவின் எந்த ஜில்லாக்களிலும் அல்லது இந்தியாவின் வேறு எந்த மாகாணத்திலுமுள்ள ஆதிதிராவிடரின் நிலைமையைவிட இங்குள்ள ஆதிதிராவிடரின் நிலைமை எந்த விதத்திலும் நல்ல நிலைமையிலில்லை. எங்கும் ஆதிதிராவிடர் நிலைமை

அதே நிலைமையில்தான் இருக்கிறது. தனவந்தர் ஏழைகளை நிர்ப்பந்திப்பதும், எளியோரை வலியோர் துன்புறுத்துவதும் சகஜமாயிருந்து வருகிறது. ஜாதி மதங்கொண்டவர்களும், சுயநலம் படைத்தவர்களும், பரம்பரையாக மத அதிகாரம் படைத்தவர்களும் ஏழைகளை இம்சித்து வருகிறார்கள்.

தாழ்த்தப்பட்டவர்கள் பெரும்பாலும் உயர் ஜாதியரெனச் சொல்லிக் கொள்வோருக்கு வேலையாட்கள் போன்று இருந்து வருகிறார்கள். அவர்கள் விருப்பத்துக்கெல்லாம் தாழ்த்தப்பட்டவர்கள் இணங்கி நடந்துகொள்ளவேண்டும். அவர்கள் நிலங்களை உழுது பயிரிட்டு தினசரி ஊதியம் பெற்று ஜீவிக்க வேண்டியவர்களாயிருக்கிறார்கள்....ஆதிதிராவிடர்கள் தங்க, வெள்ளி நகைகள் அணியக்கூடாது. ஆதி திராவிட ஆடவர்கள் முழங்காலுக்கு கீழ் வேஷ்டி உடுத்தக்கூடாது. அவர்கள், சட்டைகள் எதுவும் போடாமல் வெற்றுடம்பாயிருக்க வேண்டும். ஆதி திராவிடர் தங்கள் வீடுகளில் மண் பாண்டங்களைத் தவிர வேறு எந்த விதமான பாத்திரங்களையும் உபயோகிக்கக் கூடாது. ஆதி திராவிடப் பெண்கள் இடுப்புக்கு மேல் ரவிக்கையே அன்றி எந்த விதமான சட்டையையும் அல்லது தாவணியும் தரித்து தங்கள் தேகத்தை மறைக்கக் கூடாது. அவர்கள் சிகையில் பூக்கள் முதலியவைகள் வைத்துக் கொள்ளுவதும் கூடாது. ஆதித் திராவிடர் குடைகளையோ செருப்புகளையோ உபயோகிக்கக் கூடாது...

ஆனால் ஆதிதிராவிடர்களிடமும் மற்றும் இதர தாழ்த்தப்பட்டவர்களிடமும் தற்போது புதிய ஊக்கமும் உற்சாகமும் தோன்றியிருக்கிறது. அவர்கள் தங்கள் அநாகரிக நிலைமையை உணர்ந்து நாகரிகமாக ஜீவிக்க முற்பட்டு வருகிறார்கள். ஆகவே அவர்கள் தாங்கள் பெறும் சொற்ப ஊதியத்தில் மீதம் பிடித்து இதுவரையில் ஆடவர் அணிந்து வந்த கோவணங்களுக்குப் பதிலாக நல்ல ஆடைகளையும், பெண்கள் அணிந்து வந்த சிறு முண்டுகளுக்குப் பதிலாக சேலைகளையும் அணிந்து வருகிறார்கள். இவர்கள் நாகரிகமும் முன்னேற்றமும் உயர்ஜாதியாருக்கு ஒருவித பொறாமையை உண்டு பண்ணியிருக்கிறது....

பிரிட்டிஷ் சர்க்காரிடத்தில் மனமாற்றம் ஏற்பட வேண்டுமென மகாத்மா காந்தி அடிக்கடி கூறுகிறார்.

ஆனால் பெரும்பான்மையான இந்துக்களிடையே அவர்கள் தாழ்த்தப்பட்டவர்கள் சம்பந்தமாய்க் கொண்டிருக்கும் துவேஷத்தில் மனமாற்றம் ஏற்பட வேண்டியது அவசியமல்லவா? இதுவரையில் இந்துக்களிடம் எவ்வித மாறுதலும் ஏற்படக் காணோம். சமுதாய சீர்திருத்தவாதிகளும் இது சம்பந்தமாய் எவ்வித செல்வாக்கையும் உபயோகித்ததாகத் தெரியவில்லை...

மலையாளம் பகுதியில் தீண்டாதார் துயரம் இன்னும் அதிகக் கொடுமையாயிருக்கிறது. அங்கு தீண்டாமைக்காரர் சில தெருக்களில் செல்லக் கூடாதென அறிக்கை போர்டுகளை ஆங்காங்கு தொங்கவைப்பதற்கு மலபார் ஜில்லா போர்டாரே ஏற்பாடு செய்யப்போவதாக அறிக்கையிட்டிருக்கிறார்களெனத் தெரிகிறது...

தாழ்த்தப்பட்டவர் நிலைமையை முன்னேற்றமடையச் செய்ய வேண்டியது நமது தலைவர்கள் கடமையாகும். இதற்காக அவர்கள் நமது ஓட்டுரிமை, தேர்தல் சட்டசபை பிரதிநிதித்துவம் முதலிய விஷயங்களில் விசேஷ கவனஞ்செலுத்த வேண்டும்... எனச் செல்கிறது அப்பதிவு.

இதனை இப்படியும் புரிந்து கொள்ளலாம். இந்தியாவில் தலித்துகளின் அரசியலை இரு கோணங்களிலேயே எல்லோராலும் அணுக முடியும். ஒன்று காந்தியினுடையது. மற்றொன்று அம்பேத்கருடையது. இவ்விரு கோணங்களும் கூட முற்றிலும் எதிரெதிர் திசையில் பயணம் செய்பவை. தீண்டாமை எனும் கொடிய நோயினால் துவண்டிருந்த மக்களிடையே அரசியல் எழுச்சியாக சாதிப் பிரிவினை உருக்கொண்டது. அப்போது காந்தி அஹிம்சையின் வழியே மேட்டுக்குடியிலிருந்து கீழ்ச்சாதிக்காரர்களுக்கு அல்லது ஹரிஜனம் என சொல்லப்படுபவர்களுக்கு விடுதலையை வாங்கித் தர முனைந்தார். அம்பேத்கரோ தன்னை மேல்ஜாதிக்காரர்களிடம் அர்ப்பணித்துக்கொண்டு மக்களுக்கான உரிமையைப் பெறுவதற்கு மறுப்பைத் தெரிவித்தார். மாறாக, சாதி அமைப்பு எனும் விஷயமே முழுமுற்றாகத் தகரும் தருணத்தில் மேட்டுக்குடி எனும் அதிகாரமும், கீழ்ச்சாதிக்காரன் எனும் அடிமை நிலையும் முற்றாக ஒழிந்துவிடும். அதுவே மானுட விடுதலை என்றார்.

4
தலித்திய இயக்கம்

அறிமுகம்: இயக்கங்களின் தோற்றம் வளர்ச்சி

உலக நாகரிகம் முதன் முதலில் இந்தியாவில் சிந்து நதிக்கரையிலும் மெசபடொமியாவில் யூப்ரடிஸ், டைகரிஸ் நதிக்கரைகளிலும் தோன்றியது என்பர். 'நாகரிகம்' என்னும் சொல்லுக்குள் அடங்கியிருப்பது அனுபவத்துடன் கூடிய மனிதனின் அறிவு நிலை வளர்ச்சியாகும். ஆதிமனிதன் குகைகளிலும் காடுகளிலும் வசித்து வந்த தன் அனுபவத்தின் மூலம் தான் வாழ்வதற்கு நீர் அவசியமானது என்று துணிந்தபின் நதிக்கரையோரம் வாழத் தலைப்பட்டான். மனித நாகரிகத்தின் முதல்படி அவன் நதிக்கரையோரம் வாழத் தலைப்பட்டதும் தீயினைப் பயன்படுத்தியதும் என்றவாறான கூறுகள் முக்கியத்துவம் பெறுகின்றன.

தன்னைப் பாதுகாக்கவும் பக்குவப்படுத்திக்கொள்ளவும் மனிதனால் பயன்படுத்தப்பட்ட அறிவானது காலம் செல்லச்செல்ல அவனையே அழிக்கும் கருவியாக மாறியதுதான் மனித வரலாற்றில் நிகழ்ந்த முரண் நகை எனலாம். இத்தகைய முரண்பாடானது மனிதன் தனது சுயதேவையின் அபரிமிதமான விருப்பத்தாலும் அதிகாரத்தாலும் ஏற்பட்டது என்பது வரலாறு நமக்குச் சொல்லிக்கொண்டிருக்கிறது. அறிவைப் போட்டிக்கும் பொறாமைக்கும் கைப்பற்றுதலுக்கும் பழிவாங்கலுக்குமாகப் பயன்படுத்தக் கற்றுக்கொண்டபிறகு ஆக்கத்திற்கு நேரெதிரான அழிவும் தொடங்கிவிட்டது.

தனிமனிதன் கூட்டுச் சமூகத்தில் உறுப்பினன் என்பது கடந்து தனிக்குடும்பமாக, தனிக்குடும்பங்கள் சார்ந்த

சமூகமாக, காப்பவன்-தலைவன்-அரசன் என்பவன் தேவையாக இனம்-மொழி-இறைமை-நிலம் போன்ற தனித்த அடையாளங்கள் முக்கியத்துவப்பட்டன. சமூகத்திற்குச் சமூகம் இனத்திற்கு இனமென இவையே வேற்றுமை வளரக் காரணமாயின. வேற்றுமைகள் தனித் தனிப் பண்பாட்டு அடையாளங்கள் என்பதை மீறி, இதுவே உயர்ந்த மொழி, கலை, பண்பாடு, நாகரிகம் என்பதெல்லாம் ஒன்றை ஒன்று அழித்தொழிப்பதில் மற்றதின் பொருளாதாரத்தைக் கைப்பற்றுவதில் அடுக்கடுக்கானப் பிரச்சினைகள் உருவாகத் தொடங்கின. கால வளர்ச்சியும் நாகரிகப் பெருமையும் தனிச்சொத்தை தனிக்குடும்பத்தை வளர்த்தெடுத்தன. ஒரு பகுதி மக்கள் அடிமையாயினர்; ஆண்களுக்குப் பெண்கள் அடிமை என்றனர்.

அயல் நாட்டால் அடிமைப்பட்ட நாடுகளும் சொந்த நாட்டில் வஞ்சிக்கப்பட்ட மக்களும் என நாகரிகம் கொண்டு வந்து நிறுத்திய புள்ளி அநாகரிகமாக இருந்தது. மனித இனத்தின் நேர்முகமான ஆற்றலை ஒருங்கிணைத்துச் செல்ல, செழுமைப்படுத்த, கருத்தாக்கங்கள் கொள்கைகள் கோட்பாடுகள் தோன்றின. இவற்றில் முரண்பாடுகொண்ட எதிர் சிந்தனைகளும் இருக்கவே செய்தன. மனித வாழ்க்கைக்கு தேவையான அரசியல் சிந்தனைகள் அனைத்துமே அதிகார-அடக்குமுறைச் சிந்தனைகளுக்கு எதிரானவை என்பதும் மனிதநாகரிகம் கண்ட புரட்சிதான் என்றால் அது மிகையில்லை.

இயக்கங்கள்: வரையறை

இலக்கியத்தின் இயல்பு, நோக்கம், பண்பு, போக்கு, பாடுபொருள், உருவம் பற்றிய திட்டவட்டமான கருத்துகள் ஓரிடத்தில் ஒரு காலத்தில் தோன்றி உருவாகிப் பலரால் பின்பற்றப்பட்டு வளரும்போது அது இலக்கிய இயக்கம் என்று அழைக்கப்படுகிறது.

'இயக்கங்கள்' என்னும் சொல்லிற்கு ஆங்கில அகராதி தரும் விளக்கம் 'movement:(n)action' என்பதாகும். தமிழில் இதை அசைவு, சலனம் என்னும் சொற்களால் குறிப்பிடுகின்றனர். கழகத் தமிழ் அகராதியும் 'இயக்கம்' என்பதைத் தொழிற்பெயராக 'அசைதல்' என்னும் பொருளைத் தருகிறது. மேலும் 'இயக்கம்' என்ற

சொல்லுக்குத் தூண்டுவது, புதுப்பிப்பது, உயிரூட்டம் பெறச் செய்வது என்று பல பொருள்கள் உண்டு. சமுதாய, அரசியல், பொருளாதார மாற்றங்கள்தாம் இயக்கம் தோன்றுவதற்கு அடிப்படையாக அமைகின்றன என்பதும் கவனிக்கத்தக்கது. இங்கு இயக்கங்கள் என்பதை ஒன்றின் இயல்பு நிலையிலிருந்து மாறுபடுவதாக, புதிய அல்லது மாற்று, மறுப்புச் சிந்தனைகளைக் குறிப்பிடுவதாகக் கொள்ளலாம். இதன்வழி இயக்கங்கள் என்பதை ஒரு அமைப்பு எனக் குறிப்பிடலாம்.

உலகத்தின் பெரும்பான்மையான நாடுகளில் இவ்விதமான இயக்கங்கள் மத, மொழி, இன, எல்லை, விடுதலை போன்ற கருத்துருவாக்கங்களைக் கொண்டு தோன்றியிருக்கின்றன. இவை அரசியல் மயமாக்கப்படவும் அதிகாரத்தைக் கைப்பற்றவும் விழைந்திருக்கின்றன. ஒரு குறிப்பிட்ட புதிய சிந்தனையானது தம் காலத்தின் தேவையினைக்கருதி அரசியல்மயமாவது நடைமுறையிலும் சாத்தியமாகி வருவது கண்கூடு.

இந்தியப் பரப்பை பொறுத்தவரை அந்நிய எதிர்ப்பு என்பது ‘வெள்ளையனே வெளியேறு’ என்றதின் மூலம் இந்திய சுதேசி இயக்கமாக மாறியதை அறிவோம். சுதேசி இயக்கத்தின் உள் முரண்களால் மிதவாதம், தீவிரவாதம் என்று மாறியதையும் வரலாறு நமக்கு அறிவிக்கின்றது. எனவே இயக்கம், இயக்கங்கள் என்பது அதன் அடிப்படைக் கட்டுமானத்தில் சமூகச்சிந்தனைகளையும் அதன் பல்வேறுபட்டப் பிரச்சினைகளையும் கொண்டதாக அமைகிறது.

மேலும், இவை அக்கால நடைமுறைகளிலும், கலை இலக்கியங்களிலும் பதிவாகி வரையறுக்கத் தகுந்தக் கோட்பாடுகளையும் உருவாக்கியுள்ளன. இவ்விதக் கோட்பாடுகள் ஒன்றிலிருந்து ஒன்று வேறுபடுவதை அறியவும் ஒன்றின் தனித்துவத்தை மெய்ப்பிக்கவும் உதவுகின்றன. இவை வரலாற்று அணுகுமுறைக்கானப் பதிவாகவும் மாறுகின்றன.

இந்தியாவில் இயக்கங்கள்

உலக நாடுகள் பலவற்றிலும் பல்வேறுபட்ட இயக்கங்கள் தோன்றியிருக்கின்றன. இவ் இயக்கங்கள் பின்னணியில் அந்நாடுகளின் நிலவளம், நீர்வளம், தட்பவெப்பநிலை, உழைப்பு, சிந்தனைகள், அனுபவம் என்பனவற்றின்

கூட்டுத்தொகையான பண்பாடு என்பதும் உள்ளது. ஒவ்வொரு பண்பாடும் அவர்களின் வாழ்வியல் கட்டமைத்த கருத்துருவாக்கம். எனவே எதனொன்றையும் கூட்டியோ குறைத்தோ மதிப்பிட முடியாது. எனினும் மக்களின் நலனிலும் அவர்களின் வாழ்வியல் மதிப்பை முன்னேற்றத்தைக் கொண்டிலங்கும் பண்பாட்டைப் போற்றவே செய்கிறோம். மனித உயிரையும் பிற உயிர்களையும் இயற்கையையும் நேசிக்கும் பண்பாட்டினையும் ஒரு பொது பண்பாடாகவே இன்றைய உலகம் அதை வரவேற்கிறது என்பதை இங்கு கவனத்தில் கொள்ளலாம். காரணம், பூகோள வெப்பமயமும் பனிமலைகள் உருகி ஆழிப்பேரலைகள் உருவாவதும் இயற்கை நசிவும் அணுகுண்டு போர்களும் நடப்பு உலகைச் சிதைப்பதனால் எனலாம்.

இதிலிருந்து நிலம் என்பது பண்பாட்டின் அச்சாணியாக விளங்குவதை அறியலாம். ஏனென்றால் நாம் நிலத்தில் வாழும் உயிர் வகையைச் சார்ந்தவர்கள். எனவே நிலம் என்பது பண்பாட்டின் வடிவமாக அடிப்படையாக நம் ஆழ்மனத்தில் பதிவாகியுள்ளது.

இந்தியா என்னும் நிலப்பரப்பானது தனிப்பட்டப் பண்பாட்டு அடையாளம் கொண்டது. வேறெந்த நாட்டிலும் பார்க்க முடியாத சாதி, இனம், மதம், மொழி என்னும் பிரிவுகளைக் கொண்டது. இதனாலேயே 'வேற்றுமையில் ஒற்றுமை' என்னும் மனப்போக்கினைக் கொண்டதுமாகிறது. எனினும் இத்தகைய சிந்தனை நமக்கு ஐரோப்பியர் வருகைக்குப் பின்னரே உருவாக்கப்பட்டது. இந்தியா என்னும் நிலவரையறையும் நமக்கு ஐரோப்பியராலேயே விளைந்தது. ஐரோப்பியர் வருகைக்குப் பின்னரே 'இந்தியர்' என்ற இனவுணர்வு நம்மில் தழைத்தோங்கியது. இத்தகைய சிந்தனைக்கு நம்மை வித்திட்டவர்களையும் அதனைத் தொடர்ந்து உருவாகிய சில முதன்மை இயக்கங்களையும் இனங்காண்பது அவசியமாகிறது.

தமிழக அரசியல்-இலக்கிய இயக்கங்கள்

காலம், இடம், சூழல் இலக்கியத்திற்கும் அதனைக் கட்டியெழுப்பும் இயக்கத்திற்கும் அடிப்படை. தமிழ்ச் சூழலில் சங்க இலக்கியமானது செவ்வியல் இலக்கிய

இயக்கமாகவே பார்க்கப்படுகிறது. தொடர்ந்து, பக்தி இலக்கியம், தனித்தமிழ் இயக்கம், காங்கிரஸ் இயக்கம், திராவிட இயக்கம், பொதுவுடைமை இயக்கம், தலித்திய இயக்கம், பெண்ணிய இயக்கம் என அடையாளப்படுகிறது. இங்கு,

1. தேசிய காங்கிரஸ் இயக்கம்
2. திராவிட இயக்கம்
3. பொதுவுடைமை அல்லது மார்க்சிய இயக்கம்
4. தலித்திய இயக்கம்
5. பெண்ணிய இயக்கம்
6. தலித் பெண்ணிய இயக்கம்

என முதன்மைப்படுத்தலாம். இதில் தலித்திய இயக்கம் என்பதனைப் பின்வருமாறு காணலாம்.

தலித்துகள் எதிர்கொள்ளும் வர்க்க முரண்பாடு

'அடுக்கப்பட்ட மூட்டைகளில் அடிமூட்டைக்குத்தான் அதிக வலி' என்பார்கள். அதன்படி, எல்லா சாதியினராலும் அழுத்தப்பட்ட ஓர் இனம் தான் 'தலித்' என்ற இனம். எல்லா சாதியினரிடமிருந்தும் தம்மை உயர்வாகக் கருதிக்கொண்ட பார்ப்பனரின் மனோபாவம் அதற்கடுத்த சாதியினரையும், தங்களுக்குக் கீழ் உள்ள சாதியினரிடமிருந்து விலகுவது - அழுத்துவது மூலமாகத் தங்களது சாதியப்பற்றை உறுதிப்படுத்திக்கொண்டனர். இதனைப் 'போலியாகப் பின்பற்றும் தொற்றுநோய்' என்று விளக்குவார் அம்பேத்கர். விளைவு, எல்லா சாதியினரின் சுரண்டலுக்கும் ஒடுக்குதலுக்கும் தலித்துகள் ஆளாயினர். சாதியக் கட்டமைப்பு மேல், கீழ் என்கின்ற படிநிலைகளைக் கொண்டது. இந்தப் படிநிலையில் கடைக்கோடியில் இருப்பவர்கள் தலித்துகள் ஆவர். அவர்களுடைய முக்கியமான பிரச்சினை பொருளாதாரம், தங்களை மனிதர்களாக மதிக்கின்ற விடுதலை அரசியலின் தேவை. உழைப்பிற்கேற்ற ஊதியம் கிடைக்காத நிலையில், இழிவான தொழில் செய்யும் நிலையில், குடும்பத்தை வறுமையிலிருந்து மீட்கமுடியாத கொடுமையில், இடமும் இருப்பும் நிலையாக இல்லாத சூழ்நிலையில் அவர்களின் தேவை என்னவாக இருக்கவேண்டும் என்பதற்கு ஒரு பதிலைத்

தந்தது அம்பேத்கரின் தத்துவங்களும் அவரின் விடுதலை அரசியலும்தான் என்பது வரலாறு நமக்குச் சொல்லும் பாடமாகின்றது. பொருளாதாரத்தை மேம்படுத்தக் கல்வி விழிப்புணர்ச்சியும், வாழ்வைத் தரப்படுத்த அரசியலில் விழிப்புணர்ச்சியும் அம்பேத்கரால் கிடைத்துள்ளன என்பதும் மறுக்க முடியாத உண்மையாகும். தலித்துகளின் வர்க்கப் போராட்டமும் உண்மையில் சாதியிலான வர்க்கப்போராட்டம் என்பதை இங்கு புரிந்து கொள்ளலாம்.

பொருளாதார நசிவு

அடிமைக்கும் அடிமையாக வாழ்ந்த தலித்துகளின் வாழ்க்கை, பொருளாதாரம் என்பதை எட்டிப்பிடிக்காமல் இருந்ததை, "நிலமிழப்பு, பறையடித்தல், பிணம் தூக்குதல், பிணக்குழி வெட்டுதல், பிணம் எரித்தல், செருப்புத் தைத்தல், குப்பைகள் அள்ளுதல், மலம் அள்ளுதல், கழிவுகள் சுத்தம் செய்தல், செத்த மாடு உண்ணுதல், தனிச்சுடுகாடு, தனிப்பாதை, தனித்(குளக்கரை)துறை, தனித் தேநீர் கோப்பை, ஆலய நுழைவு மறுப்பு, செருப்பு போட-உடை உடுத்த-நேரில் வர-சைக்கிளில் செல்ல அனுமதி மறுத்தல், தாறுமாறான பாலியல், வன்கொடுமைகள், கடன் தொல்லைகள், பொறுக்கி நிலை, திருடுதல், விபச்சாரம், குடித்தல்" என வரிசைப்படுத்துவார் விழி.பா.இதயவேந்தன்.(தலித் கலை இலக்கியம், ப.60). அடிப்படை பொருளாதாரம் என்பதிலிருந்து மிக விலகி தலித்துகள் இருந்ததையும், பொருளாதார நசிவு என்பதைவிட பொருளாதாரமே இல்லாமல் அவர்கள் கொத்தடிமைகளாக இருந்தனர் என்பதையும் இங்கு கவனப்படுத்திக் கொள்ளலாம்.

பொருளாதார நிலையிலிருந்து மீள, வர்க்கத்தை எதிர்கொண்டு முன்னேற வழியற்று இருப்பதற்குக் காரணங்கள் மிகப்பல என்பதை அந்தோணி குருசு அவர்களின் வரிகளிலிருந்து கீழ்க்கண்டவாறு முன்வைக்கலாம்.

"இவர்களைச் சேரியிலே ஓரம் கட்டுவது, அன்னியப்படுத்துவது, சமூக உறவுகளைத் தடை செய்வது, திருமண உறவுகள் சாதி அடிப்படையில்தான் நிகழவேண்டும் என தலித்துகளின் திருமணங்களை மறுப்பது, விரும்பிய தொழில் செய்கின்ற சுதந்திரத்தை மறுப்பது, கண்ணியமான தொழில் செய்கின்ற திறன்

அற்றவர்கள் தலித்துகள் என்று முத்திரை குத்துவது, மேல்-கீழ் என்ற படிநிலையை நியாயப்படுத்துவது, அதற்குக் கடவுள் பெயராலும் சாத்திரங்கள் பெயராலும் நியாயம் கற்பிப்பது, தலித்துகள் சமுதாயத்தில் ஒன்றாகச் சமூக வாழ்க்கையிலே அதிகாரம் பெறத்தொடங்கிவிட்டால் தலித் அல்லாதவர்களுடைய கௌரவம், மாண்பு, போலிப்பெருமை இவையெல்லாம் பாதிக்கப்பட்டுவிடும் என்ற அனைத்தும் இனவெறித் தன்மைகளே" என்று கூறுகிறார்.(தலித்திய கருத்தாடல்கள்,ப.156).

வர்க்க முரண்பாடு சாதியப் பெருமையிலும் இழிவிலும் பின்னப்பட்டிருப்பதை இங்கு உணரமுடியும்.

இட ஒதுக்கீடு

ஜாதி என்றால் இன்னதுதான் என்று அதன் ஆதர்வாளர்களைப் போலவே எதிர்ப்பாளர்களும் திட்டவட்டமாக வரையறுப்பதில்லை. ஜாதி என்பது இந்தியச் சமூகத்தில் ஒரு கருத்தாகவும் உணர்வாகவும் நம்பிக்கையாகவும் இருக்கிறது. அது தனது சக மனிதரின் பாலான உறவு/ உறவுரிமைக்கான வடிவங்கள் மற்றும் காரணங்களின் வழியே தன்னை அடையாளப்படுத்துகிறது. ஓரிடத்தில் கூடி வாழவும், சேர்ந்துண்ணவும், மணவுறவுக் கொள்ளவும் இணக்கம் கொண்டுள்ள ஒரு குழுவாக சாதி இருக்கிறது. குறிப்பிட்ட வகையான வழக்கங்கள், சடங்குகள், தெய்வங்கள், உணவுப்பழக்கம் முதலியவற்றை பின்பற்றுவதன் மூலம் ஒவ்வொரு குழுவும் தனித்தன்மை கொண்டதொரு சாதியாக உருப்பெற்றிருக்கிறது. ஆகவே இத்தகைய குழுக்களின் தொகுப்பாக இந்தியச் சமூகம் எனப்படுவதை பகுத்தோமானால் அது இத்தகைய 2800 பெருங்குழுக்களாக இருப்பதைக் காணமுடியும். சாதியடுக்கில் இப்பெருங்குழுக்கள் வகிக்கும் வரிசையைப் பொறுத்து அக்குழுவின் உறுப்பினர்கள், இந்த நாட்டின் இயற்கை வளங்களையும் பொதுச்சொத்துகளையும் நிதியாதாரத்தை கல்வி மற்றும் வேலைவாய்ப்பையும் பெறக்கூடியவராகவோ பெறவியலாதவராகவோ ஆகின்றனர். அதாவது, இந்தியச் சமூகத்தில் ஒருவரது இடமானது சாதியால் - பிறப்பால் தீர்மானிக்கப்படுகிறது. இதனை முன்னொட்டாக வைத்துக்கொண்டு பின்வரும் பகுதிகளைப் புரிந்து கொள்ளலாம்.

இந்தியாவில் அதிகாரத்திலும், சட்ட நுணுக்கங்களைக் கையாள்வதிலும் பொருளாதார மேம்பாட்டிலும், உயர்தரமான வேலைவாய்ப்புகளிலும் அபரிமிதமான வளர்ச்சியையும், செல்வாக்கையும் பெற்றவர்கள் பார்ப்பனர்கள். இத்துடன் பார்ப்பனர்களின் வருணாசிரம தர்மம் என்னும் உயர்சாதிக் கொள்கையும் சேரும்போது, இந்தியாவில் பிற்படுத்தப்பட்ட, தாழ்த்தப்பட்ட, பழங்குடிமக்கள் எவ்வித உரிமைகளையும் வாழ்வாதார முன்னேற்றங்களையும் பெறமுடியாமல் அதுபற்றிய வழிமுறைகளையும் அறியாமல் முடக்கி வைக்கப்பட்டிருந்தனர். எனவே சமூக, கல்வி, வேலைவாய்ப்பு, பதவி உயர்வு போன்றவற்றில் பார்ப்பனரல்லாத மக்களை நுழைப்பதையும் முன்னேற்றப்பாதையில் கொண்டு செல்லவும் உருவாக்கப்பட்ட இந்திய அரசியலமைப்பு சட்டம்தான் இட ஒதுக்கீடு என்பதாகும். ஆரம்பத்தில் வகுப்புவாரிய பிரதிநிதித்துவம் என்ற பெயரில் இட ஒதுக்கீடு என்பது பேசப்பட்டது.

இந்தியாவில் சமூக ரீதியிலும், கல்வி ரீதியிலும் பிற்படுத்தப்பட்ட, தாழ்த்தப்பட்ட, பழங்குடியினர் மக்கள் தொகையில் 70 சதவிகிதத்திற்கும் மேலுள்ளதாக தகவல்கள் தரப்படுகின்றன. பல நூற்றாண்டுகளாக அடக்கப்பட்டும், ஒடுக்கப்பட்டும் இருக்கும் தாழ்த்தப்பட்டவர் (எஸ்.சி), பழங்குடிகள் (எஸ்.டி), மற்றும் பிற்படுத்தப்பட்டவர் (பி.சி) மிகவும் பிற்படுத்தப்பட்டவர் (எம்.பி.சி) முதலியவர்களுக்கு கல்வி நிறுவனங்களில் சேருவதற்கும், பொதுப் பணிகளில் நியமனம் பெறுவதற்கும் இட ஒதுக்கீடு அறிமுகப்படுத்தப்பட்டது.

இவ்வித அறிமுகமானது, பலவிதமான போராட்டங்கள், கருத்து விவாதங்கள், கிளர்ச்சிகள் மூலமாகவே உண்டானது என்பது மனிதகுல வரலாற்றினையும் அவர் சமூக மேம்பாட்டுச் சிந்தனைகளையும் வலிகளுடன் அசைபோட வைப்பதாகும். "அரசியலும் - கல்வியும் - உத்தியோகங்களும் பிராமணர் வயிற்றுப்பிழைப்பிற்கான தனிக்குத்தகையாகவே இருக்கவேண்டும். பிராமணரல்லாத சமூகத்தினர் எவரும் இந்த அரசியல் பிழைப்பில் எள் முனையளவு பங்கிற்கும் வரக்கூடாது, அவர்களுக்கு அந்தத் தகுதியும் திறமையும் கிடையாது" என்பதாக பிராமணக் கருத்தியல் பதிவு செய்யப்பட்டுள்ளது.

(சின்னக்குத்தூசி, இட ஒதுக்கீடு; அன்று முதல் இன்று வரை, ப.31)

எனினும் இதனைத்தாண்டி வகுப்புவாரி பிரதிநிதித்துவம் அமலுக்கு வந்தது. முதன் முதலில் 1920களில், டாக்டர் சுப்பராயன் அமைச்சரவையில் அங்கம் வகித்த எஸ்.முத்தையாதான் வகுப்புவாரி பிரதிநிதித்துவம் என்ற பெயரால் - இன்று அமலில் இருக்கும் இட ஒதுக்கீட்டிற்கு அடித்தளம் அமைத்த பெருமைக்குரியவர்.

சர் டி.பி. தியாகராயரும், டி.எம். நாயரும், டாக்டர் நடேசனாரும் தோற்றுவித்த நீதிக்கட்சி என்னும் தென்னிந்திய நலவுரிமைச் சங்கம் தங்களது புதிய இயக்கத்தின் கொள்கைப் பிரகடனத்தை 'பிராமணரல்லாதார் கொள்கை அறிக்கை' என்று வெளியிட்டதை இங்குப் புரிந்து கொள்ள வேண்டும்.

இதனையடுத்து, தந்தை பெரியார் அவர்கள் காங்கிரஸ் செயலாளராக-தலைவராக இருந்தபோது, காங்கிரஸ் மாநாடுகளில் வகுப்புவாரி பிரதிநிதித்துவக் கொள்கையை வலியுறுத்தினார். பெரியாரோடு கலியாண சுந்தரம், வரதராஜுலு நாயுடு, விஜயராகவாச்சாரியார், வ.உ.சிதம்பரனார் போன்றவர்களும் துணை நின்றனர். தமிழ்நாடு காங்கிரஸ் பிராமணர்களின் ஆதிக்கத்தில் இருந்ததால் காங்கிரஸிலிருந்து விலகி, சுயமரியாதை இயக்கத்தைத் தோற்றுவித்து, ஜஸ்டிஸ் கட்சியின் 'வகுப்புவாரி' கொள்கையையும் ஆதரித்தார்.

1928இல் வகுப்புவாரிப் பிரதிநிதித்துவம் என்ற பெயரில் இன்று அமலில் உள்ள இடஒதுக்கீட்டிற்கான வாயில் திறக்கப்பட்டது. எனினும் அது பல்வேறு இக்கட்டுகளைச் சந்தித்தது. ஒதுக்கீடு 50 சதவிகிதத்திற்கு மேல் செல்லக்கூடாது என்றும், தகுதி திறமை என்ற மீதி 50ற்குள் இட ஒதுக்கீடு நுழையக்கூடாது என்றும், இந்திய அரசியல் அமைப்புச் சட்டத்தின் ஆணைகளையே உயர்நீதிமன்றம் சுட்டிக்காட்டியது. இப்பிரச்சினை 'நாடாளுமன்றமா - உயர்நீதிமன்றமா' என்ற அதிகார உளைச்சலுக்கும் இட்டுச்சென்றது. அரசாணைகளில் பின்னர் திருத்தம் செய்யப்பட்டன. எனினும் மாநிலங்களின் இட ஒதுக்கீட்டின் தன்மைக்கேற்ப அது அமையலாம் என்றும் அது நீட்டித்த காலம் செல்லக்கூடாது என்றும் உச்சநீதிமன்றத்தால்

வலியுறுத்தப்பட்டது. இந்நிலைக்குக் காரணம் நீதிபதிகளாகவும், வக்கீல்களாகவும் பெருமளவில் பிராமணர்கள் இருப்பதே என்பதும் நீருபூத்த நெருப்பாக இருக்கிறது.

எனினும், இன்றைய இடஒதுக்கீட்டிற்கு நீதிக்கட்சி முதல் இன்றைய திராவிடக்கட்சிகள் பலவும் போராடியுள்ளன. ஆட்சியில் பலவிதமான இடஒதுக்கீட்டிற்கான - நன்மையான ஆணைகளைப் பிறப்பித்துள்ளன என்பதும், இந்தியாவிற்கு தமிழகம் 69 சதவிகித இடஒதுக்கீடு கொடுத்து முன்னோடியாகத் திகழ்கிறது என்பதும் மறுக்க முடியாத உண்மையாகும்.

அரசியல் சட்டமும் இடஒதுக்கீடும்

★ இந்திய அரசியல் சட்டம் 16(4) என்கின்ற சட்டபிரிவின்கீழ் வேலைவாய்ப்புக்கு மட்டுமே இடஒதுக்கீடு இருந்தது. தந்தை பெரியார் அவர்களின் போராட்டத்தினால் ஏற்பட்ட முதல் அரசியல் சட்டத்திருத்தம் மூலம் 15(4) என்கின்ற பிரிவு புதிதாகச் சேர்க்கப்பட்டது. இப்பிரிவு கல்வியிலும் தாழ்த்தப்பட்ட பிற்படுத்தப்பட்ட மக்களுக்கு இட ஒதுக்கீடு வழிசெய்யும் வாய்ப்பை ஏற்படுத்தியது.

★ 1951 ஆம் ஆண்டு இந்த முதல் திருத்தம் அன்றைய பிரதமர் நேருவால் கொண்டு வரப்பட்டது. இந்திய அரசியல் சட்டத்தின் சிற்பியும் அன்றைய சட்ட அமைச்சருமான டாக்டர் அம்பேத்கர்-திருத்தத்தை முன்மொழிந்தார்.

★ இதன் அடிப்படையில் தமிழ்நாட்டில் பிற்படுத்தப்பட்ட மக்களுக்கு 25 சதவிகிதமும், தாழ்த்தப்பட்ட மக்களுக்கு 16 சதவிகிதமும் இடஒதுக்கீடு அமுல்படுத்தப்பட்டது. மொத்தம் 41 சதவிகிதம் என்றானது.

★ அண்ணாவிற்குப் பின் ஆட்சிப் பொறுப்பேற்ற கலைஞர் அவர்கள் பிற்படுத்தப்பட்ட மக்களுக்கு 25 ஐ 31 ஆகவும், தாழ்த்தப்பட்ட மக்களுக்கு 16 ஐ 18 ஆகவும் உயர்த்தினார். மொத்தம் 49 என்றானது.

★ இடஒதுக்கீட்டில் வருமான வரம்பு ஆணையைக் கொண்டு வந்து பிற்படுத்தப்பட்ட தாழ்த்தப்பட்ட மக்களின் கோபத்திற்கு ஆளாகி தேர்தலில் பின்னடைவு அடைந்த

எம்.ஜி.ஆர் பின்னர் விழித்துக்கொண்டு, பிற்படுத்தப்பட்ட மக்களுக்கான இடஒதுக்கீட்டை 31 சதவிகிதத்திலிருந்து 50 ஆகவும் உயர்த்தினார். இதன் மூலம் 50+ தாழ்த்தப்பட்ட மக்களின் 18ம் சேர்ந்து இடஒதுக்கீடு 68 சதவீதமானது.

* எம்.ஜி.ஆர் மறைந்த பின்னர் 1989இல் கலைஞர் மீண்டும் முதலமைச்சரானார். கலைஞர் மலைவாழ் மக்களுக்கு 1 சதவிகிதம் என்ற இடஒதுக்கீட்டை வழங்கினார், இடஒதுக்கீடு 69 ஆனது.

* கலைஞர் தொடர்ந்து, பிற்படுத்தப்பட்ட வகுப்புகளுக்கான 50இல் மிகவும் பிற்படுத்தப்பட்டவர்களுக்கு 20 சதவிகிதமும், தாழ்த்தப்பட்டவர்களில் அருந்ததியர்களுக்கு 18இல் 3 சதவிகிதமும் உள்ஒதுக்கீடு அமல்படுத்தினார்.

தலித்துகள் மீதான தாக்குதல்களும், நீதிமன்றத் தீர்ப்புகளும்

1957 முதுகுளத்தூரில் 42 தலித்துகள் படுகொலை செய்யப்பட்டனர். வெண்மணி கிராமத்தில் கூலி உயர்வு கேட்ட 44 தலித் விவசாயத் தொழிலாளர்கள் உயிரோடு எரித்துக் கொல்லப்பட்ட வழக்கில் பிரதான குற்றவாளியான கோபால கிருஷ்ண நாயுடு உட்பட குற்றம் சாட்டப்பட்ட அனைவரும் விடுவிக்கப்பட்டனர். இத்தகைய பெரிய மனிதர்கள் உயிரோடு எரிப்பது போன்ற செயலில் ஈடுபட்டிருக்க மாட்டார்கள் என்று நீதிமன்றம் கூறியது. 1978 விழுப்புரத்தில் 14 தலித்துகள் கொலை செய்யப்பட்டனர். 1979 சின்ன உஞ்சையில் ஊர்க்கோயிலில் முதன்முதலில் மண்குதிரை ஊர்வலம் நடத்த இருந்த தலித் மக்கள் 5 பேர் அதிகாலையில் வெட்டிப் படுகொலை செய்யப்பட்டனர். இராமநாதபுரம் செசன்சு நீதிபதி படுகொலையாளர்களை விடுதலை செய்தார். 1981 இராமநாதபுரத்தில் 6 பேரும், 1982இல் திருநெல்வேலியில் 10 தலித்துகளும் படுகொலை செய்யப்பட்டனர். 1997இல் மேலவளவில் தலித்துகள் 7 பேரும், 1999இல் தாமிரபரணியில் நடந்த படுகொலையுமென சாதியத்தால் நடத்தப்பட்ட கொலைகள் மனிதனை மிருகத்தைவிடக் கேவலமாக நடத்தியிருக்கிறது.

திண்ணியம் என்ற கிராமத்தில் தலித் ஒருவரின் வாயில் மலத்தை திணித்த வழக்கில் குற்றம் சாட்டப்பட்ட சாதி ஆதிக்க

எண்ணம்கொண்ட வெறியர் விடுவிக்கப்பட்டார். முதல் தகவலறிக்கையை தாக்கல் செய்வதற்கு முன்பு உயர் அதிகாரியின் அனுமதி பெறவில்லை என்று காரணம் கூறப்பட்டது.

பீகார் மாநிலம் பதானிதோலா என்ற இடத்தில் 1996ஆம் ஆண்டு 21 தலித்துகள் கொடூரமாகக் கொலைசெய்யப்பட்டனர். இந்த வழக்கை விசாரித்த அரா மாவட்டத்தின் அமர்வு நீதிமன்றம் 3 பேருக்கு தூக்குத் தண்டனையும், 20 பேருக்கு ஆயுள் தண்டனையும் விதித்து தீர்ப்பளித்தது. ஆனால் பாட்னா உயர்நீதிமன்றம் குற்றம் சாட்டப்பட்ட 23 பேரையும் விடுவித்து உத்தரவிட்டது. ரண்வீர் சேனா 1996இல் தலித் மக்களை கொன்றுகுவித்த அமைப்பாகும். படுகொலை செய்யப்பட்ட தலித்துகளில் குழந்தைகள், பெண்களும் அடங்குவர். 10 வயது குழந்தையைக் கொன்றதாகக் குற்றம் சாட்டப்பட்ட அஜாய்சிங், 3 வயதுக் குழந்தையைக் கொன்றதாகக் குற்றம் சாட்டப்பட்ட மனோஜ் சிங் ஆகியோரும் நீதிமன்றத்தால் விடுவிக்கப்பட்டுள்ளனர். இந்தப் படுகொலையை நேரில் கண்டவர்கள் அளித்த சாட்சியத்தின் அடிப்படையில்தான் அமர்வு நீதிமன்றம் தெளிவான தீர்ப்பு வழங்கியது. ஆனால் சாட்சியத்தில் தெளிவில்லை என்று கூறி பாட்னா உயர்நீதிமன்றம் குற்றம் சாட்டப்பட்டவர்களை விடுவித்துள்ளது. சாட்சிகள் குற்றம் இழைத்த அனைவரின் பெயரையும் கூறி அடையாளம் காட்டவேண்டிய அவசியம் இல்லை என்ற உச்சநீதிமன்றத்தின் வழிகாட்டுதலை பாட்னா உயர்நீதிமன்றம் கவனத்தில் கொள்ளவில்லை.

தமிழ் நாட்டின் கிருஷ்ணகிரி மாவட்டத்தில் கருவானூர் என்ற தன் சொந்த ஊர் கோவிலில் சாமி கும்பிட்டதற்காக அந்த ஊர் மக்களே தலித் சிறுவனை அடித்து வன்கொடுமை செய்தனர்.

மும்பையில் உள்ள அகமது நகரில் நடந்த நிகழ்ச்சிக்கு வந்திருந்த சகார் ஷெஜ்வல் என்ற 21 வயது இளைஞன் மே 16 ஆம் நாள் 2015ஆம் ஆண்டு அம்பேத்கரின் பாடலை செல்போனில் வைத்திருந்ததற்காக கொலை செய்யப்பட்டான்.

கர்நாடக மாநிலத்தில் கஷன் மாவட்டத்தில் அமைந்துள்ள ஹொலேநார்சிபூர் தாலுகாவுக்கு உட்பட்ட ஒரு கோவிலுக்குள்

சாமி தரிசனம் செய்யச்சென்ற பெண்களை உயர் சாதி என்று சொல்லிக்கொள்ளும் சிலர் அபராதம் விதித்தனர்.

17 சனவரி 2016 அன்று தெலுங்கானா மாநில தலைநகரான ஹைதராபாத்தின் மத்திய பல்கலைக் கழகத்தில் ரோஹித் வெமுலா என்ற மாணவன் அகில பாரதிய வித்யார்த்தி பரிஷத் அமைப்பு (ஏபிவிபி) மாணவர்களின் தாக்குதலால் தூக்கிலிட்டு மரணம் அடைந்தான். இந்த மாணவனின் தந்தை தனது மகன் பிற்படுத்தப்பட்ட வகுப்பைச் சார்ந்த கல்உடைக்கும் சமுதாயத்தைச் சேர்ந்தவன் என்றும் அவனது தாயார்தான் பட்டியலின ஜாதியைச் சேர்ந்தவர் என்றும் போலீஸ் விசாரணையில் தெரிவித்தார் என்பது குறிப்பிடத்தக்கது. பிற்படுத்தப்பட்ட ஜாதியில் இருந்து படித்துவந்து, இடையில்தான் பட்டியலின ஜாதி சான்றிதழ் பெற்றுக் கொண்டான் என்றும் அவரது தந்தையால் தெரிவிக்கப்பட்டது.

தமிழ்நாட்டில் மொத்தமுள்ள 32 மாவட்டங்களில் 28 மாவட்டங்கள் தலித்துகள் வன்கொடுமையால் பாதிக்கப்பட்டவர்களாக உள்ளனர் என ஆதிதிராவிடர்களுக்கான தேசிய ஆணையம் அறிவித்துள்ளது.

தலித் அரசியல் முன்னோட்டம்

இந்திய சமூகமானது சாதியம் என்பதால் கட்டமைக்கப் பட்டது. உயர் சாதியினர் பிராமணர்களாகவும், தாழ்த்தப்பட்டவர்கள் கடைநிலை சாதியினராகவும் இவர்கள் இடையில் உள்ளோர் இடைநிலைச் சாதியினராகவும் அமைந்த சாதியக் கட்டுமானம் வேறெந்த நாட்டிலும் இல்லாத ஒரு வலுவான அமைப்பாகும். ஒவ்வொரு சாதியினரும் தங்களுக்குக் கீழ் ஒரு சாதியினர் உள்ளனர் என்ற அளவில் தங்களது மேல் சாதியினர் தரும் அழுத்தத்தை (தீண்டாமை செயல்பாடுகள்-மனோபாவங்கள்), கீழ்ச் சாதியினரிடம் காட்டுவதிலும் செயல்முறைப்படுத்துவதிலும் பெருமிதம் கொள்ளும்படியாக அவர்களது உளவியல் இதுவரையிலான வரலாற்றின் வழி ஆதிக்கச் சாதியினரால் கட்டமைக்கப்பட்டுள்ளது.

வரலாற்றின் வழி கட்டமைக்கப்பட்ட சாதியம் என்பது ஏதோ இன்று மட்டும் விமர்சனத்திற்குரியதானதல்ல, என்றைக்கு சாதியம் உருவாக்கப்பட்டதோ அன்றையிலிருந்தே

அதற்கான மறுப்பும், எதிர்ப்பும் உள்ளடங்கிய அரசியல் கூறு உருவாகிவிட்டது. 'நாவல் நவீனப் பார்வைகள்' என்னும் நூலில் 'காலப் பார்வையில் ஒரு தலித் அதிகாரியின் மரணம்' என்னும் கட்டுரையில் காலங்காலமாக சாதியத்திற்கு எதிராக உருவாகி வந்த அரசியல் தன்மையை இங்கு தொகுத்துச் சுட்டலாம். (மொ. இளம்பரிதி-தொகுப்பு ஆசிரியர், நாவல் நவீனப் பார்வைகள், இரா.விச்சலன்-கட்டுரை ஆசிரியர், காலப்பார்வையில் ஒரு தலித் அதிகாரியின் மரணம், பக்.139-144,காவ்யா,சென்னை,2007)

சாதியின் தோற்றத்தை வேதங்களில் காண்கின்றனர் அறிஞர்கள். ரிக்வேத புருஷ சூத்திரத்தில் சாதியத்தின் தோற்றம் வெளிப்படுவதாக விவேகானந்தர் கூறுகிறார். சமணர்களும், பௌத்தர்களும் சாதியை மறுத்தனர். கடுமையான கண்டனக் கணைகளைத் தொடுத்தனர். புத்தர் சாதியத்தை எதிர்த்த மிகப்பெரிய போராளி. நால்வகை வருணப் பிரிவை எதிர்த்துப் போராடியவர்.

ஆங்கிலேயர்கள் ஆட்சிக் காலத்தில் இந்தியர்களுக்குக் கிடைத்த கல்வி அவர்களை விழிப்படையச் செய்தது. சாதியும், பெண்ணடிமைத்தனமும் இந்தியாவின் தலைக்கு மேலே உள்ள சாபங்கள் என சமய சமூகச் சீர்திருத்தவாதிகள் உணர்ந்தனர். கிறித்துவத் தொண்டு நிறுவனங்களும் (அவைகளின் நோக்கம் எவ்வாறு இருப்பினும்) கல்வியை, வேலை வாய்ப்பினை, மருத்துவத்தினை சமூகத்திற்குத் தந்தன.

பத்தொன்பதாம் நூற்றாண்டில் ஜோதிராவ் புலே, அம்பேத்கர், அயோத்திதாசப் பண்டிதர், லட்சுமி நரசு, பெரியார் போன்ற சமூகச் சீர்திருத்தவாதிகள் உருவாகிப் பாடுபட்டனர். 1945க்கு முன்பு அதாவது 1942ஆம் ஆண்டுதான் அம்பேத்கர் All India Scheduled Caste Federation (AISCF) என்று ஆங்கிலத்தில் அழைக்கப்பட்ட அகில இந்திய பட்டியலின வகுப்பார் கூட்டமைப்பை நிறுவியிருந்தார். அம்பேத்கர்வாதிகளை பெடரேஷன்காரர் என்று குறிப்பிடும் வழக்கு உண்டு. அம்பேத்கர் ஏற்கெனவே தமிழ்ப்பகுதியில் அறிமுகமாகியிருந்தாலும் 1936ஆம் ஆண்டு சுதந்திரத் தொழிலாளர் கட்சியைத் தொடங்கி செயற்பட்டிருந்தாலும் அவரின் தலைமையிலான தலித்தியச் செயற்பாடுகள் அழுத்தம்பெற்றது இந்த 1940களின் பெடரேஷன் அமைப்பின் கீழ்தான் என்பதை இங்கு துணைக் குறிப்பாக

முன் வைக்கலாம். மேலும் இந்நூற்றாண்டில் இரட்டைமலை சீனிவாசன் குறிப்பிடத்தகுந்தவர் ஆவார். பார்ப்பனியத்தின் கொடுங்கோன்மை, பௌத்தத்தின் பெருமையை உணர்த்திய அயோத்திதாசப் பண்டிதர் தமது 'ஒரு பைசாத் தமிழன்' வார இதழை தலித்திய சிந்தனைகளுக்காகப் பயன்படுத்தினார். இதைப்போல இரட்டைமலை சீனிவாசன் நடத்தி வந்த 'பறையன்' இதழும் மிக முக்கியமானது.

மேற்கண்டவைகள் முதல்போக்கு என்றால் இரண்டாம் போக்கு பெரியாருடையது. தீண்டாமையின் ஊற்றுக்கண் சாதி. சாதியைத் தாங்கிப்பிடிப்பது மதம். மதத்திற்குத் துணைபோவது சாத்திரம். சாத்திரம் கடவுள் அருளியது என்ற மூடத்தனம். சாதியிலிருந்து ஆரம்பித்து கடவுள் வரைக்கும் தொடர்புள்ள அனைத்தும் அழிக்கப்பட வேண்டியவைகள். வைக்கம் போராட்டம் 1924இல் நடந்தது. பெரியாரின் இந்தப் போராட்டமே இந்தியாவிலேயே தீண்டாமையையும், சாதிக்கொடுமையையும் எதிர்த்து நடந்த முதல் அறப்போராட்டம் ஆகும். வைக்கத்தில் பிற்படுத்தப்பட்ட, தாழ்த்தப்பட்ட மக்கள் கோயிலுக்குச் செல்லும் உரிமையோ, அத்தெருக்களில் நடமாடவோ, எதிரில் உள்ள தெருவுக்குக்கூட நேரடியாகப் போக முடியாமல் தவித்ததன் விளைவு அது. வ.வே.சு.ஐயர் காங்கிரசின் நிதி உதவியால் நெல்லை மாவட்டம் சேரன்மாதேவியில் நடத்தி வந்த குருகுலத்தில் சாதிய வேறுபாடு பின்பற்றப்பட்டது. பிராமணர்கள் தனியாகவும், சூத்திரர்கள் தனியாகவும் உணவுண்ணும் நிலை. தண்ணீர்ப் பானையும் தனிதான். இதை சேரன்மாதேவி குருகுலப் போராட்டமாக முன்னெடுத்தார்.

மூன்றாவது போக்கு பொதுவுடைமைவாதிகளின் போக்கு. இந்தப் போக்கின் ஆகச்சிறந்த பிரதிநிதி சிங்கார வேலர். இவர் தென்னிந்தியாவின் முதல் கம்யூனிஸ்ட் ஆவார். சிங்கார வேலர் நாட்டு விடுதலைப்போராட்டம் - சோசலிசம் ஆகிய சிந்தனைகளுடன் சாதி ஒழிப்பு, தீண்டாமை, மத ஒழிப்பு, கடவுள் ஒழிப்பு ஆகிய சிந்தனைகளையும் ஒருங்கிணைத்தார். பெரியாரின் சுயமரியாதைக் கொள்கையுடன் பொதுவுடைமைக் கொள்கையும் இணைத்து 'சுயமரியாதைப் பொதுவுடைமைக் கொள்கை' என்னும் ஒரு முறையியலை உருவாக்கினார். பொதுவுடைமையாளர்கள் நடத்திய விவசாயிகள் மற்றும் விவசாயத் தொழிலாளர்களின் போராட்டமும் குறிப்பிடத்தக்கது.

சீனிவாசராவ், களப்பால் ரெட்டி போன்றவர்கள் நடத்திய போராட்டங்கள் வெறுமனே விவசாயப் போராட்டங்கள் மட்டுமல்ல. அதனையும் தாண்டி தீண்டாமை, சாதிய எதிர்ப்பு முதலிய அடிப்படை அம்சங்களும் அதில் கலந்திருந்தன. அந்த நாட்களில் கம்யூனிஸ்ட் கட்சியை பறையர் கட்சி, பள்ளர் கட்சி என்றுதான் அழைத்தனர். 'சாணி பொறுக்கவாடி' என்றால் இரவு படுக்க வாடி என்றுதான் நிலப்பிரபுக்களின் அகராதியில் அந்நாளில் அர்த்தம். கம்யூனிஸ்டுகளின் தொடர்ந்த போராட்டத்தினால் தாழ்த்தப்பட்ட மக்களுக்கு விதிக்கப்பட்டிருந்த 'சாணிப்பால்' 'சவுக்கடி' தண்டணைகள் நீக்கப்பட்டன. நிலப்பிரபுக்களின் முதலிரவு உரிமையும் இல்லாதொழிந்தது.

தலித்திய இயக்கம்

தலித்திய இயக்கம் குறித்து இந்நூல் முழுவதும் ஆங்காங்கே சுட்டப்படுவதால் சுருக்கமாக இங்கு முன்வைக்கப்படுகிறது. தமிழகத்தில் தலித் அரசியல் 1986இல் நடந்த சாதி ஒழிப்பு மாநாட்டின் மூலம் தீவிரம் பெற்றது. பாரதீய தலித் பேந்தர்கள் இயக்கம் நடத்திய இம்மாநாட்டில் 'தலித் விடுதலை' என்ற மாத இதழும் வெளியிடப்பட்டது. 1990களில் பரவலாகப் பஞ்சமன், சண்டாளன், ஹரிஜன், ஆதி-திராவிடன் என்ற பெயர்களைப் புறக்கணித்துவிட்டு 'தலித்' என்ற அடையாளத்தை ஏற்றுக்கொண்டனர். நடுத்தர வர்க்க தலித்துகள் தலித் அரசியல் அறிக்கையினையும் தயாரித்தனர். தலித் விடுதலைக்காகப் போராடும் போராளிகள் 'தலித்' என்ற பெயரினைப் பிறர் உச்சரிக்கும்படி செய்தனர்.

தலித்திய இயக்கத்தின் செயற்பாடுகள்

1. சாதியம் என்பது பார்ப்பனியத்தை மையமிட்ட உயர்சாதியினரின் ஏவல் வினை. அது, இந்துத்துவம் என்ற அடிப்படை மதவாதத்தோடு பிணைந்து கிடக்கின்றது என்பதனைக் கொண்டு அதனை மறுதலிப்பதும், மாற்றுத் தேடுவதும் தலித்தியத்தின் முதன்மையான செயற்பாடாக இருக்கிறது.

2. பண்பாட்டு அரசியலின் முக்கிய நிகழ்வாகிய தலித்தியம் 'ஒடுக்கப்பட்ட மக்கள்' என்னும் விரிப்பை உட்கிடையாகக்

கொண்டிருந்தாலும் ‘தாழ்த்தப்பட்ட மக்கள்’ என்னும் வரையறையை முன்னெடுக்கிறது. இதன்மூலம் போராடுகிற குணம், கூர்மையான விவாதம் என்பதை முன்னெடுக்கிறது.

3. தலித் (நாடக/ இசை) அரங்கம், தலித் இலக்கியம், தலித் அரசியல்/சமூக எழுச்சிச் செயல்பாடுகளென்று பல முனைகளில் தலித்தியம் வெளிப்படுகிறது.

4. தலித் பெண் மீதான வன்முறை, பொருளாதார-சமூக வன்மங்களை அடிப்படையாகக் கொண்டது. காவல்துறை, நீதிபரிபாலனம் முதலிய அரசு நிறுவனங்களால் உதாசீனப்படுத்தப்படுவது; அதுமட்டுமல்ல, அவர்களால் மறைமுகமாக ஆதரிக்கப்படுவதாகும். தலித்தியம் இத்தையதொரு சூழலை எதிர்கொள்கிறது.

5. அடைப்பட்ட நிறுவனங்களைத் திறக்கிறது. கல்வி, வேலை வாய்ப்பு, சுயமரியாதை, இட ஒதுக்கீடு, மனித உரிமை போன்றவற்றில் விழிப்புணர்ச்சியை உண்டாக்குகிறது.

6. வாக்கு வங்கிகள் என்று பரிகசிக்கப்படும் தலித்திய அரசியல் கட்சிகள், தங்களைத் தமிழ் பண்பாட்டின் ஆணிவேர்கள் என்பதை நிரூபிப்பதை செயற்களமாகக் கொள்வது.

7. “தலித் இலக்கியம் என்பது ஒரு குறிப்பிட்ட சாதியின் அடையாளமாய்க் குறுகிப் போகாமல் பரந்துபட்ட, ஒடுக்கப்படும் எல்லா தேசிய இன மக்களின் குரலாகவும் ஒலிக்க வேண்டும். தலித் படைப்புகள் என்பது ஏதோ ஏழ்மையை, வறுமையைச் சித்திரிக்கிற படைப்பாக மட்டுமே உள்ள பார்வை அகல வேண்டும். அடிமைவாழ்வைச் சித்திரிப்பதோடல்லாமல் அதன் விலங்குகளை நொறுக்குகிற முற்போக்கான அம்சமாக அதன் போக்கு அமைய வேண்டும்.” (இதயவேந்தன் விழி பா., 2009, தலித் எனும் கலகக்குரல், ருத்ரா பதிப்பகம், தஞ்சாவூர்) என்னும் பார்வையை மேலெடுத்துச் செல்வது.

5

இலக்கியம்

இலக்கியம் மனித வளர்ச்சியையும் சிந்தனை, நாகரிகம், பண்பாடு என்னும் தொடர் வளர்ச்சியின் குறியீடாகவும் பார்க்கப்படுகிறது. மனித இனக்குழு இதனுள் இலக்கியத் தனித்தன்மையை நிலைநாட்டிக்கொண்டது இடத்தையும் சூழலையும் ஒட்டி அமைகின்றது. மனித இனக்குழுவில் முரண்பாடு, வேற்றுமை, அதிகாரப்போட்டி உருவானபோது இலக்கிய அரசியலும் உருவாகிவிட்டது. இந்திய இலக்கிய அரசியலைப் பொறுத்தவரை ஆதிக்கச் சாதியினர்-வர்க்கத்தினரின் இலக்கிய அரசியல் என்பது மற்றவர்களின் அடையாளத்தை அழிக்க மேற்கொள்ளப்பட்ட இலக்கிய அரசியலாகிறது. இது அழித்தொழிப்பு என்பதை முதன்மையாகக்கொண்டு சாதி, பிறப்பு, வலங்கை, இடங்கை, திரிபு, இடைச்செருகல், புனிதம், தீட்டு என்பவைகள் மூலம் செய்தது. இதனை இலக்கிய இயக்கங்கள் மூலம் தெளிவுபடுத்திக் கொள்வதும் தமிழ் இலக்கியச் சூழலை புரிந்துகொள்ள உதவக்கூடும். தமிழில் அரசியல் இயக்கங்கள் இலக்கிய இயக்கங்களாகவும் இருந்தன. மேடைத் தமிழுக்குள்ளும் எழுத்துத் தமிழுக்குள்ளும் அவைப் பின்னிப்பிணைந்தன. அரசியல் இயக்கம் சாராதவர்கள் எழுத்துக்குள்ளும் இலக்கிய அரசியல் தென்பட்டன. இவையே இங்கு முதன்மையாகிறது. அதாவது இலக்கிய இயக்கங்கள் தமிழில் வெளிப்படுத்திய இலக்கியத்தை அதன் பொருள் வெளிப்பாட்டை புரிந்துகொள்ளும் முயற்சியாகிறது.

மனிதன் தோன்றியபோது சாதியப் பாகுபாடுகளுக்கான சாத்தியம் இருந்திருக்கவில்லை. சமூகக் கட்டமைப்பு குடும்பம், தலைவன், குழு, அரசு தோன்றியபிறகே அதற்கான கூறுகளைக்

காணமுடிகின்றது. தொழில்முறை மற்றும் ஆதிக்கச் சிந்தனையின் அடிப்படையிலேயே தமிழ்ச் சமூகம் சாதியச் சமூகமாக மாறியது என்பதை தமிழ் இலக்கிய வரலாற்றிலும் அறிந்து கொள்ளமுடிகின்றது.

நிலம், தொழில், தலைவன், வாழ்க்கைமுறை எனப் பிரிக்கப்பட்டிருந்த தமிழ்ச் சமூகத்தில் ஆரிய வரவு மிகப்பெரிய ஊடுருவலைச் செய்தது. தொழில்முறையில் சுரண்டலுக்கும், குறுநில மன்னர்களிடையே இருந்த நிலமுறைச் சுரண்டலுக்கும் நியாயம் கற்பிக்கிற வகையில் ஆரியர்களின் பிராமணக் கருத்துகள் இருந்ததால் தமிழ் நிலத்தில் அது காலூன்ற வசதியாயிற்று. இராமாயணம்-மகாபாரதம் போன்ற இதிகாசப் புராணக் கருத்துகள் பெண்ணடிமைத்தனத்திற்கும் ஆதிக்கச் சிந்தனைகளுக்கும் பக்கபலமாக இருந்தமையால் பார்ப்பனர்களுக்கு அரசு உத்தியோகத்தில் ஆளும் நெறியில் பங்குபெற வாய்ப்பும் கிடைத்தது. 'தன் நன்மையை விரும்பும் அரசன் பிராமணர்களை எப்பொழுதும் வழிபட வேண்டும். துஷ்டர்களை அடக்கி கிஷ்டர்களான பிராமணர்களைக் காக்கவே அரசன் படைக்கப்பட்டிருக்கிறான். அரசன் சுத்தமான புத்தியுடன் பிராமணர்களோடு மந்திராலோசனை பண்ண வேண்டும்' என்று அரசனுக்குக் கட்டளை இடுகிற அளவுக்கு நீண்டது ஆரியத்தின் செல்வாக்கு.

சாதியப் பார்வையாக அல்லாமல் தொழில் அடிப்படையில் பார்க்கப்பட்டும் அழைக்கப்பட்டும் வந்த மக்கள் முறையே போர்ப்பறை அறிவிப்பவன் பறையன், புலையன், மருத நில பள்ளத்தில் விவசாயம் செய்தவன் பள்ளன், மரவேலைக்குத் தச்சன், இரும்பு வேலைக்கு கொல்லன், பாடியவன் பாணன், துடி இசைப்பவன் துடியன் என்று இனங்காணப்பட்டனர். ஆரியர் நால்வருணக் கோட்பாட்டைப் புகுத்தியபொழுது அதனை ஏற்றுக்கொண்டவர்கள் உடைமையாளர்களாக இருந்தனர். நிலத்தில் துணைத் தொழில் செய்தவர்கள் கடுமையாக இதனை எதிர்த்தனர். ஏற்றவர்களை அரசுக்கும் தனக்கும் பாதுகாப்பாக வைத்துக்கொண்ட ஆரியச் சிந்தனை, ஏற்றுக்கொள்ளாத மக்களை வர்ணக் கோட்பாட்டிலிருந்து நீக்கி பஞ்சமனென்றும் அரிக்குப் பிறந்தவனென்றும் ஒதுக்கி வைத்தனர். இந்த முரண்களும், ஒத்துழைப்பு, எதிர்ப்புச் சிந்தனைகள் சங்க இலக்கியம் முதற்கொண்டு பதிவாகியுள்ளமை கவனிக்கத்தக்கது.

"பார்ப்பனருக்குக் கைநிறையப்
பொன்னும் பூவும் கொடுத்தல்" (புறம்-367).

"போரில் பிராமணனைக் கொல்லக்கூடாது" (புறம்-9).
"பார்ப்பனரைக் கொல்வது கொடுமை" (புறம்-36).

"ஐம் பூதம் பார்ப்பார் பசுத்திங்கள் ஞாயிறு
தம்பூதன் எண்ணாது திகழ்வானேல் தம் மெய்கள்
ஐம் பூதம் அன்றே கெடும்" (ஆசாரக்கோவை-15).

"பசு பார்ப்பனர் பத்தினிப் பெண்டிர் தவிர
தீத் திறத்தார் பக்கமே தீ சேர்க" (சிலப்பதிகாரம்).

இவை பார்ப்பனருக்கு வழங்கப்பட்ட சாதிய கௌரவமாகவும் மனுநீதிக்கான நுழைவாகவும் எடுத்துக்கொள்ளலாம். இத்தகைய பார்ப்பன நீதியைச் சங்க இலக்கியம் தாண்டி நீதி இலக்கியமும் உறுதிசெய்துள்ளது.

"அரசியான் இன்புறூம் கீழெல்லாம் தத்தம்
வரிசையால் இன்புறூஉம் மேல்" (நான்மணி.68)

மேன்மக்கள் விரும்பியது உண்டு மகிழ்ந்த காலத்தில், பசிக்கு கிடைத்த சோற்றையே உண்டு வந்த மக்கள் இப்படிப் பதிவுசெய்யப்படுகிறார்கள். மேலும் நான்மணிக்கடிகை, 'கீழ்மக்கள் எந்த ஊரில் சென்றாலும் தங்களுடைய செயல்களால் அங்குள்ளோரின் நன்மதிப்பைப் பெறார்' *(984)* என்றும், பழமொழி, 'கீழ்மக்கள் எப்படித்தான் மேன்மக்களொடு பேசினாலும் அவர்கள் குணம் மாறுவதில்லை' *(90)* என்றும் பதிவு செய்கிறது. கீழ்மக்கள் என்பதற்கு இன்று எப்படி உரை வகுக்கப்பட்டாலும் கீழ்மக்கள் என்ற சொல் முக்கியமானது.

வரலாறு முழுக்கப் பெண்களைப் போலவே அடையாளம் இல்லாமல் ஒதுக்கப்பட்டவர்கள் தலித்துகள். இவர்கள் மேல் ஏவப்பட்ட மிகக் கொடூரமான ஒடுக்குமுறையின் வடிவமான 'தீண்டாமை' தமிழ்ச் சமூகத்தில் கி.பி.ஏழாம் நூற்றாண்டைச் சார்ந்ததாகக் கருதப்படும் பக்தி இலக்கிய காலகட்டத்தில் மிகத் தீவிரமாகக் கடைப்பிடிக்கப்பட்டது என்பதை நாயன்மார், ஆழ்வார் சரித்திரத்தின் மூலம் அறிய

முடிகிறது. மனுவைத் தமிழக அரசர்களும் சட்ட நூலாகக் கொண்டுவிட்டதை மனுநீதிச் சோழன் என்ற அரசன் பெயரும், அவனைப்பற்றிய சிலப்பதிகாரக் குறிப்பும், பிற்காலப் புராணமான திருவிளையாடல் புராணம், பெரிய புராணம் ஆகியவற்றில் மனுவைப் பற்றிய குறிப்பும் உறுதி செய்கின்றன. இதனை க.பஞ்சாங்கம் அவர்கள் கீழ்க்கண்டவாறு விளக்குவார்.

கல்வெட்டு அறிஞர் பேராசிரியர் கோ.விசயவேணுகோபால், முதலாம் இராசராசனுடைய கல்வெட்டொன்று ‘தீண்டாச்சேரி’ என ஓர் ஊர்ப்பகுதியைச் சுட்டுகிறது என்றும் புதுச்சேரிக்கு அருகில் உள்ள பாகூரில் அமைந்துள்ள திருமூலநாதர் திருக்கோயில் கல்வெட்டு (கி.பி.10 ஆம் நூற்றாண்டைச் சார்ந்த முதலாம் இராசராசன் காலத்தைச் சேர்ந்தது) ஓர் ஊரில் வாழ்ந்த ஒரு மக்கள் பிரிவினரைத் ‘தீண்டாதார்’ எனக் குறிப்பிடுகிறது என்றும் விளக்கியுள்ளார். மேலும் சோழர் காலத்தில்தான் இந்தத் ‘தீண்டத்தகாதவர் சேரிகள்’ அரசாணையின் படி அமைக்கப்பட்டுள்ளன. மேடான இடத்தில் மேல் சாதியினரும் பள்ளமான இடத்தில் கீழ்ச்சாதியினரும் குடியிருக்க வேண்டும். அப்பொழுதுதான் முற்றத்தில் வரும் மழைத் தண்ணீர் கூடத் தீட்டுப்படாததாய் இருக்கும். மேலும் குனிந்து போகும்படியாகத்தான் குடிசை கட்ட வேண்டும். ஜன்னல் வைத்துக் கட்டக் கூடாது. சுவருக்கு வெள்ளையடிக்கக் கூடாது. பிணத்தைச் சும்மாதான் எடுக்க வேண்டும். பொதுக் குளத்தில் தண்ணீர் எடுக்கக்கூடாது என்றெல்லாம் ஆணை போட்டுத்தான் அமுல்படுத்தியிருக்கிறார்கள். இந்த ஆணைகளில் வெளிப்படுவது அடக்குமுறையின் கொடுமை மட்டுமல்ல எந்த அளவிற்குக் கலகம் செய்பவர்களாக இருந்திருந்தால் இத்தகைய ஒடுக்குமுறை, அதிகார மூளையில் உதித்திருக்கும் என்கின்ற புரிதலும்தான்.

மேலும் எப்பொழுதெல்லாம் அதிகார, உடைமை வர்க்கத்திற்கு இடையே முரண்பாடுகள் முற்றி ஆள்பலத்தைத் திரட்ட வேண்டிய நிர்ப்பந்தம் ஏற்படுகின்றதோ அப்பொழுதெல்லாம் இந்த இல்லாதவர்களை நோக்கி அதிகார அரசியல் இறங்கி வருவதை எல்லா நாட்டு வரலாறும் பதிவு செய்கின்றன. பக்தி இலக்கியக் காலகட்டத்திலும் சமண, பௌத்த மதங்களைப் புறச்சமயமெனப் புறந்தள்ளுவதற்கு வைதீக மதங்களுக்கு இல்லாதவர்களின் ஆள்பலம்

தேவைப்பட்டிருக்கிறது. அதனால்தான் அப்பருக்கு "ஆ உரித்துத் தின்று உழலும் புலையராக இருந்தாலும், அவர் நெற்றியில் திருநீறு இருக்குமானால், அவர்தான் நாம் வணங்கும் கடவுள்" எனப் பாட வேண்டிய நெருக்கடி ஏற்பட்டிருக்கிறது. நந்தனாரும் கண்ணப்பரும் நாயன்மார்களாகச் சேர்ந்திருக்கிறார்கள். திருப்பாணாழ்வாரும் பன்னிரு ஆழ்வார்களில் ஒருவராக எண்ணப்பட்டிருக்கிறார். இதன் தொடர்ச்சியாகத்தான் 12-ஆம் நூற்றாண்டில் சைவ-வைணவ முரண்பாடு முற்றிய சூழலில் இராமானுசர் 'திருக்குலத்தார்' என இவர்களுக்குப் பூணூல் அணிவித்து வைணவர்களாக மாற்றியிருக்கிறார். இங்கே குறிப்பிட்டுக் கூறப்பட வேண்டிய மற்றொன்று, இவ்வாறு செய்வதன் மூலம் தனக்கான ஆள்பலத்தை உருவாக்கிக் கொள்ள முடிகிறது என்பதோடு அதற்கும் மேல் அதிகமான பயனாகத் தங்களின் உரிமைக்காக ஒன்று திரளும் அடிநிலை மக்களின் எழுச்சியைச் சிதைத்துத் தங்களுக்குச் சாதகமாக்கிக் கொள்ளுகிற நுண் அரசியலும் அரங்கேறிவிடுகிறது.

இந்திய, பக்திய, திராவிட அரசியல் - தலித்தியம்

இத்தகைய இடத்தில் இந்திய, பக்திய, திராவிட அரசியலின் முன் தலித்தியம் என்னும் அடையாளம் தோன்றத்தான் வேண்டியிருக்கிறது என்பதை கே.ஏ. குணசேகரன் அவர்களின் பதில்களின் வழியாகவும் முன்வைக்கலாம். தலித் இலக்கியம் வளர்ந்திருக்கிறதா? தலித்துகளின் தற்போதைய நிலைப்பாடுகள் எத்தகைய மாற்றங்களை அடைந்துள்ளன என்ற கேள்விக்கு, "இந்திய அரசால் டாக்டர் அம்பேத்கரின் படைப்புகள் அனைத்தும் அனைத்து இந்திய மொழிகளிலும் மொழிபெயர்க்கப்பட்டதில் தலித்துகளின் ஒருங்கிணைப்பும் ஒத்திசைவும் இயக்கமாக உருவெடுத்துவிட்டது. சரித்திரத்தில் இந்த மாதிரியாக இயக்கங்கள் உருவாகும் சமயங்களில் எல்லாம் அது சம்மந்தமான கலை இலக்கிய வடிவங்கள் வீறு கொண்டு வெளிவருவது வழக்கம். அதுதான் இப்போது நடந்து கொண்டுவருகிறது. என்றைக்கும் இல்லாத அளவு தலித் புதின மற்றும் இதர கலை இலக்கிய வடிவங்கள் இன்று வெளிவந்து எப்போதும் இல்லாத அளவில் கவனிப்பையும் பெற்று வருகின்றன. இத்தனை நாளும் கவனிப்புப் பெறாத பதிவு செய்யப்படாத ஆவணங்களாகத் தலித்துகளின் வாழ்க்கையும் அவலங்களும் இருந்தபோது அவற்றை எல்லாம் பதிவு

செய்வதற்கு வழிவகை செய்தவர் டாக்டர் அம்பேத்கர். அது எந்த அளவிற்கு இப்போது இருக்கிறது என்றால் நான் நாவல் எழுதினால் அதை மனந்திறந்து பாராட்ட அம்பை, சுந்தர ராமசாமி போன்ற தலித் அல்லாத படைப்பாளிகளும் முன் வருகிறார்கள் என்பதே. இது வரவேற்கத்தக்கது" (டாக்டர் கே. ஏ, குணசேகரன் பேட்டி 03-06-2012 aswath narayan என்பவரால் கீற்று இணையதளத்தில் இடுகையிடப்பட்டது).

வடநாட்டில் வேதகாலத்துக்குப்பின் ஏற்பட்ட பக்தி இயக்கம் சமூகத்தின் அடித்தட்டு மக்கள் வரை ஊடுருவிச் சென்று இரண்டறக் கலந்தது. தமிழ் நாட்டைப் பொறுத்தவரை வேதங்களைப் போற்றிய ஆன்மீகம் தன்னளவில் நின்றது போலவே அதன்பின் வந்த பக்தி இயக்கமும் தன் அளவில் நின்று விட்டது. இதற்குக் காரணம் என்ன? என்ற கேள்விக்கு, "ராமானுஜரை விரட்டி அடித்தவர்கள் தானே நாம்? காரணம் என்று பார்த்தால் எவ்வித மாற்றங்களையும் ஏற்றுக் கொள்ளத் துணியாத மனப்பக்குவமின்மையும் விழிப்புணர்வின்மையும் தான். நந்தன் கோயிலுக்குள் செல்ல எத்தனிக்கையில் மூவாயிரம் வேதியர் அவனைத் தடுத்து நிறுத்தியது இதனால்தானே." (மேலது)

பக்தி இயக்கங்கள் செய்யத் தவறியதை இவர்கள் செய்வார்கள் என்று நம்பித்தானே திராவிட இயக்கங்களைப் பெருவாரியான அடித்தட்டு மக்கள் ஆதரித்தார்கள்? ஆனால் திராவிட இயக்கங்கள் பக்தி இயக்கம் போலவே ஜாதீயக் கட்டுமானம் சிதையாமல் பார்த்துக்கொண்டது என்று கூறினால் ஒப்புக் கொள்வீர்களா? என்னும் கேள்விக்கு, "ஒப்புக் கொள்ளத்தான் வேண்டியிருக்கிறது. இதற்கு முக்கியமான காரணமாக நான் நினைப்பது தந்தை பெரியார். தான் இயக்கம் ஆரம்பித்து நடத்தி வந்தபோது தன்னைப் போல் சமூக இயக்கங்கள் நடத்தி வந்த அயோத்திதாசப் பண்டிதர் போன்ற மற்ற ஆர்வலர்களையும் அங்கீகரித்து இயக்கத்தை முன்னெடுத்துச் செல்ல அவர்களையும் அரவணைத்துச் செல்லாததுதான் காரணம் என்று நினைக்கிறேன். ராஜா, இரட்டை மலை சீனிவாசன், அயோத்திதாச பண்டிதர் போன்றவர்கள் நடத்திய இயக்கங்கள் கவனிப்புப் பெறாமல் போனது சரியல்ல" (மேலது).

சாதியத்திற்கு எதிரான அல்லது சாதியத்தைக் கண்டுகொள்ளாத அல்லது சாதியத்தீவிரம் நுழைந்துவிடாதப் போக்கினையும் சங்க இலக்கியத்தில் காணமுடியும். சாதியத்தை இழிவுப்படுத்தும் கருத்துகள் இடம் பெறாமல் நான்கு குடிகளாக பாணர், பறையர், துடியர், கடம்பர் என்பதனையே குறிப்பிடுகிறது (புறம்). மேலும் வர்ணக் கருத்துப் புகுத்தப்பட்ட நிலையில் நீதி இலக்கியமும் சித்தர் இலக்கியமும் அதற்கு எதிராகத் தமது கருத்துகளைக் கொண்டிருந்ததும் கவனிக்கத்தக்கது.

"பிறப்பொக்கும் எல்லா உயிர்க்கும் சிறப்பொவ்வா
செய்தொழில் வேற்றுமை யான்" (குறள்-97)

"முப்புரி நூல் அணிந்தவன் மந்திரியாக அமைத்தல்
கொடுங்கோல் ஆகிவிடும்
....
வேளாள வகுப்பினனோ நினக்கு நல்ல
மந்திரியாக இருப்பான் – அவன்
துணையே நல்ல அரசாக அமையும்" (ஔவை, தனிப்பாடல்–39)

"கல்மனப் பார்ப்பார் தங்களைப் படைத்துக்
காகத்தை என் செயப் படைத்தாய்" (விவேக.சிந்தா.–83)

"சாதி ஆவது ஏதடா? சலந்திரண்டநீரெலாம்" (சித்தர் பாடல்கள், 2003:35:228)

"நாதமேது வேதமேது நாற்குலங்கள் ஏதடா?" (மேலது, 126:241)

"பறைச்சி ஆவதேதடா பணத்தி ஆவதேதடா?
இறைச்சி தோல் எலும்பிலும் இலக்கம் இட்டிருக்குதோ?
"வாயில் எச்சில் என்றால் வேதமும் எச்சில்தான்" (சிவவாக்கியார்–35–37)

"பார்ப்பானைப் பிச்சைக்காரனாகத் திட்டுகிறது" (விரிவிடு தூது.484)

நாயக்கர் காலத்தில் எழுந்த இடங்கையர், வலங்கையர் போராட்டம் என்பது சாதியப் போராட்டமாக இன்று அடையாளப்படுத்தப்படுகிறது. இந்தச் சாதியப் போராட்டத்தின் விளைவாகத்தான் இன்றைக்கு வழங்கும் ஆயிரக்கணக்கான

உட்சாதிப் பிரிவுகள் பல்கிப் பெருகியுள்ளன. மேலும் எந்நேரமும் இராணுவ நடமாட்டங்கள் நடந்துகொண்டே இருந்ததன் காரணமாகவும், தாசிகளின் வாழ்க்கை முறை பெருகியதன் காரணமாகவும், சாதி அடையாளமற்ற அனாதைக் குழந்தைகள் பிறப்பதும், பிறகு அவைகளுக்கெல்லாம் வேறொரு சாதிப் பெயர் வந்து சேர்வதுமாக இந்தக் காலகட்டத்தில்தான் தமிழ்ச் சமூகம் உளவியல் ரீதியாகச் சிதறடிக்கப்பட்டிருக்கிறது. அரசவையில் இடம் பெற வழியற்றுப் போனத் தமிழ்ப் புலவர்கள் (அரசவையில் தெலுங்கு மொழியினருக்குத்தான் மரியாதை கிடைத்திருக்கிறது) பள்ளுப்பாட்டு என்றும் குறவஞ்சி என்றும் ஓரத்து மக்களின் வாழ்க்கை நிலையைப் பாடி அன்றைய தமிழ்ச் சமூகத்தின் அவல நிலையைப் பதிவு செய்துள்ளனர்.

ஐரோப்பியர் வருகைக்குப்பின்

தொடர்ந்து ஐரோப்பியர் வரும்போது தமிழ்ச் சமூகம் பெரிதும் மாற்றத்திற்கு ஆட்படுகிறது. ஒவ்வொரு கிராமத்து மனிதனையும் வாழ்நாள் முழுக்க அந்தக் கிராமத்து எல்லையை விட்டு வெளியே நகர வேண்டிய தேவை இல்லாதபடிக்கு, நிலவுடைமைச் சமூகம் ஒரு கிராமத்திற்கு வேண்டிய குயவரிலிருந்து சக்கிலியன் வரை எல்லோரையும் வரிசைக்கிரமமாகக் குடியிருக்க வைத்து ஒவ்வொரு கிராமத்தையும் மூடுண்ட ஒரு சிறு நிர்வாக அமைப்பாகச் சாதியில் பல்லாண்டு பயிற்சி பெற்ற இந்தச் சாதிய அரசு வடிமைத்திருந்தது.

1857-சிப்பாய்களின் போராட்டத்திற்குப் பிறகு பிரிட்டிஷ் அரசாங்கமும் உயர்சாதித் தலைவர்களின் ஆதரவைத் திரட்டித் தக்கவைத்துக் கொள்ளவே முயன்றது. எனவே சாதிய அமைப்பிற்குள் மூக்கை நுழைப்பது தனக்கு வேண்டாத வேலை என்ற முறையிலேயே அதன் அணுகுமுறை இருந்தது. ஆனாலும் பிரிட்டிஷ் அரசின் வரியமைப்பு முறை, கிராம நிர்வாக முறை, காலனித்துவ ஆட்சி முறை ஆகியன இந்தக் கட்டுண்ட அமைப்பை உடைத்தன. தேயிலைத் தோட்டத்திற்கும் இராணுவத்திற்கும் நகரத்துத் தொழிற்சாலைக்குமென இந்தக் கிராமத்து மக்கள் எல்லாச் சாதியிலிருந்தும் வெளியேறினார்கள். சாலைகள் பெருகின. போக்குவரத்து அதிகரித்தது. எல்லோருக்குமான கல்வி வந்தது. மனிதர்கள்

எல்லோரும் சமம் எனக் கிறித்துவப் பாதிரிமார்கள் இருண்ட கிராமங்களின் தெருக்களுக்குள் நுழைந்து பிரசங்கம் செய்ததோடு தங்களுக்கிருந்த அதிகாரப் பலத்தின் துணையோடும் தங்களின் மதத்தை வளர்க்கும் பொருட்டும் அதனை ஓரளவு செயலிலும் செய்து காட்டினர். வரலாற்று நெருக்கடியினால் இத்தகைய புதிய மாற்றங்கள் நிகழுகின்ற சூழலைப் பயன்படுத்தித் தங்களை உயர்த்திக் கொள்ளத் தீண்டத்தகாதோரே தங்களுக்கான முயற்சியில் தீவிரமாக ஈடுபடத் தொடங்குவதைச் சென்ற நூற்றாண்டின் இறுதியிலும் இந்த நூற்றாண்டின் தொடக்கத்திலும் காண முடிகிறது. இதற்கு எடுத்துக்காட்டாக, தலித்துகளுக்கு நவீனக் கல்வி கிடைத்த வரலாற்றுக் குறிப்புகள் என்னும் கட்டுரையில் பாரி.செழியன், ஆடம். ஆண்ட்ரூ பாதிரியாரைப் பற்றிக் கூறுவது இங்கு ஒப்புநோக்கத்தக்கது. *(மொழி, ஆகஸ்ட், 2006, ப.33-35).*

அருட்திரு, ஆடம். ஆண்ட்ரூ *(Rev.A.Andrew 1851-1921)* அவரது மனைவி திருமதி.எலிசபெத்தின் பணிகள் தலித்துகளுக்கு கல்வி அறிவு பெறச் சாதகமாக அமைந்தது. அவர்களது பணி சாதி இந்துக்களிடையே அதிகமாக நடைபெற்றுவந்தது. அவர்களுள் குறிப்பிடத்தக்க அளவில் கிறித்துவர்களாக மாறினார்கள். ஆனால் அவரது சேவையின் முழுப் பலனை மிக அதிகமாக பஞ்சமர்களே பெற்றனர். ...சமூகத்தால் புறணிக்கப்பட்டு அடிமைகளாக, சாதியமைப்பில் துயருற்றுக் கொண்டிருந்த அந்த மக்களின் நிழல் கூடத் தீட்டு என்று கூறப்பட்டு வந்தது. போதுமான உணவோ உடையோ வசிப்பிடமோ அவர்களுக்கு இல்லை. பசியும் பட்டினியும் நோயும் மரணமும் அவர்களைச் சூழ்ந்திருந்தன. கல்வி வாய்ப்பில்லாத இம்மக்களை முன்னேற்றுவது எப்படி? நற்குணமிக்கவர்களாக, அறிவுப்பூர்வமானவர்களாக, மதிக்கப்படும் குடிமக்களாக இவர்களை உயர்த்துவது எப்படி? என ஆண்ட்ரூவிற்கு முன் சிக்கல் இருந்தது. அறநெறி சார்ந்த ஆன்மீக மயமான சிக்கல் மட்டுமல்ல, அது ஒரு சமூகச் சிக்கலாகவும் இருந்தது. பஞ்சமர்களின் உயர்வைச் சாதி இந்துக்கள் ஒவ்வொரு நிலையிலும் எதிர்த்தார்கள். கிறித்துவ மத போதனைகள் பெற்று வந்தவர்கள் அடக்குமுறைகளையும் மீறி பறையர் சமூகப் பிரமுகர்களே முன் வந்து கிறித்தவ வழிபாடுகளையும் துவங்கினார்கள்.

கிறித்துவ மதத்திற்கு மாறியவர்களைச் சாதி இந்துக்கள் கடுமையாக ஒடுக்கினார்கள். வழக்கமான வேலை கொடுத்தவர்கள் வேலை கொடுக்கவில்லை. அவர்கள் விவசாயம் செய்த நிலங்களுக்குத் தண்ணீர் தர மறுத்தனர். வீடுகள் நொறுக்கப்பட்டன. கடுமையாகத் தாக்கப்பட்டார்கள். அத்தனை ஒடுக்குமுறைக்கும் எதிராக பஞ்சமத் தலைவர்கள் போராடினார்கள். அதற்கும் உறுதுணையாக, பஞ்சமர் பக்கம் இருந்த நியாயத்திற்குக் குரல் கொடுத்த ஆண்ட்ரூவை 'பறையர் ஆண்ட்ரூ' என்று அன்போடு அழைத்தார்கள். பஞ்சமர்களுக்குக் கல்வி, நிலம் தர வேண்டுமென சென்னை மாகாண அரசாங்கத்தையும், இங்கிலாந்து பாராளுமன்றத்தையும் அவர் தொடர்ந்து வலியுறுத்தினார்... என மேற்செல்லுகின்றது அக்கட்டுரை.

1990-களின் தலித் எழுச்சியென்பது, தலித் மக்களுக்கான அரசியல் கட்சிகளை மட்டும் உருவாக்கவில்லை. அது கலை, இலக்கியம், பண்பாடு, வரலாறு என்கிற தளங்களிலும் செயல்பட்டிருக்கிறது. தலித் மக்களின் தற்கால நிலையை மட்டுமல்ல, கடந்தகால நிலைகளையும் தேடி ஆராய்ந்து, அதன் வழியாகத் தங்களைப் பற்றி நிலவிவரும் நம்பிக்கைகளை மாற்றியமைக்க அது முயன்றது. அவற்றில் ஒன்றுதான் ஐரோப்பியர் வருகைக்குப்பின் நடந்த நவீன சமூக அரசியல் மாற்றங்களில் தலித்துகள் முன்னோடியாக இருந்த வரலாறு பற்றிய அவர்களின் தேடலும் தொகுப்பும். 19-ஆம் நூற்றாண்டிலேயே இதழ்களையும் அமைப்புகளையும் தொடங்கிய அவர்கள் திராவிடம், தமிழன், பிராமண எதிர்ப்பு, இடஒதுக்கீடு உள்ளிட்ட கருத்துகளைத் தொடக்க காலத்திலேயே விவாதித்து வந்ததன் வழியாக 20-ஆம் நூற்றாண்டில் கால் கொண்ட திராவிட இயக்கம் உள்ளிட்ட முற்போக்கு இயக்கங்களுக்கான கருத்தியலில் நேரடியாகவும் மறைமுகமாகவும் பங்களித்திருக்கிறார்கள் என்ற வரலாற்றை முன்வைத்திருக்கின்றனர்.

தலித் இதழ்கள்

1869 இல் தொடங்கி 1945-வரை ஏறத்தாழ 14 பத்திரிக்கைகளைத் தாழ்த்தப்பட்டோர் நடத்தியுள்ளனர். சூர்யோதயம் (1869), பஞ்சமர் (1871), திராவிடப் பாண்டியன்

(1885), *ஆந்திரோர் மித்ரன்* (1886), *மகாவிகட தூதன்* (1888), *பறையன்* (1893), *இல்லற ஒழுக்கம்* (1898), *பரலோக வியாசன்* (1900), *தமிழன்* (1907), *திராவிட கோகிலம்* (1907) *தமிழ்ப்பெண்* (1916), *ஆதிதிராவிடன்* (கொழும்பு, 1919), *தீனபந்து* (1924), *தமிழன்* (அயோத்திதாசருக்கு அடுத்து ஜி.அப்பாத்துரை, 1925), *ஆதிதிராவிடன் மித்ரன்* (1933), *சமத்துவம்* (1945) முதலிய பத்திரிக்கைகள் நடத்தி அன்றைக்குப் புதிதாக வந்த செய்தித்தாள் ஊடகத்திற்குள் உடனே புகுந்து தங்களுக்கான சொல்லாடலைக் கட்ட முயன்றுள்ள முயற்சி அப்படியொன்றும் எளிதான காரியம் அல்ல. இந்தப் பத்திரிக்கைகளில் எழுதிய அயோத்தியதாசப் பண்டிதர், பெரியசாமிப் புலவர், இரட்டைமலை சீனிவாசன், ஜான் ரத்தினம், முத்துவீரப் பாவலர், திருமதி.கே.சொப்பனேஸ்வரி அம்மாள் முதலியோர் சாதியத்தையும் பார்ப்பனியத்தையும் மனுதர்மத்தையும் கல்ப சூத்திரத்தையும் மிகக் கடுமையாகத் தாக்கி எழுதியுள்ளனர். அயோத்திதாசரின் *தமிழன்* இதழுக்குப் பிறகு முழுக்க முழுக்க ஒடுக்கப்பட்டோருக்கான பௌத்த மறுமலர்ச்சியை வலியுறுத்தி வெளியான இதழ் ‘பௌர்ணமி’. 1987-ஆம் ஆண்டு முதல் இவ்விதழை நடத்தி வந்தவர் டி.குப்புசாமி. ‘திராவிடக் கலாச்சாரம் என்று சொல்கிறார்களே அக்கலாச்சாரத்தின் அடிப்படையே ஆதிதிராவிடர்கள்தான், தமிழ் நாகரீகமே ஆதிதிராவிட நாகரீகமே’ என்ற ஆய்வை அவ்விதழ் முன்வைத்தது. பின்னாளில் தலித் சிந்தனைக்கு உரமூட்டிய இதழ்களாக *கிழக்கு, கோடாங்கி, கவிதா சரண், முன்றில், சுபமங்களா, ஆய்வு ஊடகம், களம் புதிது, நிகழ், சிதைவு, அடையாளம், சிலேட், கேப்பியார்* எனப் பலவற்றையும் இதன் பின்பு ஏறத்தாழ அனைத்துச் சிற்றிதழ்கள், வார மாத ஏடுகள், நாளேடுகளிலும் தலித் கருத்தாக்கங்கள் இடம்பெற்றன. தலித் விவாதங்கள் தொடங்கிய முதல் இரண்டு ஆண்டு (1991 - 1992)களில் *நிகழ்* (20 - 23), *மேலும்* (1), *சுபமங்களா* (1992 பல இதழ்களில்), *ஆய்வு* (1992), *சிலேட்* (1992) போன்ற இதழ்கள் பங்கெடுத்தன. அந்த விவாதத்தில் விழுப்புரம் சீராளன், ப.கிருஷ்ணசாமி, உஞ்சை ராசன், முருகன், மனுஷ்ய புத்திரன், முங்காரி, தமிழவன், ராஜ்கெதமன், தி.க.சி., கோமல், பிரபஞ்சன், சுந்தர ராமசாமி, ஞானி போன்றவர்கள் பங்கெடுத்தனர். இவ்விவாதங்கள் தலித் அரசியல் என்ற ஆவணம் வந்த பின்பு (1994) நின்றுபோனது.

தமிழில் தலித் இலக்கியம்

மராட்டிய மாநிலத்தில் மகாத்மா புலே ஒரு சமூகப் பண்பாட்டுப் புரட்சியைத் தொடங்குகிறார். இதற்குப்பின் டாக்டர்.அம்பேத்கர் மராட்டிய மாநிலத்தில் ஒடுக்கப்பட்ட மகர் மக்களுக்கிடையே விழிப்புணர்ச்சியை ஏற்படுத்த, 1960களுக்குப் பின் மராட்டியமானது கலை, இலக்கியம், திறனாய்வு போன்ற துறைகளில் தமது சிந்தனைகளை வெளிப்படுத்தத் தொடங்கியது. இதன் மூலம் அங்கு நாம்தேவ்தாசல், பாபுராவ்பாகல், தயாபவார், வாமன் நிம்பல்கர், நிறையம்பர்க்சப்களே போன்ற படைப்பாளிகள் அறியப்படுகின்றனர். 1991-இல் அம்பேத்கரின் நூற்றாண்டு விழாவினை இந்திய அரசாங்கமே முன்னெடுத்துக் கொண்டாடியபோது கன்னட-தமிழ் இலக்கியத்தில் தலித் சிந்தனை உருவாகத் தொடங்கியது.

அம்பேத்கரின் நூற்றாண்டு விழாவினை ஒட்டி, அம்பேத்கர் தாழ்த்தப்பட்ட மக்களுக்காக எழுதிய எழுத்துக்களெல்லாம் தொகுக்கப்பட்டு அந்தந்த மாநில மொழிகளிலும் மொழிபெயர்த்து வெளியிடப்பட்டது. கூடவே விடுதலைக்குப் பின்பு அம்பேத்கரின் போராட்டத்தினால் கிடைத்த இடஒதுக்கீட்டுக் கொள்கை மூலம் கல்விகற்ற தலித்துகள், தலித்துகளுக்கு உரிமை கோரும் சொல்லாடல்களைத் அவர்களே தீவிரமாகக் கட்டமைக்கின்ற ஒரு சூழலை ஏற்படுத்தினர். இத்தகைய அரசியல் விளைவுகளில் ஒரு பகுதியாகத்தான் தலித் இலக்கியம் என்கின்ற ஒன்றும் தமிழ்ச் சூழலில் தோன்றத் தொடங்கியது.

தாழ்த்தப்பட்டவர்கள், மலைவாழ் மக்கள், உழைக்கும் மக்கள், நிலமற்றவர்கள், அரசியல் அடிப்படையிலும் பொருளாதார அடிப்படையிலும் சுரண்டப்படும் மக்கள் ஆகியோரைப் பற்றிய நாவல், சிறுகதை, கவிதை போன்ற இலக்கிய வகைகளே தலித் இலக்கியங்கள் என்று அழைக்கப்படுகின்றன. சமூகச் சிந்தனையாளரும் எழுத்தாளருமான ராஜ் கௌதமன் தலித் இலக்கியம் பற்றி, ‘இங்கே தலித் இலக்கியம் என்பது தலித் இலக்கியத்தால் மட்டுமே வரையறுக்கப்படவில்லை. சாதிப்போராட்டங்கள், சமூக நீதிக்கான இடஒதுக்கீட்டுக் கிளர்ச்சிகள், பொருளாதார சமத்துவத்தைப் பற்றிய போராட்டங்கள், அரசியல் கிளர்ச்சிகள் ஆகியவற்றோடு

ஒன்றாகவே தலித் இலக்கியம் எழுந்துள்ளது. தலித் இலக்கியம் இன்றைய நவீன இலக்கியம் என்ற பெயரில் புழக்கத்தில் இருக்கின்ற, உள்ளதை உள்ளபடி கூறுவதாக, உரிமை பாராட்டுகிற எதார்த்தவாத இலக்கியத்தோடு என்ன முறையில் தொடர்பு கொள்கிறது என்ற கேள்வி மிக முக்கியமானது. தலித் இலக்கியத்திற்கு என்று வரையறுத்த வடிவங்கள் எதுவும் இல்லை. இருக்கின்ற எதார்த்த வடிவங்களைக் கேலி செய்வதில் இருந்து தலித் இலக்கியம் தனக்கென்று மாற்று வடிவங்களை உருவாக்குகிறது' எனக் கூறுகிறார்.

தலித் இலக்கியத்தின் அடிப்படை நோக்கங்களாக - தங்கள் ஒடுக்கப்பட்ட பண்பாட்டு அடையாளங்களைக் கண்டடைதல், போராட்டத்திற்காகத் தங்கள் உணர்வுகளை ஒருங்கிணைத்தல், தங்கள் பண்பாட்டுச் சிக்கல்களை ஆராய்தல் என்பது முக்கியமானது. தலித் இலக்கியத்திற்கு வித்தாக மொழிபெயர்ப்பு நூலொன்று உள்ளது. மராத்தியில் செயல்பட்ட தலித் இயக்கங்கள், இந்திய சாதி அமைப்பின் மீது செய்த விமர்சனத்தை விளக்கும் ஒரு நீண்ட கட்டுரையுடன், தலித் இலக்கியத்தின் செல் நெறியையும் நிலைப்பாடுகளையும் பேசும் அர்ஜுன் டாங்ளேவின் தலித் இலக்கியம் என்ற சிறு நூல், 1992 இல் தாமரைச் செல்வி பதிப்பகத்தால் வெளியிடப்பட்டது. இந்த நூலை மொழிபெயர்த்தவர் தி.சு. சதாசிவம். இந்நூலில் தலித் கவிதைகளின் முன் மாதிரி எனக்கொள்ளத்தக்க வகையில் ஆறுகவிதைகளும் மொழிபெயர்த்துத் தரப்பட்டிருந்தன. இதனையடுத்து, கவிஞர் இந்திரனின் தொகுப்பாக வந்த பிணத்தை எரித்தே வெளிச்சம், தலித் கலை அழகியலையும் தமிழ் அழகியலாக முன்வைத்த அவரது நூலுடன், கோடாங்கி, மனுசங்க போன்ற இதழ்களின் வெளியீடுகளையும் சேர்த்துக் கொள்ளலாம். தமிழில் தலித் சொல்லாடல்களை உருவாக்குவதில் மூன்று நூல் வெளியீட்டாளர்களின் பங்களிப்புகள் முக்கியமானதாகிறது. விடியல்/விளிம்பு டிரஸ்ட்(கோவை), தலித் கலை விழாக்குழு,(நெய்வேலி), தலித் சாகித்ய அகாதமி(சென்னை) ஆகியவையாகும். தலித் என்ற இதழை நடத்துவதற்கு முன்பு நெய்வேலி, தலித் கலை விழாக்குழு 'தலித், கலை, இலக்கியம், அரசியல்' (1996) 'தலித் என்ற தனித்துவம்' (1997) என்ற இரண்டு கட்டுரைத் தொகுப்புகளை வெளியிட்டது. (பதிப்பாசிரியர் : ரவிக்குமார்), இவ்விரு

கட்டுரைத் தொகுப்புகளும் தலித் சொல்லாடலை அனைத்து விதமான அறிவுத் துறைகளுக்குள்ளும் நுழைத்து விட்டன. சமுதாயவியல், உளவியல், மானுடவியல், இன வரையியல், நாட்டார் வழக்காற்றியல், அரங்கவியல், விளிம்பு நிலைப் பார்வை, உருவவியல், இலக்கணம் எனப் பல தளங்களில் செயல்பட்ட அறிவுத் துறையினரையும் தலித் விவாதங்களுக்குள் இழுத்துவிட்டன.

காந்தியும் காங்கிரசும் தீண்டாத மக்களுக்குச் செய்தது என்ன? (1998) என்ற அம்பேத்கரின் நூலை மொழிபெயர்த்து, வெளியிடுவதற்காகத் தோன்றிய தலித் சாகித்ய அகாதமி, பின்னர் ஜோதிராவ் புலே, அயோத்திதாசர் போன்றோரின் படைப்புகளைத் தொகுத்து வெளியிடுவதில் கவனம் செலுத்தியது. கோவை விடியல் பதிப்பகத்தின் வெளியீடுகளை ஒற்றைத் தளத்தில் சுருக்கிக் கூறிவிட முடியாது. 1990களில் தொடங்கி தலித் சொல்லாடல்களின் பயணம் விடியல் வெளியீடுகளின் வழியேதான் நீண்டு கொண்டிருக்கிறது. அ.மார்க்ஸூம் ரவிக்குமாரும் ஆசிரியர் குழுவில் இருந்த நிறப்பிரிகையின் பதிப்பு, அம்பேத்கர் சிந்தனைகளின் தமிழ் மொழிபெயர்ப்பு, பிறமொழி தலித் படைப்புகளின் - குறிப்பாகப் பாவண்ணனின் மொழிபெயர்ப்பில் கன்னடத் தலித் இலக்கியங்களை வெளியிட்டு முன்மாதிரிகளை உருவாக்குதல், பின் நவீனத்துவ விமரிசன நூல்கள், புலம் பெயர்ந்த தமிழர்களின் படைப்புகள், கொஞ்சம் தமிழ் தலித் படைப்பிலக்கியங்களின் அச்சாக்கம் என விடியல் பதிப்பகம், இந்தப் பத்தாண்டுகளில் தலித் சொல்லாடல்களை உருவாக்கியுள்ளன. இதைத் தவிர தலித் ஆதார மையம், சமுதாயச் சிந்தனை ஆய்வு மையம் (மதுரையில் செயல்படும் இம் மையங்கள் கிறித்துவ தலித்துகளின் மீதான அக்கறைகளை வெளிப்படுத்துகின்றன) ஆகியவற்றின் வெளியீடுகளும் முக்கியமானவையாகும்.

தலித் இலக்கியப் பண்பாட்டு அரசியல் சிந்தனைக்கு உரமூட்டியவர்களாக ராஜ் கௌதமன், அ. மார்க்ஸ், ரவிக்குமார் ஆகிய மூன்று நபர்களைக் குறிப்பிடலாம். ராஜ் கௌதமன் முழுவதும் எழுத்து சார்ந்த நடவடிக்கையில் ஈடுபட்டவர். மற்ற இருவரும் எழுத்துகளோடு செயல் தளத்திலும் பணியாற்றியவர்கள். பண்பாட்டுப் பேரவைகள், கலை விழாக்கள், விமர்சன அரங்குகள் என தலித் இயக்கங்கள்

தொண்ணூறுகளில் செயல்பட இம்மூவரின் எழுத்துகளே அடித்தளங்களாக இருந்தன, இருக்கின்றன.

ராஜ் கௌதமன்

ராஜ் கௌதமன், புதுவை அரசுக் கல்லூரி ஒன்றில் பேராசிரியராகப் பணிபுரிபவர். எந்தப் பத்திரிகை ஆசிரியர் குழுவிலும் எந்த அரசியல் பண்பாட்டு அமைப்புகளிலும் உறுப்பினர் என்ற அளவில்கூட இணைத்துக்கொள்ள விரும்பாத சுதந்திரச் சிந்தனையாளர், நவீன இலக்கிய விமரிசனத் துறையில் செயல்பட்டு வந்த இவர், 90களுக்குப்பின் 'தலித்' சிந்தனைகளை உள்வாங்கி விமர்சன நூல்களை எழுதினார். ராஜ் கௌதமன் எழுதிய *தலித் பண்பாடு (1993* கௌரி பதிப்பகம், புதுச்சேரி), பலரது கூட்டு விவாதத்திற்குப்பின் அ.மார்க்ஸ் எழுத்து வடிவம் தந்த *தலித் அரசியல் (1994*, நிறப்பிரிகை, புதுவை), அரசு, சிந்தனை, இலக்கியம் என்பனவற்றின் நுண்வினைகளைப் பற்றிய நூலான *அரசியல் (1995*, விளிம்பு, கோவை) என்ற மூன்று நூல்களும் அடுத்தடுத்து வெளிவந்து தலித் விவாதங்களை நிலை கொண்டுவிடாமல் நகர்த்தின எனலாம்.

தலித் அரசியல் ஓர் இயக்கத்தைக் கட்டி எழுப்பி வழி நடத்துவதற்கான ஆவணமாக வெளியிடப்பெற்றது. அச்சிறு வெளியீட்டை முன் வைத்து நடந்த விவாதங்களே தலித் அரசியலைப் பழைய அரசியல் தளத்திலிருந்து மாறுபட்டதாக நிலைநிறுத்தின. இந்த ஆவணத்தை உள்ளடக்கி, மேலும் ஆறு கட்டுரைகள் அடங்கிய 'தலித் அரசியல்' என்னும் நூல் விடியல் வெளியீடாக 1995இல் வெளியிடப்பட்டது. இந்நூலின் மீதான விமரிசன நூல் *தலித் விடுதலைக்கான அரசியல் (தலித் ஆதார மையம் 1998)* என்ற தலைப்பில் மதுரையிலிருந்து வெளிவந்தது. இந்நூல் உண்டாக்கிய அலைகளை விடவும் ராஜ் கௌதமனின் தலித் பண்பாடு உண்டாக்கிய அதிர்வலைகள் கூடுதலானவை. அதுவரையிலான இலக்கிய, பண்பாட்டு வாதங்கள் மறுபரிசீலனைக்குரியன என முன்மொழிந்த ராஜ் கௌதமன் எல்லாவற்றையும் தலைகீழாக மாற்றிப் பார்க்கும் விமரிசன முறையை அந்நூலில் முன் வைத்திருந்தார். அவர் எழுதிய கட்டுரைகளோடு களப்பணியில் ஈடுபட்டிருந்த தலித் செயலாளிகளின் விவாதங்களும் இடம்பெற்ற அந்நூலுக்கு ரவிக்குமார் எழுதிய முன்னுரையும்

தலித் இலக்கியம், தலித் விமரிசனம் என்பனவற்றின் செல்நெறியை அடையாளப்படுத்தின. ராஜ் கௌதமனும் ரவிக்குமாரும் இந்தியச் சமூகத்தின் அடிப்படைப் பிரச்சினையான ‘தீண்டாமைக்குள்ளாதல்’ என்பதே மையமான பிரச்சினை என்பதை வலியுறுத்திப் பேசியிருந்தனர். எழுதுபவர்களையும் வாசிப்பவர்களையும் ஒருசேர நினைவில்கொண்டு எழுதப்பட்ட ரவிக்குமாரின் முன்னுரையானது, ‘இப்படிப் பார்த்தால் அறிவுஜீவிகளின் செயல்பாடு, இங்கு இரண்டு தன்மைகளைக் கொண்டிருக்க வேண்டியது புரிகிறது. ஒன்று, தலித் மக்களிடையே அறிவுரீதியான அதிகாரத்தைப் பெற்றுத்தரும் விமர்சன செயல்பாடு. மற்றது, தனக்கு அதிகாரம் குவிந்து விடாமல் பார்த்துக்கொள்ளும் சுய விமரிசன செயல்பாடு, (ரவிக்குமார், படிச்சவங்களும் பபூன் காமிக்கும், ப.4)என்று குறிப்பிட்டு எழுத்துத் தளத்தில் சிரிப்பையும் (laughter), சுய எள்ளலையும் (self parody) வலியுறுத்தியது. இவ்வகையில் இவரது மிக முக்கியமான நூல்களாக அறியப்பட்டவை; 1. தலித் பண்பாடு, 1993, கௌரி பதிப்பகம், புதுவை. 2. தலித்திய நோக்கில் தமிழ்ப்பண்பாடு,1994,கௌரிபதிப்பகம், புதுவை. 3. அறம், அதிகாரம், 1996, விடியல் வெளியீடு, கோவை. 4. பொய்+ அபத்தம் - உண்மை, 1995, விளிம்பு டிரஸ்ட், கோவை.

அ.மார்க்ஸ்

அ. மார்க்ஸ் இயற்பியல் துறைப் பேராசிரியர். மார்க்ஸும் ரவிக்குமாரும் தொண்ணூறுகளில் தமிழ்ச் சிந்தனைகளைத் திசை திருப்பிய நிறப்பிரிகை இதழின் ஆசிரியர் குழுவில் செயல்பட்டவர்கள். (இன்னொருவர் பொ. வேல்சாமி) தலித் சிந்தனைகள் அடங்கிய அ.மார்க்ஸின் நூல்கள். 1.மார்க்சியமும் இலக்கியத்தில் நவீனத்துவமும், 1993, பொன்னி, சென்னை. 2. உடைபடும் மௌனங்கள், 1994, விடியல், கோவை. 3. பின்நவீனத்துவம், இலக்கியம், அரசியல், 1995, விடியல், கோவை. 4. உடைபடும் புனிதங்கள், 1997.

தலித் இலக்கியம் மற்றும் தலித் எழுத்தாளர்களின் பங்களிப்பு தமிழ் இலக்கியப் பரப்பில் தவிர்க்க முடியாதது எனக்காட்டிட விரும்பிய அ.மார்க்ஸ், நிறப்பிரிகையின் இலக்கிய இணைப்பொன்றில் (எண் 2, 1994) ஒரு தொகுப்பினைத் தந்தார். தலித் சாதியில் பிறந்து தலித்துகளைக் கதாபாத்திரங்களாக்கி

தலித் பிரச்சினைகளை மையப்படுத்திய எழுத்தாளர்களின் பட்டியல்- இதில் அவர்களின் படைப்புகளின் தலைப்புகள் தரப்பட்டிருந்தன. அத்தோடு சுருக்கமான வாழ்க்கைக் குறிப்புகளும் இடம்பெற்றிருந்தன.

இத்தொகுப்பினை உள்ளடக்கிக்கொண்டு இடதுசாரி எழுத்தாளர்கள் சிலர் தலித் பிரச்சினைகளைக் கையாண்டுள்ள விதங்களை எடுத்துக்காட்டி, மராட்டிய தலித் இலக்கிய வரலாற்றையும் சுட்டி முகில், செம்மலரில் ஒரு கட்டுரை வெளியிட்டுள்ளார். (இக்கட்டுரை 1996 இல் சண்முக சுந்தரம் தொகுத்த 'தலித்தியம்' தொகுப்பில் இடம்பெற்றுள்ளது. 1996 இல் புதுவை பிரெஞ்சு இந்திய நிறுவன ஆய்வாளர் கண்ணன், அந்நிறுவனத்தைச் சேர்ந்த இந்தியவியல் துறைப் பேராசியர் ப்ரான்சுவா குரோவும் இணைந்து ஒரு கட்டுரை எழுதியுள்ளனர்.

ரவிக்குமார்

ரவிக்குமார் வங்கி ஊழியர், ஆதவன் என்ற பெயரில் மொழிபெயர்ப்பு செய்வது உண்டு. கதைகள், கவிதைகள், உரையாடல்கள், கட்டுரைகள் எனப் பல மொழிபெயர்ப்புகளைச் செய்துள்ள ரவிக்குமார், கல்வித்துறையாளர்கள், பத்திரிகையாளர்கள், பிற மொழிகளில் செயல்படுகிறவர்கள் எனப் பலரையும் அடையாளங்கண்டு தலித் சொல்லாடல்களின் தளத்தை விரித்தவர். தமிழக தலித் இயக்கங்களின் சிந்தனையாளர் பிம்பம் ரவிக்குமாருக்குப் பொருத்தமானது. இவரது நூல்கள், 1. கண்காணிப்பின் அரசியல், 1995, விடியல், கோவை. 2. உரையாடல் தொடர்கிறது, 1995, விடியல், கோவை. 3. தலித் கலை இலக்கியம் அரசியல், (தொ.ஆ), 1996, தலித் கலை விழாக்குழு, நெய்வேலி. 4. பூனா ஒப்பந்தம் - அம்பேத்கர் (ப.ஆ), 1996, விளிம்பு டிரஸ்ட். 5. தலித் என்ற தனித்துவம் (தொ.ஆ), 1997, தலித் கலை விழாக்குழு, நெய்வேலி.

தலித் இலக்கியம் - தமிழ் இலக்கியம் எதிர்கொள்ளல்

தலித் என்ற சொல் 1990களில் பெரும்பாலும் வழக்கிற்கு வந்தபிறகு அதனோடு தலித் இலக்கியம் என்ற சொல்லும் இணைந்தது. தலித் இலக்கியம் - அரசியல் இன்று இந்தியாவில் அனைத்து மொழிகளின் அரசியலிலும் தவிர்க்க இயலாத ஒன்றாகவும் எதிர்பார்ப்புகளையும் அதிர்ச்சிகளையும் உருவாக்கக்

கூடியதாகவும் மாறியுள்ளது. இது இன்னும் விரிந்த பொருளில் தலித்தியம் எனவும் சுட்டப்படுகிறது.

தமிழகத்தைப் பொறுத்தவரை, "தமிழகத்தில் தலித் இலக்கியப் படைப்புகளும், திறனாய்வுகளும், பெரியாரியத்தின் தாக்கமும், மார்க்சிய சித்தாந்தமும், அம்பேத்கர் சிந்தனையும், தாழ்த்தப்பட்ட மக்கள் சங்கங்களின் செயல்பாடுகளும் தலித் எழுச்சிக்கு ஒரு வளமான களம் அமைத்துக் கொடுத்துள்ளன. தலித் இலக்கியம் முன்னிருந்து வரும் அனைத்து இலக்கியப் போக்குகளின் முகத்திலும் துப்பி, அவற்றைக் கிழித்துப் பாசாங்குகளைத் தோலுரித்துக் காட்டுகிறது" (சிவ. மங்கையர்க்கரசி,மு.நூ.ப.106). எனவே தலித் இலக்கியத்தை மதிப்பிடுவதற்கும் எதிர்கொள்வதற்கும் ஒரு புரிதல் தேவையாகிறது.

இதுவரையிலான படைப்பிலக்கியம் யார் கையில் இருந்தது என்பதும் மற்றவர்களுக்கு அப்படைப்பிலக்கியம் எவ்வகையில் மதிப்பளித்தது என்பதும் முக்கியமானது. இதனையொட்டியே தலித் இலக்கியத்தின் போக்கு ஏன் மாறுபட்டு இருக்கிறது என்பதையும் நம்மால் சிந்திக்க முடியும். ஒடுக்கப்பட்டோர் இலக்கியமும் மரபு வழியிலான திறனாய்வும் பற்றிப்பேசும் அர்ஜுன் டாங்ளே, "பண்பாட்டு மற்றும் இலக்கிய இயக்கங்களின் கடிவாளங்கள், பொதுவாக மேல்வகுப்புகளின், மேல்சாதிகளின் கைகளில்தான் இருந்தன. அவர்கள் ஏற்படுத்தும் மதிப்பீடுகள்தான் சரியானவை; நிலையானவை; குறியளவானவை என்று ஏற்றுக்கொள்ளும் மரபும் இருந்தது-இருக்கிறது. கீழ்ச்சாதிகளிலிருந்து வந்த சாதாரண மனிதன், இதிலிருந்தெல்லாம் புறந்தள்ளியே வைக்கப்பட்டிருந்தான். அவனுடைய வாழ்க்கை, பட்டறிவுப்பாடுகள் மற்றும் உணர்வுகள் இந்திய இலக்கிய வரலாற்றின் நெடுகிலும் பார்த்தாலும் கலைகளின் கருப்பொருளாக - உள்ளடக்கமாக இருந்ததே இல்லை. எப்பொழுதாவது அத்தகையவர் பற்றிப் படம் பிடித்துக்காட்ட நேர்ந்தால் அதுவும்கூட திரித்துக் கூறப்பட்டதாக சீர்குலைக்கப்பட்டதாகவே இருக்கும்" (அர்ஜுன் டாங்ளே, தலித் இலக்கியத்தின் போக்கும் வளர்ச்சியும்,ப.57) என்று தலித் இலக்கியப் படைப்பும், தலித் இலக்கியக் கருப்பொருளும் எதிர்கொள்ள வேண்டிய சவாலை முன் உணர்த்துகிறார்.

இந்திய நாட்டின் தலித் இலக்கியம் ஆப்பிரிக்க நாட்டின் நீக்ரோ இலக்கியத்துடன் தொடர்புபடுத்திப் பார்க்கப்படுகிறது. ஆப்பிரிக்க நாட்டு நீக்ரோக்களை ஐரோப்பிய வெள்ளையர்கள் அடிமைகளாக நடத்தி உள்ளார்கள். அதைப்போன்றே இந்து தரும நெறியாளர்களும் தமது சொந்த தரும நெறியைப் பின்பற்றும் தலித் மக்களை ஆடு மாடுகளைவிடக் கேவலமாக நடத்தி வந்துள்ளார்கள். இது மிகவும் முக்கியமாகக் கவனிக்கப்பட வேண்டிய விசயம் எனும்போது நமக்குத் தலித் இலக்கியமானது சுகமான இயல்பான வாசிப்புக்கு உரியதாக இல்லாமல் படிப்பவர்கள் அதிர்ச்சி கொள்ளும்படி, முகம் சுளிக்கும்படி இருப்பதைப் புரிந்துகொள்ள முடிகிறது. அதாவது, "ஒடுக்கப்பட்டோர் இலக்கியம் சுரண்டலையும் ஒடுக்கு முறைகளையும் எதிர்க்கிறது. ஒடுக்கப்பட்ட எழுத்தாளர்கள் ஒரு சுரண்டல் அமைப்பின் சமூக மதிப்பீடுகளை ஏற்றுக்கொள்ள முடியாது. இந்த மதிப்பீடுகளை ஏற்றுக்கொள்பவர்கள் அவர்களின் முன் மாதிரிகளாக-இலக்கிய முகங்களாக இருக்க முடியாது"(அர்ஜுன் டாங்ளே,மு.நூ.ப.65) என்கிற தலித் கருத்தியலை மறுக்க முடியாததாகிறது.

மேலும் தலித் இலக்கியத்தை எவ்வகையில் எதிர்கொள்வது என்று சிந்தித்தால், சாதிக்குள் உள்ள வர்க்கப் பாகுபாட்டினையும் சுட்டிக்காட்டலாம். சமூகத்தில் சாதியும் வர்க்கமும் அழிக்காமல் அல்லது அதற்கான முயற்சியில் எந்த அமைப்புகளும் இறங்காமல் தலித்தின் துயரங்கள் மட்டும் என்றில்லை, ஒடுக்கப்படுகிற எந்த ஒரு இனமக்களின் துயரங்களும் முடியப்போவதில்லை என்னும் விரிந்த பொருளில் அதனை எதிர்கொள்ளலாம். இந்நிலையில் தலித்தியப் பிரச்சினைகளை அவர்களின் வலிகளைப் புரிந்துகொள்ளக்கூடிய சமூகம் உருவாகாமல் தலித்துகள் தங்களின் நிலைப்பாடுகளையும் வெளிப்படுத்த முடியாத சூழலே உள்ளதால் தலித்திய இலக்கியம் அரசியலிலும் கலையிலும் ஒரு சேர இணைந்திருக்க வேண்டிய அவசியமுள்ளது.

தலித் இலக்கியம் தோன்றி வளர்ச்சி பெறும் சூழ்நிலையிலேயே பின்வரும் கேள்விகள் கேட்கப்படுகிறது. அதற்கு தலித் படைப்பாளர்கள் பதிலும் உரைக்கிறார்கள். 'தலித் இலக்கியம் இன்றைய காலகட்டத்திற்கு தேவையா?' என்ற கேள்விக்கு முத்துவேல் என்னும் தலித் படைப்பாளி,

'இன்னும் சாதி இருக்கத்தானே செய்கிறது. சாதிய வேற்றுமைகள் இருக்கும்பட்சத்தில் அதற்கெதிரான போர்நிலைத் தன்மை இருக்கத்தான் வேண்டும். அது மட்டுமல்ல, அதுவொரு பண்பாட்டு இலக்கியமாக, பண்பாட்டு மாற்றத்தை நிகழ்த்தக் கூடியதாக இருக்கிறது' என்னும் பதில் இங்குக் குறிப்பிடத்தக்கது. தலித் இலக்கியத்தின் பாடுபொருள் அதன் தேவையை எப்போதும் உணர்த்துவதாகவே உள்ளது. தேங்கிப்போயிருந்த தமிழ் இலக்கியத்தை உயிர்ப்படையச் செய்தது தலித் இலக்கியம்தான். அதுவரை வெறும் புனைவாக இருந்த தமிழ் இலக்கியம் அதன் பிறகுதான் புதிய பரிமாணத்தைப் பெற்றது. சொல்லப்படாதவை இன்னும் ஏராளம் இருக்கின்றன.

"உங்க புத்தகம் படிச்சேன். கதைகள்ல சத்தம் அதிகமாக இருக்கிறதே!" - இது அன்பாதவனின் 'பம்பாய் கதை'களைப் படித்த ஒருவரின் விமர்சனம். தலித் இலக்கியத்தில் புலம்பல் மற்றும் கூக்குரல் தன்மை அதிகமாக இருக்கிறது என்னும் கேள்விக்கு அன்பாதவன் என்னும் தலித் படைப்பாளி அளிக்கும் பதிலும் முக்கியத்துவம் உடையதாகிறது. "ஆமா எங்க வாழ்க்கை சத்தமாக இருக்கு. அதனால்தான் என் கதைகளும் அப்படியிருக்கு. உங்கள ஒரு ஊசியால குத்துனா, நீங்க ஆலாபனை பண்ணுவீங்களா, இல்ல கத்துவீங்களா? எங்கள் வாழ்க்கை குத்தப்பட்டுக்கொண்டே இருக்கின்றது. அதனால் எங்கள் எழுத்துகள் சத்தம் போட்டுக்கொண்டே இருக்கின்றன." - இப்பதில் தலித் இலக்கியத் தன்மையின் கூறினைப் பேசுகிறது.

முதலாளி தொழிலாளி என்ற வேறுபாடு இருக்கும் வரை, வர்க்கம் இருக்கும் என்று கூறுவதைப்போல, சாதிய வேறுபாடுகள் இருக்கும் வரை கண்டிப்பாக தலித் இலக்கியம் இருக்கும். இதனை அரசியல் மற்றும் இலக்கியம் என்னும் தளத்தில் தய்.கந்தசாமி, "தலித் இலக்கியமும் தலித் அரசியலும் ஒன்றோடொன்று சரிபார்த்துக் கொள்ளப்பட வேண்டியவை. தலித் அரசியல் பின்னடைவைச் சந்தித்தால், தலித் இலக்கியமும் பின்னடைந்த தோற்றத்தையே தரும். மேலும், தலித் அரசியல் என்பது நாடாளுமன்ற அரசியலோடு முடிந்துவிடக் கூடியது அல்ல. அது சமூக பண்பாட்டுப் போராட்டத்தையும் முன்னெடுக்கக் கூடியதாய் இருக்க வேண்டும். அதுதான் உண்மையான தலித் அரசியல்" எனக் கூறுவார்.

தலித் இலக்கியப் படைப்பாளர்கள்

தமிழ்ப் படைப்புகளில் தலித் மக்களின் வாழ்வியலைக் கூறும் படைப்புகள் ஏராளமாக வெளிவந்து கொண்டுள்ளன. தலித் படைப்புகள் படைக்க யாருக்கு உரிமை இருக்கிறது என்ற விவாதங்கள் தற்போது மிக அதிக அளவில் நடக்கின்றன. இதனைப்பற்றிய விவாதங்கள் 90களில் உருவாகியுள்ளதைப் பின்வருமாறு காணலாம்.

விழுப்புரம் பா.அண்ணாத்துரை அவர்கள் சுபமங்களா (நவம்பர்,1991.ப.84) இதழில், "கலை மக்களுக்காகவே என்று வாதிக்கும் பிற இன எழுத்தாளர்களைத் தலித் படைப்பாளியாக அங்கீகரிக்கலாம். குறிப்பாக, ஒடுக்கப்பட்டோரின் விடுதலைக்காகவும், இங்கு நிலவும் நிலப் பிரபுத்துவ, முதலாளித்துவ, தரகு முதலாளித்துவ அமைப்பிற்கு எதிராக எழுதும் எழுத்தாளர்களைச் சாதி, மத, இன பேதமின்றி நாம் வரவேற்க வேண்டும்" எனக் குறிப்பிடுகிறார். இத்தகைய ஒடுக்கப்பட்ட விளிம்பு நிலையினரின் குரலாகவே ராஜ்கௌதமன் அவர்களும் மேலும் என்னும் இதழில் (ஆகஸ்டு,1991.ப9), "இவ்வித இலக்கியத்தை (தலித் இலக்கியத்தை) பிறப்பில் தலித்தாக உள்ளவர்கள் மட்டுமே படைக்க முடியும் எனக்கூற முடியாது. சாதி, மதம், குடும்பம்(பாலியல்), சுரண்டல், பொருளாதாரம் ஆகியவற்றை நிர்மூலமாக்குகின்ற அரசியல் நிலைப்பாடு எடுத்து, இனி ஒரு சாதியோ, மதமோ, குடும்பமோ, சுரண்டலோ உருவாகாதபடி செயல்படுவதையே தலித் இலக்கியம் எனலாம். இத்தகைய அரசியலை மேற்கொண்ட, கருத்தியல் ரீதியில் தலித்துகளான அனைவராலும் இத்தகைய தலித் இலக்கியத்தைப் படைக்க முடியும்" என்கிறார்.

இவ்விருவரின் இத்தகைய பார்வைக்கு சற்று எதிர்த் திசையில் இருந்துவரும் குரல்களும் கவனிக்கப்பட்டது. அவர்களுள் உஞ்சைராசன் "கலாசார ரீதியாகவும் தன்னைத் தலித்தாக்கிக் கொள்ளாத எவரையும் தலித் இலக்கியப் படைப்பாளன் என்று நம்பிவிட தலித்துகள் தயாராக இல்லை" (நிகழ்,22,1992:50) என்கிறார். சுபமங்களா ஜூலை இதழில் (1992:17) இன்குலாப் அவர்கள், "ஒரு தலித் மேல் பரிவு இருக்கலாம். அவர்களோடு வாழும்போது வாழ்க்கை முறை என்னவென்று தெரியலாம். ஆனால் அந்த உணர்வை அனுபவிப்பது என்பது ஒரு தலித்தாக

இருந்தால் மட்டும்தான் சாத்தியம் என்று நினைக்கிறேன். ஆக, அவர்கள் மத்தியில் இருந்து இலக்கியம் வருமேயானால் மிகச் சிறப்பாகத் தலித் விடுதலைக்கான இலக்கியமாகவும் இருக்க முடியும்” என்பார்.

இதன் பின்னணியில் தலித் சாதியில் பிறந்த படைப்பாளிகள், அடிமை மற்றும் இழிவுக்கு உள்ளாகி, வலி உணர்ந்ததன் அடிப்படையில் தலித் இலக்கியம் படைக்கத் தகுதி பெற்றோர் ஆவர். அவர்களின் சொந்த அனுபவங்களே தலித் இலக்கியங்களைப் படைக்கத் துணை நிற்கின்றன. படைப்பாளர்கள் சிலர் தலித் சாதியில் பிறக்காவிட்டாலும் தலித் இலக்கியம் படைக்க உரிமை உடையவர்கள். இவர்கள், ‘தலித்’களின் வாழ்க்கையை அருகில் இருந்து பார்த்து, அவர்கட்கு ஏற்படும் சமூகப் பிரச்சனைகளை அடிப்படையாகக் கொண்டு இலக்கியம் படைப்போராவர் என்றும் புரிந்து கொள்ளப்பட்டிருக்கிறது.

தமிழில் தலித் சாதிகளில் பிறந்தவர்களென அறியப்பட்டுள்ள ஹெப்சிபா ஜேசுதாசன், பூமணி, சிவகாமி, இந்திரன், ராஜ் கௌதமன், ரவிக்குமார், அறிவழகன், விழி. பா. இதய வேந்தன், பாமா, இமையம், அபிமானி, சோ. தர்மன், பாப்லோ அறிவுக் குயில், தலித் சுப்பையா, தலையாரி, ராஜமுருகபாண்டியன், மதிவண்ணன், மதியழகன், உஞ்சைராசன், ப்ரதிபா ஜெயச்சந்திரன், விடிவெள்ளி, சுதாகர் கத்தக், அழகிய பெரியவன், ஜெயராணி, சந்ரு, தய்.கந்தசாமி, ஸ்ரீதர கணேசன், புதூர் அன்பழகன், அன்பாதவன், பாரதி வசந்தன், என்.டி.ராஜ்குமார், பாரதி நிவேதன் முதலான எழுத்தாளர்களின் படைப்புகளில் தலித் உணர்வுகள் வெளிப்பட்டுள்ளன.

இவர்களில் பலர் தாங்கள் தலித் எழுத்தாளர் என்று சொல்லப்படுவதை விரும்புவதில்லை என்பதும் அக்குரல்கள் திராவிட மார்க்சிய மற்றும் பெரியாரிய எல்லைகளிலிருந்தும் உண்மையாகவே தலித் என்ற அளவுகோலில் எழுத்தை உள்ளடக்குவதில் விருப்பமில்லாதவர்கள் என்ற இடத்திலிருந்தும் இது மேலும் விவாதிக்கத் தகுந்தது. இவர்களில் சிலர் கவிதைகளில் செயல்பட்டுள்ளனர். சிலர் நாவல்களில், சிலர் சிறுகதைகளில், சிலர் நாடகங்களில் செயல்பட்டுள்ளனர். ஒன்றுக்கு மேற்பட்ட இலக்கிய வகைகளில் செயல்பட்டவர்களும்

உண்டு. இந்த நிலையில் தலித் இலக்கியம் என்பது மறைந்து விட்டது, அதற்கான தேவை மங்கிவிட்டது என்று சொல்லப்பட்ட நிலையில் இங்கு அதைக்குறித்தான குறிப்பும் அவசியமாகிறது.

காலத்தின் அதீதத்தில் கரைந்துபோய்விட்டது என்று தலித் இலக்கியம் குறித்து கருத்து தெரிவித்துவிட்டு பலர் இளைப்பாறிக்கொண்டிருக்கும் தருணமாக இது இருக்கிறது. பொது சமூகத்தின் அங்கீகாரத்திற்கும், பொது நீரோட்டக்கலப்பிற்கும் ஒருவேளை இது அவர்களுக்கு உதவலாம் என்பது வேறு. தலித் இலக்கியத்தின் தேவை தீர்ந்து விட்டதென சிலர் சொன்னவுடன் அதை விவாதப்பொருள் ஆக்காமல் அப்படியே அமைதியாக இருந்துவிட்ட தமிழ்ப் பொது இலக்கியச்சூழலும் கேள்விக்குட்பட்டதுதான். இந்தியச் சமூகத்தின் மூலமாகவும், அதன் நெடுகிலும் இயங்குகிற இயங்கியலாகவும் சாதி இருக்கிறது. இந்நிலையில் சாதி அடுக்குகளைத் தகர்க்கிற வேலைகளை நாகரிகச் சமுதாயம் செய்ய எத்தனிக்கும்போது வெளிப்பட்ட இலக்கியவகைமை இன்று தேவையில்லை என்று சொல்லப்படுகிறது. அதன் காரணம் சாதி அழிந்துவிட்டது என்பதற்காக அல்ல. அது மேலும் எழுந்துவிடக் கூடாது என்னும் சிற்றெண்ணம். ஆனால் எதிர்புரட்சியாக சாதி வளர்க்கும் அரசியல் இங்கு வேரூன்றி வருகிறது. தலித்துகளுக்கு எதிராக அவர்களை அடக்கி ஒடுக்கி ஆளுமை செய்யும் சாதிகள் ஒன்றாகத் திரளுகின்றன. குறைந்தபட்ச பாதுகாப்பாகக் கூட இல்லாத வன்கொடுமைத் தடைச்சட்டத்தை மாற்ற வேண்டும் என்னும் கோரிக்கையோடு மாவட்டங்கள் தோறும் சாதிய கட்டமைப்பின் காவலர்கள் பறந்துகொண்டிருக்கின்றனர்.

ஆஸ்திரேலியப் பழங்குடி மக்களான அபராஜினிகளிடம் மன்னிப்புக்கேட்கும் மனசாட்சி நிறைந்த வேலையை அந்நாட்டின் பாராளுமன்றம் செய்தது. அவர்களுடைய நிலத்தை, பண்பாட்டை அபகரித்ததற்காக ஆட்சியாளர்கள் பழங்குடியினரிடம் மண்டியிட்டனர். இந்தியாவின் பழங்குடிமக்களாகிய தலித் மக்களிடம் இவர்கள் மன்னிப்புக் கூட கேட்க வேண்டாம் அவர்களின் கோரிக்கையாகிய தங்களை மாண்புள்ள மனிதர்களாக நடத்த வேண்டும் என்பதையாவது இந்தியச் சமூகம் தன் கவனத்தில் எடுத்திருந்திருக்கலாம். ஆனால் கெடுவாய்ப்பாக அவர்களுக்கு மேலும் துன்பம் தருவதும் சாதி

அமைப்பை மனசாட்சியே இல்லாமல் கெட்டிபடுத்துவதும்தான் நடக்கிறது.

சாதியின் கடைசித்துளி இருக்கும் வரைக்கும் தலித் இலக்கியம் இருக்க வேண்டும் என்பதுதான் நியாயமானதாக இருக்க முடியும். ஆனால் தங்களை தலித்துகளாக அடையாளப்படுத்திக் கொள்ளவிரும்பாத ஆனால் தலித் இலக்கியத்தையே தன் உற்பத்திப் பொருளாகக்கொண்டிருக்கும் தலித் எழுத்தாளர்கள்கூட தலித் இலக்கியத்தை நிராகரிக்கும் இச்சூழலில்தான் தலித் இலக்கியப் படைப்புகளும் உருவாகிக் கொண்டிருக்கின்றன என்பதையும் நாம் மறந்துவிடக் கூடாது.

6

தலித் படைப்பழகியல்

தலித் இலக்கியம் ஆதிக்கத்திற்கு எதிரான சொல்லாடல்களை உருவாக்குகின்றது. தளையான மரபுகள் உடைகின்றது. புதிய தொன்மங்களைப் படைக்கின்றது. நிறுவப்பட்ட கருத்தியல், அழகியல் ஆகியவற்றைக் கலைத்துப்போடுகின்றது. நாட்டுப்புறக் கலைகளோடு தன்னை இணைத்துக் கொள்கிறது. உயர்ந்த-மேன்மையான எனச் சொல்லப்பட்டவைகளையெல்லாம் தனது பேச்சின் மூலம் அதிர்ச்சிக்குள்ளாக்குகிறது. இதன் மூலம் அழகியல் என்பதும் தலித் அழகியல் என்பதும் குறித்தும் பின்வருமாறு காணலாம்.

அழகியல்-சொல் வரைவு

பிளேட்டடோவின் காலத்திலிருந்தே அழகியல் பற்றிய கருத்தாக்கங்கள் நிலவி வந்தாலும் முதன் முதலாக அழகியல் என்னும் பொருள்படக்கூடிய ஆங்கிலத்தில் 'Esthetic' என்ற வார்த்தையினைப் பயன்படுத்தியவர் ஜெர்மானிய தத்துவவாதியான அலெக்ஸாண்டர் கோதிவீப் பாம் கார்டன் என்பவராவார். அழகியல் என்னும் சொல் வளர்திறன், புலங்களின் வாயிலாக உணரும் திறன் என்ற பொருளுடைய 'ஈஸ்தெடிக்கஸ்' என்னும் கிரேக்கச் சொல்லிலிருந்து பெறப்பட்டது. ஆங்கிலத்தில் 'AESTHETIC' என்ற சொல் உருவாகி அதன் மூலம் தமிழில் அழகியல் என்ற சொல் உருவானது.

அழகியல்-பொருள் விளக்கம்

இலக்கியம் என்பது வாழ்வை மட்டுமல்ல அவ்வாழ்வின் நிலம் மொழி பண்பாடு பொருளாதரம் சமூக உறவுகள் அரசியல்

கலை என அனைத்து வகையான பிரதிபலிப்புகளையும் உள்ளடக்கியது. அதன் வழி ஒரு மொழி நிலத்தில் இருந்து எழுதுபவர் தனக்கான தனிப்பார்வை, எழுத்தின் மூலம் தனி அழகியலைக் கொண்டுவரமுடியும். இலக்கியம் என்பதை வாழ்வியலிலிருந்து பிரித்துப்பார்க்க முடியாது என்று சொல்லப்படுவதைப்போல ஒரு படைப்பிலிருந்து, இலக்கியத்திலிருந்து அழகியலையும் பிரித்துப் பார்க்க முடியாது.

அழகியல் என்பது அழகு வாய்ந்த ஒரு பொருளைக் காணும்போது அல்லது அழகான முறையில் ஒரு கருத்தினை வெளியிடும்போது ஏற்படும் உணர்ச்சியாகச் சுட்டிக்காட்டப்படுகிறது. மக்களின் சுவைத்தல் தன்மை வேறுபட்டிருப்பதால் எல்லோருக்கும் ஒரேவிதமான உணர்ச்சி தோன்றவேண்டிய அவசியமில்லை. காரணம் அது அம்மக்களின் பண்பாடு, பழக்க வழக்கம் என்னும் பலவிதத் தன்மையால் மாறுபட்டிருப்பது. இருப்பினும் பொதுவான அழகியல் கூறு எனச் சுட்ட, ஒரு பொருளைப்பற்றிய எண்ணக் கற்பனை, பாவம் ஆகியவற்றைப் பற்றி நிற்கும் கலைப்படைப்பு மக்களின் உள்ளத்தில் அழகுணர்ச்சியைத் தூண்டவேண்டுமானால் அது உலகியல் நெறியோடு ஒட்டியும் இருக்க வேண்டும். அழகியல் அல்லது அழகுணர்ச்சி காண்பவர் அல்லது படிப்பவர் அல்லது நுகர்பவர் மனதின், சூழ்நிலையின் போக்கிற்கேற்ப இன்ப-துன்ப உணர்வுகளாக அமையலாம். ஏற்கெனவே நிறுவப்பட்ட இலக்கண விதிமுறைகளுக்குள் இது அடங்காது எனவும் சொல்லாம்.

மேனாட்டார் விளக்கங்கள்

தாமஸ் அக்கினாஸ், 'புலங்கள் அல்லது மனதை இன்புறுத்துவது அழகு' என்கிறார். கீட்சு, 'உண்மையே அழகு' என்கிறார். கார்க்கி, 'கலைஞன் தன் படைப்புக்கு ஓர் உருவம் கொடுக்கும் பொருட்டுப் பல்வேறு கட்டுக்கோப்புகளையும், ஓசை நயங்களையும், நிறபேதங்களையும் அல்லது சொற்றொகுதிகளையும் சேர்க்கும் சேர்மானமே அழகு' என்று கூறுகிறார். ஜெர்மனியைச் சேர்ந்த சானட், 'முருகியல் இன்பம், உணர்ந்து துளைப்பது' எனக் குறிப்பிடுகிறார். எட்கர் ஆலன்போ, 'தூய்மையானதும் ஆன்மாவை உயர்த்தவல்லதும்

மிகவும் செறிவானதும் ஆகிய இன்பம் அழகை ஆழ்ந்து சிந்திப்பதனின்றும் பெறப்படுவதாகும்' என்கிறார்.

அழகியல்-தமிழ், கருத்துப் பதிவுகள்

சொற்களை உடலாகவும், பொருளை உயிராகவும் கொண்டு கவிதை அமைகிறது என்பார் நன்னூலார்.

> "பல்வகைத் தாதுவின் உயிர்க்குடல் போற்பல
> சொல்லால் பொருட்கிடனாக உணர்வின்
> பல்லோர் அணி பெறச் செய்வன"

என, உணர்ச்சித் தோய்வில் அணிநலம் பெருக, கற்பனை உணர்த்தும் பல தளங்களும் ஓரிடத்தில் கூடுவதைப் படைப்பின் தளம் ஏற்படுத்திக்கொடுக்கிறது. பாவனைகளோடு ஏற்ற சொற்களைக்கொண்டு, இன்னோசை இழைய அழகிய வடிவிலே உருவானது 'கவிதை' என்று பொதுவாக அறிஞர்கள் கவிதைக்கு இலக்கணம் கூறுவர். ஆனால் அதை வரையறுத்து இதுதான் கவிதை என்று அறுதியிட்டுக் கூற இயலாது. இதனை,

> "உள்ளத்து உள்ளது கவிதை-இன்பம்
> ஊற்றெடுப்பது கவிதை"

என்று கவிமணி கவிதைக்கு இலக்கணம் கூறுவர், என்றாலும் இவற்றினின்றும் கவிதையின் முழுதான வரையறைக்கு வந்துவிட இயலவில்லை. இன்பத்தை அல்லது கவிதையினை உணர அதன் பல்வேறு கூறுகள் துணை செய்கின்றன. எந்த ஒரு படைப்பிலும் அதன் கரு, கட்டமைப்பு, சொல்நேர்த்தி, சொல்முறை என்றெல்லாம் ஒரு பட்டியல் நீள்வதை இங்கு குறிப்பாக உணர்த்தலாம்.

புதுக்கவிதைக்கு உள்ளடக்கத்தைத் திட்டவட்டமாக வரையறை செய்ய முடிவதில்லை. நுண்துகள் முதற்கொண்டு பிரபஞ்ச முழுமைக்குமான எவ்வொன்றையும் தன் படைப்புக்கான மூலப்பொருள்களாகக் கொண்டுவிடுகிறது. இவையாவும் தனிமனித, பொதுமனித பார்வைக்குள் உணர்வுக்குள் இழைந்து, கலைவயப்படுவதிலும் அது கலைமொழியாதலின் நிலையாகவும் அழகியல் துலக்கம் பெறுகிறது எனலாம்.

இதனையடுத்து, இவ்வழகியலுக்குப் புதுக்கவிதையைப் பொறுத்தவரை உத்திகளின் பங்களிப்பும் இன்றியமையாதது. உள்ளுறை, இறைச்சி, உவமை, உருவகம், நாடகக் குறிப்பு, முரண், தனிமொழி போன்ற உத்திகள் சங்க இலக்கியம் முதற்கொண்டு மரபுக்கவிதைகளில் இடம்பெற்றுள்ளன. ஒவ்வொரு காலகட்டத்திலும் இதனுள் ஒன்றின் வீச்சு அதிகமாகவோ குறையவோ இருக்கக்கூடும். புதுக்கவிதைகளில் படிமம், குறியீடு, முரண், அங்கதம், இருண்மை, விடுகதை, உரையாடல் எனப் பல நிலைகளில் உத்திகளின் செல்வாக்கினைக் காணமுடியும். கதை, நாவல், நாடகம் போன்ற பல வடிவங்களில் இதன் அழுத்தம் வெவ்வேறாக கானக்கிடைக்கலாம்.

தமிழ் இலக்கியத் திறனாய்வு வரலாறு என்னும் நூலில் க.பஞ்சாங்கம், "ரசனை வாதம், முருகியல் வாதம் இவை பொருளாதார விளக்கங்களை எடுத்துக்கொள்ளாமல் கலை கலைக்காவே என்று இறுதியில் வந்து நின்ற இடம்தான் அழகியல் வாதம் என்கிறார்." ஆனால், அவர் குறிப்பிட்ட கசடதபற இதழில் வந்த 'எதையும் செய்யுங்கள் அதை இலக்கியமாகச் செய்யுங்கள்' என்றதையே அழகியல் ஏற்றுக்கொண்டது எனலாம். ஆக இதனிலிருந்து அழகியல் என்பது கலைகளைப்பற்றிய ஒரு புரிதலாக, அறிவை விரிவு செய்து உள்ளத்தை நெகிழ்விப்பதாக, புலன் இன்பத்தைத் தருவதாக எனக்கொள்ளலாம்.

அழகியல் என்பது ஒரு வாழ்வியல் தத்துவமாக நுண்கலைகளின் அனைத்துப் பரிமாணங்களிலும் பிரதிபலிக்கும் ஒரு இசமாக மேலை நாடுகளில் வளர்ந்துள்ளது. இதனைப்பற்றி தனது அழகியல் என்னும் நூலில் குறிப்பிடும் கு.விவேகானந்தன், "ஒருவன் அழகான பொருட்களை எதிர்கொள்ள நேரும்போது ஏற்படும் சிக்கல்களுக்கான முடிவும், அப்போது ஏற்படுகின்ற கருத்துகள் பற்றிய ஆய்வும், இவை குறித்த தத்துவத்தின் ஒரு பிரிவுமே அழகியல் ஆகும் எனத் தத்துவக் கலைக்களஞ்சியம் குறிப்பிடுகின்றது" (ப.21) என்கிறார். ஆனால் இந்த அழகியல் என்பது இந்திய-தமிழகச் சூழலில் சற்று இறுக்கமான தளம் உடையதாகிறது.

தலித் அழகியல் - செயலும் எழுத்தும்

மராத்திய தலித் எழுத்தாளர் சரண்குமார் லிம்பாலே தலித் எழுத்தின் முயற்சியை, "தலித் இலக்கியத்துக்கு இரண்டு பரிமாணங்கள் உண்டு. ஒன்று, தலித்துகள் தங்களுடைய கடந்தகால வரலாற்றில் அடிமைப்படுத்தப்பட்டனர் என்பதை உணரச்செய்து, அவர்களும் மனிதர்கள்தான் என எடுத்துக்காட்டி அவர்களுடைய மனித உரிமைகளுக்காகப் போராட வேண்டியது அவர்களின் கடமை என்று உணர்த்த வேண்டும். மற்றொன்று, வர்ணாசிரம சமூகத்தின் இதயத்தைத் தொட்டு அவர்களின் மனதை மாற்ற முயன்று, தலித்துகளின் உரிமைகளைப் பண்புடன் எடுத்துக்கூறி, தலித்துகளும் மனிதர்தாம் என்பதை உணரச்செய்து, காலம் காலமாக அவர்கள் அடக்கி ஒடுக்கி வைக்கப்பட்டார்கள் என்பதை விளக்கி, தலித்துகளின் நடப்புநிலையை வர்ணாசிரமத்தார் புரிந்து ஏற்க வைத்து, அவர்கள் மாறவேண்டும் என உணர்த்தவேண்டும்" (தலித்முரசு, நேர்காணல், பிப்.2006) என்கிறார். இதனை மாண்புள்ள பண்புள்ள மனிதவியலின் அணுகுமுறையாக எடுத்துக்கொண்டு இதனோடு கறுப்பியம் என்பது இணையும் புள்ளியையும் பார்க்கலாம்.

தமிழ்ச் சமுதாயத்தில் மேல்தட்டு வர்க்கத்தினரால் கட்டமைக்கப்பட்ட அழகியல் என்னும் பொதுப்பார்வை இங்குள்ள பல்வேறு சாதிகளின் தனிப்பட்ட கூறுகளைக் கண்டுகொள்ளாமல் இருந்தது. நாகரிகம், பண்பாடு, உணவு, உடை, பழக்கவழக்கங்கள், கலை, இலக்கியம் எனப் பல்வேறு சமூகத்தின் தனிப்பட்ட அழகியலைக் கணக்கில் எடுத்துக்கொள்ளாதபோக்கே பின்பற்றப்பட்டது. நிறுவப்பட்ட இலக்கண விதிமுறைகளுக்குள் இது அடங்காது எனவும் சொல்லப்பட்ட அழகியல், கறுப்பியம் தலித்தியம் என்பதற்குள் எத்தகைய அதிகாரத்தை அல்லது எத்தகைய பாராமுகத்தைச் செலுத்தியது என்பதும் முதன்மையான கேள்வி ஆகிறது.

'தலித்' என்ற வார்த்தை சார்ந்த சொல்லாடல்கள் தமிழுக்குப் புதியன என்றாலும் தலித் இலக்கிய வெளிப்பாடுகளுக்குத் தமிழில் உள்ளடக்கம் சார்ந்தும் வடிவம் சார்ந்தும் தொடர்ச்சிகள் உண்டு. தமிழ்ப் புனைகதை வரலாற்றை அறிந்தவர்கள், தலித் இலக்கியப் பிரதிகளைத் தமிழின் வட்டார எழுத்துகளோடு

அடையாளப்படுத்தியும் புரிந்துகொள்ள முடியும் என்பார் அ.ராமசாமி.

தலித் சிற்றிதழ்கள் நிறைய தொடங்கப்பட்டு நடத்தப்படவும் பரவலாக்கப்படவும் வேண்டியதாக இருக்கிறது. தலித் இயக்கங்களும் தலித் அரசியல் கட்சிகளும் தங்கள் தொண்டர்களை நல்ல படிப்பாளிகளாக வாசிப்பாளர்களாக மாற்ற வேண்டியது காலத்தின் கட்டாயமாக இருக்கிறது.

இந்த நிலையில், தலித் இலக்கியப் பரப்பில் தலித்துகளின் படைப்பாக்கம் பெரும் கவனத்திற்குரிய ஒன்றாக விளங்குகிறது. தலித் இயக்கம் அரசியல் இயக்கமாகத் தலித்துகளின் தலைமையின்கீழ் தீவிரப்பட்டு இருக்கக்கூடிய ஒரு காலகட்டத்தில் தலித் படைப்புகளும் பெரிதும் அரசியல் தன்மையாக வெளிப்படுவது தவிர்க்க முடியாது. படிப்பதற்கே வாய்ப்பளிக்கப்படாமல் நூற்றாண்டு காலமாக ஒடுக்கப்பட்டிருந்த தலித் மக்களிடம் இன்றைக்கு இலக்கியமானது அடக்கப்பட்ட ஒடுக்கப்பட்ட உணர்வுகளிலிருந்து பொங்கிப் புறப்பட்டு வெளிவருகின்றது. புதிய கோடாங்கி, தாய்மண், தலித் முரசு, மணற்கேணி முதலிய பத்திரிக்கை ஊடகங்களும் தலித் படைப்புகளுக்குத் துணை நிற்கின்றன. பெரிதும் அரசியல் தன்மையாகவும், சுயவரலாற்றுத் தன்மைகளாவும் வெளிப்படும் தலித் இலக்கியம் வாழ்க்கையின் மர்ம முடிச்சுகளை நோக்கித் தத்துவார்த்தத் தளங்களில் இயங்க முயலும்போது அடுத்த கட்டத்திற்கு நகர்ந்து கொண்டிருப்பதைப் பார்த்து வருகிறோம்.

தலித் அழகியல் குறித்துப் பதிவு செய்யும் இந்திரன், "அழகியலில் பிரிவுகளுண்டு. தத்துவச் சிந்தனையில் எத்தனை விதமான பிரிவுகள் உள்ளனவோ அத்தனை விதமான பிரிவுகள் அழகியலில் இருக்கவே செய்யும். தலித் அழகியல் என்பது நிச்சயமாக உருவாக்கப்பட வேண்டிய ஒன்று. இந்த உருவாக்கத்திற்குத் தலித் அரசியல் பெரும் பங்கு வகிக்கும்" (ப.303) என்கிறார். மேலும் அழகிய பெரியவன், நான் எழுத வந்தபோது 'தலித் இலக்கியம் ராவா இருக்கு. அதில் அழகியல், நுட்பம், கதை சொல்லும் பாங்கு போன்றவை இல்லை' என்று சொல்லப்பட்டது. நான் அழகியல் கூறுகளையும் உள்ளடக்கி எழுதினேன். இதையே என் பலமாக விமர்சகர்கள் சொல்கின்றனர். ஆனால், 'வேதனையையும், வலியையும்

சொல்ல வேண்டிய எழுத்தில் அழகியல் என்பது நீர்த்துப்போகச் செய்கிறது' என்பது என் மீதான எதிர்க் கருத்தாகவும் வைக்கப்படுகிறது. நான் அப்படிக் கருதவில்லை. தலித்துகளின் மண் சார்ந்த, மக்கள் சார்ந்த போராட்ட வாழ்க்கை என்பதே அழகியலோடு கூடியதுதான். தவிரவும் தலித் என்றால் அழுதுகொண்டேதான் இருக்க வேண்டுமா? அவனுக்குக் கொண்டாட்டங்கள் வேண்டாமா? தமிழில் தலித் இலக்கியம் தொடங்கி 20 ஆண்டுகளைக் கடந்துவிட்டோம். அழுகை, முறையீடு, புலம்பல் என்பதை நாம் தாண்டிச் செல்லவேண்டி இருக்கிறது என்று குறிப்பிடுவதும் இங்கு கவனிக்கத்தக்கது.

தமிழகத்தில் தலித் சொல்லாடல்களை முன் மொழிந்து, பின்புலத்தில் செயல்பட்ட நபர்களும் அவர்களின் எழுத்துப்பிரதிகளும் வெளிப்படுத்திய மிக முக்கியமான அம்சம், கலக நிலைப்பாடு என்பதாகும். படிநிலை வேறுபாடுகளைக் கொண்ட இந்திய சாதி அமைப்புக்கெதிரான குரலாக முன் மொழியப்பட்டது. ஒதுக்குதல் - ஒதுங்குதல் என்னும் மன வினையின்மேல் கட்டமைக்கப்பட்ட சாதிப் படிநிலைகளை ஏற்றுக்கொள்ள மறுப்பதன் மூலம், தங்களுக்கான வெளிகளை உரிமையாக்குவது, தடை செய்யப்பட்ட வெளிகளுக்குள் அத்துமீறி நுழைவது, உயர்வானது எனப் புனையப்பட்டவைகளைத் தாழ்வானது என எள்ளி நகையாடுவது, தரமற்றவைகள் என ஒதுக்கியவற்றைத் தரமானவை என முன்னிறுத்துவது, உயர் நிலைகளில் உள்ளவைகளைக் கவனித்து அவைகளின் பின்னணியில் உள்ள சதிகளை அம்பலப்படுத்திச் சிரிப்பது எனச் செயல் தளங்கள் உருவாகியுள்ளன. இச்செயல் தளங்கள் 'தலித் அரசியலு'க்கும் 'தலித் இலக்கி'யத்திற்கும் பொதுவானவைகளாக அமைந்து இரண்டையும் உடன் அமர் பயணமாகக் கொண்டுசெல்ல வேண்டும் என்ற விருப்பம் பல நேரங்களில் வெளிப்படுத்தப்பட்டுள்ளது.

தலித் கவிதைகள் நாட்டுப்புறக் கதைகளையும், பழமொழிகளையும், தொன்மங்களையும் தனது கவிதையாக்கத்திற்கான கச்சாப் பொருளாகப் பயன்படுத்திக் கொள்கின்றன. தீண்டாமைக்கு ஆளாக்கப்பட்ட மக்களைப் பற்றி எழுதும்போது, அதுவும் அவர்களில் ஒருவரே எழுதும்போது வைதீக சமய சமூக அமைப்பின் நம்பிக்கைகள்

தூக்கி எறியப்படுகின்றன. புரட்டிப் போடப்படுகின்றன. அகமும் புறமும் சார்ந்து இயங்கும் இப்படைப்புகளில் ஒடுக்கப்பட்டவர்களின் வலியும் வேதனையும் பதிவு செய்யப்படுகின்றன. எப்பொழுதுமே தனக்கான மொழியை உருவாக்காமல் தனக்கான அழகியலை வடிவமைக்க முடியாது. தலித் கவிதைகள் உயிரோட்டமுள்ள பேச்சு மொழியை அதனுடைய எல்லாவிதமான கூறுகளுடனும் பயன்படுத்த முயலுகிறது. பேச்சு மொழிதான் உண்மையான தாய் மொழி. எழுத்து மொழி, உருவாக்கப்பட்ட மொழி. அதிகாரம் செலுத்துவதற்காக உருவாக்கப்பட்ட மொழி. எனவே தலித் படைப்புகள் அதிகாரம், புனிதம் போன்றவைகளை உடைக்கிறது. உச்சரிக்கக் கூசுகின்ற வார்த்தையாடல்களையும் உயிர்ச் சொற்களைகளையும் கவிதைக்குள் கொண்டுவந்து இறக்குகின்றது. இதன் மூலம் கவனிப்பாரற்றுக் கிடந்த ஒரு மூடுண்ட தமிழ் வார்த்தையுலகம் வாசகனுக்குள் விரித்துப் போடப்படுகிறது. தலித்துகளின் துயரத்தை, சோகங்களை, அவலங்களை வலியுடன் ஒப்பாரியுடன் சொல்வது மட்டுமல்ல தலித் இலக்கியம், காலங்காலமாக கசந்து திரிந்த தலித் வாழ்வின் நம்பிக்கைக் கீற்றுகளாக ஒளிரும் பண்பாட்டு மின்னல்களைத் தலித் அழகியலோடும், தலித் அரசியலோடும் பதிவு செய்வதும் தலித் படைப்பாளிகளின் கடமையும் அதுவே தலித் எழுத்திற்கான அழகியலையும் வழங்க முடியும் என்று பேசப்படுவதும் இங்கு சுட்டத்தக்கது.

“தலித்துகளின் கலை இலக்கிய ஆக்கங்கள், அடிப்படையில் தனித்துவமான தமது சுயத்தைக் கொண்டாடுவதாகவும், சாதியமானது தமக்கு வரலாற்றுரீதியாக இழைத்துவரும் பாரபட்சங்கள், அவமதிப்புகள், சுரண்டல்கள், ஆக்கிரமிப்புகள், ஒடுக்குமுறைகள் ஆகியவற்றின் மீதாக புகார் அல்லது கண்டனத்தை தெரிவிப்பதாகவும், தமது மாண்புகளை மீட்டுக்கொள்ளும் போராட்டத்திற்கான அறைகூவலாகவும் வெளிப்படும் தேவையினைக் கொண்டவை. மக்களின் மனங்களை பாழ்படுத்தி மனிதத் தன்மையற்றவர்களாக மாற்றியுள்ள இந்துமத சாஸ்திரங்கள் உருவாக்கியுள்ள மதிப்பீடுகள் அனைத்தையும் தலைகுப்புறக் கவிழ்த்துக் கொட்டும் தலித் இலக்கியம், சாதியடுக்கில் மேலேறிப் போவதற்கான தந்திரங்களையோ ஏதாவதொரு சாதியை

கீழிழுத்துப் போட்டுக்கொள்கிற ஆதிக்கத் தன்மையையோ உள்ளடக்கமாகக் கொண்டு வெளிப்படுவதற்கான சாத்தியங்களைத் துறந்தவை. இந்தியாவை ஒரு நாகரீகச் சமூகமாகக் கட்டமைக்கும் பேராவலில் அம்பேத்கர் எழுப்பிய 'சுதந்திரம் சமத்துவம் சகோதரத்துவம்' என்கிற முழக்கமே தலித் இலக்கியத்தின் உள்ளுறையாகவும் கனவாகவும் இருக்க முடியும். இந்த முழக்கம் நடைமுறையில் சாத்தியப்படுவதற்குரியதாக மக்களின் மனங்களை தகவமைக்கும் ஓர் அரசியல் நோக்கத்தை உட்செரித்ததாகவும் அது இயல்பேற்றம் கொள்ளவேண்டியிருக்கிறது.

தலித் மற்றும் தலித்தல்லாத மக்களின் மனங்களுக்குள் ஊடுருவி சாதியொழிப்புக்கு ஆதரவாக மாற்றியமைக்கும் நோக்கத்தில் தலித் இலக்கியம் ஈட்டிய சாதனைப்புள்ளிகளை கணக்கிடுவதற்கான காலம் ஒருவேளை இன்னும் கனியாமலிருக்கலாம். ஆனால் வெளிப்படையாக அறிவித்துக் கொள்ளாவிடினும் நமக்குள் ஒரு மனக்கணக்கு ஓடிக் கொண்டிருக்கிறது. உத்திரவாதப்படுத்தப்பட்ட 'வாசக வங்கி'யாக இருக்கும் தலித்துகளாகிய ஒத்தக் கருத்துள்ளவர்களுடன் மட்டுமே ஒதுங்கி உரையாடுவது பாதுகாப்பானதாக இருக்கலாமேயன்றி பலனளிக்கக்கூடியதாக இருக்காது என்பதை நாம் உணர்ந்திருக்கிறோம். அதனாலேயே, எலி வளையானாலும் தனிவளை என்கிற மனோபாவம் உண்மையில் தலித்துகளை ஒதுக்கிவைக்க வேண்டும் என்கிற சாதியவாதிகளின் இழிநோக்கத்தை நிறைவேற்றிக் கொடுப்பதாக மாறிவிடக்கூடாது என்பதில் கவனமாய் இருக்கிறோம்" என்கிறார் ஆதவன் தீட்சண்யா (ஆதவன் தீட்சண்யா வலைப்பக்கம்).

தலித் அழகியல் தன்னைத்தானே நிறுவிக்கொள்கிறது. ஏற்கனவே நிறுவப்பட்டுள்ள இலக்கியத் தரத்திலிருந்து தன்னை விடுவித்துக்கொண்டு தனக்கென புதிய மொழியாடலை உண்டாக்கிக்கொள்கிறது. தலித் இலக்கியங்களை வாசிக்கும் போது தங்களுக்கு ஏற்படும் இழிவுகளை, அவமானங்களை, எடுத்துப் பேசுகிற கலகமே அதன் அழகியலை உருவாக்குவதாகத் தோன்றுகிறது. இருந்துவரும் இலக்கியத்திற்கான அத்தனை அம்சங்களையும் போட்டுடைக்கிறது தலித் இலக்கியம். மௌனம், நாசுக்காகக் கூறுதல், உணர்த்த விளைதல் என எந்த நுணுக்கமும் இல்லாமல் முகத்துக்கு நேரில் நின்று அது தனது

கசப்பை சமூகத்தை நோக்கி வீசுகிறது. 'ஒரு தலித், தனது வாழ்க்கையின் யதார்த்தத்தைப் பிணமாக்கிப் புதைத்துவிட்டு, புதைக்கப்பட்ட பிணத்தின் மேட்டில் ரோஜா செடியை நட்டுவைத்து உலகுக்கு அழகு காட்ட முயல்வதே இல்லை' என்று உருவகமாகச் சுட்டிக்காட்டப்படுகிறது. தலித் படைப்புகள் அழுகுரலில் தன்னைப் பதிவு செய்வதாக அல்லாமல் உலகமயமாக்கலின் பின்னணியில் இன்றைய மாறிவரும் சூழலை வெற்றிகொள்வது எப்படி என்றும் தலித் படைப்பாளிகள் முன்னெடுக்க வேண்டியுள்ளது. அதிகாரங்களைக் கைப்பற்றும் முயற்சிகள் தலித் மக்களுக்கு எதிராகத் திரும்பும் வண்ணம் அமையாது இருக்க கவனங்கொள்ள வேண்டும். தலித் படைப்புகள், படைப்பாளிகளின் பேராதிக்கத்திற்கும், அடிமைச் சிந்தனைக்கும் எதிராக இருத்தல், தலித்துகளின் எழுச்சி, போராட்ட வரலாறுகளைப் பதிவு செய்வதாக, போராடத்துணை நிற்பதாகவும் இருக்க வேண்டும். அதைவிட முக்கியமாக, தலித் படைப்புகள் தலித் மக்களை மட்டுமல்ல, பாதிக்கப்படும் எந்த ஒரு மக்களின் நியாயமான விடுதலையையும் நேசிப்பவையாகவும் இருத்தல் வேண்டும். இவ்வாறு, தன்னிலை உணர்வதையும் தன்நிலை உணர்த்துவதையும் நோக்கமாகக் கொண்ட பெண்ணிய எழுத்து, தலித்திய எழுத்து, விளிம்பு நிலை எழுத்து போன்றவைகளுக்குத் தன்வரலாற்றுக் கதையாடல்கள் (self narratives) ஏற்ற வடிவம் என்கின்றனர். இவ்வகையான எழுத்துக்கள் பெரும்பாலும் நான் / நாங்கள் / நீ / நீங்கள் என்ற எதிர்வுகளுக்குள் கதையாடலை நடத்துகின்றன. தன்கதை தன் ஒத்த வாசகனுக்குத் தன்னுணர்வைத் தந்து தட்டி எழுப்பிடும் பணியைச் செய்திடுகின்றன. இதுதான் எனது பண்பாடு, இதுதான் எனது மொழி-கலை- நாகரிகம்-மண் என தனது தனித்துவத்தை நிறுவுவதாகத் தலித் படைப்புகளின் அழகியலைக் காணமுடியும்.

தலித்தியமும் பிற இயக்கங்களும்

இலக்கியப் பேசுபடுபொருளில் தற்போது தலித் இலக்கியம் உருவாக்கம் பெற்றுள்ள நிலையில், இந்தியப்பின்புலத்தில் தலித்திய வரவு சுலபமானதாக, வரவேற்கக் கூடியதாக நிகழ்ந்துவிட்ட ஒன்றல்ல. இந்திய சமூக - பொருளாதார - அரசியல் - இலக்கிய உருவாக்கத்தின் அடித்தளத்தில் சாதியம் என்பது பதியவைக்கப்பட்டிருப்பதும் அதிகார சாதிய அரசியலானது தனக்குப்பின் ஒடுக்கப்பட்ட சாதியை

பேசாப்பொருளாக நிறுத்தி வைத்துள்ளதும் அதனோடு இணைத்துக் காணப்பட வேண்டியதாகும். காலனிய ஆட்சிக்குப்பின் கிடைத்திருக்கக்கூடிய, ஒடுக்கப்பட்ட மக்களுக்கான கல்வியறிவும் அரசியல் விழிப்புணர்வும், அதிகாரச் சாதியுடன் தன்னை உரையாட முன்னெடுப்பதும் உரிமைகளை முன்வைப்பதும் தங்கள் உலகினை அழகியலுடன் முன்னெடுத்துச் செல்வதுமாக விரிகின்றன. இலக்கிய உருவாக்கத்தில் 'மொழி' பற்றியதான புதிய பார்வையும் அதன்வழி அரசியலும் தலித்தியம் பெண்ணியம் மொழியைக் கட்டமைப்பதற்கு உதவியுள்ளன.

இந்தியக் களம் - சாதியக் களத்தால் ஆனது என்ற முன்னொட்டுடன் இனம் காணப்படத்தகுந்தது. பிறப்புக்குலம் விதிப்படி என்பதுடன், இழியத்தகுந்தது - தகுந்தன எல்லாம் இங்கு விலக்கப்படவேண்டியவை. அவற்றுடன் புனிதமும், ஒழுக்கமும் ஒட்டுறவு கொள்ளமுடியாது. எனவே விலக்கப்பட வேண்டியவை தண்டனைக்கு உரியவைகளாகவும் மாற்றப்பட்டிருந்தன. தலித் வாழ்வியலும் - மனநிலையும் இப்பின்னணியில் உருவாக்கமடைந்ததை "இந்தியாவில் ஒவ்வொரு மனிதத் தன்னிலைகளும் பிறந்த சாதியினால்தான் உருவாக்கப்பட்டுள்ளது. உயர்சாதியில் பிறந்தவனுக்கு அடையாளத்தைத் தருவது அவனுக்குக் கீழுள்ள சாதிகள்தான், இடைநிலைச் சாதியினருக்கு மேலும் கீழும் உள்ளவர்கள் மூலம் அடையாளங்கள் கிடைக்கின்றன. தான் அடிமையாக இருக்கும் அதே நேரத்தில் ஆண்டையாக இருப்பதில் அவனுக்கு மகிழ்ச்சி. அடிமைகளாக மட்டுமே இருக்க நேர்ந்த கடைநிலை - தலித் - சாதிகளுக்கு அடையாளங்களைத் தருபவர்கள் மேலே உள்ள சாதியினர். அவர்களால் ஒதுக்கப்படுவதன் தீண்டாமைக்கு உட்படுத்துவதன் - நசுக்கப்படுவதன் மூலம் கிடைக்கும் அடையாளமே கடைநிலைச் சாதியினரின் மனநிலையைக் கட்டமைக்கிறது." என்கிறார் அ.இராமசாமி. (தமிழ்இனி 2000, ப.513) இம்மனநிலை, இவ்வரையிலும் அடிமைப்படுத்தப்பட்ட தனது வரலாற்று இருட்டடிப்புடன் தொடர்ந்தது என்பதால், தலித் மனநிலை தன்னை ஒடுக்கியவன் மீது கோபமும், தன்னை வெளிப்படுத்த வேண்டிய இலக்கியப்பிரதியில் தீவிரமும் உடையதாக இருக்கிறது.

தலித் இலக்கியங்களில், ஆதிக்கக் கருத்தியலும், எதிர் கருத்தியலும் நயமாக எடுத்துரைக்கப்படுவது மிகப்பெரும் சாதனை என்றாலும், அவை இன்னும் தலித் அல்லாதோரால் அங்கீகரிக்கப்படாமல் இருப்பது இலக்கிய உலகத்தில் பிணைந்து இருக்கும் சாதி வேற்றுமையை எடுத்துக்காட்டுகிறது. உளவியல் ரீதியாக குடி கொண்டிருக்கும் நிலை மாறா சாதியம், இந்துயிச மேலாண்மையை நிலைப்படுத்திக் கொள்வதற்காக தீண்டாமையையும் மற்றும் சமூக ஏற்றத் தாழ்வுகளை நிலைப்படுத்திக் கொள்வதற்காக சாதி கலவாமையையும், கவனமாக இந்துக்கள் பாதுகாக்கின்றார்கள். இதனை நடைமுறை அரசியல் என்ற பின்புலத்தில் இருந்தும் பார்க்க வேண்டியிருக்கின்றது.

தலித் அல்லாத வேறு பல இயக்கங்கள் சாதி ஒழிப்புக்காகப் போராடுவது என்பது நடந்துகொண்டு தான் இருக்கிறது. ஜனநாயகம் வந்தபிறகு வாக்கு சேகரிப்பதற்காக தலித்துகளை கறிவேப்பிலையை போல் பயன்படுத்துவது எல்லா அரசியல் கட்சிகளிடமும் இருக்கிறது. கணிசமான வாக்கு வங்கி இன்று வரை தலித்துகளிடம் தான் இருக்கிறது. ஆனால் தலித்துகள் அனைத்துகட்சிகளிடமும் சிதறிக் கிடக்கிறார்கள். தலித்துகளுக்காகப் பாடுபடுவதாக ஒரு மாயத்தோற்றத்தை குறிப்பாகத் திராவிட கட்சிகள் உருவாக்கியிருக்கிறார்கள். திராவிட இயக்கங்களை பார்த்தால் தமிழ், தமிழர் போன்ற விஷயங்களில் தான் அவர்கள் அதிகம் ஆர்வம் செலுத்துகிறார்கள். காங்கிரஸ் இயக்கத்துக்கு தீண்டாமை எதிர்ப்பு என்கிற முகம் இருக்கிறது. ஆனால் ஒழிக்க வேண்டியது தீண்டாமையையா, சாதியையா என்று கேட்டால் சாதியக் கொடுமையைத்தான். சாதிய ஒடுக்குமுறையின் வெளிப்பாடு தான் தீண்டாமைக் கொடுமை என்ற இடத்திற்கு தேசிய கட்சிகள் திராவிட கட்சிகள் நகர்வதற்கான பாசங்குத்தனமும் இங்கு விமர்சிக்கப்படுகிறது. இலக்கிய பேசு பொருளாக சாதிய ஆதிக்கத்தை எதிர்ப்பவர்கள் நடைமுறையில் அதனைச் சாத்தியப்படுத்துவதற்கு அஞ்சுவதாகவே இதனைப் பார்க்கமுடிகிறது என்ற விமரிசனங்களையும் இங்கு நாம் கவனிக்க வேண்டியிருக்கிறது.

காலனி ஆதிக்கத்தின்போது தமிழகத்தில் சுப்பிரமணிய பாரதியை, வெறும் பிராமணன் என்கிற வட்டத்திற்குள் சிக்க வைத்து, திராவிட இயக்கங்கள் தமது பிராமண-எதிர்ப்புக்

கருத்தியலை மட்டுமே மையப்படுத்தி, தமது கலை இலக்கியக் கட்டமைப்புகளைச் செய்து வந்திருக்கின்றன. அதே நேரத்தில் சாதி அடுக்கையும், சாதியே இல்லாத தலித் மக்களைத் தீண்டாத சாதிக்குள் சிக்க வைத்து அடிமையாக்கிக் கொள்வதும் இன்றும் வன்கொடுமையாக இருந்து வருகின்றது. பொதுவுடைமை இயக்கங்களை எடுத்துக்கொண்டால் அவர்கள் ஆரம்பத்தில் இருந்தே தலித்துகளுக்காக வேலை செய்திருக்கிறார்கள். ஆனாலும் சாதியை ஏற்றுக்கொள்ளும் மனோபாவம் அவர்களுக்கு சமீபத்தில் தான் வந்திருக்கிறது. அவர்களிடம் வர்க்கப்பார்வை தான் இருக்கிறது. சாதியையும் வர்க்கமாகத் தான் அவர்கள் நீண்டகாலமாக கருதி வந்தார்கள். இந்தியாவில் வர்க்கத்தை மட்டும் வைத்துக்கொண்டு சமூக மாற்றத்தை ஏற்படுத்த முடியாது என்பதை சமீபத்தில் தான் புரிந்து கொண்டிருக்கிறார்கள். ஒப்பீட்டளவில் பார்த்தால் ஒடுக்கப்பட்டவர்களுக்காக பொதுவுடைமைக் கட்சிகள் தான் அதிகம் பாடுபடுகிறார்கள். தஞ்சைப் பகுதியில் இருந்த சாணிப்பால், சவுக்கடி போன்ற சாதீயக் கொடுமைகளை கம்யூனிஸ்டுகள் தான் எதிர்த்தார்கள். உழைக்கும் வர்க்கம் என்ற அடிப்படையில் தான் அவர்கள் ஆதரித்தார்கள். உழைக்கும் மக்கள் பெரும்பாலும் தலித்துக்களாகத்தான் இருக்கிறார்கள். பொதுவுடைமை இயக்கங்களைப் போலவே வேறு சில இயக்கங்களும் தலித்களுக்காக உண்மையான அக்கறையுடன் போராடத்தான் செய்கின்றன. இதிலும் ஒரு முக்கியமான விஷயம் என்னவென்றால் தலித்துகளுக்காக போராடக்கூடிய இயக்கங்களை வழிநடத்துபவர்கள் பெரும்பாலும் ஆதிக்கசாதியினராக இருப்பது தான். தலித்துக்கள் அங்கும் தொண்டர்களாகவும், அடிநிலை ஊழியர்களாகவும் தான் இருக்கின்றனர்.

சாதிய சமூகத்தில், சாதிய ஒடுக்குமுறைக்கு ஆதார மூலமாக விளங்கும் இயக்கு விசையைப் பற்றி எவரும் யோசிப்பதில்லை. மாறாக, அதன் பின் விளைவுகளைக் கொண்டு, ஒடுக்குகின்ற சாதியோடும், ஒடுக்கப்படும் சாதியோடும் ஒப்பிட்டு நியாயப்படுத்திப் பேசுவதும், செயல்படுவதும் மூன்றாம் தரப்பின் நலன்களை விரிவுப்படுத்தி லாபம் ஈட்டுவதற்கே பயன்படும் என்பது கண்டுணரும் நிலையாக இருக்கின்றது. மூன்றாம் தரப்பு என்பது இந்தியாவைப் பொறுத்தவரையில்

அரசியல் தலைமைகளும், அரசும்தான். அரசும் அதை வழி நடத்துகின்ற சாதிய அரசியல் ஆட்சியாளர்களும்தான். இத்தகைய ஒடுக்குகின்ற சாதியரை நியாயப்படுத்துவதற்காக, ஒடுக்கப்பட்டோரை பொருளாதார ரீதியாக உயரவைத்தால் சாதிய ஒடுக்குமுறை நீங்கிவிடும் என்பது மார்க்சியவதத்தின் மிக நீண்ட திட்டமாக இருக்கிறது. ஆனால் நடைமுறை வலிகள் வேறாக இருக்கின்றது. ஒடுக்குகின்ற சாதியரின் வன்கொடுமைக்கு எதிர்த்துக் குரல் கொடுத்து, திமிறி எழும் தலித் மக்களிடையே வளர்ந்துவரும் புரட்சி எண்ணங்களையும் அவர்களின் உடன்பிறந்த கலகக் கலாச்சார சுய மரியாதை உளவியலையும் இங்கு பல்வேறு அரசியல் இயக்கங்கள் மழுங்கடித்து விடுகின்றன. எத்தனையோ தலித் சமுதாயத்தைச் சேர்ந்த முதல் நிலை அரசு அதிகாரிகளைக் கூட பயன்படுத்தாமல் இழிவுபடுத்தும் சாதிய மேலாண்மைக்கு மத்தியில் இன்னும் துடிப்புடன் எழும் தலித்திய எழுச்சி இப்படி இன்னும் சிதறிக்கொண்டிருப்பதன் முன் அரசியல் இயக்கங்களும் உள்ளன என்பதை இங்கு வெளிப்படையாகப் பேச வேண்டியிருக்கிறது. இதனையே மீண்டும் மீண்டும் இலக்கியத்திற்குள்ளும் பேச வேண்டி இருக்கிறது.

தமிழ் மரபின் நெடிய வரலாற்றில் கவிதைமரபுகள் சிறுகதைக் கூறுகளைத் தன்னுள் கொண்டும், காப்பிய விரிவுகளைக் கையாண்டும் நெடுஞ்செய்யுள் குறுஞ்செய்யுள் வகைமைகளாக விரிந்து கிடக்கின்றன. இலக்கண விதிப்படி செய்யப்பட்ட இலக்கியங்களை, பல பிரிவுகளாகவும் அவற்றில் பல உட்பிரிவுகளாகவும் கிளைத்துச் செல்பவை. தமிழின் இலக்கிய - இலக்கண புலமைக்கான சான்று பகிர்பவை. தமிழ் இலக்கியத்தின் பேசுபடுபொருள் காதல், வீரம், கொடை என்ற பிரிவுகளுடன் திணை, கரு, உரி பொருட்களாகவும் வகைப்படுத்தப்பட்டுள்ளது. இத்தகு தமிழின் நீண்ட வரலாற்றில் இலக்கியம், காலத்தை - வாழ்வை - சமூகத்தை பிரதிபலிக்கிறதென்றால், சாதிய கட்டமைப்புள்ள தமிழ் மரபானது அது யாருடைய காலம் வாழ்வு சமூகத்தைப் பிரதிபலிக்கிறது எனும் கேள்வியை எழுப்பத்தகுந்தது. இக்கேள்வியுடன் தான் ‘தலித்’ எனும் சொல்லுக்குள் பலவற்றை பேசுபடுபொருளாகக் கொள்ள வேண்டியிருக்கிறது.

தமிழில் இலக்கிய மொழியானது கவிதை மரபானதாயிருக்க, மேற்கத்திய புனைவிலக்கியம் வழியாக உரைநடையும், கவிதைமொழியும் பிரிந்து நின்றபோது, கவிதையானது அல்லது இலக்கியமானது தகவல்தொடர்பு மற்றும் அறிக்கை, அறிவியல் உரைநடைத்தன்மையிலிருந்து வேறுபடுத்திப் பார்க்கப்பட்டது. கவிதைமொழியானது வாழ்வை அனுபவத்தை வேறொன்றுடன் இணைத்துச் சொல்லும் உத்திமுறையிலும் பாடுபொருளிலும் வேறுபட்டு இருப்பது முக்கியமானதானது. இலக்கிய பாடுபொருள் உத்திகளில் போதாமையும் புதிய உணர்வு முறைகளின் தேவையும் புதிய பார்வைக்குள்ளான சமூக மாற்றமும் வழியிலான அவசியமும் இலக்கிய உருவாக்கத்திற்கும் புதுமைக்கும் வழிகோலின. இவையாவும் கவிதை இயங்கியலை அதன் கட்டத்திலிருந்து அடுத்தக் கட்டத்திற்கு நகர்த்தின. நவீன கவிதையில் 'மொழி'ப் பற்றிய புதிய பார்வையும், அதன் அரசியல் அதிகாரமான கேள்விகளுடன் தன்னை புதுப்பித்துக்கொள்கின்றன. மொழி பற்றியப் புதிய விசாரணை வரலாற்றினை மறுவாசிப்பும் விசாரணையும் செய்யக்கூடியதாக இவற்றின் உதவியோடு, பெண்ணியத்தின் அடித்தளத்திலிருந்து உருவான பெண்மொழியும், தலித் பெண்மொழியும் தீவிரமாய்த் தன்னை முன்வைத்ததும் இன்றைய காலகட்டத்தில் மிக முக்கியமான பதிவாகிறது.

இருபதாம் நூற்றாண்டின் இடைப்பகுதியில் ஏற்பட்ட நவீன மொழியியல் சிந்தனைகள் இதுவரையிலான தத்துவ கலை இலக்கிய வரலாறுகளைக் கேள்விக்குட்படுத்தியது. இதுவரையிலான அறியப்படாத வரலாறுகளை அறிந்திடச் செய்திருக்கிறது. மொழியியல் சிந்தனையின் வளர்ச்சி நிலைகள் இலக்கிய அணுகுமுறையில் அமைப்பியலாகப் பின்னை அமைப்பியலாக உருவாக்கம் பெற்றபொழுது 'இலக்கியம்' வேறுவகையானப் புரிதலுக்கு இடம் தந்திருக்கிறது. அதிகாரம் - அரசியல் - மையம் போன்றவற்றின் இருப்புநிலைகள் எவ்வெவ்வற்றை அழித்திருக்கின்றன என்பதை இலக்கிய மறுவாசிப்பிலும், தகர்ப்பமைப்பிலும் உறுதிசெய்ய வழிவகுத்திருக்கின்றது. வரலாறு என்பது வரலாறுகளாகவும் அர்த்தம் என்பது அர்த்தங்களாகவும் ஒருமை என்பது பன்மையாகவும் விளக்குகின்றன. இதுவரையிலான ஒருமை என்ற கட்டமைப்பு பன்மையை அழித்து நிறுவப்பட்டதாக

நிரூபிக்கப்பட்டபொழுது ஒருமை எனும் கட்டமைப்பைத் தகர்ப்பமைப்புச் செய்வதன் மூலம் பன்மை என்பதை முன்னுக்கு கொண்டு வருவதைப் பின்னை அமைப்பியல் சிந்தனைகள் கைகொள்கின்றன. 'தலித்' என்ற சொல்லை விளிம்பில் உள்ள ஒழுங்குமுறையாக பின்னை அமைப்பியலிருந்து எடுத்துக்கொண்டு முன்னிலைப்படுத்துவதன் மூலம் உரையாடலையும் தன்னை உருவாக்குதலையும் செய்கின்றது. ஆதிக்க அரசியலின் இலக்கியமொழியை ஊடுருவுதல், அதனைக் கேள்விக்கேட்டல் அதனைத் தகர்த்தல் அதற்குள் தன்னிருப்பு மௌனமாக்கப்பட்டதை பேசவைத்தல் தன் அழகியலை அரசியலை முன்னெடுத்தல் போன்றவற்றையெல்லாம் இக்களத்தில் மொழிவிளையாட்டைப் போல நடந்தேறினாலும் அவையாவும் ஒடுக்கப்படட தலித் அரசியலின் அடையாள வினையின் பகுதிகளாகின்றன.

அதிகாரமொழி தனது இடத்தை முதன்மைப்படுத்துவதை தனது கருத்தாக்கங்களை நிலைநிறுத்திக்கொள்வதை 'சொல்மையவாதம்' (*Logocentrism*) என்று குறிப்பிடுவர். இதுவரையிலான அதிகார மொழிப்பிரதியில் மையம் x விளிம்பு, சொல்மையவாதத்திற்குள் தீராத போராட்டமாக நிழலாக உறைந்துள்ளது. மையத்தின் ஆதிக்கம் தன்னை நிறுவி, மற்றமையை இல்லாததுபோல தோற்றம் உருவாக்கி வைத்திருப்பதை மொழிபற்றி நவீனப் பார்வையின் மூலம் அடையாளப்படுத்தலாம். குறிப்பானின் நழுவு உறவு மூலமாக அதனை முன்னெடுத்து ஒரு பிரதிக்குள் பல இணை எதிர்வுகளை (*Binory opposition*) உண்டாக்கலாம். அதன் மூலம் 'வித்தியாசம்' என்பதை அப்பிரதிக்குள் துவக்கமுடியும். அப்பிரதியில் 'தனிமை' என்ற சொல்லை நாம் 'சூழல்' என்ற சொல்லில்லாமல் உருவாக்கம் பெற்றிருக்க முடியாது என்பதன் மூலம் பிரதியில் நிகழும் 'தனிமை' என்பதுடன் 'சூழல்' என்றதற்கான நிழல் உலகையும் வரைந்து செல்ல, அப்பிரதியானது எதனை அழுத்தி மழுக்கி தன்னை நிலையாக்கியுள்ளது என்பதை இனங்காணலாம். இப்படியே 'புனிதம்' என்பதுடன் 'தீட்டு' என்பதையும், 'நீ' என்பதுடன் 'நான்' என்பதையும் அடுக்கிக்கொண்டே போக ஒரு பிரதிக்குள் பிரதியாக்கங்கள் நிகழ்கின்றன; பேசா வரலாறு பேசவைக்கப்படுகிறது.

வரலாற்றினைத் தமக்குள் பொதிந்து வைத்திருப்பதாக நம்பப்படும் கடந்தகாலப் படைப்புகளில் சொல்லப்பட்டக் கருத்துகள் அல்லது கவிதை அழகியல் மட்டும் இன்று நம் கைகளுக்குக் கிடைப்பதில்லை. அழித்தொழிக்கப்பட்டவையின் மௌனம் மற்றும் முன்னிலைப்படுத்துவதின் அதிகாரம். சங்க இலக்கியத்தைப் பற்றி க.பஞ்சாங்கம் குறிப்பிடுகிற பொழுது, "மேல்தட்டு மக்களின் தேவைகளைப் பதிவு செய்து அம்மக்களுக்குச் சாதகமாகவே படைக்கப்பட்டுள்ளன. சங்க காலச் சமூகத்தில் வர்க்கவேறுபாடு இருந்தது. வறுமை தலைவிரித்தாடியது. சங்க இலக்கியங்களில் பறையர் மற்றும் பார்ப்பனர் போன்ற சாதியப் பிரிவுகளைக் கவனிக்கமுடிகிறது. பேரிலக்கியங்கள் என்று சொல்லப்படும் சங்க இலக்கியங்கள் மேல்சாதி மக்களின் செவ்வியல் இலக்கியங்களாக (Classical Literature) விளங்கின" என்பார்.

சங்க இலக்கியத்தில் உயர்ந்த குலத்தினர் என்பவர்களின் வாழ்வே முன் வைக்கப்பட்டுள்ளது எனும்போது, மற்றவர்களின் வாழ்வியலும் அதன் மதிப்புகளும் இங்கு அழிக்கப்பட்டுள்ளதை உணரலாம். சங்ககாலம் பொற்காலம் எனும் சொல்லாடலில் சொல்மையவாதச் சிந்தனையில் மாற்றப்பட்டதற்கு அவர்கள் ஒடுக்கப்பட்ட அதிகாரப் பின்னணி கேள்வியோடும் தேடுதலோடும் எழுகிறது.

நவீன காலக்கட்டத்தின் 'மாற்று'ம் பின்னைநவீன காலகட்டத்தின் 'மறுப்பும்' ஒன்றிணைந்த போக்காகாவிடினும் மறுப்பின் அடித்தளத்தில் மாற்றுக் கருவூலங்களே குரலெழுப்பிக் கொண்டிருக்கின்றன. தமிழ்க் கவிதைகளின் நவீனகட்டம் வரையிலும் தொடர்ந்திருந்த ஆணியப் பார்வையிலான - ஆணியப்பார்வையுடன் கூடிய பெண் கவிதைகளும் நவீனத்துவத்தின் பிரச்சனைப்பாடுகளை மாற்று என்பதுடன் வளர்ந்தெடுத்து வந்தபொழுது, பெண்ணியத்தின் தீவிரத்தில் 'பெண்மொழி'யானது மாற்று என்பதை மறுப்பு என்பதுடன் முன்வைத்தது. "பெண்களுக்கான மொழியைப் பெண்கள்தான் உருவாக்க வேண்டும். இன்றைய மொழி ஆணின் சிந்தனைக்கேற்ற மொழியாகத்தான் இருக்கிறது. பெண்கள் சிந்திப்பதுவிட ஆணின் சிந்தனை முறையை ஒட்டித்தான் வருகிறது" என்று பெண்மொழிக்கான அவசியத்தைப் பகிர்கிறார் சல்மா (பவுத்த அய்யனார், சொல்லில் இருந்து

மௌனத்துக்கு, பக்.104-105). கேள்விகளை உருவாக்கி, வன்முறையற்ற அறிவுத்தொகுப்பில் பதில்களை ஊறச்செய்யும் பின்னைநவீன அறத்தின் செயல்பாட்டுக்களமாய் பெண்மொழிக் கவிதைகளை இனம் காணமுடியும். பெண்ணியம் மாற்றினை மறுப்பினை இடவலமாக நகர்த்திக் கொண்டிருக்க, தலித்மொழி - தலித் பெண்மொழி மறுப்பை முன்னுரிமையாக நிறுத்தித் துவங்குகிறது. இதனிலிருந்து தலித் இலக்கியத்தை,

★ சாதியை ஒழிப்பது-தலித் பிரச்சினைகளைப் பேசுவது.

★ கலக இலக்கியத்தை உருவாக்குவது.

★ கடுமையான அரசியல் எதிர்வினையை உசுப்பிவிடுவது.

★ ஒடுக்கப்பட்ட நிலைமையின் அழகான உளவியல் உலகத்தை நோக்கிப் பார்வை நீளுவது.

★ பொருளாதார சமத்துவத்தினை வலியுறுத்துவது.

★ ஒவ்வொரு மனிதனுக்குள்ளும் இருக்கிற தலித் உணர்வை உசுப்பிவிட்டு அவனை ஒடுக்கப்பட்ட தலித்தோடு அடையாளம் காணச்செய்வது.

★ தலித் விடுதலைப் போராட்டத்தின் ஒரு வடிவமாக இயங்குவது.

★ எதிர்மறையான சொல்லாடல்களைப் பற்றி நிற்பது.

★ புதிய தொன்மங்களை நிர்மாணம் செய்வது.

★ மரபுகளை உடைப்பது.

★ தலித் மொழியால் எழுத்து வடிவ முறையை மாற்றுவது.

★ இலக்கியத்திற்கென வரையறுக்கப்பட்ட எல்லாவிதமான இலக்கண அத்துமீறல்களையும் மீறுவது.

என இங்கு தலித் எழுத்துப் படைப்பழகியலையும் புரிந்து கொள்ளலாம்.

7

தலித்தியக் கவிதைகள்

நவீனக் கவிதைகளின் போக்கில் மிக முக்கியமான வீச்சினை அளிப்பது பெண்ணிய மற்றும் தலித் கவிதைகள். தலித் கவிதைக்கான பாடுபொருளை இந்தச் சாதியச் சமூகத்தின் கேவலமான ஒடுக்குமுறையிலிருந்து பெற்ற வலிதரும் அனுபவங்களையே அன்பாதவன், உஞ்சை ராஜன், ப்ரதிபா ஜெயசந்திரன், இந்திரன், மதியழகன், விழி.பா.இதயவேந்தன், கே.ஏ.குணசேகரன், அரங்க மல்லிகா, சுகிர்தராணி, பாரதி வசந்தன், தலித் தமிழ் மணி, இளந்துறவி, கந்தசாமி, தலையாரி, தணிகைச்செல்வன், சுப்பையா, ரவிக்குமார்,. கருத்தம்மா, என்.டி.ராஜ்குமார், பாரதிநிவேதன் முதலிய பலரும் கவிதைகளாகப் படைத்துள்ளனர். இதழ்கள், சிற்றிதழ்கள் வழியாக தலித்தியம் குறித்த சிந்தனைகளும் படைப்புகளும் முக்கியத்துவப்பட்டன. நிறப்பிரிகை (இலக்கிய இணைப்புக்கள்), சுபமங்களா, இந்தியா டுடே (ஆண்டு மலர்கள்), கோடாங்கி, தலித் போன்ற இதழ்களும் இதன் வழியாக அடையாளப்படுகின்றன.

ரவிக்குமார் கவிதைப் படைப்புகளோடு உலக இலக்கியங்கள் பலவற்றிலிருந்தும் ஒடுக்கப்பட்டவர்களின் சார்பான கவிதைகளை எல்லாம் மொழிபெயர்த்து வழங்குவதோடு நிறப்பிரிகை தொடங்கி இன்றைய மணற்கேணி வரை பல்வேறு பத்திரிக்கைகள் மூலமாகவும் தலித் கவிதையாக்கத்திற்குப் பெரும் பங்களிப்பைச் செய்து வருகிறார். இந்த வரிசையில் ராஜ முருகு பாண்டியன் 'சில தலித் கவிதைகளும்...' தொகுப்பு மூலம் தலித் உணர்வுகளைக் கவிதைக்குள் கொண்டுவர முயற்சி செய்துள்ளார். இதே வரிசையில் இளந்துறவியையும் சேர்த்துக் கொள்ளலாம்.

கவிஞர் இந்திரன் கொண்டு வந்த 'அறைக்குள் வந்த ஆப்பிரிக்க வானம்' என்ற கவிதைத் தொகுப்புதான் தமிழில் தலித் இலக்கியம் தோன்றுவதற்கான வாசலாக இருந்தது. அதற்கு முன்பும் தமிழ் ஒளி போன்றவர்கள் இருந்தார்கள். ஆனால், அவர்களின் எழுத்து அக்காலங்களில் தலித் எழுத்தாக அறியப்படவில்லை. அது மட்டுமல்ல, 'அறைக்குள் வந்த ஆப்பிரிக்க வானம்' தொகுப்பில் இருந்த கவிதைகள், இப்படிக் கூட எழுதலாமா என்று கேட்க வைத்தன. 'உங்கள் தோலையே உங்கள் விடுதலைக்கான பதாகைகளாக உயர்த்திப் பிடியுங்கள்' என்று கறுப்பர் இலக்கியம் பேசியபோது, இது ஏன் தலித்துகளுக்கும் பொருந்தாது என்னும் எண்ணம்தான் தமிழ் தலித் இலக்கியத்தின் தொடக்கப்புள்ளியாக அமைந்தது எனலாம். கருப்பின கவிதைகளும் இவ்வாறானவைதான். தாங்கள் ஒடுக்கப்படுவதற்கு எதிராக எழும் அவர்களின் கலகக் குரல்கள் இலக்கிய உலகில் கூர்மையாக அவதானிக்கப்படுபவை. 'உங்கள் கருப்புத் தோல்களை உங்கள் உடம்பை மூடும் ஓர் அங்கியைப்போல் அணிந்து கொள்ளாதீர்கள். அதை ஓர் போர்க்கொடியைப் போல் உயர்த்திப் பிடியுங்கள்' என்ற அவர்களின் பிரகடனத்தை அதற்குச் சான்றாகச் சொல்லலாம்.

தலித்திய கவிதைகளின் தன்மைகள்

புதிய தலித் அரசியலின் தன்மைக்கேற்பத் தலித் கவிதைகள் சில குறிப்பிட்ட பண்பினைத் தனக்குள் ஒழுங்குப்படுத்திக் கொண்டு இருக்கின்றன.

1. அம்பேத்கரியத்தைத் தனது தத்துவத் தளமாகக் கொள்வது 2. இதுவரை புனிதமெனக் கட்டமைக்கப்பட்டுள்ள அனைத்திலும் உடைப்புக்களை ஏற்படுத்துவது. 3. அதிர்ச்சிகளை உற்பத்தி செய்வதன் மூலம் ஆதிக்கக் கருத்தாடல்களைச் சிதைப்பது. 4. கலகக்குரலை அழகியலாக்குவது. 5. மீறலை முன்னிறுத்துவது. 6. பின் நவீனத்துவம் சொல்வதைப் போல மகா எடுத்துரைப்புகளைத் தவிர்ப்பது. 7. விளிம்புநிலை மரபான நாட்டுப்புற மரபை முன்னெடுப்பது. 8. கொச்சை மொழி என்று ஆதிக்க அமைப்புகளால் கேவலப்படுத்தப்படும் தலித் மொழியை, பேச்சு மொழியை முன்னிறுத்துவது. 9. சுயவரலாற்றுக் குணம் கொண்டிருப்பது. 10. தலித் கவிதைகளைத் தலித்துகளே எழுதுவது என்ற கருத்தாக்கத்தை வலியுறுத்துவது.

11. பெண்ணியத்திற்குள்ளும் தலித் பெண்ணியம் எனத் தனியாக வகுத்து இலக்கியம் படைப்பது. 12. தலித் வாழ்வியல் நிலம் சார்ந்தது என்பதனால் பன்னாட்டு நிறுவனங்களால் ஆக்கிரமிக்கப்படும் நிலம் சார்ந்த அரசியலை வளர்த்தெடுப்பது என முன் வைக்கப்படுகிறது.

அடிமை, தன்னை அடிமை என்று உணரும் தருவாயில் தன் வாழ்வு பற்றிய அருவருப்பும் அவமானமும் வேதனையும் இவற்றிற்கெல்லாம் காரணமானவர்கள் மேல் ஏற்படும் கோபத்தீயும் நிலைநிறுத்தப்பட்ட எல்லாவற்றிற்கும் எதிராகக் கலகம் செய்வதைத் தவிர வேறு ஒன்றைத் தேர்ந்தெடுக்க வாய்ப்பில்லை என்ற விழிப்புணர்வும் தலித் கவிதையின் நோக்கங்களாக வெளிப்படுகின்றன. கற்பி, ஒன்று சேர், கலகம் செய், பணிய மறு, திமிறி எழு போன்ற அம்பேத்கரின் முழக்கங்களுக்கு ஏற்பவும் பல கவிதைகள் பிறந்த வண்ணம் இருக்கின்றன.

தலித் இலக்கியத்திற்குத் தாயகமாக விளங்கும் மராட்டியத்தில் வெளிவந்த முதல் தலித் கவிதை தயாபவர் எழுதிய கவிதையாகச் சுட்டப்படுகிறது.

'ஏ, வால்மீகி
நீ வேடர்குலத்தில் பிறந்தவன், ஆதிவாசி
நீ உன் இனத்தைப் பற்றிக் கவிதை எழுதாமல்
ஏன் மேலிடத்து இராமனைப் பற்றி எழுதினாய்'

என இக்கவிதை வால்மீகியைப் பார்த்துக் கேள்வி எழுப்புவதாக அமைந்துள்ளது. இதன் மூலம் பழைய தொன்மங்களை மறு பரிசீலனைக்கு உட்படுத்தும் எதிர் கலாச்சாரக் குரலைத் தலித் கவிதைகளில் ஒரு அரசியல் செயல்பாடாகவும் காணமுடிகின்றது.

பொதுவாகத் தலித் கவிதையின் உள்ளடக்கம் சாதி, மத, இன, பொருள், கல்வி, இருப்பிடம், சட்டம், சமூக அந்தஸ்து, நீதி, உரிமை, சலுகை, பண்பாடு, கலாச்சாரம் ஆகியவற்றை உள்ளடக்கமாகக் கொண்ட தலித் வாழ்வியலை முதன்மைப்படுத்தும் விடுதலையின் வடிவமாக தலித் கவிதைகளின் உள்ளடக்கம் அமைகின்றது.

இந்திரன்

கி.பி.2000 ஆண்டின் துவக்கத்தில் கன்னியாகுமரியில் திருவள்ளுவர் சிலை திறப்புவிழாவின் போது அமைக்கப்பட்ட 122 ஓவியர்கள் பங்குகொண்ட 'குறளோவியம்' கண்காட்சியின் ஒருங்கிணைப்பாளர். டைம்ஸ் ஆப் இந்தியா, எகானாமிக்ஸ் டைம்ஸ், இந்தியன் எக்ஸ்பிரஸ் ஆகிய தேசிய நாளேடுகளிலும், தமிழின் பிரபல இதழ்கள், சிற்றிதழ்களிலும் நவீன ஓவியம், சிற்பக்கலைகள் குறித்து பரவலாக எழுதிவருபவர். கவிதைநூல்கள்: அதிநவீன அழகியல் போக்குகளைக்கொண்ட இவர் கவிதைகளை 'தமிழுக்கு ஒரு பரிமாண விஸ்தரிப்பு' என்கிறார் எழுத்தாளர் சுஜாதா.

இவருடைய நூல்கள்: 1972-திருவடி மலர்கள், 1982 - அந்நியன், 1991 - முப்பட்டை நகரம், 1994 - சாம்பல் வார்த்தைகள், 1982 - Syllables of Silence, 1996 - Acrylic Moon. மொழிபெயர்ப்புகள்- அறைக்குள் வந்த ஆப்பிரிக்க வானம் - 1982, காற்றுக்குத் திசை இல்லை - 1986, பசித்த தலைமுறை - 1994, பிணத்தை எரித்தே வெளிச்சம் -1995 (குஜராத்தி-மராத்தி-தமிழ் என ஆகச்சிறந்த தலித்தியல் படைப்புகள்), கடவுளுக்கு முன் பிறந்தவர்கள் -ஆதிவாசி கவிதைகள் - 2002. கலை விமர்சன நூல்கள்- தமிழ் அழகியல் - 1994, தற்காலக் கலை - அகமும் புறமும் - 1996, Taking his Arts to tribals - 1999, தேடலின் குரல்கள் - 2000, கவிதையின் அரசியல் : 2000, சினிமா விமர்சனம்: ரே -சினிமாவும் கலையும், உரையாடல்: Man & Modern Myth: A Dialogue with S Chandrasekaran, Artist-Singapore 1994.

ஆப்பிரிக்கக் கவிதையிலிருந்து ஆதிவாசி கவிதைகள் வரை உலகக்கவிதைப் போக்குகளைத் தனது மொழிபெயர்ப்புகள் மூலம் தமிழுக்கு அறிமுகம் செய்த இவருடைய இம்மொழிபெயர்ப்புகள் இலக்கியத் தளத்தில்- சிந்தனைப்போக்கில் -அதிரடித் தாக்கத்தை ஏற்படுத்தியவை.

அறைக்குள் வந்த ஆப்பிரிக்க வானம்

"அநீதி இழைக்கப்படுகிறதா? அது குறித்து மனம் பதறுகிறதா? உங்களின் சாதி, மதம், குடும்பம், நட்பு, சுயலாபம் கருதி மௌனமாயிருக்கிறீர்களா? அப்படியானால் உங்கள் கைகளை

முகர்ந்து பாருங்கள். அந்த அநீதியின் ரத்த வாசனை உங்கள் கைகளிலும் வீசுவதை உணர்வீர்கள். " - இந்திரன்

13 நாடுகளைச் சேர்ந்த கருப்பு எழுத்தாளர்களின் கவிதை, சிறுகதை, கட்டுரை, நாடகம் அடங்கியத் தொகுப்பு அறைக்குள் வந்த ஆப்பிரிக்க வானம்.

'ஆப்பிரிக்க வானம் ஜன்னலில் தெரிந்தது.
முகத்தில் கம்பிகள் புதைய வானத்தின்
எல்லைகளை அளக்க முனைந்தேன்.
விழிப் பறவையின் சிறகு முனையில்
சுருங்கிப்போன வான வெளி என் அழைப்பிற்கிணங்கி
அறைக்குள் வந்தது.'

என்கிறார் இந்திரன்.

கருப்பின கவிஞர்களில் மாயா ஏஞ்சிலோ - அமெரிக்காவில் மிக முக்கியமானவர். இலக்கியம் மூலம் அரசியல் தளத்தில் இயங்கியவர். தனது சுயசரிதையின் மூலம் கறுப்பின மக்களின், ஒடுக்கப்பட்ட பெண்களின் பிரதிநிதியாக உருவெடுத்தார். அவரது படைப்புகள் பரவலாக உலகம் முழுவதும் பள்ளிகளிலும் பல்கலைக்கழகங்களிலும் பயன்படுத்தப்படுகின்றன. அவர் கவிதைகளில் ஒரு பகுதி இவ்வாறு ஒலிக்கிறது.

'வரலாற்றின் அவமதிப்புக் குடில்களில் இருந்து
நான் உதித்தெழுவேன்.
வேதனை வேரூன்றிய இறந்தகாலத்தில் இருந்து மேலே
நான் உதித்து எழுவேன்.
நான் பரந்து அலைமோதும் ஒரு கரிய கடல்,
தாங்கியும் வீங்கியும் நான் அலையினில் பெறுவேன்.
பயங்கரத்தையும் பயத்தையும் கொண்ட
இரவுகளைப் பின்னுக்குத்தள்ளி
நான் உதித்தெழுவேன்.
அபூர்வமாய்த் தெளிந்த ஒரு வைகறைவேளையில்
நான் உதித்து எழுவேன்.
என் முன்னோர்கள் தந்த கொடைகளை அள்ளிக்கொண்டு,

நான் ஒரு கனவாகவும்
அடிமையின் நம்பிக்கையாகவும் இருக்கிறேன்.
நான் உதித்து எழுவேன்'

ஒருவன் வலி ஏற்படும் போது ராகத்துடன் அழ முடியாது. வலியின் கூச்சல் எவ்வாறு குறிப்பிட்ட வடிவத்தைக் கொண்டிருக்காதோ அதேபோல வலியில் உதிரும் தலித் கவிதைகள் வடிவமைதியையோ படிமங்களையோ கொண்டிருப்பதில்லை. ஆனால் அந்த வலியின் பேரழுகை நம்மையும் அழ வைக்கிறது. உண்மை எந்த கலையின் உத்தியைவிடவும் மேலானது என்பதற்கு இந்தக் கருப்பின வடிவமும் தலித் கவிதை மற்றும் இலக்கியத்திற்கு உத்வேகம் அளிக்கிறது எனலாம்.

'இருப்பினும் நான் எழுவேன்

நீங்கள்
வரலாற்றில் என்னைத் தாழ்த்தி எழுதலாம்
உங்களது
கசப்பான, கோணலான பொய்களால்.
என்னை அழுக்கில் போட்டு மிதிக்கலாம்
இருப்பினும் தூசியைப் போல
நான் எழுவேன்.

எனது புழங்கும் அறைக்குள்
எண்ணெய்க் கிணறுகள்
இறைத்துக் கொண்டிருப்பது போல
நான் நடப்பதால்

எனது மரியாதையற்றதனம்
உங்களை நிம்மதியற்றவர்களாக ஆக்குகிறதா?
நீங்கள் ஏன் மனச் சோர்வினால்
வளைத்துக் கொள்ளப்படுகிறீர்கள்?

சூரியன்கள் போலவும், சந்திரன்கள் போலவும்
அலைகளின் நிச்சயத்தன்மை போலவும்
நம்பிக்கைகள் மேலே உயர்வதைப் போலவும்
நான் எழுவேன்.

நான் உடைவதை நீங்கள் பார்க்க விரும்புகிறீர்களா?
வணங்கிய தலையையும் தாழ்ந்த கண்களையும்?
கண்ணீர்த் துளிகளைப் போல் கீழே விழும் தோள்களோடு
எனது ஆத்மாவின் அழுகையினால் பலகீனப்படுவதைப்
பார்க்க விரும்புகிறீர்களா ?

எனது கர்வம் உங்களைக் காயப்படுத்துகிறதா?
எனது கொல்லைப் புறத்தில்
தங்கச் சுரங்கங்களை வைத்திருப்பது போல்
நான் சிரிக்கிற காரணத்தால்
நீங்கள் அதைப் பரிதாபகரமாக எடுத்துக் கொள்ள மாட்டீர்களா??

உங்கள் வார்த்தைகளால் என்னைச் சுடலாம்.
உங்கள் கண்களால் என்னை வெட்டலாம்.
உங்களது வெறுப்பினால் என்னைக் கொல்லலாம்.
இருப்பினும் நான் எழுவேன்
காற்றைப் போல..

எனது கவர்ச்சி உங்களை
எரிச்சலடைய வைக்கிறதா?
எனது தொடைகள் சந்திக்கும் இடத்தில்
நான் வைரங்களை வைத்திருப்பது போல என் நடனம்
உங்களுக்கு ஒரு ஆச்சரியத்தைக் கொடுக்கிறதா?

வரலாற்றின் அவமானத்தின் குடிசைகளிலிருந்து
நான் எழுகிறேன்.
வேதனையில் வேர்விட்ட கடந்த காலத்திலிருந்து

நான் எழுகிறேன்.
நான் துள்ளியபடியிருக்கும் பரந்த ஒரு கருங்கடல்,
ஊற்றெடுத்தபடியும், பெருக்கெடுத்தபடியும்
நான் அலையில் பொறுத்துக் கொண்டிருக்கிறேன்..

அச்சுறுத்தலும், பயமுமான இரவுகளை
எனக்குப் பின்னால் தள்ளிக் கொண்டு
நான் எழுகிறேன்.

ஆச்சரியப்படும்படி தெளிவாக இருக்கும் விடியலில்
நான் எழுகிறேன்.

எனது மூதாதையர்கள் கொடுத்த பரிசுகளைக்
கொண்டு வரும் நான்தான்
அடிமையின் கனவும் நம்பிக்கையும் ஆவேன்..
நான் எழுகிறேன்
நான் எழுகிறேன்
நான் எழுகிறேன்.'

'கனவு வெடிக்குமா?' / லாங்ஸ்டன் ஹ்யூக்ஸ்
தமிழில்: இந்திரன்

நிறைவேறாத கனவு என்னவாகிப் போகிறது?

வெயிலில் காய்ந்து சுருங்கும் திராட்சையைப் போல்
உலர்ந்து போகிறதா?
அல்லது ஒரு புண்ணைப் போல் சீழ்பிடித்துப்
பின் மறைந்து போகிறதா?
கெட்டுப் போன மாமிசத்தைப் போல் நாற்றமடிக்குமோ?
அல்லது
பாகு நிறைந்த இனிப்பைப் போல்
சர்க்கரை பூத்துப் போகுமோ?

ஒரு வேளை
கனமான ஒரு சுமையைப் போல்
தளர்ந்து தொங்கிப் போய் விடும் போலிருக்கிறது.
அல்லது கனவு வெடிக்குமா?'

லாங்ஸ்டன் ஹ்யூக்ஸ் இப்படிச் சொல்கிறார். 'சிலநேரம் முரசுகள் சிரிக்கின்றன. சில நேரம் முரசுகள் அழுகின்றன. நாங்கள் எங்களுக்குத் தெரிந்த முறையில் எங்களுக்கான நாளைய கோயில்களைக் கட்டுகிறோம்.'

இந்த வகையில் இந்திரனும் இப்படி எழுதுகிறார். இது தலித் மக்களுக்கு மட்டுமல்லாமல் ஒட்டுமொத்த ஒடுக்கப்பட்ட மக்களுக்கான குரலாகவும் பார்க்கமுடியும்.

'நிராயுதபாணியாக போர் புரியும்
என்னை
நீங்கள் தோற்கடிக்க முடியாது
ஏனெனில்
நான் ஏற்கனவே தோற்றவன்
பல்லாயிரம் ஆண்டுகளுக்கு முன்னரே
என்னை நீங்கள் தோற்கடித்து விட்டீர்கள்
கடவுளின் பெயரைச் சொல்லி
இதுவரையிலும்
என் நிழல்கூட
உங்களைத் தீண்டாதவாறு
கவனமாய் இருந்திருக்கிறீர்கள்
இப்போதும் ஓர்
ஆயுதத்தைக் கொடுத்திருக்கிறீர்கள்
ஓட்டுச்சீட்டு
என் கையில் கொடுக்கப்பட்ட
எல்லா ஆயுதங்களையும்
நான் உங்களுக்கு எதிராகப்
பயன்படுத்தாதைப் போல்
இதையும் பயன்படுத்தமாட்டேன்
என்கிற நம்பிக்கையோடு'

மின்துகள் பரப்பு

தனது இக்கவிதைகளைக் குறித்து இந்திரன் கூறுவது முக்கியமானதாகும். “கவிதை என்பது ஒரு புதிய புரிதல் முறை. தற்கால வாழ்க்கை - வாகன நெரிசல், கணிப்பொறி, மின் துகள் பரப்பு, விமானத்தின் வேகம், தார் உருக்கும் இயந்திரத்தின் அழகு, சின்னத்திரை பிம்பங்கள், வெள்ளித்திரை வேடிக்கைகள், தனக்கான புதிய கவிஞனை எதிர்பார்த்து நிற்கிறது. கம்பனுக்கும் பாரதிக்கும் கிடைத்திராத அதிர்ச்சியூட்டும் காட்சி அனுபவங்களைக் கையில் கொண்டு புதிய நறுமணங்களையும் வெறுக்கும் புதிய துர்நாற்றங்களையும் ஒவ்வொன்றாய் கையில் எடுத்து இன்றைய கவிதைக்கான கருவாய் வழங்குகிறது. எழுத்து, சொல், மொழி, கவிதை குறித்த மானிடவியல் ரீதியான, உளவியல் ரீதியான, மொழியியல் ரீதியான குறியீட்டியல் ரீதியான புதிய கண்டுபிடிப்புகள் இன்றைய கவிதையின் முக ஜாடையையே ஒரு பிளாஸ்டிக் சர்ஜரிக்கு உட்படுத்த முனைந்து நிற்கின்றன. அதிரடிப் பார்வைப் பண்பாடு ஒன்றோடொன்று கலந்த மொழி வெளிப்பாடாக இக்கவிதைகள் கலப்பின மரபு ஒன்றை ஸ்தாபிக்க முயல்கின்றன” *(மின்துகள் பரப்பு பக் 10,11)*.

நவீனகவிதைகள் என்ற முத்திரையுடன் வெளிவந்துள்ள ‘மின் துகள் பரப்பு’ கவிதை தளத்தில் இந்திரன் செய்திருப்பது இலக்கிய தளத்தில் துணிச்சலான சோதனை முயற்சி என்று கூறும் புதிய மாதவி அவர்கள் அக்கவிதைகளைக் குறித்து அலசுவதை கீழ்க்கண்டவாறு முன்வைக்கலாம்.

“சக்கரத்தைக் காட்டிலும்
உன்னதமான ஒரு பூவை
நான் இதுவரையில் பார்த்ததில்லை”

என்று எந்திரக்காதலுடன் வலம் வருகிறது நவீன கவிதை. ஆனால் அந்த எந்திரக்காதலி தன்னை இழக்காமல் வாழ நடத்தும் போராட்டாமாகவே இவர் கவிதைகள் விரிகின்றன. சுவரொட்டிகளைப் பருகிக்கொண்டு நடக்கும் வாழ்க்கையில் விளம்பரங்களின் துரத்தலைக் கண்டு ஓடி விளம்பரங்கள் இல்லாத ஆதி மனிதனின் குகைகளுக்குள் ஒளிந்து கொள்ளத் துடிக்கிறது.

"விளம்பரங்கள் துரத்துகின்றன
என்னை
கனவுகளின்
கடைசித்
தெருவரையிலும்

பனியன்களில்
கைப்பைகளில்
பேனாக்களில்
வாகனங்களில்
தொலைக்காட்சி
ஜன்னல்களில்

முட்டை ஓடுகளிலும்
வெறிபிடித்து
வேட்டையாடுகின்றன

என்னை."

(கவிதை நூல்: மின்துகள் பரப்பு, யாளி பதிவு வெளியீடு, சென்னை 600 024.)

கடைசியில் விளம்பரங்கள் வேண்டப்படாத ஆதி மிருகமாகிவிடத் துடிக்கிறது. ஒருபக்கம் எந்திரத்தின் மீது காதல், மறுபக்கம் எந்திரமயமான உலகத்திலிருந்து தப்பி ஓட நினைக்கும் போராட்டம். இந்த இரண்டுக்கும் நடுவில்தான் இன்றைய கணினி யுக மனிதனின் வாழ்க்கை. இந்தப் போராட்டத்தளத்தையே மின் துகளின் கருவாக்கியுள்ளார். வார்த்தைகளில் மட்டுமே வாழ்ந்து கொண்டிருந்த கவிதைகளை கோடுகளிலும் புள்ளிகளிலும் கட்டங்களிலும் ஓவியங்களிலும் காட்சியாக்கிக் காட்டும்போது கவிதை வாசிப்பு தளத்திலிருந்து நழுவி காட்சிப்படுத்தலாக பிறிதொரு உருவம் எடுக்கிறது. காட்சிப்படுத்தல் வார்த்தைகளுக்கு மேலும் வலுசேர்ப்பதுடன் கவிதையை ஓவியமாக சிற்பமாக மாற்றிவிட்ட வித்தையையும் சேர்த்தே நடத்துகிறது. குறிப்பாக 'ஆதாம் கடித்த ஆப்பிள்' (பக்

84.87) கவிதையில் நிமிடங்கள் தோறும் மாறும் இரு ஜோடி பாதங்களில் காட்சிப்படுத்தப்பட்டிருக்கிறது ஆண்-பெண் உறவு.

மிக அருகில் கடல்

இந்திரனின் 'மிக அருகில் கடல் தொகுப்பை முன் வைத்து 'ஆதிமனிதனின் மொழியாய் மிளிரும் கவிதைகள்' என்ற தலைப்பில் சைலபதி பின்வருமாறு கூறுகிறார். நவீன உலகின் இயந்திரத்தனமான வாழ்க்கை சார்ந்த மனநெருக்கடியும், நுகர்பொருள் கலாசாரத்தின் கொடையான சுயநல மோகமும், மனிதனைப் பொதுவிலிருந்து தனிமைப் படுத்தியிருக்கிறது. படைப்புகளில் தனிமை கொண்டாடப் படுகிறது. வாழ்க்கையின் கசப்பும் விரக்தியும் மாற்றமுடியாத அதன் கொடூரமுகமும் கவிதையின் பாடுபொருளாகிறது. இன்பப்பெருக்கில் வாழும் கவிஞர்கள் கூட துயரத்தை, தனிமையை, வாழ்வின் அர்த்தமின்மையைச் செயற்கையாய் எழுதுகிறார்கள். செயற்கையான கவிதைகள் வாழ்விலிருந்தும் வாசகர்களிடமிருந்தும் எப்போதும் விலகியே நிற்கின்றன. பெருவனத்தின் ஒற்றை மரத்தின் நிழலில் அமர்ந்திருந்த போதும் உலகத்திற்கான தியானத்தோடு அமர்ந்திருந்த புத்தனைப்போல ஒரு சில கவிதை மனங்கள் மட்டும் தனிமையிலிருந்தும் பொதுவினை நோக்கி விரிகின்றன. இந்தப்பின்னணியில் தான் இந்திரனின் 'மிக அருகில் கடல்' தொகுப்பை அணுகவேண்டியுள்ளது.

ஒரு சூழல் சார்ந்து கவிதை செய்வதென்பது வாசகனை அச்சூழலுக்குள் கொண்டு சேர்ப்பதாக இருக்கவேண்டும், 'நெருப்பென்று எழுதினால் சுடவேண்டும்' என்பது போல. கடலை மொழிவடிவில் வடித்துத் தந்துவிடும் பேராவலோடு இந்தத் தொகுப்பின் கவிதைகளைக் கவிஞர் எழுதியிருக்கிறார். கவிதைகளை வாசிக்கும் ஒவ்வொரு வாசகனின் கால்களிலும் அலைகள் ஈரமும், கடல்காற்றில் கசியும் உவர்ப்பின் பிசுபிசுப்பையும் நிரந்தரமாகிவிடுகிறது. இந்தத்தொகுப்பின் பின்னட்டைக் கவிதையான 'அறைக்குள் கடல்' கவிதையை வாசிக்கும் போது கடல் புத்தகத்திலிருந்து வாசக விரல் வரைக்கும் நீள்கிறது.

குளிரூட்டப்பட்ட அறைக்குள் கடல் வந்துபோவதாகக் கனவு. கனவில் கடல் பெருக்கெடுக்கிறது. கடல் ஓயாமல் பாறைகளில் மோதி மோதித் தன் கூரான அலை நகங்களால் பாறைகளில் சிற்பம் ஒன்றைச் செய்து கொண்டிருக்கிறது. அதில் கொதுலூப் தீவுக்கு கூலிகளாய்க் குடியேறிய தன் மூதாதைகளின் சாயல். திடுக்கிட்டு விழிக்கும் போது, தான் வந்துபோனதன் அடையாளமாய்க் கடல் விட்டுப்போன சங்கு படுக்கை மேலிருக்கிறது.

விழி.பா.இதயவேந்தன்

கவிஞர் விழி.பா.இதயவேந்தன் என்ற பா.அண்ணாதுரை அவர்கள் தலித் சிறுகதை எழுத்தாளர் என்றே பொதுவாக அறியப்படுகின்றார். 1984 முதல் எழுத ஆரம்பித்த இவரின் இலக்கியப் பயணம் இன்று கிட்டத்தட்ட 14 புத்தகங்களாக விளிம்புகளுக்கு வெளிச்சம் தந்துக்கொண்டிருக்கின்றது. நந்தனார் தெரு, வதைபடும் வாழ்வு, தாய்மண், சிநேகிதன், உயிரிழை, அம்மாவின் நிழல், இருள் தீ, சகடை என்ற சிறுகதைகளின் தொகுப்புகள், ஏஞ்சலின் மூன்று நண்பர்கள் என்ற குறுநாவல்கள், தலித் அழகியல், தலித் கலை, இலக்கியம் என்ற கட்டுரைகளின் தொகுப்பு. கவிதைத் தொகுப்பு - கனவுகள் விரியும்.

முதல் சிறுகதைத் தொகுப்பு ‘நந்தனார் தெரு’ தொடங்கி, பத்தாவது சிறுகதைத் தொகுப்பான ‘புதைந்து எழும் சுவடுகள்’ வரை கடந்த 25 ஆண்டுகளில் 120-க்கும் மேற்பட்ட சிறுகதைகளை எழுதியுள்ளார். தலித் மக்களின் வாழ்க்கையைக் குறுக்குவெட்டுத் தோற்றத்தில் இந்தக் கதைகள் பதிவு செய்திருக்கின்றன.

கனவுகள் விரியும்

“அடிப்படையில் நான் ஒரு கவிஞனா என்றால் இல்லை என்று சொல்லத் தோன்றுகிறது. கலைஞன்.. கலையின் பிரமாண்டமான உலகத்தில் ஒரு சின்ன உளியோடு கரடுமுரடான கற்களிலிருந்து கலைகளாக வடிக்கத் துவங்கியிருக்கிற ஒரு எளிய சிற்பி” என்று தன்னை அறிமுகம் செய்து கொள்பவர் இவர்.

அழகு என்ற கவிதையில்,

"அம்மாவின் யாசிப்பில்
எப்போதாவது கிடைக்கும்
எனக்குத் துணி

சேற்றிலும் துர்நாற்றத்திலும் ஊறிப்போன
அம்மா நெட்டி முறித்து
அழகு பார்ப்பாள் என்னை
திரும்ப திரும்ப.." (பக் 27)

தலித்தின் வாழ்க்கை அனுபவங்கள் அதிர்ச்சியானவை. படிப்பு, பதவி, பணம் என அனைத்தும் வந்தும் அந்த வலியின் ரணத்தை அகற்ற முடியவில்லை. தலித்தின் தோள்களைத் தழுவும் தோழமைக்கூட தோழமைக்கான அர்த்தத்தை காயப்படுத்தி விடுகின்றது. தலித்தின் வேதனையை அனுபவத்தை ஒரு தலித் உணர்வதற்கும் தலித் வட்டத்திலிருந்து வெளியில் நின்று உணர்வதற்கும் நிறைய வேறுபாடுகள் இருக்கத்தான் செய்கின்றது.

"நீ
எனக்கானவன் என்பதில்
எனக்கு இருக்கிறது
இன்னமும் சந்தேகம்.

எவற்றிலாவது உனது பதிவை
என்னுள் வைத்துப் பார்க்கத்
தொடர்பேயில்லாமல்
உன்னால் எப்படி முடியும்?" (பக் 30)

"தமிழகத்தில் ஆயிரத்து எண்ணூறு ஆண்டுகளுக்கு முன்பே நால் வருணப்பிரிவுகள் இருந்தன என்பதை நம் இலக்கியங்கள் பதிவு செய்துள்ளன. அவர்கள் தலித்துகளாகவே இருக்க வேண்டும் என்பதில் அன்றுமுதல் இன்றுவரை தலித்துகளுக்கு மேலுள்ள பெரிய சாதிகள் முதல் சின்னச் சாதிகள்வரை ரொம்ப வன்மத்தோடு கண்காணித்து வந்துள்ளன. மீறினால் வன்முறைக்குத் தயாராக இருக்கின்றன" என்கிறார் தலித்தியச்

சிந்தனையாளர் ராஜ்கௌதமன். அதை வரிக்கு வரிச் சொல்லும் கவிதைதான் இரத்தசாட்சி.

*“நீ
உயிரோடு இருந்ததற்கான
தடயங்களை ஒவ்வொன்றாய்
ஓர் ஆய்வாளனைப் போல்
பரிசீலித்துப் பார்த்தேன்..*

*மூச்சு முட்டமுட்ட
உன் குரல்கள் நெறிக்கப்பட்டிருந்தன.
கதறக் கதற
நீ கற்பழிக்கப்பட்டிருக்கிறாய்
அடையாளம் தெரியாதவாறு
உன் எலும்புகள்
நொறுக்கப்பட்டிருக்கிறது.
செல்லும் இடங்களிலெல்லாம்
உன்னைப் பற்றிய
செய்திகள்கூட எரிக்கப்பட்டிருக்கிறது.” (பக்: 32)*

தலித்தின் வரலாற்றில் அவர்களின் அவலங்களுக்கு சாட்சியாய் நிற்பது மட்டுமின்றி அவர்களின் நம்பிக்கைக்கும் இரத்தசாட்சியாய் நிற்பது மட்டுமே தலித்தின் வாழ்க்கையை மேம்படுத்தும் என்பதை உணர்ந்து கவிதையை நம்பிக்கை கனவுகளுடன் முடித்திருப்பது இரத்தசாட்சியை ஈரமுள்ளக் கவிதையாக்குகின்றது. இப்படிப்பட்ட தலித்திய எழுத்துகளால், சிந்தனைகளால் திடீரென்று தலித்திய வாழ்வியல் மாறிவிடுமா? என்றால் அப்படிப்பட்ட பூம்பா புரட்சிகளில் யதார்த்தத்தைப் படைக்கும் இவருக்கு நம்பிக்கை இல்லை. எதிலும் யதார்த்த நிலையை விட்டு விலகாமல் இவர் கனவுகள் விரிவது மட்டுமே இவர் கனவுகளுக்கும் கவிதைகளுக்குமானத் தனிச்சிறப்பு என்றே சொல்லவேண்டும்.

*“காலங்காலமாய்
நின்றிருந்ததில்*

திடீரென்று பாய்ந்தோட
நம்மால் முடியாது.

ஓடமுடியாவிட்டால் என்ன
நிற்காதே.
ஓரடி முன்னால் வைத்தபடி
நட..

களத்தில் ஓடுவது
நாளை நடக்கும்வரை
இப்போதைக்குத்
தைரியமாய் நட!" (பக்: 36 & 37)

தலித்தியப் படைப்பாளி தலித்தியப் பிரச்சனைகளை மட்டும்தான் எழுதவேண்டும் என்பதில்லை. இன்னும் சொல்லப்போனால் மானுடம் தழுவிய ஒட்டு மொத்த வேதனையை, வறுமையை, வலியை, ஏமாற்றத்தை, இயலாமையை மற்றவர்களைவிட ஒரு தலித்தியப் படைப்பாளிக்கு உணர்வதும் உள்வாங்குவது படைப்பதும் எளிதான அனுபவமாகிவிடுகின்றது. ஆழ்கடலில் முத்துக் குளிப்பவனுக்கு கரையோரத்து கிளிஞ்சல்களைப் பொறுக்குவதில் சிரமம் இருப்பதில்லை. இதைத்தான் இவரின் நிறம், வியாபாரம், எங்கள் தெரு, குருவிக்கூடு, அலுவலகச்சிறை போன்ற கவிதைகளில் காண்கின்றோம். இல்லற உறவில் ஏற்படும் பிரச்சனைகள் பெண்ணுக்கு மட்டுமே உரியதல்ல. தன் பெண்டு, தன் வீடு, தன்பிள்ளை, தன் உறவு என்று வாழாமல் இயக்கம் சார்ந்து வாழும் ஆண்களுக்கும் இருக்கும் பிரச்சனையை மிகவும் நுட்பமான அந்த முரண்பாடை யாரையும் குற்றம் சொல்லாமல் இவர் எழுதியிருக்கும் கவிதைதான், 'எனக்கும் அவளுக்கும்'.

"எனக்குப் பிடித்தது
அவளுக்குப் பிடிக்கவில்லை
அவளுக்குப் பிடித்தது
எனக்குப் பிடித்த மாதிரி இல்லை.

எங்கோ ஓர்
வேர் முடிச்சு..
சுழன்று சுழன்று
சுருண்டு அடங்கி
எனக்குள் அல்லது
அவளுக்குள்
விலக மறுக்கிறது..'' (பக் 97)

அகம் சார்ந்து எழுதப்பட்டிருக்கும் சில கவிதைகள் அதன் கருப்பொருட்கள் உரைநடை உத்திகள் பாத்திரப்படைப்புகள் என இவருடைய சில சிறுகதைகளின் மறுவாசிப்பாக இருப்பதை இவரின் கதைகளை வாசித்தவர்கள் எளிதில் அறிந்துகொள்ள முடியும். எடுத்துக்காட்டாக இவருடைய சிறுகதைகளின் தொகுப்பு அம்மாவின் நிழலில் உள்ள சிறுகதைகள் அலுவலகச்சிறை, ஒரேயொரு பார்வையில், கதைகளைச் சொல்லலாம்.

சூடான அக்னிக்குழம்பாக கொதிக்கின்ற தலித்திய யாதார்த்த வாழ்வியலைப் படம்பிடிக்கும் இவரின் எழுத்துக்கள் எரிமலையாக வெடிக்காமல் வல்லினம் தவிர்த்து மென்மையாக ஒரு அதிர்ச்சியை மின்னலெனத் தாக்கிச் செல்கின்றன. தலித்திய வாழ்வியலின் காட்சி, அதில் பிறக்கும் சமுதாயக் கேள்வி, முடிவில் நம்பிக்கைத் தரும் வரிகளில் முடிக்கும் வடிவமைப்பை கட்டமைத்துக் கொண்டு இவர் கவிதைக் கனவுகள் இலக்கிய வானில் விரிந்திருக்கின்றன. *(கனவுகள் விரியும், வெளியீடு: அநுராகம், 19, கண்ணதாசன் சாலை, தியாகராய நகர், சென்னை 600 017)*

விழி.பா.இதயவேந்தனின் கவிதை ஒன்று தலித் என்னும் அடையாளத்தைக் கொண்டாடுகிறது.

"எரிந்த பிணத்தில்
இருக்கிற சாம்பல் வாடையில்
உதிர்ந்த குருதியில்
வீசும் கவுட்சி நாற்றத்தில்
புதைந்த உடலின்

மண் மேட்டிலிருந்து
பீறிட்டு எழும்
எம் உணர்வுகளில்
சாதீய சனாதனங்கள்
தரை மட்டமாய் நொறுங்கும்
தளர்ந்து விடாதே!
முதலும் வட்டியுமாய்
சேர்ந்தே தர
திமிறி எழுகிறது
'தலித்' எனும் அடையாளம்." (புதிய கோடாங்கி, நவம்பர். 2000, ப.65)

தலித்தின் வாழ்க்கைக் கூறு மிக மோசமான ஒன்று. அதன் வாழ்க்கைப் பதிவை ஒரு வாழ்க்கை வரலாறாக இதயவேந்தன் பின்வருமாறு தனது கவிதையில் பதிவுசெய்கிறார்.

"தோலறுந்து செருப்புத் தைக்கவும்
டயர் வாரறுந்து தொண்டான் தைக்கவும்
தாத்தாவால் முடிந்தது

மலம் அள்ளும் அம்மாவிற்கு
மகனாய் பிறந்தது
என் பாக்கியம்

ஊருக்கு உழைத்த தாத்தாவிடமோ
தெருவைச் சுத்தப்படுத்தும் அம்மாவிடமோ
நல்லதொரு துணி
இருந்ததாய் நான் பார்த்ததில்லை

இருந்திருந்து பார்த்திருந்து
அம்மாவின் யாசிப்பில்
எப்போதாவது கிடைக்கும்
எனக்குத் துணி

'சக்கிலிப் பையனுக்குப் புது சொக்காப் பாத்தியா'

சத்தம் போடாமல் பேசுவது
கேட்கிறது என் காதுகளில்
புதுச்சட்டை பார்த்துகட்டி பிடித்து
சந்தோசப்படுவார் தாத்தா

மலச்சேற்றிலும் துர்நாற்றத்திலும் ஊறிப்போன
அம்மா அழகு பார்ப்பாள் என்னை
திரும்பத் திரும்ப"

"ஒரு கலெக்டரால்
ஒரு டாக்டரால்
ஒரு இஞ்சினியரால்
முடியாமல்
ஓ! என் துப்புரவு தொழிலாளர்களே
வீடு வீடாய் மலம் எடுக்க
வீதி வீதியாய் குப்பை அள்ள
சாக்கடைதோறும் சேறு அள்ள
உங்களால் மட்டுமே நடக்கும்"

தலித் வாழ்க்கையில் ஒவ்வொரு நிகழ்விலும் அவர்களின் மகிழ்ச்சி எவ்வாறு அடங்கி இருக்கிறது என்பதில் துவங்கும் கவிதை வரிகள் அதில் உள்ள வறுமை நிலையினை படம்பிடிக்கிறது. இதன் அடுத்தக் கட்டமாக அந்த இயல்பான மகிழ்ச்சியில் உள்ள பொருளாதார அழுத்தத்தைக் கண்ணுறாமல் இந்தச் சமூகம் சாதியின் அடிப்படையில் எப்படிப் பார்க்கிறது என்பதை அதன் வன்முறைப் பார்வையை இயல்பாக உறைந்துவிட்ட சாதிய அதிகாரத்தைத் தோலுரித்துக் காட்டுகிறது. இதன் பின்னணியிலும் தன் சமூகத்தை அதன் உழைப்பை இந்த மக்களுக்காகத் தரும் உன்னதமான மனநிலை பதிவாகிறது. மேலும் காலங்காலமாகக் குலத்தொழில் செய்துவரும் நிலையும் இதில் பாதிவாகியுள்ளது. தஞ்சை மாவட்டப் பண்ணையார்களின் நிலங்களில் பண்ணையாள்

என்ற உழைக்கும் மக்கள் பட்ட அவலத்தை கா.வீரையன் 'தமிழ்நாடு விவசாய இயக்கத்தின் வீர வரலாறு' என்ற நூலில் குறிப்பிடுவதாக ஆ.சிவசுப்பிரமணியன் குறிப்பிடும் செய்தி பின்வருமாறு: "ஒரு மிராசுதாரிடம் வேலை செய்யும் பண்ணையாள் அந்த மிராசுதாரின் இடத்தில்தான் குடிசை போட்டுக் குடியிருக்க வேண்டும். அவன் உடல்நிலை சரியில்லை என்று வேலைக்கு வராமல் இருந்தால் மாட்டுச்சாணத்தைத் தண்ணீரில் கரைத்து அவனுக்குக் கொடுக்கப்படும். அதை அவன் குடிக்க வேண்டும். அவன் மனைவியும் பிள்ளைகளும் மிராசுதார் வீட்டு வேலைகளைச் செய்யவேண்டும். மாடு மேய்க்க வேண்டும். பிள்ளைகளைப் படிக்க வைக்க முடியாது; படிக்க வைக்கக் கூடாது" (சிவசுப்பிரமணியன் ஆ., 2015, தமிழகத்தில் அடிமை முறை, ப.54, காலச்சுவடு பதிப்பகம், நாகர்கோயில்) என்பது இங்கு கவனிக்கத்தக்கதாக அமைகின்றது.

என்.டி.ராஜ்குமார்

என்.டி. ராஜ்குமார் தமிழ் நவீன கவிதையில் தலித் கவிதைகளை முன்னெடுத்துச்செல்லும் கவிஞராக அறியப்படுகிறார். என். டி. ராஜ்குமார் குமரி மாவட்டக் கலை இலக்கியப் பெருமன்றத்தின் வார்ப்பு. கவிஞனைப் புலவன் என்றும் பாணன் என்றும் சொல்லும் மரபைத் தாண்டி, ஒரு மந்திரவாதி என்று சொல்லுவதற்கான முகாந்திரங்களை ஏற்படுத்தியவர் என். டி. ராஜ்குமார். அற்புதமான குரல் வளம் கொண்ட பாடகர், நாடக நடிகர். தமிழ்நாடு கலை இலக்கிய பெருமன்றத்தில் செயல்படுபவர். 'வந்தனம்' என்னும் நாடகக்குழுவை நடத்தி வந்தார். இந்திய கம்யூனிஸ்ட் கட்சி, தமிழ்நாடு கிளையின் கலை இலக்கிய அமைப்பாக இருக்கும் 'தமிழ்நாடு கலை இலக்கிய பெருமன்றம்' நடத்திவரும் கலை இரவுகள், தெருமுனை நிகழ்ச்சிகள் ஆகியவற்றில் வந்தனம் கலைக்குழு நாடகங்களை நடத்தி வந்தது. இதனால் இந்தக்குழு தமிழ்நாடு முழுவதும் பிரபலமான மாற்று நாடகக் குழுவாக இயங்கி வந்தது. ஆனல் தற்போது இந்தக் குழு கலைக்கப்பட்டு விட்டது என்றாலும் நிகழ்த்துக் கலையில் அதிக நம்பிக்கை கொண்டவரான என்.டி.ராஜ்குமார், தனது கவிதைகளை இலக்கிய மேடைகளில் வாசிக்காமல் அவற்றை 'ராக தொனியில்' நிகழ்த்திக் காட்டுகிறார்.

இவரது கவிதைகள் பிரெஞ்சு மற்றும் ஆங்கிலத்தில் மொழிபெயர்க்கப்பட்டுள்ளன. தலித் விடுதலைக்கான கோபமும் போராட்ட குணத்தின் வெளிப்பாடாகவும் பல கவிதைகள் எழுதியுள்ளார். இவரது கவிதைத் தொகுப்புகளில் காணப்படும் மாந்திரீக மொழியின் உக்கிரம் நிரம்பிய எண்ணற்ற கவிதைகளால் தற்போது எழுதும் கவிஞர்களில் தனக்கென தனியான எழுத்துப் பாணியும் நவீன கவிதைகளில் அதிகம் பயன்படுத்தப்பட்டிராத மாந்திரீக மொழியும் கைவரப்பெற்ற கவிஞராக அறியப்படுகிறார் என். டி. ராஜ்குமார். இவரது 'தெறி' என்ற கவிதைத் தொகுப்பு, தமிழகத்தின் திருநெல்வேலி மாவட்டம் பாளையங்கோட்டையில் உள்ள புனித சவேரியார் கல்லூரியில் இயங்கிவரும் 'நாட்டார் வழக்காற்றியல்' துறையால் நாடகமாக்கம் செய்யப்பட்டு அரங்கேற்றபட்டது.

ராஜ்குமாரின் கவிதைகளை 5 மாணவர்கள் ஆய்வு செய்து முனைவர் பட்டம் பெற்றிருக்கிறார்கள். தற்போது தமிழ்திரைப்படத்துறையில் ஒரு பாடலாசிரியர், பாடகர், நடிகர் ஆகிய அடையாளங்களை 'மதுபானக்கடை' என்ற மாற்று சினிமா மூலம் பெற்றிருக்கிறார் என்.டி. ராஜ்குமார். இந்தப்படத்தில் இவர் எழுதிய எல்லாப் பாடல்களிலும் வெகுஜன மொழியைப் பயன்படுத்தாமல், தனது கவிதையின் நவீன மொழியையே பயன்படுத்தியிருக்கிறார்.

இவரது கவிதைத்தொகுப்புகள்-தெறி *(1997)*, ஒடக்கு *(1999)*, ரத்தசந்தனப் பாவை *(2001)*, காட்டாளன் *(2003)*, கல் விளக்குகள்.

மாந்திரீக மரபுக்கூறு

பண்டைய காலத்தில் பறையருள் ஒரு பிரிவினரான பாணர் இசைத்தொழிலுக்குப் பேர் பெற்றவர்களாகவும் புகழ்பெற்றவர்களாகவும் விளங்கினர். மாந்திரீகமும் மருத்துவத் தொழில் அறிந்தவர்களாகவும் இருந்தனர். தமிழ் இலக்கியத்தில் வெறியாட்டு குறிகேட்டல் என்பதையெல்லாம் மருத்துவத்துடனும் இணைத்துப்பார்க்கும் பெரும் மரபை வளர்த்து வந்துள்ளனர். இந்நிலையில் ஆரியரின் வரவு இதற்குள் இருக்கும் தொழில் மற்றும் கலைக்கூறுகளைத் தனக்கானதாக மாற்றிக்கொண்டதுடன் காலங்காலமாக அத்தொழிலில் பயிற்சியும் முதிர்ச்சியும் பெற்றவர்களை அதனிலிருந்து

விரட்டியடித்தது. பாணரிடமிருந்து பிராமணமயமான இசைத்தொழில் தமிழிசையை அழித்தொழித்தது. பாணர்களும் வாழ்வு கெட்டனர். வள்ளுவர்க்குரிய கணித சோதிடத் தொழிலையும் பார்ப்பனர் கைப்பற்றிக்கொண்டனர். பண்டைக் காலத்தில் சவரத்தொழிளாலர்களால் சத்திரவித்தை என்னும் அறுப்பு மருத்துவம் வரை செய்யப்பட்டுவந்தது. இவையெல்லாம் அவர்களை விட்டுப்போயின. இத்தகைய தொடர்ச்சியை நினைவூட்டல்களை என்.டி.ராஜ்குமாரிடமும் காணலாம்.

இந்திய, தமிழகச் சூழலில் சாதியம் குறித்தான அடிப்படைகளும் விதிகளும் கடைப்பிடிக்கப்படுவனவாக உள்ளன. இந்நிலையில் மேல்நிலைXகீழ்நிலை, புனிதம்Xதீட்டு, வெள்ளைXகருப்பு, உயர்ந்ததுXதாழ்ந்தது போன்ற எதிர்நிலையில் 'தலித்' என்ற சொல்லாடலில் சாதியத்தில் தீண்டத்தகாதவர்களாகவும், தீட்டான இழிதொழில் செய்து வாழவே பிறப்படைந்தவர்களாகவும் கற்பிக்கப்படுகிறது. காலனி ஆட்சிக்குப்பிறகு விளைந்த அனைவருக்கும் கல்வி என்பது இவர்களுக்கும் கிடைத்தபொழுது, கலை இலக்கியத்துறையில் அவர்களின் முன்னேற்றம் குறிப்பிடத்தகுந்த ஒன்றாகச் சுட்டப்படுகிறது. நவீனத்துவம், பின்னை நவீனத்துவம் என்னும் கோட்பாட்டு ரீதியான புரிதலுக்குள் இவர்களின் கவிதைகள் தங்களுடைய அழகியலை முன் வைப்பதும், பேசப்படாத தங்களின் வாழ்வியலைக் கவிதையில் பதிவு செய்வதன் வழி தங்களின் வாழ்வியலை இழிசெய்த வரலாற்றினையும் எதிர் கொள்வதாக, தங்களின் படைப்பை அதிர்ச்சி, அபத்தம், கலகம் தருபவையாக முன்வைத்தனர். மாந்திரீகக் குடும்பத்தில் பிறந்த என்.டி.ராஜ்குமார் கவிதைகளைப் புரிந்துகொள்ள 'மாஜிக்கல் ரியலிசம்' எனப்படும் 'மாந்திரீக எழுத்து' முறை இங்கு குறிப்பிடத்தகுந்தது. "magical reality" என்பதில் எதார்த்தமே மையமானது. வரலாறு, சமூகவியல், அரசியல், உண்மைகள் சொல்லுதல் முறையில் அதீதத் தன்மை கொண்டு கதையாதல் என்பதில், மொழிதல் முறையில் ஏற்படும் வினோத நிலை மூலம் magicality in narration என்பது உருவாகும்" (கதை சொல்லி, பிப்ரவரி-ஏப்ரல்-2000,பக்.99-100) என்றும் "மேஜிகல் ரியலிசம் என்பது வாழ்வை, நடப்புகளை வேறொரு வகையில் பார்க்க முயற்சிப்பது. ஒரு சம்பவம்/ செயல், எதார்த்தமாக நமக்கு தரும்

ஒரு பொருள்/அர்த்தம், மேஜிகல் ரியலிச அணுகுமுறையில் முற்றிலும் வேறாக அர்த்தமாகக் கூடும். இது நமது பார்வையை மாற்றியமைக்கக் கூடியது” (ஆர்.வெங்கடேஷ், காபிரியல் மார்குவேஸ், ப.24) என்றும் குறிப்பிடப்படுகிறது. இவர் கவிதைகளைக் குறித்து, “ராஜ்குமாரின் கவிதைகள் சித்திரிக்கும் உலகம் தனித்துவத்தின் கூறுகளைக் கொண்டிருக்கும் அதே அளவுக்கு எதிர்நிலையால் கட்டுப்படுத்தப்பட்டதாகவும் இருக்கிறது. அது விவரிக்கும்/ கொண்டாடும் பண்பாடு எதிர் வழிபாட்டு (negative cult) மரபால் ஆனது. மாந்திரீகம் அதன் அடிப்படை அம்சமாகும். மிரட்டல், வசை, சல்லாபம், கேளிக்கை வழியாகவும் அதில் கலந்திருக்கும்” (என்.டி.ராஜ்-குமார்,கல்விளக்குகள்,ப.16) என்று குறிப்பிடப்படுகிறது.

கல்விளக்குகள்

சிறுமரபுகள் சார்ந்த நாட்டுப்புற வாழ்வியல் மற்றும் மாந்திரீகக் குடும்பப் பின்னணி இவற்றுடன் பிணைந்திருக்கும் தலித் வாழ்வியலுக்குள்ளான ஒரு கூறு என்.டி. ராஜ்குமாரின் கவிதைகளிலும் படிந்துள்ளது. அதேசமயம் பெருமரபின் மீதான கேள்விகளை எழுப்பி தன்னுடைய சிறுமரபுக்கான நியாயங்களையும் அழகியலை முன்வைக்கும்படியாக அமைந்துள்ளன. இவற்றுடன், மாந்திரீக எழுத்து மூலமாக அதிகாரத்தை நோக்கிய கேள்விகளை, மையத்தை அழிக்க முயலும் விளிம்பின் செயல்பாட்டுடன் பொருத்திக் காணலாம்.

“அங்ஙத்தே குடும்பத்திற்கு
புண்ணியம் கிட்டுமென்று
வயிறுநிறைய சோறிட்டு
பின்வாசலில் பாத்திரம் கழுவிகொண்டிருந்த
கொல்லத்திப் பெண்ணை
வருத்திப் புணரவைக்க
தின்று சுகித்துவிட்டு
அடுத்த ஜென்மம் வருவேனென்று
பிராமணன் வாழ்த்திச் செல்ல
தற்கொலை செய்துகொண்டவள்
கொல்லங்கோட்டு அம்மனாய் வந்து

குரவையிட்டாடுகிறாள் நரபலி கேட்டு

பெண்ணுக்கும் பொன்னுக்கும் ஆசைப்பட்டு
நர்த்தகியை ஏமாற்றி மணமுடித்து
கள்ளிக்காட்டுக் குள்ளிட்டுக் கல்லெறிந்து கொல்ல
கள்ளிகளே நீங்களே சாட்சிகளென்று
கதறிச்செத்த கள்ளியங்காட்டு நீலியம்மன்
ரணச்சோறு இசக்கி அம்மனாய்

தேவர்கள் வெட்டிகொன்ற
அசுரர்களின் ரணபிண்டத்தில் உருவான உக்கிரமூர்த்தி
வஞ்சக மனிதர்களின் குருதிமுடித்து
மாமிசம் தின்னவேண்டுமென்று
அயனிமரப் பொந்துக்குள் மறைந்திருந்து
அட்டகாசம் செய்து வெறிக்கூத்தாடினான்
அயனியோட்டுத் தம்புரானாய்" (ப.20)

இக்கவிதை வைதீக மதத்திலிருந்து தன்னை வேறுபடுத்திக் கொள்வதுடன் சிறுமரபை முன்னெடுத்து, கலகம் மற்றும் வரலாற்றினையும் உள்ளடக்கிக் கொண்டுள்ளது. இதனின் அடுத்த கட்டமாக,

"பகவானைப்பழிவாங்க எனது மூப்பன் ஒரு முறை
என்னை ஏவிவிட்டான்

பண்டொருநாள் அவன் நசித்துக்கொன்ற
பிரேதப்பிசாசை எழுப்பி உருவேற்ற
ஒருகால் சிலம்பொடும் இருகை வாளொடும்
அடவெடுத்து தலைசுழற்றி
இருபுறம் அறுத்துருவி தீயினில் புரண்டெழுந்து
துள்ளி நெஞ்சினில் கால்கொண்டு
சவுட்டிக்காட்டி நின்றாள் என்னுள் மலங்காளி

மந்திரத்தின் உக்கிரம் கண்டலறி அதன்

ஆதிகர்த்தா தானென்றுபுளுகி
தன்னைக் கொன்றால்
பிரம்மஹத்தி கிட்டுமென்று சொல்லி
துர்மந்திர ஆபிஜாரகனென்றான்

துள்ளுதள்ளு கொல்லு கொல்லு
நசிநசியென்று உருவேற்றி ஒருகைப்பிடி
சுடலைச்சாம்பலை எடுத்துவீச
செருக்குண்ட பிரம்மனின் தலைசேயை
துள்ளியெறிந்த வெற்றியில்
பூமியில் பிறப்பெடுத்த நான்
பிறைசூடிய பல்லோடுநின்ற கூத்தன்"(ப.31)

என்கின்ற கவிதையில் தந்தை வழியாக ஏவலுக்கு தானாகுதல், தனக்குள் மலங்காளி காணுதல், மலங்காளி வழியாக ஒரு பழங்கதை உருவாதல் என்று, ஒன்றுக்குள் ஒன்று சென்று சென்று, அதன் வழிகள் தானாக அழிந்து அழிந்து இறுதியில் பழங்கதை நிகழ்வானது தன் நிகழ்வாக மாற்றப்படுகின்றது. புனைவு நிஜமான ஒன்றாகவும், தன்னுடைய கோபங்களை, பழிதீர்ப்பை இதற்கிடையில் நுழைத்துவிடும் அரசியலாகவும் மாற்றப்பட்டு விடுகின்றன. ஒரு பக்கம் புனைவின் கவிதையாக மறுபக்கம் அரசியலாக, தலித்தின் கோப உணர்ச்சிகளாக உருமாறுகின்றன.

அழகியலை அழித்தல்

அழகு என்னும் பொழுது அதற்கு இணையான அழகற்ற ஒன்று மறுதலிக்கப்படுகிறது என்பதின் வழி பின்னைநவீனத்துவம் அழகியலை நிராகரித்தது. மேலும், அழகற்றது, ஒழுக்கமற்றது, தீண்டத்தகாதது என்று தங்களை ஒதுக்கிவைத்த உயர் இலக்கிய மரபுகளையும் அழித்துக்காட்டுகிறது தலித் பிரதிகள். அவ்வகையில் என்.டி.ராஜ்குமாரின் கவிதைகளில் அழகியலை அழித்தல் என்பது முக்கியமான கட்டமைப்பாகிறது.

"அம்மையைப் போலோரு பெண்வேண்டுமாம்
முலையளவு
இடையளவு

தொடையளவு
குறியளவு எல்லாம் பொருந்திய
அம்மையைப் போலொருத்தி வேண்டுமாம்
குளத்தங்கரையிலிருந்து கொண்டொரு
தெம்மாடி உற்று நோக்குகிறான்
தண்ணீருக்குள் நின்றுகொண்டொருத்தி
குமிழ் குமிழாய் குசுவிடுகிறாள்
ஈஞ்சப்பட்டை கொண்டொருத்தி
யோனி அழுக்கெடுத்து எறிகிறாள்
வெட்கங்கெட்டவள் அம்மையைத் தேடி

பெண்கள் படித்துறையில் இருந்துகொண்டு
சித்திபுத்தியின் கால்களுக்கிடையில்
தும்பிக்கையால் சொறிந்து கொடுக்கிறான் மெல்ல" (மேலது,ப.60)

என்று இக்கவிதை, தந்தையின் மீது மகளின் அன்பும், தாயின் மீதான மகனின் அன்பும், அவர்களின் திருமணத்திற்கான செயல்பாடுகளில் பெற்றோரின் சாயலைத் தேடும் உளவியல் தன்மைக்கான கூறு ஒளிந்திருந்த போதிலும் அதனையும் தாண்டி 'அம்மா' என்னும் புனிதத்தை அதன் உயர்வை அழிக்கும் விதமாக, பெண்கள் குசுவிடுவார்கள் என்பதன்மூலம் அழித்து, பெண் என்பவள் அழகியலாக, பதுமையாகப் பார்க்கபடும் அழகியல் உயர்வை அழித்துவிடுகிறது. இதன்மூலம் அவளும் சக உயிரிதான் என்ற வெளிப்பாடும் முக்கியத்துவம் அடைகிறது. மற்றும்,

"தடியூனி மூப்பத்தி நின்று குனிந்து
மூத்திரம் பெய்கிறாள் நிலவுக்குள்"(ப.81)

என்று தமிழிலக்கியத்தில் பலராலும் உயர்வாக, கவிதைக்கு மிக உயரிய கற்பனைப் பொருளாக விளங்கும் நிலவின் அழகியலை மூத்திரம் பெய்வதன் மூலம் அழித்துவிடுகிறது. இவ்வகையில் இலக்கியத்தில் கையாளத்தக்க சொற்களை மட்டுமே பயன்படுத்த வேண்டும் என்ற நிறுவலை, இழிவான சொற்களைப் பயன்படுத்தக் கூடாது என்ற புறந்தள்ளலை

மேட்டிமைக் குணமாகக் கருதி இலக்கியத்தில் இழி சொல்லை நுழைத்து அத்தகைய நிறுவலை அதிரச் செய்கிறது.

"இப்பம் எல்லாத்துக்கும் பொம்பளக்கொரலு
என்னத்தலேய் பாட்டு பாடுறானுக
அந்தக் காலத்தில் நாங்களும் பாடுவோம்
பேய்வல்ளிநார முறுக்கிக்கட்டி
பதினாலாம் பாதிராவில் தட்டிப்பாட
....
....
இங்கயிருந்து பாடுறபாட்டு
ஊருக்கு வெளியில இருக்கிற சுடுகாட்டுலயிருந்து
மாசானம் விளி கேக்கும்
தாயிளி......அது பாட்டு"(ப.40)

என்று கெட்டவார்த்தையைப் பயன்படுத்துகிறது. மேலும் நாட்டுப்புறப்பாட்டே தங்களுக்கான அடையாளம் என்ற அரசியலையும் நிறுவுகிறது. இதனடுத்து, பெண் தாயுருவிலும், விளைநிலக் குறியீடாகவும், கற்பு என்னும் புனிதம் தாங்கிய புனிதளாகவும் நிறுவி வடிவமைக்கப்பட்ட சட்டகத்திலிருந்து அவளை வெளியேற்ற அம்மாவைக் கொல்லுதலும், தாய் தெய்வத்தைப் புணர்தலும் தலித் கவிதைகளில் இதுவரையிலான பாடுபொருள் வகைமையினையே அதிரச் செய்கின்றன.

"பற்றியெறிகிற தீயை
புணர்ந்து அணைக்கிற அன்பு மனைவியே
ஓங்கிய கையை நிறுத்திவிடு
மூச்சுத் திணறுகிறது
சூசகமாய் ஒரு வார்த்தை சொல்
சோற்றில் விசம் வைத்து
என் அம்மாவைக் கொன்றுவிடுகிறேன்"
என்றும்,
"வருவோரைப் போவோரை
மல்லிகைப்பூ வாசத்தால் பயமுறுத்தி ஓடவிட்டு
காத்துநிற்பாயொரு அதீதப்புணர்ச்சிக்காய்

பல் முளைத்த வாயாலே வழிமறித்து
வெற்றிலைக்கு சுண்ணாம்பு நீ கேட்க
மையிட்டு தடவியுன்னை
மயக்கிடுவேன் நடுக்காட்டில்

குறிதெறிக்க இறுக்குவதில் உடல் உரசித் தீப்பிடிக்க
என் வீட்டில் அழைத்துன்னை மஞ்சள் நீராட்டிடுவேன்

எரிந்துவிழும் உடல்ச்சாம்பல்
வயிறுபுடைத்து வெளிச்சாட
பின்தொடரும் நிழலுருவை பேய்க்குழந்தை என்பதிலோர்
இன்பமன்றோ சொல்லடி என் செம்புடவைக்காரி"(ப.44)

என்றும், இக்கவிதைகள் தாயைக் கொல்லுதல், தாய்த்தெய்வத்தைப் புணர்தல் என்று கருதப்படும் புனிதங்களை அழித்தொழிப்புச் செய்கின்றன.

நட. சிவகுமார்

கன்னியாகுமரி மாவட்டம், தக்கலையில் வசித்து வருகிறார். கவிஞர். தமிழ்நாடு கலை இலக்கியப் பெருமன்ற பொறுப்பாளர். திணை இலக்கிய காலாண்டிதழ் பொறுப்பாசிரியராக உள்ளார். கலை இலக்கிய செயற்பாட்டாளர். தற்போது தமிழ்ப் பேராசிரியராகப் பணிபுரிந்து வருகிறார். சித்தரியம், சங்க இலக்கியம் மொழிபெயர்ப்பு சிறுகதைகள் குறித்து தொடர்ந்து பேசியும் எழுதியும் வருகிறார். இவரது படைப்புகள்; உவர்மண்- திணை வெளியீடு, (கவிதை1997) நியூசெஞ்சுரி புத்தக நிறுவனம் கலை இலக்கியப் பெருமன்றம் போட்டியில் 1998 பரிசு பெற்ற நூல். வெட்டி முறிப்புக்களம் -வெளியீடு சந்தியா பதிப்பகம் (கவிதை 2007) நியூசெஞ்சுரி புத்தக நிறுவனம் கலை இலக்கியப்பெருமன்றம் இணைந்து நடத்திய போட்டியில் 2008ஆம் ஆண்டு பரிசு பெற்ற நூல். தம்புராட்டியின் பரியங்கம் (கவிதை 2017) நியூ செஞ்சுரி புத்தக நிறுவனம் கலை இலக்கியப்பெருமன்ற போட்டியில் 2017 ஆம் ஆண்டு பரிசு

பெற்ற நூல். உதிரம் குடிக்கும் அழகியின் அந்தரங்க பல்- 2017 (வம்சி பதிப்பகம்) முதல் சிறுகதை நூல்.

மேஜிகல் ரியலிசத்தின் எதிர் இலக்கிய கூறுகளும், எதிர் அழகியல் கூறுகளும் என்.டி. ராஜ்குமாருக்கு அடுத்து அத்தகைய பாதையில் வெற்றிப் பெற்றிருப்பவர் நட.சிவகுமார். இன்றைய பின்காலனிய கவிதை வாசிப்பில் நமது பண்பாடுகள், வரலாறுகள், தொன்மங்கள் ஆகியவை மண்ணோடு மண்ணாகி போன நிலையில் நம்முடைய கலைகள், நாட்டார் வைத்திய முறைகள், உடல் தத்துவம் சார்ந்த முறைகள், நமது முன்னோர்கள் பயன்படுத்திய பரிபாஷை சொற்கள் போன்றவை ஆசிரியரின் கவிதைகளில் வலுவாக இடம்பெறுவது காணலாம். குறிப்பாக பஞ்சிகர்ணபின்னல், மரவுரி, குண்டலினி, ஆலிங்கம், பாசாண மருந்து, கோலமணி நாராயம், நட்டா முட்டி ஏடு, கிலுகிலுப்பை ஆடை, இருவாச்சி பறவை, மௌன சித்தி, கோரக்கர் மூலிகை இப்படி காணாமல் போன தமிழ் பண்பாட்டின் பல வார்த்தைகளை ஆசிரியரின் தம் கவிதைகளில் கொண்டு வந்துள்ளது குறிப்பிடத்தக்கது. இக்கவிதைகள் அழிந்து போன விளிம்புநிலை சமூகத்தின் பண்பாடுகளைச் சுமந்து வருகின்ற மிக முக்கியமான படைப்பாகக் கொள்ளலாம்.

வெட்டி முறிப்புக்களம்

தமிழ்ச் சூழலில் சித்தர் பாடல்கள் எதிர் இலக்கியத்துக்கு முன்னோடி என்று சொன்னால் மிகையில்லை. எதிர் அழகியல் எதிர்ப்பு இலக்கியத்துக்கு நிறைய மாதிரிகளை அளித்துள்ளது. எதிர்ப்பிலக்கியம் என்பதும் எதிர் இலக்கியம் என்பதும் வேறு வேறானவை. சில இணக்கங்களும் ஒத்திசைவுகளை வைத்து இரண்டும் ஒன்றாக கருதப்பட வாய்ப்பிருக்கிறது. பாரதி கூட எதிர்ப்பிலக்கியத்தை வளர்த்தவர் தான். மார்க்சிய இலக்கியம் ஒருவகையில் எதிர்ப்பிலக்கியமாக கருதப்பட வாய்ப்பிருக்கிறது. ஆனால் எதிர் இலக்கியம் என்பது கறுப்பிலக்கியம், லத்தின் அமெரிக்க இலக்கியம் பிரதான இடம் வகிக்கிறது. ஈழ தமிழிலக்கியத்தில்கூட செல்வாக்கு செலுத்தி வருகிறது. வரையறை இல்லாமல் இருந்தாலும் தமிழில் அவ்வப்போது எதிர்ப்பிலக்கியத்தின் கூறுகள் ஆங்காங்கே பதிவாகியிருக்கிறது. நட.சிவகுமார் இந்த தொகுப்பினூடே விவாதிக்கும் முக்கிய

விஷயமே எதிர்ப்பிலக்கியத்தை தமிழுக்கு கொண்டுசெல்வது பற்றியது என்பார் எழுத்தாளர் முஜிபூர் ரஹ்மான்.

இவர் கவிதைகளில் தலித் தெய்வங்கள் மேலாங்கோட்டு, கொல்லங்கோட்டு அம்மன்கள், இசக்கி, மாடன், சுடலை நிறைந்திருக்கிறார்கள்..

"சுடுகாட்டு சுடலையை கையில் வைத்தும்
பாட்டன்மார்கள் செய்த யுத்தத்தால் தான்
என் கோவணமாவது மிஞ்சி இருக்கிறது"

என்பது மாந்திரீக மரபு காப்பாற்றப்பட்டு வருவதால் நிகழ்ந்ததாகவும் கொள்ள இடமுண்டு.

"பெயர்
ஊரில் என்பெயர் வண்ணான்
அம்மா அப்பா இட்ட பெயர் சிவகுமார்
குடும்ப தொழில் வைத்தியம்,மாந்திரீகம்,துணிவெளுப்பு
மூலிகை சேகரிக்க உதவும்
பறையர்குல வள்ளிப்பாட்டி என் சொந்தக்காரி
காட, தேவாங்கு, கருங்குரங்கு
பச்சோந்தி உடும்பு வேம்பின் தேன்
மருந்துக்கும் மாந்திரீகத்திற்கும்
காணிக்காரன் என் சொந்தக்காரன்
இரும்பை உருக்கி
பஞ்சலோக தகடுசெய்ய
தகடுக்கு சாஸ்திரம் எழுதவெல்லாம்
ஆசாரி என் சொந்தக்காரன்
எந்த மருந்தையும்
சுத்திபண்ண
கள்ளு சாராயம் அக்கானி கருப்பட்டியெல்லாம் தரும்
சாணான் என் சொந்தக்காரன்
விரால் நெத்திலி மீனெல்லாம்
பத்தியத்திற்கு அவசியம்
முக்குவனும் என் சொந்தக்காரன்

மருந்துசட்டி பானைக்கு
மண்குயவன்
எந்த மருந்தையும் சுத்தி செய்ய
சுண்ணாம்பு பரவன்
மோர் வெண்ணெய் மருந்துக்கு
கோனான்
என் சொந்தகாரர்கள்
அம்மா அப்பா இட்ட பெயர் சிவகுமார்
ஊரில் என்பெயர் வண்ணான்"

தன்னுடைய அத்தனை வகையான பன்முகத்தன்மையையும் இழக்க வைத்து அதன் வேர்களை அறுத்து வெறும் சாதிய, தொழில்முறை அடைப்புக்குள் குறுக்கிவிட்ட, தன்முன்னால் உள்ள அனைத்துவகையான கருத்தியலின் மீது பூடகமான கேள்வி ஒன்றை நிறுத்திச் செல்கிறது இவ்வரிகள்.

"பனையோலையில்
பண்பாட்டுடைத்தவன் என்பாட்டன்
நீபேசும்
பூடகமும் கவித்துவமும் எனக்கவசியமில்லை
சங்க இலக்கியம்
காவிய காப்பிய இலக்கியம்
திராவிட இலக்கியம்
இவை எல்லாவற்றிலும்
தேடவேண்டியிருக்கிறது தொலைந்த வாழ்க்கையை
கடந்த கால
நிகழ்கால நிசத்தையெல்லாம்
நிமிர்ந்து நின்று பேசும் நெஞ்சு எனக்கிருக்கிறது
இதனை தடுத்தால்
கேலி செய்தால்
தாழ்வு மனப்பான்மையென கூறினால்
மயிரடா உன் விமர்சனம்."

என்னும் வரிகள் இங்கே கற்பிக்கப்படும் வாழ்க்கை அதன் பண்பாடு அதன் மதிப்பு யாருக்கானதாக இருக்கிறது, அது எல்லா மக்களுக்கானதாக எனச் சொல்லப்படும்போது இங்கே பரிகசிக்கப்படும் வாழ்க்கை, அதன் கலை, மொழி யாருக்கானது என்ற தொடர் கேள்விகளை எழுப்பிவிடுகிறது. இதனால் என் வாழ்க்கையை மதிக்கத் தெரியாத எந்த விமர்சினமும் தனக்கு அல்லது தங்களுக்கானது இல்லை எனத் தூக்கி தூர வீசுகிறது.

"என் கவிதையை எழுத நான் நினைக்கும் போது
வண்ணான்குறி வலிய வந்து என் யோசனையில்
அமர்கிறது. வண்ணான் குறி மையிலானது எனவே
அந்த மையை ஈக்கில் தொட்டு துணிகளில்
குறியிடும் போது கவிதை உருக்கொள்கிறது
வண்ணான் குறியிடும் சோரங்கொட்டை
கல்லுபாலம் பாட்டியின் வீட்டிலிருந்து
வருகிறது கவிதையைச் சொல்ல
ஆனால் எழுத முடியாமலே என் கவிதைகள்
குறிகளாகின்றன. வண்ணான் குறி வராத
பொழுதொன்று வேண்டும் என் கவிதையைச்
சொல்ல என்ற கணம் இப்போது."

சமூக இயல்புகள் உணர்வுகளாலன்றி நனவிலியால் தான் உருவாகின்றன. பழைமை-புதுமைகளின் இருமை எதிர்வுகளில் எதை ஏற்பது எதை தள்ளுவது என்ற விஷயத்தில் செயலும், மன உறுதியும் பங்கு ஏற்றாலும் கூட அதற்கு சமூக நனவிலி என்னும் நிலைகளின் அவசியமாகிறது. தனிமனித சித்தம் போலவே சமூகங்களுக்கும் சித்தம் உண்டு என நட. சிவகுமார் என்னும் படைப்பாளியின் சமூக இனவரைவியலும் இங்கு தனித்த வகையில் பேசப்படுவது கவனிக்கத்தக்கது.

தம்புராட்டியின் பரியங்கம்

இத்தொகுப்பில் ஏறத்தாழ 60 கவிதைகள் உள்ளன. இக்கவிதைகளில் விளிம்புநிலை மக்களின் பண்பாட்டு உலகத்தில் புரத வண்ணார் சமூகத்தின் வாழ்வியலை ஆதி தொல்குடி மரபின் கலைவடிவங்களுடன் பேசுகிறது.

தென்திருவிதாங்கூர் வரலாறும் தம்புராட்டியின் பரியங்கமும் இத் தொகுதியில் ஒரு ஆழமான சாதியபடிநிலையோடு கூடிய வரலாறு, தென் திருவிதாங்கூர் வரலாறாக உருவாகிறது. இதில் சாதிக்கொடுமைகள் தீண்டாமை, அக்னி காவடிப் போராட்டம், தோள்சீலைப் போராட்டம் ஆகியவை கி.பி 17-ஆம் நூற்றாண்டின் இறுதியில் இருந்தது. அரண்மனைக்குள் நுழைவது கூட பலசாதிகளுக்கு மறுக்கபட்ட ஒரு காலகட்டத்தின் நிழலை இக்கவிதைகள் ஓவியமாகத் தீட்டிச் செல்கின்றன. குறிப்பாக தம்புராட்டியின் பரியங்கம் என்ற பொது தலைப்பின் கீழ் அசரீரி, தம்புராட்டியின் பரியங்கம், பந்தயக்குதிரை, பாசாணமருந்து, புலம்பெயர்தல் போன்ற கவிதைகள் அனைத்தும் தம்புராட்டிக்கும் விளிம்புநிலையில் வாழுகின்ற தலித் சமூகத்திற்கும் இடையே உள்ள பாலியல் உறவை பற்றி பேசுகிறது. குறிப்பாக அரண்மனைக்குள் வைத்தியம், மாந்திரீகம், துணிவெளுப்பு, அரண்மனையைச் சுற்றியுள்ள நிலங்களைப் பராமரிப்பவன் இவர்களுக்கும் தம்புராட்டிக்கும் இடையே உள்ள உடல் இச்சையை இக்கவிதைத் தொகுப்பு பேசுகிறது. பந்தயக்குதிரை என்னும் தலைப்பில் இடம்பெற்ற வரிகள்,

'பந்தயக் குதிரையின் கண்களையும்
இரு கைப்பெருவிரல்களையும்
கட்டினேன்
ஆசைத்தீர நகக்குறி
பற்குறியோடு
கரணம் செய்தேன்
குதிரை நடனம் உண்டாட்டு நாட்டியமாகி
தம்பனமானது
பிறகு
தம்புரானுக்கு
காவு கொடுத்தேன்
பந்தயக்குதிரையை'

என முடியும் இந்த கவிதையில் தம்புராட்டி விளிம்புநிலை மனிதனோடு பாலியல் உறவு கொள்ளும் உச்சகட்டத்தில் தம்புரான் வரும் போது விளிம்புநிலை மனிதனைக் காட்டிக்

கொடுத்துவிட்டு தப்பிவிடுவதை இக்கவிதைப் பேசுகிறது. பந்தயக்குதிரை குறியீடாகிறது.

> "வரகு கொல்லையில்
> கொம்புகளுடைய இரவை மான்கள் உகளுதல்
> தீங்கரும்பும் அதிமதுரத்தளையும்
> தாண்டி செல்லும் வெண்கோட்டு களிறு கூட்டம்
> களிறு தரு புணர்ச்சியில்
> வேலனின் மார்பில் முத்தெடுக்க
> வள்ளி குறத்தி
> வெண்காந்தளின் குவிந்த முகையாய்
> முலை தெரிய
> வனப்போடு திரியும் அகவன் மகள்
> பாணனின் யாழிசையாய்
> வெள்ளருவி
> கார்காலத்து பெருவனப்பினள்
> மாவிசக்கி
> நெடுங்கண் கொண்டு பருகித் திரிந்து
> படர்வன பூங்கிளைகள்
> கின்னாரப்புள்ளிகள் இசையரும்புகள் எதுவுமற்று
> பொலபொலவென விடிகையில்
> சூரியன் முகம் பார்க்கவியலாது
> கவிழ்ந்து கொள்ளும்"

தமிழின் மரபு மற்றும் தொன்மை சார்ந்த காட்சிகளைப் போல, ஒரு சங்க இலக்கியக் காட்சியைப்போல இக்கவிதை தமிழ் நிலத்தின் செல்வச் செழிப்புகளை இன்றைய சுற்றுச் சூழல் என்னும் கவனத்திற்கு முன்பாகவே தமிழர்கள் இயற்கை வளங்களுடன் பின்னிப் பிணைந்து வாழ்ந்து இருப்பதைத் தெரிவிக்கிறது. இன்று அக்காட்சிகள் எங்கே போய்விட்டன அந்த வெளி இப்போது எங்கே என்ற குடைச்சலான கேள்விகளுடன் அதற்கு காரணம் தானும் தான் என்பதைப்போல இறுதி வரிகள் மௌனம் காக்கின்றன, அல்லது வெட்கித் தலைகுனிகின்றன.

“நாகர்கோவில்
வடசேரி பேருந்து நிலையம் தொடங்கி
விளையாட்டு மைதானம் வரை
பலப் பல குளங்கள் நிரப்பி
பஸ் விட்டோம்
பந்து விளையாடினோம்
பூதக்குளம் பட்டாணிகுளம்
மதகுளம் அமராவதி குளம்
இப்படி வரைப்படத்திலிருந்தே
பல குளங்களை கெற்றினோம்
கிழங்கு கிள்ளி தேனெடுத்து வளம்
பாடி நடிப்போம்
கிம்புரியின் கொம்பெடுத்து வெம்பு
தினை ஒடிப்போம்
என பாடிய
மலைகளில் கான்கீரிட் கட்டிடங்கள்
வேளிமலையை காணவில்லை
விசாரிக்கவும் யாருமில்லை
மணலெடுத்து மணலெடுத்து
ஆத்து கடவுகளையெல்லாம்
வித்து பணமாக்கினோம்
ரியல் எஸ்டேட் என்ற பெயரில்
சுடுகாடுகளை சுமந்தோம்
முடிந்தால்
தண்ணீரிலும் பிளாட் போடுவோம்
ஓடட்டும் இரத்த ஆறு
நடந்தாய் வாழி””

மனிதர்கள் வாழ அடிப்படையான தேவை உணவு, உடை, உறையுள் என்றாலும் அனைத்துக்கும் அடிப்படையானது நிலம். நிலமின்றி நிற்காது உலகு. நிலம் அனைவரையும் தாங்குகிறது என்றாலும் நிலத்தை மக்கள் காப்பதில்லை. கவிஞர் தனக்கு ‘நிலம்’ சிறிதளவு இல்லையெனினும் நிலத்தின் மீதிருக்கும்

பாறை, ஆறு, வயல், காடு ஆகியவைப் பறிபோவதைக் கண்டு கவிஞர் கவிதையில் புலம்பியுள்ளார். நிலத்தின் மீதான தன் அக்கறையை வெளிப்படுத்தியுள்ளார். 'நடந்தாய் வாழி'யிலும் நிலங்கள் மனைகள் ஆக்கப்படுவது குறித்து கவலைப் பட்டுள்ளார். 'வயல்' ஒரு காலத்தில் இல்லாமலே போய் விடக்கூடும் என்பதும் கவிஞரின் பயமாக உள்ளது.

"எத்தனை தடவை யோசித்தாலும்
இப்படி சந்தோசமாக
இன்னொரு ஊரில்
வாழ முடியாது என்னால்"

சொந்த ஊர் என்பது சொந்த வீடு. எல்லா சௌரியங்களும் கிடைக்கும். அனைத்து வசதிகளும் கிடைக்கும். காசில்லாமலும் காலத்தைக் கழித்து விட முடியும். எந்தச் சூழலையும் சமாளித்துக் கொள்ள முடியும். செக்கு மாடு வாழ்க்கை என்றாலும் குண்டுச் சட்டிக்குள் குதிரை ஓட்டுவது போல் என்றாலும் சொந்த ஊரில் வசிப்பதும் வாழ்வதும் மகிழ்ச்சியானது. கவிஞர் 'தக்கலை' என்னும் தன் சொந்த ஊரில் இருப்பதால் என்ன என்ன நன்மைகள் என கூறி அவரவரின் சொந்த ஊர் அனுபவங்களை நினைவுக் கூரச் செய்துள்ளார். சொந்த வீடு இருப்பவருக்கு மேலும் சொகுசாக வாழ வேண்டும் என்னும் ஆவலிருக்கும். வீடு இல்லாதவருக்கு ஒரு சிறிய வீடாவது சொந்தமாக இருக்க வேண்டும், சொந்தமாக்கிக் கொள்ள வேண்டும் என்னும் பேராவல் இருக்கும். வீடு குறித்த கனவு வந்து கொண்டேயிருக்கும் என்கிறார்.

"நெய் மீன் முள்ளும் தலையும்
பண்ணி இறைச்சி துவரம்
கருவாட்டுக்குழம்பு
பழிஞ்சு வச்ச பழஞ்சி
மயக்கின மரச்சீனி
மாட்டுக்க மூணார சூப்பு
விரும்பி சாப்பிடுவா அம்மா
குழித்துறை ஆத்துல
அம்மாவுக்கு வலிகர்மம் போட்டுட்டு

பருப்புப் பப்பட பாயாசத்தோட
ஏழுஎட்டு கூட்டும் வச்சு
கா கா வென கூப்பிட்டு
சாம்பிராணி காட்டி
பத்து பதினைந்து வருசமா
சாப்பிட்டுக்கிட்டிருக்கோம்
ஆடி அமாவாசைக்கு
அம்மாவுக்கு பிடிக்காத சாப்பாட"

என எதார்த்தமாகிவிட்ட நிகழ்வொன்றைப் பதிவு செய்கிறார். மக்கள் இறந்தவர்களுக்கு படையிலிடுவது வழக்கம். படையலில் இறந்தவர்கள் விரும்பிச் சாப்பிடுவதை வைத்து படைப்பர். ஆனால் கவிஞர் தன் தாய்க்குப் பிடித்ததை வைத்துப் படைக்காமல் தங்களுக்குப் பிடித்ததை வைத்துச் சாப்பிடுவதை 'வெலி கர்மம்' கவிதையில் வருத்தப்பட்டுக் கூறியுள்ளார். அம்மாவுக்கு பிடிக்காத சாப்பாடைச் சாப்பிடுதவாக கூறியிருப்பது அவரின் நேர்மையின் வெளிப்பாடாக உள்ளது. இது வாழும் போது ஈடு செய்ய முடியாத அன்பினை, உதவியினை, இறந்த பிறகும் நிறைவேற்ற முடியாத அவலத்தை மனக்கசப்பைப் பேசுகிறது.

"அப்பாவின்
அலமாரியில்
எல்லா பத்திரங்களையும்
அடுக்கி வைத்து விட்டு
பொறி வைத்து வெளியே தேடுகிறார்
உள்ளிருக்கும்
எலிகளைக் கவனிக்காமல்
இப்போது
அம்மாவின் புகைப்படத்தில்
ஓட்டை விழத் தொடங்கி விட்டது"

என்னும் தந்தையைக் குறித்த தாயைக் குறித்தச் சித்திரங்களில் தாம்பத்திய வாழ்க்கையின் நெருடல்கள், தங்களைத் தாங்களே ஏமாற்றி அல்லது போலியாக வாழவேண்டிய இந்த

எதார்த்த வாழ்க்கையின் நிமித்தம் உருவாகும் சிதிலங்களைப் பேசுகிறது. இது தவிர எண்களாலும் அட்டைகளாலும் மனிதன் கணிக்கப்படும் இயந்திர உலகில் வாழ்க்கையின் பெருவெளி சுருங்கிப் போய்விட்டதை, ஏ.டி.எம். கார்டு இல்லாமல் இன்று மக்கள் இயங்குவதில்லை. ஏ.டி.எம். கார்டு இருப்பவர்களே தைரியமாக செயல்படுகின்றனர் என ஏ.டி.எம். குறித்தும் கவிதைகள் எழுதியுள்ளார்.

"நான் எழுதி தொலைத்த
கவிதையினை
வீட்டின் அறை ஒவ்வொன்றிலும் தேடுகிறேன்.
திருடியிருப்பார்களோ?
நண்பர்களிடம் கேட்டு
காலத்திற்குள்ளாக கண்டு பிடித்துவிட வேண்டும்.
தேடித்தேடி கவிதை கிடைத்தப் பாடில்லை.
மொழிகளும் அர்த்தங்கள் கூட
ஞாபகத்தில் இல்லை"

என்னும் வரிகளில் வெளிப்படுவது தனது அடையாளத்தைத் தேடிய பயணமும் ஆகிறது. தொலைந்து போன தங்களுடைய அனைத்தையும் தேடும் இந்தக் குறியீடும் தலித் மக்களுக்கான குறியீடாக அமைகிறது.

'அன்புள்ள மகா கவிகளுக்கு' என்னும் கவிதையில்,

"வெள்ளாவியில்
வேகும் ஆவியில் நர்த்தனமாடும்
சவர கத்தியில்
அழுக்கை கழுவும்
பீவாளியின்
மணத்தை பேசும்
பறையோசையால்
தாலாட்டும்"

கவிதை என்பது தாழ்த்தப்பட்ட, ஒடுக்கப்பட்ட, ஓரம் கட்டப்பட்ட, வஞ்சிக்கப்பட்ட, விளிம்பு நிலைக்குத் தள்ளப்பட்ட என அனைத்து ‘பட்ட’ மக்களிடமும் உள்ளது .

“செரட்டை கனலுள்ள இஸ்திரி பெட்டி
துணிகளில் குறியிடும் சோராங்கொட்டை
அழுக்குகளை இழுத்தோடும்
குழித்துறை ஆத்து தண்ணி
கழுதை முதுகிலுள்ள துணி கட்டுகளை
அவித்து ஆவி வர வைக்கும்
வெள்ளாவி அடுப்பு”

இதுவே ‘என் கவிதை’ என்னும் தன்மை விளிம்பு நிலை மக்களுக்கான எதிர்கவிதையாக மாறிநிற்கிறது.

அன்பாதவன் (ஜ.ப.அன்புசிவம்)

வங்கியில் அதிகாரியாகப் பணியாற்றும் அன்பாதவன், விழுப்புரம் நகரவாசியாக இருந்தவர். அதனால் அவருக்கு நேரடியான சாதிய தாக்குதல் எதுவும் இல்லை. கல்லூரிவரை அவர் விழுப்புரத்தில்தான் படித்தார். அனைத்துச் சாதிகளிலும் அவருக்கு நண்பர்கள் இருந்திருக்கின்றனர். பனிரெண்டாம் வகுப்பு படிக்கும்வரை, சாதியச் சமூக அமைப்பை அறியாதவராகவே இருந்திருக்கிறார். 1978 இல் நடந்த விழுப்புரம் கலவரம்தான் அவருக்கு இந்த சமூகத்தில் ஊடாடும் சாதியின் கொடூர முகத்தை அறிந்து கொள்ள வைத்தது. அதுவே தன் கோபங்களையும் ஏக்கங்களையும் செயல்களாக்கும் தீவிரம் கொண்டுள்ளதாக்கிவிட்டது என்றும் கூறுகிறார்.

‘தனிமை கவிந்த அறை’ கவிதைத் தொகுப்பை எழுதிய அன்பாதவன் பல இலக்கியப் பத்திரிகைகளில் எழுதியுள்ளார். பல நூல்கள் எழுதியுள்ளார். கவிஞர், கதையாளர், சிறு பத்திரிகையாளர் எனப் பன்முகங்களைக் கொண்டவர்.

தலித் இலக்கியச் சூழலில் முக்கியமானவர். அவருடைய கவிதைகளைப் போலவே, அவருடைய பணிகளும் தலித் விடுதலைக்கானவை. பத்தாம் வகுப்பு படிக்கிற காலத்திலேயே நூலகத்தைப் பயன்படுத்தும் பழக்கம் அவருக்கு இருந்தது.

அதனால் எழுதும் உந்துதலைப் பெற்றார். புரிகிறதோ, இல்லையோ ஒருமுறை வாசிப்பது என்னும் முடிவோடு வாசித்திருக்கிறார்.

விழுப்புரத்தில் பேராசிரியர்கள் கல்விமணி, பழமலய் போன்றவர்களால் நடத்தப்பட்ட 'நெம்புகோல்' அமைப்பில் பங்கேற்று, விழி.பா.இதயவேந்தன் போன்றோருடன் நட்பு கொண்டு, தன் எழுத்துக்கு வலு சேர்த்திருக்கிறார். அவருடைய களப்பணிகளும் அதற்கு துணை புரிந்தன. அதனால் அவருடைய தொடக்ககால எழுத்து, மார்க்சியப் பின்னணி கொண்டதாக அமைந்திருந்தது.

அன்பாதவனின் முதல் தொகுப்பு 'செம்பழுப்பாய்ச் சூரியன்' என்னும் கவிதைத் தொகுப்பு. அது, கையெழுத்துப் பிரதியாக இருக்கும்போதே விருதினை வென்றது. 'கலை இலக்கியப் பெருமன்ற விருது', 'சிற்பி விருது' போன்ற விருதுகளை அது பெற்றது. தலித் கவிதைகள் நிறைந்த அந்தத் தொகுப்பு, அன்பாதவனுக்கு சிறந்த அறிமுகத்தை அளித்தது.

அவருடைய அடுத்த தொகுப்பு 'நெருப்பில் காய்ச்சிய பறை' அதுவும் தலித் சூழலில் மிகுந்த வரவேற்பைப் பெற்றது. அவருடைய சிறுகதைத் தொகுப்பு 'பம்பாய் கதைகள்'. மும்பையில் இருக்கும் போது, புதிய மாதவி போன்றோருடன் சேர்ந்து 'அணி' என்னும் கவிதைக்கான சிற்றிதழை வெளியிட்டுள்ளார் (*தலித் முரசு(மாத இதழ்), மாற்றுப்பாதை-அன்பாதாவன், யாழன்ஆதி, பக்.20-21,*).

அன்பாதவன் கவிதைகளைக்குறித்து இப்படிச் சொல்லலாம். தலித் படைப்புகள் விடுதலை அல்லது எதார்த்தமான புழங்குதலோடும் வைத்துப் பார்க்கப்பட வேண்டியது. கலைத்துவம்-மொழித்துவம் பொருண்மைகள் இதில் தரிக்கவோ அறுதியிடவோ இயலாதது. மார்க்சியம்-கறுப்பியம்-வானம்பாடியம் தலித்தியத்திற்கு பற்றுகோலையும் கூக்குரலையும் பின்னியிருக்கிறது. நவீன தலித்தியமல்லாத கவிதைகளின் உள்ளுணர்வும் பரவசமும் தேடலுக்கு அப்பாலும் தெருவில் நின்றுவிட, உரிமைக் கேட்கும் மக்களுக்கு என்னசெய்து விடமுடியும். எனவே தலித்திய கவிதைகள் அல்லது இலக்கியம் என்ற ஒன்று தேவைப்படும் சூழலை

இலக்கிய உலகமும் ஏற்படுத்திவிட்டது. தலித்தியம் களத்தோடு தொடர்புடையது. அதன் கூக்குரலும், சோறும் விடுதலையும் முளைக்கப் போடப்படும் சொற்கள்தாம் எனலாம்.

"வெள்ளை கறுப்பு என்று
வேறுபட்ட நிறங்களில் நாம்
சதுரங்கத்தில் சரிசமமாய் இருப்பினும்

வெண்மை என்பதில் பெருமிதப் பெருமையோ
கறுப்பாயிருப்பதில்
அவமானக் கேவலமோ
தேவையில்லை இருவருக்கும்

ஆனாலும் இது போர்க்களம்
வெள்ளைப் படையே வா

காலங்காலமான உன் தாக்குதலுக்குப் பதிலாய்
காத்திருக்கிறது கறுப்புப்படை
எதிர்க்கத் துணிவுடன்
எமக்கு உண்டு வீரர்கள்

கறுப்பு மலை அரண்களாய்
காவல் யானைகள்
கட்டம் தாவிக் காற்றாய்த்தாக்க
கறுப்புக் குதிரைகள்
திட்டமிட்டு திறமையாய்ச் செயலாற்ற
அமைச்சுமுண்டு

ஆணை மய்யமாய் அரசன்
அதிகார பலத்துடன் எப்பக்கமும்
போற்புரியும் இயல்பான
தைரியத்துடன் எங்கள் ராணி
எக்காள முழக்கத்தோடு

அதிர்கிறது பறையொலி
பேசித் தீர்ப்பதா மோதிப்பார்ப்பதா
பாயத் தயாராய் எமது படை
காலங்காலமான தாக்குதலுக்குப் பதிலாய்
காத்திருக்கிறது கறுப்புப்படை"

என, ஈரமாகியிருக்கும் பறையை நெருப்பில் காய்ச்சி வெப்பமேற்றி, சத்தம் பொங்க அடிப்பதைப் போல, அன்பாதவன், காய்ச்சிய பறையாய்த் தகிக்கிறார்.

"நிறுவப்பட்ட எல்லாவற்றிற்கு மெதிராக
எழுகிறது எங்கள் எழுதுகோல்
கடப்பாறைகளாய்

எதிர்ப்பு இடிப்பு தகர்ப்பில்
புனிதங்கள் சிதைந்து சிதற
சிதிலங்களை சீரணிக்க முடியாதவர்களின்
முணுமுணுப்பு ஹுனமாய்த் தொடங்கி
எழுதுகிறது அகோராமாய்

நிகழ்காலம் பதிவு செய்யும்
நிராகரிக்கப்பட்ட எனது குரல்கள்
இனிமையானதாகவோ இசையாகவோ
இருக்க வியலாது.
ஏனெனில் அது ஓசை
இடியின் பேரோசை.
இடியின் மொழிக்கு இலக்கணமுண்டோ!
தெருக்கூட்டும் பாடல்கள்,
துடப்பங்கள், மலவாளிகளை
பிணமடிக்கும் கழிகளை
ஆயுதமாக ஏந்துகிறோம்
எம்மை நிராகரித்து
நிறுவப்பட்ட
எல்லாவற்றிற்கும் எதிராக"

“தலித் கவிதைகளில் இத்தகைய உரத்த குரல் கோபமாக, பட்ட அவமானங்களுக்கு பழிதீர்ப்பதாக, வசைகளாக, சாபங்களாக வெளிப்படுகின்றன. வழக்கமான அழகியல் கோட்பாடுகளுக்குள் அடங்க மறுத்து திமிறி எழுகின்றன இவை. இக்கவிதைகளை சமூகப் பின்னணிகொண்டு விளங்கிக்கொள்வதன் வாயிலாகத்தான் இதன் கலை மதிப்பை உணர முடியும். மாறாக இவற்றில் தொழில்நுட்பத்தை, அழகை, சொல் தேர்வை எதிர்பார்ப்பது மேட்டிமை குணம்” (நவீனத் தமிழ்க் கவிதையின் போக்குகள், ப. 107) என்னும் கரிகாலன் விமர்சனம் இங்கு குறிப்பிடத்தக்கது. பாலியல் வன்கொடுமைகள், குழந்தை உழைப்புமுறை, கொத்தடிமைத்தனம், குறைந்தகூலி, தன்மானப் பிரச்சினைகள், கல்வி-பொருளாதாரத்தில் பின்னடைவு என்பதெல்லாம் தலித்துகளுக்கு அதிமாக இருப்பதை உறுதிசெய்யப்பட்டுக்கொண்டே இருக்கும்வரை அவர்கள்தம் படைப்புகள் மக்களுடன் இழையும் நேரடித்தன்மைக் கொண்டதாக இருப்பதில் வியப்பொன்றுமில்லை. அவற்றுள் கேள்வியும் தர்க்கமும் தொடரவே செய்யும் எனலாம்.

சாதியத்தால் தீண்டத்தகாதவர்களாகக் கருதப்பட்டவர்கள், அவர்களுக்கான தொழில் விதிக்கப்பட்ட ஒன்றாகவும் படிப்பு மறுக்கப்பட்டதாகவும் அவர்களை யாரும் சூறையாடவும் அவர்களைத் தொட்டால் தீட்டு என்பதாகவும் கட்டமைக்கப்பட்ட சாதிய மனோபாவத்தை இன்றைய தலித் படைப்பாளர்கள் எதிர்கொள்கின்றனர். அவர்களின் மீது ஏவப்படும் ஆதிக்க அடுக்குச் சாதியினரின் வன்முறையும், அவ்வன்முறையோடு சேர்ந்துகொள்ளும் காவல் நிறுவனங்களும் கீழ்க்கண்ட கவிதையில் பேசப்படுகிறது.

“அமைதியாயிருக்கிறது சேரி
பன்றியின் உறுமல்களும்
கன்றுகாலிகளின் அழைப்புமின்றி
பறவைகள் திசைகளில் மறைய
நாய்க்குரைப்பும் கேட்கவில்லை
குடிசைகள் எரிந்து தணிந்து
எழும் புகை பேசுமா ஏதும்
பால்குடி சிசுக்களின் பசிக்குரல் மறைத்துச்

> சேரி மனிதர்கள் சென்றதெங்கே
> நேற்றைக் கொலித்த குரல்களின்
> தடங்கள் எங்குப் பதுங்கின
> தலைமின்னும் வலைவாகனப் பேரோசை
> ஆணவம் கதைத் பூட்ஸ்களின் நாராசம் தொடரச்
> சுழற்றிய தடிகளின் வினைவொலியாய்க்
> கூக்குரல்கள் காற்றில்
> வேட்டுச் சப்தம் அதிர
> உயிர்க்காக ஓடும் மனிதரின் ஓலத்தோடு
> நேற்றைக்கிருந்தது நிறைய சப்தம்
> அமைதியாயின்று சேரி
> மயான அமைதி"

(அன்பாதவன், நெருப்பில் காய்ச்சிய பறை, ப.19)

தலித் கவிதைமொழி, காலங்காலமாய் செயல்பட்டு தன்னுடைய இயங்கியல் போக்கில் உருவ உள்ளடக்கத் தகுதிகளைச் செழுமைப்படுத்திக் கொண்டதல்ல. பேசுபடுபொருள்களில் அண்மைக்காலத்தது. வரலாற்றில் இருட்டடிப்புச் செய்யப்பட்டது. தற்போது முனைப்பது. இங்கு கவிதை கதைகூறல் வடிவமைப்பில் அமைந்திருந்தாலும் இடைவெளியின் கூறும் முறையிலும் காட்சிமாற்றங்களிலும் அதன் உள்ளே ஓடிக்கொண்டிருக்கும் அறுகாத இழையாலும், சில சொற்கள் உணர்வுகளை, அழுத்திப்பிடித்த சலனங்களை எழுப்பிவிடுவதிலும் கவிதைமொழிக்குரிய தகுதியை அடைந்துவிடுகிறது.

சேரிக்குள் ஆதிக்கச் சாதியின் வன்முறையும் அதனோடு கூட்டு வன்முறையில் ஈடுபட்ட காவல்துறையும் நிகழ்த்திய சேரிப் படுகொலையில், நேற்றைக்கிருந்த உயிருக்குப் போராடிய உயிர்கள் குரல்கள் இல்லாத மயான சேரியை காட்சிப்படுத்துகிறது. பன்றிகளும் கன்றுகாலிகளும் சேரிக்கான அழகியல் பகுதியாகவே மாறிவிடுகின்றன. வன்முறையும் - ஒடுக்கப்பட்ட உணர்வுகள் கொதிக்க அழித்தொடுக்கப்பட்ட சேரியும் காலத்தால் இயங்கிக்கொண்டிருக்கும் உணர்வுச்

சலனத்தை நினைவூட்டக்கூடிய வெண்மணி சம்பவத்தை அழியாப் பகுதியாக மாற்றுகிறது கவிதை.

"காய்ச்ச காய்ச்ச
இறுகுகிறது எம்பறை
நெருப்பின் தகிப்பில்
பொங்கியெழும் பெருமுழக்கம்
சிறுதீண்டலிலும்
காற்றின் அணுக்களில்
பேரலையாய் அதிர்வுகள்
இசையின் திசைகளில்
கலந்திருக்கிறது எம்உயிர்
திரண்ட பறைகளின்
குமுறல்களில் பொங்கும்
யுகங்களின் கோபம்
மறுக்கப்பட்டவர்களின் மனதாக
ஒடுக்கப்பட்டவர்களின் குரலாக"*(மு.நூ.ப.16)*

தீண்டத்தகாதவர்களின், இழிதொழிலாக சொல்லப்பட்டுக் கொண்டிருக்கும் 'பறை' என்னும் இசைக்கருவியே இங்கு விடுதலைக்கான ஆயுதமாக மாறுகிறது. 'பறை' மறுக்கப்பட்டவர்களின் மனதாக, ஒடுக்கப்பட்டவர்களின் குரலாக இங்கு வடிவம் கொள்கிறது. கவிதைமொழிக்குள், ஒரு கோபத்தை வெளிப்படுத்தும் 'பொங்கியெழும் பெருமுழக்கம்' 'யுகங்களின் கோபம்' 'பேரலையாய் அதிர்வுகள்' எந்த முன்னிலையில் வைத்துப்பார்ப்பது என்பதற்குச் சொற்களே இல்லாமல், கோபம் எதன் அடிப்படையில் யார் மீது என்பதை எல்லாருக்குமே தெரிந்த திறந்தவெளியாக மாற்றிவிடுகிறது. சொந்த வாழ்பனுபவத்தின் வெளிப்பாடாக அமைகின்ற தலித்மொழியில் பறையே ஆயுதமாகிய உணர்வும் உயிருமான குறியீடாக உருமாறுகிறது.

"தெருக்கூட்டும் பாடல்கள் :
துடைப்பங்கள்
மலவாளிகளை பிணமடிக்கும் கழிகளை

ஆயுதமாக ஏந்துகிறோம்
எம்மை நிராகரித்து
நிறுவப்பட்ட
எல்லாவற்றிற்கும் எதிராக" (மு.நூ.ப.95)

இந்தத் தொழில்தான் இவர்களுக்கு என ஒதுக்கப்பட, அந்தத் தொழிலின் பொருட்களே தலித் விடுதலைக்கான ஆயுதமாக உருமாறுகிறது. பொதுச் சமூகத்தில் புழங்கவும் தங்களிருப்பை நிலைநாட்டவும் தங்கள் வாழ்வுரிமைகளுக்குப் போராடவும் தடைசெய்யப்பட்ட இவர்கள், ஊரையும் வீட்டையும் சுத்தம் செய்யப் பணிக்கப்பட்ட இவர்கள் இந்த நிறுவப்பட்ட கருத்தியல்களுக்கு எதிராக துடைப்பங்கள் - மலவாளிகள் - கழிகள் எடுத்துத் தங்களின் ஆயுதமாக உருவாக்குகின்றனர்.

பாரதி வசந்தன்

பாரதி வசந்தன் தனது கொள்கையை எவருக்கும் விட்டுத்தராதவர். கொண்ட கொள்கையில் உறுதியாக இருப்பவர். சாதியால் மதத்தால் வர்க்கத்தால் பிரிந்துகிடக்கும் மனிதனின் செயல்பாடுகளைக் கண்டிக்கும் இவருடைய மனம் மற்றும் சிந்தனையை மார்க்சிய தமிழிய சிந்தனையால் மட்டுமே நுணுக்கமாகப் புரிந்து கொள்ள முடியும் எனலாம். எனினும் சாதிய மனத்தை சாதிய மனம்கொண்டு வேரறுக்கும் இவருடைய சிந்தனைகளின் அடிப்படையாக இங்கு தலித்திய வகைமையில் இனம்காணப்படுகிறது. தலை நிமிர்வில் உள்ள கவிதைகளில் பெரும்பாலானவை பெருவாரியான இதழ்கள் வெளியிட மறுத்தவை. காரணம் கவிதைகளின் நிஜத்தன்மை மற்றும் கலகக் குணம் என்பதும் கவனப்படுத்த வேண்டியதாகிறது.

தலை நிமிர்வு

தனது முப்பது ஆண்டு கால கவிதை வாழ்வினை வெள்ளை அறிக்கை என்னும் அறிவிப்புடன் 'தலை நிமிர்வு' (வெளியீடு- அக நாழிகை, 33 மண்டபம் தெரு மதுராந்தகம், சென்னை-603306) என்னும் கவிதைத் தொகுப்பினைத் தந்திருக்கிறார். வெள்ளை அறிக்கை என்பது இங்கு அரசானாலும் தனிமனிதன் ஆனாலும் தனது வாழ்வியலில் உண்மை நிலையை நேர்மையுடன்

இருந்திருப்பதை வெளிப்படையாக சமூகத்திற்குத் தெரிவிக்கும் கடைமையின் குறியீடாக முன்வைக்கிறார்.

> "இலக்கியம் மக்கள் விடுதலைக்கே –என
> எழுத்தில் கலகம் செய்பவன் நான்
> இலக்கியம் போன்றே வாழ்ந்திருப்பேன்–ஆம்
> இதுவே எனது பிரகடனம்"

என்பது வெள்ளை அறிக்கைக்கான அறமும் கம்பீரமும் ஆகிறது. இப்படி அவருடைய கவிதைகளின் சாராம்சத்தைக் கீழ்க்கண்டவாறு முன்வக்கலாம்.

தமிழர்களின் வரலாறு மிக நீண்டது. தொன்மையும் மூத்த குடிப் பெருமையும் இரண்டாயிரம் ஆண்டுகாலப் பண்பாட்டுச்சிறப்பும் உடையவனாக இருந்தாலும் தமிழன் தலை நிமிர்ந்து வாழ முடியவில்லை. இதற்கு 'சாதித் திமிரும் மத வெறியுமே' முக்கியக் காரணமாகும் என்கிறார்.

> "இமயம் வென்ற வீரம்
> இருந்தது முன்பொரு காலம்
> சமயம் பார்த்தே
> சாதிகள் வளர்ப்பாய்
> சரிதான் உன் செயல் சோரம்"

என மனக்கலக்கம் அடைகிறார்.

சேரி என்றால் சக்கிலியர், பறையர், பள்ளர் வாழும் பகுதி என அடையாளப் படுத்தப்பட்டுள்ளது. இது புறக்கணிக்கப்பட்டப் பகுதியாகவும் உள்ளது. ஆனால்,

> "சேரி எனில்
> மக்கள் சேர்ந்து வாழ்தலென"

கவிஞர் உணர்த்துகிறார். சேரி என்னும் பெயரில் மனிதர்களைப் பிரித்து வைத்திருப்பதைக் கண்டித்துள்ளார். எனவே தலித்தாக பிறந்தவன் தலித்தாக வாழவேண்டும் அதற்காகப் பெருமைப்படவேண்டும் என்கிறார். வேலையும் வசதியும் வந்தவுடன் தலித் என்னும் அடையாளத்தை

மறப்பவர்களைத் 'துரோகி' என்று அடையாளப்படுத்தியுள்ளார். அம்பேத்கர் ஒருவரே தலித்தியர்கள் தலைவர் எனினும் அம்பேத்கர் பெயரிலேயே ஏராளக் கட்சிகள் பிரிந்திருப்பதை அவரால் ஒப்புக்கொள்ள முடியவில்லை. தமிழர்கள் என்றால் பிரிந்துக் கிடப்பது போல் தலித்துகள் என்றாலும் பிரிவினையே என்பதையும் அவர் சாடுகின்றார்.

"தலித்தியத்திற்கு
அம்பேத்கரியம்.
தமிழியத்திற்கு
பெரியாரியம்.
பொதுவுடமைக்கு
மார்க்சியம்.
தமிழ் நாட்டின்
விடுதலைக்கு
இந்த மூன்றும்
அவசியம்"

என தலித், தமிழ், தமிழ்நாடு என்பது இனி எப்படிக் கட்டப்பட வேண்டும் என்பதைக் குறிப்பாகக் காட்டுகிறார்.

தலித்துகளுக்குள் சுயமுரண்களைப் பேசும் பாரதி வசந்தன்,

"'கற்பி' என்றது
அந்தக் கறுப்புச் சூரியன்
என்றைக்காவது நீ
சேரிக்கு கற்பித்தது உண்டா...?
சேரியிடம் இருந்தாவது
கற்றதுண்டா..?

'ஒன்று சேர்' என்றது அந்த
உரிமைக்காற்று
எப்போதாவது நீ
சேரி சனங்களை
ஒன்று சேர்த்திருக்கிறாயா?–இல்லை

சேரி சனங்களிடமாவது
ஒன்று சேர்ந்திருக்கிறாயா?

'கலகம் செய்'
என்றதந்த கால நெருப்பு
அதை மட்டும் சரியாக செய்கின்றாய்
சேரிகளுக்கும்
சேரிகளின் விடுதலைக்கும்
எதிராக எப்போதும்
கலகம் செய்து கொண்டிருக்கிறாய்

போடா!
போய்த் தூக்குமாட்டித் தொங்கு
அம்பேத்கரை
அவமானப் படுத்துவதை விடவும்
அது மேல்'' என்கிறார்.

தலித்துகள் பல கட்சிகளாக உடைந்துள்ளார்கள். தலித்துகள் பல்வேறு கட்சிகளில் தங்களை இணைத்துக்கொண்டுள்ளார்கள். அங்கே தங்களது கட்சிகளுக்காக உழைக்கிறார்கள். தலித்துகள் தங்களுக்கென்று பல கட்சிகளை உருவாக்கினார்கள். அங்கும் தங்கள் கட்சிகளுக்காக உழைக்கிறார்கள். இவர்களில் பலர் தங்களது கட்சி கட்சி என்று கூச்சல் போட்டு அலைகிறார்களே தவிர தங்களது மக்களுக்காக என்ன செய்கிறார்கள் என்ற கேள்வியை எழுப்புகிறார். கற்பி ஒன்றுசேர் என்று சொன்ன அம்பேத்கரின் ஒரு கருத்தையும் நிறைவேற்றாத இவர்களின் கட்சி உண்மையில் தம் மக்களுக்கு என்ன செய்துவிடமுடியும் என்பதே அவரது கோபத்திற்கான காரணத்தையும் ஏற்படுத்திவிடுகிறது.

'எழுது கோல் யுத்தம்' என்பதே அவருடைய பயணம் ஆகிறது. ஆதித் தமிழன் எழுத்து இன்று பஞ்சமன் எழுத்தாக ஆனாலும் தலித் எழுத்தாக ஆனாலும் அது தமிழ் இலக்கியத்தின் நீண்ட காலம் தொட்டு கலக எழுத்து ஆக 'ஆதி எழுத்து'ம் தலித் எழுத்தே என்கிறார். இம்மரபின் தொடர்ச்சியைத் தமிழ் மொழிப்போரில் உயிர்நீத்த எண்ணற்ற போராளிகளின்

வழியாகவும் அறிந்து கொள்ள முடியும். மொழிப்போர் வரலாறில் தாளமுத்து நடராசன் மொழிப்போர் வரலாறு என்பதைவிட நடராசன் தாளமுத்து வரலாறு என்பதே பொருத்தம் என்கிறார். தாளமுத்து தலித் என்பதால் வரலாற்றில் பின்னுக்குத் தள்ளப்பட்டது பொருத்தமில்லை என்னும் அவருடைய கூற்று சிந்திக்கத் தக்கது. எனினும் இவ்விருவருக்கும் சாதி கிடையாது என்பதுடன் அவர்களைத் 'தமிழின் அடையாளம், தமிழரின் இன மானம்' என்றும் போற்றுகிறார். வரலாற்று நிகழ்வை மாற்றிய 'சுயநல சூழ்ச்சி'யை வெளிச்சம் போட்டுக்காட்டுகிறார். இதனை பிரித்தறியும் மனம் என்பதாகக் குறுக்கிவிட முடியாது என்பதற்கு அவரின் தமிழ் உணர்வும் சாட்சியாக முடியும். 'ஆதிக்கம்' கவிதையில் சாதிகளற்ற தமிழ்ச் சமூகத்தை அடையாளம் காணுகிறார். மேலும்,

'தமிழ் எங்கள் உயிருக்கு நேர்' என்ற பாரதிதாசனிடமிருந்து ஒரு படி மேலே சென்று 'தமிழ் எங்கள் உயிருக்கும் மேல்' என்கிறார் பாரதி வசந்தன். இதன் தொடர்ச்சியாக, விடுதலைச் சிறுத்தைகள் சார்பில் பத்தாயிரம் இந்துப் பெயர்களை இனிய தமிழ்ப் பெயர்களாக மாற்றியதற்காக திருமா வளவனை 'தகப்பன் சாமி' என போற்றிப் பாடியுள்ளதும் இங்கு கவனிக்கத்தக்கது. 'பற்றுப் பாட்டு' கவிதையில் மலையாளிக்கு மொழிப்பற்றும் தெலுங்கனுக்கு இனப் பற்றும் வங்காளிக்கு நாட்டுப்பற்றும் உள்ளது போல் தமிழனுக்கு சினிமா பற்றே உள்ளது என குற்றம் சாட்டவும் அவர் தயங்கவில்லை.

'உயிர் விலை' என்பது அடங்க மறு, அத்து மீறு, திமிறி எழு, திருப்பி அடி என்ற கருத்தையும் அதற்கான அவசியத்தையும் கூறுவதாக அமைகிறது. காலம் காலமாகக் குனிந்ததின் விளைவை மாற்ற போர்ப்பிரகடனமாக அது அடையாளம் காணப்படுகிறது. 'பெரியார் செருப்பு' கவிதை, பெரியாரின் தடி, பேச்சு, சேவை, செருப்பு ஆகியவை,

"எங்கும் போய்விடவில்லை
எங்கள் கையில்தான்"

இருக்கிறது என்கிறார். பெரியாரின் பணி தொடர்கிறது என்கிறார். பெரியார் சமூகத்திற்கு ஆற்றியுள்ள பங்கு மகத்தானது. மேட்டுக் குடியினர் அல்லாதவர் ஓரளவேனும்

உயர்வு பெற்றிருப்பதற்கு அடிப்படை பெரியார் என்பதை எவராலும் மறுக்க முடியாத உண்மை, ஒடுக்கப்பட்ட, தாழ்த்தப்பட்ட, வஞ்சிக்கப்பட்ட, புறக்கணிக்கப்பட்ட அனைத்து மக்களுக்காகவும் போராடியவர். பெரியார் மீதும் விமரிசனங்கள் வைக்கப்பட்டது. அவதூறு பரப்பப்பட்டது. அவதூறுக்கு எதிராக எழுதப்பட்ட பெரியாரின் இலட்சியத்தை நிறைவேற்றுவோம் என்கிறார். பெரியாரை மறுப்பவர்களை மறுத்துள்ளார். 'மீட்பு'க் கவிதையிலும் எல்லாவற்றையும் மீட்க பெரியார் வர வேண்டும் என்கிறார்.

பெரியார் கடவுள் இல்லை என்றார். பாரதி வசந்தன் உண்டு என்கிறார். கவிஞர் குறிப்பிடும் தெய்வங்கள் மெய்யானவை, எவராலும் மறுக்க முடியாதவை. 'தெய்வங்கள்' கவிதையில்,

"கடவுள் இல்லையென்று எவனாவது
சொன்னால் சொல்லி விட்டுப் போகட்டும்
அப்பாவும் அம்மாவும்தான் எங்களுக்கு
ஆயிரங் காலத்துத் தெய்வம்
அதற்கடுத்தத் தெய்வம்
அம்பேத்கர்"

என்கிறார். பெற்றோர் தெய்வம் என்பது பொதுவானது. அம்பேத்கர் தலித்தியரின் தெய்வம் என்பதையும் எடுத்துரைத்துள்ளார்.

பாரதியை இலக்கிய உலகம் நன்கறியும். பாரதிதாசனைத் தமிழ்க் கூறும் நல்லுலகம் வெகுவாக அறியும். முன்னவர் புதுச்சேரியில் வாழ்ந்தவர். பின்னவர் புதுச்சேரியில் பிறந்தவர். இப்புதுச்சேரியில் பிறந்த ஒரு சிறந்த கவிஞர் தமிழ் ஒளி. தமிழ் ஒளியை பெரும்பாலோர் அறிய வாய்ப்பற்றதாக ஆக்கப்பட்டுள்ளது. இதனால் 'தமிழ் மொழி'யின் மீதும் இருட்டுப் பாய்ச்சப்பட்டுள்ளது. கவிஞர் பாரதி வசந்தன் 'தமிழ் ஒளி' மீது ஒரு 'தமிழ் ஒளி'யைப் பாய்ச்சியுள்ளார்.

"சேரியிலே பூத்ததொரு
சிவப்புப்பூ வசந்தம்
சிந்தித்த அத்தனையும்

தலித் இலக்கிய வரலாறு | 169

செங்கொடியை உயர்த்தும்
யாரிடமும் தலை வணங்கா
இனமான முழக்கம்
யாசித்தும் வாழ்ந்ததில்லை
இது அவன்கதைச் சுருக்கம்"

இப்படி, கவிஞர் தமிழ் ஒளியின் வாழ்வுச் சுருக்கத்தை எட்டே வரியில் சுருக்கிக் கூறியுள்ளார்.

தமிழகத்திற்கு வந்தோரை வாழ வைக்கும் தன்மை உண்டு என்பர். வந்தோர்கள் தமிழர்களையே ஆளத் தொடங்கினர். அடிமைப்படுத்த முயன்றனர். தமிழகம் வந்த ஆரியர்கள் வந்தேறிகள் ஆயினர். தமிழர்கள் மீதேறி பயணிக்கத் தொடங்கினர்.

"தமிழும் தமிழ் சார்ந்த இடமும்
வந்தேறிகளின்
வேட்டைக் காடு ஆகிவிட்டது" என்கிறார்.

விலங்குகளோடு மேய்க்க வந்தவர்கள் தமிழர்களை வேட்டையாடி வருவதை வேதனையுடன் வெளிப்படுத்தியுள்ளார்.

கட்சித் தலைவர்கள் தொண்டர்களை அழைக்கும் விதத்தில் ஓர் அன்பு இருக்கும். ஓர் உறவு இருக்கும். இதில் ஒவ்வொருத்தருக்கும் ஒவ்வோர் அடையாளம் உண்டு. தம்பி, உடன் பிறப்பு, இரத்தத்தின் இரத்தம் என்பர். தொண்டர்களோ அம்மா என்றும் அய்யா என்றும் பெரிய அய்யா என்றும் சின்ன அய்யா என்றும் அழைப்பர். இது தமிழ்நாட்டில் எழுதப்படாத விதி. தமிழர்களின் தலை விதி.

"தமிழர்கள்
ஒரே குடும்பமாக
இல்லையென்று
எவன் சொன்னான்"

என 'குடும்பம்' தலைப்பில் எழுதப்பட்ட கவிதையில் கிண்டல் செய்துள்ளார்.

தமிழன் என்பவன் இன்று தமிழனாக இல்லை. தமிழனுக்காக அடையாளங்களைத் தொலைத்து நிற்கிறான். மிக முக்கியமாக மொழியை மறந்து விட்டான். மொழியில் ஆங்கிலத்தைக் கலந்து விட்டான். ஆங்கிலமே தமிழன் நாவில் ஆட்சிச் செய்கிறது. தமிழும் ஆங்கிலமும் கலந்து தமிங்கிலீஷ் ஆகி விட்டது. தமிழனும் தமிங்கிலன் ஆகிவிட்டான். 'தமிங்கிலன்' கவிதையில்,

"நீ
தமிழனும் இல்லை
ஆங்கிலேயனும் இல்லை.
இரண்டுக்கும் தப்பிப் பிறந்த
தமிழ் நாட்டுத் தமிங்கிலன்.
எப்போதும்
இனத்துக்கும் மொழிக்கும்
எதிராக நடக்கும் இழிமகன்" என ஆவேசமடைகிறார்.

தலித்தியம் தமிழியம் என்னும் இரண்டு தளங்களிலும் இயங்க வேண்டியது இன்றைய தலித்திய செயல்பாட்டிற்கு அவசியமானதாகக் கூறும் அவர் இதனை முன்னெடுத்துச் செல்பவர்கள் போலியாக இருக்கக்கூடாது எனவும் எச்சரித்துள்ளார்.

ம.மதிவண்ணன்

ம. மதிவண்ணனின் கவிதைகள் தலித், கோடாங்கி, கவிதாசரண், வேறு வேறு போன்ற இதழ்களில் வந்தபோதே கவனித்துப் பேசப்பட்டன. ம.மதிவண்ணனின் நெரிந்து தொகுப்பு வேறு ஒரு தளத்திற்குள் நுழைந்துள்ளது. நடுத்தரவர்க்க வாழ்க்கைக்குள் நுழைந்துவிட்ட தலித்துகளின் எண்ணங்களும் நினைவுகளும் இயலாமைகளும் தப்பித்தல்களும் நெரிந்துவாக வெளிவந்துள்ளன. (நெரிந்து, வேறு வேறு, ஆத்தூர் 2000) இவர், புதிதாய் விழிப்புணர்வு பெற்ற தலித்துகளின் பிரக்ஞையைக் 'நெரிந்து' தொகுப்பில் கவிதையாக்கியுள்ளார். இக்கவிதையில் தலித் பெண்ணியமும், தலித்தியமும் ஒன்றிணைந்து கிடக்கின்றன.

நெரிந்து

மதிவண்ணன் கவிதைகள் அரசியல், சமூகம், பொருளியல் இதனோடு தனி மனித உணர்வுகளைப் புரட்டிப்போடுகிற தன்மை உடையனவாக இருக்கின்றன. கேள்வி யாரிடம் கேட்கப்பட்டது என்பதைவிட அது அப்படி என்னதான் சொல்கிறது என்கின்ற இடத்திற்கு நகர்ந்து தன் வலியைப் பதிவு செய்யக் கூடியது என்பதற்குக் கீழ்க்கண்ட கவிதையை எடுத்துக்காட்டாக்கலாம்.

"ஊருக்கொரு வைப்பாட்டியுடன்

பொறுப்பற்றுத் திரிந்த தாத்தாவிடம்
குடும்பம் தனியாய்ச் சுமந்த பாட்டிக்கும்...

ஊர்ப்பட்ட விறகு பிளந்து
ஒரு வண்டி எச்சிலையை அள்ளி முடித்ததற்குச்
சம்பளமாய் ஒரேயொரு முட்டைகோசை
கொடுத்தவனிடம் தாத்தாவுக்கும்...

கேள்விகளிருக்கவில்லை
கேட்பதற்கு.

இன்று புதிதாய்ப் பிறந்திருக்குமிந்தக் கேள்விக்குறி
எல்லாவற்றையும் அர்த்தமற்றதாக்கிவிட்டு
அர்த்தத்துடன் சுழல்கிறது தான்மட்டும்." (நெரிந்து, ப.25)

இவ்வகையில் தலித் கவிதைகள் பெரும்பாலும் சுயவரலாற்றுத் தன்மை கொண்டு விளங்குகின்றன. மராட்டியத்திலும் கன்னடத்திலும் இப்படித்தான் வெளிப்பட்டுள்ளன. மறக்கடிக்கப்பட்ட நினைவுகளை, இறந்த காலங்களை நுணுக்கமாகத் தோண்டி வெளியே கொணர்வதன் மூலம் ஆதிக்க சக்திகளின் அசிங்கமான முகத்தை, மனிதாபிமானமற்ற முரட்டு இதயத்தைத் தோலுரித்துக் காட்டிவிட முடிகிறது. வாசகர்களின் மன உலகத்திற்குள்ளும் சரசரவென்று எளிதாகப் பாய்ந்து பரவிவிட முடிகிறது. சாதியத்தின் கொடுமைகளை

நியாயப்படுத்தி, குற்றங்களை கௌரவிக்கிற இச்சமூகத்தை கடுமையாகச் சாடும் மொழி மதிவண்ணனுடையது. தலித்/ அருந்ததிய மக்களின் வாழ்க்கை முறை, சாதிய ஒடுக்கத்திற்கு எதிரான அவர்களது பார்வை ஆகியவற்றை அவர்களின் வாழ்வியல் மொழியுடன், 'வெட்டியெடுத்துச் செல்ல தோதாய் முடிகொண்ட தலைகளின் கீதம்' என, சாதியப் போராட்டங்களில், வாழ்வா சாவா என்ற நிச்சயமற்ற, நிம்மதியற்ற சூழல்களில் இருப்பு நிலை இலக்கியமாக மாற்றப்படுவதைச் சொல்கிறது.

'வாளோடும் வார்த்தைகளோடும்
நீ வருவது
அடுத்த நிமிடமாய்க் கூட இருக்கலாம்.
பத்திரமாய் ஒளித்து வைக்கிறேன்
என் உயிரை
பதட்டத்தில் துடிக்கும்
இதயத்தின் தாளத்திலான
இந்தப் பாடல்களில்'.

அருந்ததியச் சமூகத்தினருக்கு நிகழ்ந்து வரும் பொருளாதார, வாழ்வியல், உடலியல் நெருக்கடியின் விளைவாக, வெளிப்படும் கோபமும் ஆவேசமும், தலைப்பிடப்படாத கவிதைகளில் ஒன்றான, 'எதிர்ப்படும் போதெல்லாம்' எனத் தொடங்கும் கவிதை, தன் உயர் நிலையை முன்னிறுத்திக் காட்டுவதற்கென்றே பிறரை இழிநிலைக்குத் தள்ளும், சாதிய இந்துக்களின் கீழ்க் குணத்தை இனங்கண்டுச் சொல்கிறது,

'தாமதமாகவே உறைத்தது
உன் வெள்ளுடுப்பை
வெட்டி அதிகாரத்தை
இன்ன பிறவற்றை
நிச்சயிக்கவென்றே
எச்சில் நீர் உனக்கு
ஊறும் ரகசியம்.
இப்போதெல்லாம்,
உன் வாயிலடைக்க

கைகளில் கொண்டு திரிகிறேன்
தூமைத் துணிகளையும்
தூமையில் தோய்ந்த
இக்கவிதைகளையும்' என்கிறார்.

இந்நூல் வெறும் சாதியெதிர்ப்புக் கவிதைகள் எனும் வகைப்பாட்டுக்குள் மட்டும் அடங்காத வண்ணம், காதல், காமம், சுதந்திரம், அடையாளம், சமூக அவலங்கள் என பல்வேறு கூறுகளைக் கொண்டுள்ளது. பொது இலக்கிய வட்டத்துள் பயன்படுத்தத் தயங்கும் பல அமங்கலச் சொற்களும், வசைச் சொற்களும் இத்தொகுப்பு முழுவதும் பரவலாகப் புழங்குகின்றன. அத்தகைய பயன்பாடே ஒடுக்கப்பட்ட மக்களின் உணர்வெழுச்சிகளை, அவர்களுக்கே உரித்தான சீற்றத்துடன் வெளிப்படுத்துகிறது.

"எவரேனும் குண்டி துடைத்துப் போட்டவற்றுள்
ஒன்றாகக்கூட இருக்கலாம் அது.
தன் மௌன இருப்பின் மூலம்
எங்கள் பங்கைப் பெறுவதற்கான
உரிமையை வழங்கும் வலுவுண்டதற்கு

இந்த இடத்தை அடைந்தது முதல் அது
எங்களுக்காக மட்டுமே பேசிக் கொண்டிருக்கிறது.
எங்கள் உரிமையை முன்னிறுத்தி
குழாயடி வரிசையில்
அம்மா நியமித்துப் போட்டகல் அது." (நெரிந்து, ப.31)

இப்படி, விரக்தி, நடுக்கம், உட்குமைந்து முடங்கல் என்னும் தீவிர உணர்வு நிலையிலிருந்து அசலான ஒரு தலித்தின் மொழியின் வெளிப்பாடாக இக்கவிதை அமைந்துள்ளது.

"அறிவாயா?
என்னை எழுதும் உரிமை நாட்ட
முண்டாத்தட்டும் நீ
சொல்ல பதிலில்லையெனில்
தூரமோடிப்போ

எல்லாத்தையும் பொத்திக்கொண்டு" (ப.30)

"ஒரு நீர்க் கயிறாய் வலியின்றிப்
பிணைத்திருக்கும்
உன் வார்த்தைகளிலிருந்து மீள
வேறென்ன வழி மீந்திருக்கிறது சொல்!
கனிவு ததும்பும் உன் விழிகள் ஒளிர
பரிவு சுமந்து வரும் அவ்வார்த்தைகள்
புறப்படும்
உனதந்தக் குரல்வளையைக் குதறுவதைத் தவிர" (ப.30)

என்னும் வரிகள், தமிழ்ச்சூழலில் தலித் இலக்கியம் குறித்த விவாதங்களுக்கு பதில் சொல்லும் வகையில் அமைந்துள்ளன. இதற்கான காரணத்தை விளக்கும் மதிவண்ணன், "ஒரு சாதரண விசயத்தை நான் பார்ப்பதற்கும் ஒரு மேல்தட்டு மனிதன் பார்ப்பதற்கும் நிறைய வித்தியாசம் இருக்கிறது. உதாரணமாக செரட்டையை (தேங்காய்த் தொட்டி) நீங்கள் வெறும் தேங்காய் மூடியாகத்தான் பார்ப்பீர்கள். ஆனால் அதுதான் நான் டீ குடிப்பதற்கான ஒரு பாத்திரம்" (யாதுமாகி இதழ், மார்ச்-2001, ப.19, திருநெல்வேலி) என்கிறார்.

'...பார்ப்பனர் புகழுரைத்தல்,
புளுகு பரப்பல்,
காவலர் பொய்த்திறன் வியத்தல்
பாலியல் பெருங்கதைகள் புனைதல்
ஊடகக் கூற்று நிகழுமிடங்கள்
இவை என்மனார் புலவர்'

ஊடக அறம் என்பதே மறந்து, உண்மைக்கு மாறான புரளிகளைத் திரித்து, பொய்யான தகவல்களை மக்களிடையே பரப்பும் சில ஊடகத் துறையை இக்கவிதையில் பகடி செய்துள்ளார். கற்பிக்கப்பட்ட புனிதங்களைத் தகர்த்தெறிவது மட்டுமின்றி, இந்துத்துவத்தையும் அது போதிக்கும் சாதியத்தையும் பாலின அரசியலையும் எதிர்க்கும் வலுவுடைய கவிதைகள். இவரது கவிதைகளில் பிராமணியத்தையும் சாதியத்தையும் சாடும், கருப்பொருளுக்கு அப்பாற்பட்ட

தூயதமிழுக்கு எதிரான மொழியமைப்பே இவரது தலித்திய அடையாளத்தை அழுத்தமாகச் சொல்கிறது.

தய். கந்தசாமி

வெண்மணிக்கும் திருக்குவளைக்கும் இடையேயுள்ள வலிவலம் என்னும் ஊரில் பிறந்தவர் தய்.கந்தசாமி. தன் ஊரிலேயே பள்ளிக் கல்வியை முடித்து, மன்னார்குடியில் அரசுக் கல்லூரியில் படிக்கும்போது அக்கல்லூரியில் பணியாற்றிய பேராசிரியர் அ.மார்க்ஸ் அவர்களால் அரசியல் மயப்படுத்தப்பட்டவர். பல்வேறு களப்பணிகளுக்குப் பிறகு சட்டக்கல்லூரியில் சேர்ந்து படித்து, தற்பொழுது வழக்குரைஞராக செயல்படுகிறார்.

தலித் பண்பாட்டுப் பேரவையில் பணியாற்றும் காலத்தில் பள்ளர் பறையர் என்ற வேறுபாடின்றி, தலித்துகள் தங்கள் பகுதியில் ஒன்றாய் நின்று களப் பணியாற்றியதையும், பிற்காலங்களில் ஏற்பட்ட அரசியல் மாற்றங்களால் அவர்கள் பிரிந்து சென்றதையும், அக்காலத்தில் பொதுவுடைமை இயக்கக்காரர்கள் தலித்துகள் மீது நிகழ்த்திய வன்முறைகளையும் அவர் கவிதை மனம் நினைக்கையில் கோபக்கனலாக மாறிவிடுகிறது.

அவர் கவிதைகளில் இருக்கும் நவீன கவிதைகளுக்கான கூறுகள், மிக முக்கியமாக கவனிக்கப்பட வேண்டியவை. ஒரு தலித் எழுத்தாளரால் இப்படி எழுத முடிந்திருக்கிறதே என்னும் கவனிப்புக்கூட பொது வாசகத்தளத்தில் இல்லை. அவருடைய சொற்சேர்க்கைகள் புதிய உணர்வினைத் தரக்கூடியதாக இருக்கின்றன. 'கானல் கூடுகள்', 'கலகாஞ்சலி', 'மூன்றாவது கன்னம்', 'தேவதைக்கறி' என்னும் தலைப்புகளேகூட தய்.கந்தசாமியின் கவிதை வலிமையை வெளிப்படுத்துகின்றன.

தனி இருட்டு

தய். கந்தசாமியின் ஒரே தொகுப்பு. எந்தவொரு தொகுப்பிலும் உள்ள முதல் கவிதை, அந்த எழுத்தாளனின் கவிதை கோட்பாட்டைப் பேசிவிடும். 'உயிராசுவாசம்' என்ற கந்தசாமியின் முதல் கவிதையும் அப்படித்தான் பேசுகிறது. தொகுப்பு வெளிவந்த 2000 ஆம் ஆண்டுகளில் தமிழகத்தில்

முக்கிய தலித் பிரச்சினையான மேலவளவு, பாப்பாபட்டி ஆகிய ஊர்களில் நிகழ்ந்தபோது எழுதப்பட்டவை.

"எழுதவே முடிந்ததில்லை
எல்லாரும் மெச்சும்படியான
சொல்லொன்றையும்" - எனத் தொடங்கி

"மலம் திணிக்கப்பட்ட
ஓக்களிப்பு தீர்ந்து
நிச்சயமெழுதுவேன்
நீ மெச்சும்படியாக
சில கொலைகளாவது
செய்ததன் பிறகு" (தய்.கந்தசாமி, தனி இருட்டு, ப.9, விடியல் பதிப்பகம், கோவை, 2002)

என முடியும் அக்கவிதை, கந்தசாமியின் கொள்கை உறுதியை வாசிப்பவருக்கு உணர்த்தும்.

வாசிப்பாளர் தலித்தாக இருக்கும் பட்சத்தில் அவருக்குள் இக்கவிதை, சாதிக்கெதிரான மனநிலையையும்; தலித்தல்லாத வாசிப்பாளருக்கு இந்தச் சமூக அமைப்பின் மோசமான அடுக்குகள் மீது கோபமும், அதைத் தகர்க்க தன் சாதி மீதான வெறுப்பையும் உருவாக்கும். இதுதான் தலித் எழுத்தின் செயல்பாடு.

கந்தசாமியின் 'அப்பாவும்...' என்ற கவிதை, தலித் தந்தையர்களின் அடையாளம். ஒவ்வொரு தலித் தந்தையும் தம் மக்களை கரையேற்ற நிகழ்த்தும் வாழ்க்கைப் போராட்டமே ஒரு சாகசம்தான். அதை அவருடைய கவிதை மிகவும் அற்புதமாகப் பதிவு செய்திருக்கிறது. 'இருப்பாய் தமிழா நெருப்பாய்' கவிதை, ஒரே தருணத்தில் தமிழராகவும் சாதியராகவும் இருப்பது எவ்வளவு அபத்தம் என்பதைப் பற்றி பேசுகிறது. தமிழனாக இருந்துகொண்டே பின்பற்றப்படும் சாதியம், இந்துத்துவம், மூடநம்பிக்கைகள் என அக்கவிதையில் அவர் நடத்துகின்ற உரையாடல் - 'தமிழராய் ஒன்றிணைவோம்' என்று மொழிக்கூச்சல் போடும் அனைவரும் கண்டிப்பாக வாசிக்க வேண்டிய வரிகள்.

“செருப்பாய்க் கிடந்து
சீரழிந்தது நேற்றோடு போக
உன்னிடமும் கொஞ்சம் நெருப்பிருக்கலாம்
முதலில்
சாதியம் கொடுத்த சட்டையைக் கழட்டு
.....
நிச்சயம் விடியும்
தமிழா நீ நெருப்பாய் இருந்தால்” (ப.24)

என முடியும் கந்தசாமியின் கவிதை, அதிநுண்ணரசியல் வாய்ந்தது.

அத்தகைய தீவிரம் கொண்ட கவிதைகள் கந்தசாமிக்கு வாய்த்தது என்பது, ஏதோ ‘போலச் செய்தல்’ என்னும் செயலால் அல்ல; அவருடைய ஒன்பது ஆண்டுகால அரசியல் வாழ்க்கை அது. கல்லூரிப் படிப்பு, மன்னார்குடி ராஜகோபால் அரசினர் கலைக்கல்லூரியில் நடந்த விடுதி கேட்டு போராடிய போராட்டத்தால் இடைநிற்க, ‘தலித் பண்பாட்டுப் பேரவை’ என்னும் அமைப்பில் அவர் இயங்கிய காலங்களில் களங்களில் கிடைத்த ஏராளமான அனுபவங்கள் அவை. அவருடைய பெரும்பாலான கவிதைகள், அத்தகைய களச்செயல்பாட்டிலிருந்து விளைந்தவை எனக் குறிப்பிடப்படுகிறது.

கந்தசாமி, தான் பிறந்த பூமியின் அரசியல் வெப்பத்தை எப்போதும் தன் படைப்புகளில் கொண்டுள்ளார். வெண்மணியில் தலித்துகளை உள்ளே விடாத நிகழ்வுகள் உட்பட அனைத்தும் பல களநிலவரங்களோடு பொருந்துபவை. மூடநம்பிக்கைகள், சமூகக் கட்டுப்பாடுகள், சாதிய வன்முறை ஆகியவற்றைப் பதிவு செய்யும் அவருடைய கவிதைகளில் காதலும் இழையோடுகிறது. காதலை ஏற்க மறுப்பதற்கு பல காரணங்கள் சமூகத்தில் உள்ளன. ஆனால், கந்தசாமியின் கவிதையில்,

“கூடவே
கடைசி சந்திப்பிற்குப் பிறகு
வெறிச்சோடிக்கிடக்கும்
கவிதையேட்டையும்

என்னோட சேரியில் பிறந்ததால்
அவள் ஏற்க மறுத்த
ரத்த ஈரமற்று வெளிறிக்கிடக்கும்
என் இதயத்தின் சடலத்தையும்
அவளிடமே சேர்த்து விடுங்கள்" (ப.46)

என்னும்போது, கவிதை ஒரு சமூகத் தேவையை அடைகிறது. இந்தக் கவிதைக்கு அவர் வைத்திருக்கும் தலைப்பு 'உயில்'. ஒரு தலித், தன் உயிரை மட்டுமே உயிலாக எழுத முடியும் என்னும் குறிப்பு இழையோடும் நுட்பம் பார்க்கப்பட வேண்டிய ஒன்று.

ப.மதியழகன்

நாட்டுப்புறச்சாயல் கொண்ட ப.மதியழகன் கவிதைகளில் உள்ளர்த்தமான கிண்டலும் கேலியும் நுணுக்கமான வாசிப்பில் புரிந்துகொள்ள முடியும்.

வியூகம் கொள்ளும் காய்கள்

ப.மதியழகன் 'வியூகம் கொள்ளும் காய்கள்' (காலச்சுவடு பதிப்பகம்) என்னும் கவிதைத் தொகுப்பை வெளியிட்டுள்ளார். அத்தொகுப்பிலிருந்து சில கவிதைகளை இங்கு குறிப்பிட்டுச் சொல்லலாம். 'பேதம்' என்ற தலைப்பிட்ட கவிதையில்,

"மேல் வரப்பு வச்சான்
கீழ் வரப்பு வச்சான்
எதுக்கு வச்சான்?
ஓடுற தண்ணிய கட்ட
மேல கீழ
வித்தியாசம் இருக்கா?
இருக்கு குச்சி ஐஸைப் போல!
பறவைங்கள்ல
கொக்கு வச்சான்
குருவி வச்சான்
கிளிய வச்சான்
கழுகையும் வச்சான்

ஏன் வச்சான்?
வேற வேறயா இருக்க
அது மாதிரி
ஒன்ன தாழ வச்சான்
என்ன மேல வச்சான்
ஏன் வச்சான்?
நான் ஒண்ணு சொல்லட்டா?
சொல்லு
குருவியும் கொக்கும் போனா
முட்ட வருமா?
வராது
கிளியும் கழுகும் போனா?
வராது
ஆனா
நானும் ஒன் தங்கச்சியும் போ...?
அடி செருப்பால நாயே!"

என்று, இயற்கையின் படைப்புகளில் உள்ள வேற்றுமையைச் சொல்லி மனிதனிடமும் அவ்வேற்றுமையைப் பாராட்டும் மனநிலையை இவரால் மிக நுட்பமாக கிண்டலுக்குள்ளாக்கப்படுகிறது.

"நுழைவாயில்
நுழைவாயில் உயரமாயிருந்தால்
காட்டு மரங்களின்
நிமிர்வோடு நுழையலாம்
ஆடுகளாய்
நட்டுக் கவிழ்ந்து
நுழைந்தது போதும்
இல்லங்களினி
வாயிலைப் பெரிதாக்குவோம்!
பணிவு
இங்கிருந்தே தொடங்குவதால்
கட்டுடைத்து

நிமிர்வை
இங்கிருந்தே நிர்ணயிப்போம்
ஆலமரத்தடியில்
ஆதிபோல் வாழ்ந்தாலும் பரவாயில்லை
வாயில் மட்டும் தாழ்வாய் வேண்டாம்
கதவும் தாழ்ப்பாளும்
பூட்டும்கூட இல்லாமல் போகலாம்
இழப்பதற்கு என்ன இருக்கிறது?
வாயில் மட்டும்
தாழ்வாய் வேண்டவே வேண்டாம்!"

மனிதன் வாழும் குடில்களின் வாயில்கள் குறிப்பாகத் தாழ்த்தப்பட்டவர்கள் மற்றும் ஒடுக்கப்பட்டவர்களின் வீடுகளின் வாயில் குனிந்துபோகும் அளவுக்குத்தான் மிகவும் தாழ்வாகக் கட்டப்பட்டிருக்கும் அல்லது கட்டப்படவேண்டும். இதற்குக் காரணம் அனுதினமும் இப்படிக் குனிந்து செல்லும் பழக்கம் இருந்தால்தான் யாரையும் அவனால் நிமிர்ந்து பார்க்கமுடியாது. ஏனென்று கேள்வி கேட்க முடியாது. இந்நிலையை கவிஞர் மாற்றச் சொல்கிறார். நாம் திரும்பவும் குரங்கு நிலைக்கே சென்றாலும் குடிலின் வாயிலை தாழ்த்திக்கட்ட வேண்டாம் என்கிறார்.

இதனையும் தாண்டி தாழ்த்தப்பட்ட குடும்பத்திலும் சமூகத்திலும் பெண் என்பவள் எப்படி இருக்கிறாள் என்ற பார்வையும் அவரிடம் முக்கியத்துவம் வாய்ந்ததாக அமைகிறது.

"தவறும் பருவம்
நான் ஆசைப்படுவது
தவறாகக் கணிக்கப்படுகிறது
பத்துக்கு மேல் படிக்கவில்லை என்பது
குற்றமாய்ச் சுமத்தப்படுகிறது
நலியும் வாழ்வில்
நானா காரணம்?
காலங்கள் முழுவதும்
கழனியில் கைப்பிசைந்துக் கிடக்கிறேன்

நேரங்காலம் பார்க்காமல்
கத்தித் துளைக்கும் காட்டுப் பூச்சிகள்போல்
எல்லா மலர்களுக்கும்
ஏதாவது ஒரு வாசனை உண்டு
எனக்கும் கூடத்தான்
மனமும்
பிறரறியா வாசனையுடன்
குறிஞ்சிப் பகுதியில்
மருதம் சுவைப்பவள் நான்
வேலையிலிருக்கும் மணமகன் கேட்டதால்
முகம் சுழித்துச் சரிகிறது ஊர்
அழகும் அன்பும்
அனுபவ அறிவும்
அனுசரிக்கும் குணமும்
போதாதென்கிறது பொருள்நாடும் உலகு
பருவம் தவறிய
வானம் பார்த்த பூமியாய்
சுகம் வேண்டி
தகித்துக் கிடக்கும்
முதிர் கன்னிப் பருவம் நான்"

ஆண் என்னும் அதிகாரத்திற்கு கட்டுப்பட்டவளாக இருக்கிறாள், அதனையும் தாண்டி படித்துச் சம்பாதிக்கும் பெண்ணாக இல்லாததால் முதிர்கன்னியாக இருக்கிறாள் என்பதை மேற்கண்ட கவிதையில் குறிப்பிடுகிறார்.

"அரசுப்பணியில்
நிமிர்ந்து வரும் நீ
கலப்புமண மாற்றத்தில்
ஒரு மைல் கல்லானாய்தான்!

வாய் செத்த பள்ளத்தி
யாராவது ஒருத்தி
உன்னால் வளமாயிருக்க

வாய்ப்பின்றி போனதே
நெஞ்சில் தைக்கலையா?

என்னதான் சொல்லு
சாதியில் நக்கும் நாய்
செக்கென்றும் பார்க்காது
சிவலிங்கம் என்றும் பார்க்காது"

இக்கவிதையைக் குறித்துக் கூறும் அன்பாதவன், "பொதுவாக 'தலித்' சமூகத்தில் பிறந்து கலப்புமணம் புரிபவர்கள் விரும்புவது பார்ப்பனர்களைத்தான்! மட்டுமல்லாமல், இவர்களின் வாக்குமூலங்களில் அடிக்கடி ஒலிப்பது 'இப்பல்லாம் யார் சாதி பாக்குறாங்க!' இவர்கள் *SC/ST* நலச்சங்கங்களில் உறுப்பினர் ஆவதை விரும்புவதில்லை; வெளியிலிருந்தும் ஆதரவு தருவதில்லை. மாறாக எதிர்க் கருத்துகளைப் பரப்புவதிலேயே குறியாயிருப்பார்கள். இவர்களைப் போன்ற 'கோடாரிக் காம்புகளுக்கு' மதியழகனின் கவிதை ஒரு சாட்டையடியாக இருக்கும் என்பதில் சந்தேகமில்லை. இது போன்று, தான் சார்ந்த சமூகத்தையே நேர்மையாக விமர்சிக்கும் பாங்கு வளரும் போது, இன்னமும் தலித் கவிதைகள் செழுமையாகும் என்பதில் அய்யமில்லை" (அன்பாதவன், தற்காலக் கவிதைகள் ஒரு பார்வை, ப.29) என்கிறார்.

யாழினி முனுசாமி

செய்யாறு வட்டம் மோரணம் கிராமத்தில் பிறந்து வளர்ந்தவர் யாழினி முனுசாமி. நாடகத்திற்குப் பெயர் பெற்ற ஊர் செய்யாறு. அங்கு நடந்த நாடகங்கள், கலைத்தன்மை மிளிரும் பொய்க்கால் குதிரை போன்ற நடனங்கள் திருவிழாக்காலங்களில் காணக் கிடைக்கும் இன்னபிற கலைவடிவங்களை இளம் வயதிலேயே மனதில் பதிய வைத்ததும், சிறு வயதில் அவருடைய பாட்டி சொன்ன கதைகள் அவருள் ஆழப்பதிந்ததும் கலைமேல் தனக்கு ஈர்ப்பை ஏற்படுத்தியது என்று சொல்கிறார்.

யாழினி முனுசாமியின் முதல் தொகுப்பு 'உதிரும் இலை.' கவிஞர், கட்டுரையாளர், கலை இலக்கிய விமர்சகர், பதிப்பாளர் என்ற அடையாளங்களுடன் தமிழ்த்துறை பேராசிரியராகவும்

பணிபுரியும் இவர், 'முரண்களரி' என்ற இலக்கிய அமைப்பை நடத்தி வருகிறார். தொண்ணூறுகளில் சென்னையில் முதுகலை படிக்க வந்தவர், நிறைய இலக்கியக் கூட்டங்களில் பார்வையாளராகப் பங்கேற்று வந்திருக்கிறார். சிற்றிதழ்களை வாசித்திருக்கிறார். அப்போது வெளிவந்த 'பழையன கழிதலும்' என்ற சிவகாமியின் நாவல், அவரை நவீன இலக்கியத்தின் பக்கமும் தலித் இலக்கியத்தின் பக்கமும் திருப்பியிருக்கிறது. மார்க்சியவாதிகளுடனான நட்பும் வாசிப்பும் அவரை மார்க்சியத்தில் பற்றுடையவராக மாற்றி விட்டது.

"கொள்கையில் நேர்மையாக இருக்கின்ற சிலரைத் தவிர, மேம்போக்காக மார்க்சியம் பேசுபவர்கள் சாதியவாதிகளாகவே இருக்கிறார்கள். தலித் தோழர், வன்னிய தோழர் என்று பிரித்துப் பேசுவார்கள். நாம் மார்க்சியவாதிகளாக இருந்தாலும் நம்மை அவர்கள் மார்க்சியவாதிகளாகப் பார்ப்பதில்லை. எப்படியாவது நம் சாதியை கண்டுபிடித்து விடுவார்கள். மதம் மாறினால் சாதி ஒழிந்துவிடும் என்று நம்பிப் போனால், அங்கே சாதி கிறித்துவத்தை விழுங்கி ஏப்பம் விட்டு தலித் கிறித்துவர், நாடார் கிறித்துவர் என்று பிரிக்கிறது. இருப்பினும் மார்க்சிய கொள்கையில் எனக்கு எப்போதும் நம்பிக்கை உண்டு" என்கிறார் யாழினி முனுசாமி.

தலித்துகளிலும் இடஒதுக்கீட்டின் மூலம் படித்துவிட்டு இடஒதுக்கீட்டின் வேலையையும் பெற்றுக் கொண்டு, இறுதியில் தன் மக்களையும் அவர்களின் வாழ்வியல் துன்பங்களையும் அப்படியே விட்டுவிட்டு, மூன்றாந்தரப் பார்ப்பனர்களாக மாறிவிடுகின்ற படித்த தலித்துகளை கவிதைக்கான செறிவோடும் அளவோடும் விமர்சிக்கிறார் யாழினி முனுசாமி.

> "பூந்தோட்டம் வளர்த்த என்னை
> பெருங்காட்டில் தள்ளிப் போகிறீர்கள்
> ஞானம் பெற்றுத் திரும்புவேன்
> அப்பெருங்காட்டிலிருந்து"

பவுத்தக் கூறின் தொன்மையுடன் மிளிரும் இந்தக்கவிதை, வாசகனுக்குப் பல சாளரங்களைத் திறக்கிறது. எளிமையான சொற்களாலான, பல்வேறு பரிமாணங்களைத் தரக்கூடிய இக்கவிதை, வாழ்வின் அடர்ந்த இருளிலிருந்து வெளியேறி,

வெளிச்சங்களை விழிகள் சுவைக்கும் ஒரு தலித் வாழ்வின் மனவெளியை அப்படியே பதிவு செய்கிறது.

கிராமத்து வாழ்விலிருந்து புலம் பெயர்ந்து, நகர வாழ்க்கைக்கு வரும் மக்களுக்கு எத்தனையோ இடர்ப்பாடுகள் இருக்கின்றன. கிராமத்திலிருந்ததைப் போன்ற அகன்ற வாசல்களோ, இயற்கை தரும் தூய்மையான காற்றோ நகரத்தில் இல்லை. ஆனால் மிக முக்கியமான பயன் ஒன்று இருக்கிறது. அதைத் தன் கவிதையில் மிக லாவகமாகப் பதிவாக்குகிறார். நகரத்தின் மீது பிறர் சுமத்தும் குற்றச்சாட்டுகளை எல்லாம் அடுக்கிக் கொண்டே வந்து, கடைசியில்,

"ஊருக்கு வெளியே
எங்களை ஒதுக்கி வைத்திருக்கும்
உங்கள் கிராமங்களைவிட
அன்பானதாய் இருக்கிறது இந்நகரம்" என்று முடிப்பார்.

"ஒல்லியாய் இருந்தவன்
தொப்பைப் போட்டிருந்தான்
திருமணத்திற்குப் பிறகு
குடும்பத்துடன் ஒட்டுறவு குறைந்துவிட்டதாம்
நண்பர்களுடன் வைராக்கியமாம்
உயர்ந்து காட்டணுமாம்
தங்கியிருக்கும் வீட்டிற்கழைத்தவன்
அங்கவந்து சாதி பத்திப் பேசக்கூடாது என்றான்
குடும்பம் நண்பர்கள்
நலம் விசாரிப்பு முடிந்து
உபசரிக்கும்போது
காதுபடக் கிசுகிசுத்தான்
'அதைத்' தலமுழுகி
ரொம்ப நாளாச்சி
இப்பல்லாம் ஒன்லி மட்டன் சிக்கன்தான்."

கவிதையின் பகடியும் அதன் மூலம் பதிவாகும் சமூக எதார்த்தமும் குறிப்பிடத்தக்கவை. ஆக்கங்களைத் தருபவராக

மட்டுமின்றி, தன்னை ஒரு சிறந்த விமர்சகராகவும் தகவமைத்துக் கொண்டிருப்பது, யாழினி முனுசாமியின் அடையாளம். விமர்சனம் என்பது தனி அளவுகோலுடன் இயங்கக்கூடியது. அதற்கு சாதியும் ஒரு முக்கியமான அளவுகோல். இவருடைய 'தலித் இலக்கியமும் அரசியலும்' என்னும் விமர்சனக் கட்டுரைகள் அடங்கிய தொகுப்பு, தலித் இலக்கியத்தில் முக்கியப் பங்காற்றக் கூடியது. பதினாறு கட்டுரைகள் கொண்ட அந்த நூல், தலித் எழுத்தாளர்களின் அனைத்து வகைமைகள் குறித்தும் பேசுகிறது.

முன்னணி தலித் எழுத்தாளர்கள் என்று அறியப்பட்ட அனைவரது எழுத்துகளையும் அவர் சரியான விமர்சனப் பார்வை கொண்டு எழுதியிருப்பதாகவே வாசிப்பாளனுக்குத் தோன்றும். தலித் இலக்கியம் உருவாகும் தருணம், அதன் வேர் பிடிப்பு, அது பரப்பும் இலக்கிய ஆளுமை, தமிழ் இலக்கியத்தில் அதன் தேவை, தலித் இலக்கியம் நடத்தும் அரசியல் இவை அனைத்தும் அதில் அலசப்படுகின்றன.

யாழினி முனுசாமியின் இன்னொரு முகம் அவர் ஓர் ஆவணப்படக்காரர். அவருடைய 'தொழுப்பேடு' ஆவணப்படத்தில், செய்யாறு வட்டத்திலுள்ள தொழுப்பேடு என்ற ஊரில் நடைபெற்ற சாதிய வன்கொடுமையினை ஆவணமாக்கியுள்ளார். 140 தலித் குடும்பங்களும் 500 சாதி இந்து குடும்பங்களும் அருகருகே வாழ்ந்திருக்கும் இடம்தான் தொழுப்பேடு. தலித்துகள் வாழ்கின்ற பகுதிக்கு வரும் மின்சாரத்தைத் துண்டித்து, இருட்டில் சாதி இந்துக்கள் புகுந்து தலித்துகளைத் தாக்குவார்களாம். இந்த நிகழ்ச்சி அடிக்கடி அங்கு நடக்கும். ஒவ்வொரு முறையும் திடீரென்று தாக்குதல் நடத்தப்படுவதால், என்ன செய்வதென்றே தெரியாமல் தலித்துகள் அடி வாங்குவார்களாம்!

பிறகு வேறு வழியே இல்லாமல் தாங்கள் வாழ்ந்திருந்த குடியிருப்புப் பகுதியில் தங்கள் வீடுகளையெல்லாம் விட்டுவிட்டு, கொஞ்சம் தொலைவிலிருந்த ஏரியில் சென்று குடியேறிவிட்டனர். முன்பிருந்த வீடுகள் எல்லாம் குட்டிச் சுவர்களாக நிற்கின்றன. அதை அப்படியே படம் பிடித்து ஆவணப்படுத்தியிருக்கிறார். இது மிக முக்கியமான பதிவாக இருப்பினும், பரவலாகக் கண்டுகொள்ளப்படவில்லை.

வலிகளிலிருந்து வரும் கவிதைகள் தன்னைப் பெரிதும் ஈர்ப்பதாகச் சொல்லும் முனுசாமி ஈழக் கவிதைகளை, பெண்ணியக் கவிதைகளை, போர்ச்சூழலிலிருந்து வரும் கவிதைகளைப் பெரிதும் விரும்பி வாசிக்கிறார். அந்தக் கவிதைகள் குறித்த விமர்சனங்களும் தொகுப்பும் நூலாக வெளிவந்திருக்கிறது. 'பின்நவீனத்துவச் சூழலில் புலம் பெயர்ந்தோர் கவிதைகளும் பெண்ணியக் கவிதைகளும்' என்றநூல், அவருடைய சிறந்த விமர்சனங்கள் அடங்கிய தொகுப்பாகும்.

இலக்கியத்தில் பன்முகத்தன்மையுடன் பணியாற்றிக் கொண்டிருக்கும் இவர், 'முரண்களரி' என்ற அமைப்பையும் நடத்தி வருகிறார். ஒடுக்கப்பட்ட மக்களின் விடுதலைக்கு தன் ஆற்றலைப் பயன்படுத்த வேண்டும் என்னும் பேரவா அவர் உள்ளத்தில் நீறு பூத்த நெருப்பாக இருப்பதே அவரை இத்தகைய ஆளுமை கொண்டவராக மாற்றியிருக்கிறது.

தலித் இலக்கியம் தேங்கி விட்டது என்று சொல்பவர்கள் அதன் மீதுள்ள காழ்ப்புணர்ச்சியில் பேசுகிறார்கள் என்று சினந்தெழும் அவர், தலித் தளத்தில் எழுத வரும் புதியவர்களை மிகச் சரியாக அடையாளப்படுத்த வேண்டும் என்றும், அவர்களின் எழுத்துகள் அங்கீகரிக்கப்பட வேண்டும் என்றும் கூறுகிறார்.

முத்துவேல்

வாழ்வின் சுமைகளை அவற்றின் புரியாத பாரங்களோடு சுமப்பதும், அதிலிருந்து வெளியேறுவதற்கான சாத்தியங்களை நிகழ்த்திக் காட்டுவதும் அல்லது அதை ஒரு கனவாக மாற்றிக் கொண்டு உழைப்பதுமே தலித் வாழ்வியலாக இருக்கிறது. எந்த மூலையிலும் தன்னுடைய இருப்பை உழைப்பின் மூலமாகவே வெளிக்காட்டும் சாகசங்கள் நிறைந்தது அந்த வாழ்வியல்.

காஞ்சிபுரத்தின் கடைசி எல்லையில், மரக்காணத்திற்கு பத்து கிலோ மீட்டர் தொலைவில் செய்யூருக்கு அருகில் இருக்கும் ஒரு தலித் கிராமம். தலித்துகள் மட்டுமே வாழும் அக்கிராமத்திலிருந்து வந்தவர்தான் முத்துவேல். அய்நூறு குடும்பங்கள் வாழும் கிராமத்தின் உயிர்நாடியாக இருந்த நூற்றைம்பது ஏக்கர் நிலத்தைப் புதுச்சேரியிலிருந்து வந்த பெரும் பணக்காரனிடம் குறைந்த விலைக்கு விற்றுவிட்டு,

வாழ்வதற்கு சாராயம் காய்ச்சும் தொழிலை செய்திருக்க வேண்டிய அவசியமில்லாமல் போயிருக்கும், வெள்ளம் கொண்ட அகரம் மக்களுக்கு. அடிக்கடி ஆற்றில் தண்ணீர் வந்து வீடுகளில் தீண்டாமை பார்க்காமல் புகுந்து கொள்ளும் தலித் கிராமம் அது.

தன் கிராமத்து மக்களின் வாழ்க்கையைத் தன் வாழ்விலிருந்து பார்த்து, அவற்றைப் பதிவுகளாக்கும் கலை வடிவத்தினைக் கைக்கொண்டிருக்கிறார் முத்துவேல். இன்னும் ஆண்டான் அடிமைக் கொடுமை நடந்து கொண்டிருக்கும் கடுக்கலூர் என்னும் கிராமத்தில் இளம் வயதில் வளர்ந்திருக்கிறார். ஆண்டு முழுவதும் உழைத்துவிட்டு நெல்லைக் கூலியாக வாங்கும் நிலை இன்னும் அக்கிராமத்தில் இருப்பதாகக் கூறுகிறார்.

இன்றைய தலைமுறையினர் மெத்தப் படித்து வேறிடங்களில் வாழ்ந்தாலும் அங்கு அதுதான் நிலை. சாதிக் கொடுமைகளை நேரில் கண்டும் கேள்வியுற்றும் அவருடைய இளமைப் பருவத்தின் தொட்டில் நிறைந்திருக்கிறது. முத்துவேல் எழுதுவதற்கான உந்துதல் அவருடைய வாழ்க்கைதான். வாழ்க்கை அவருக்குத் தந்திருக்கும் இனிப்புகளும் கசப்புகளுமே அவரை எழுத வைத்திருக்கின்றன. சிறு வயதிலேயே சிக்கல்களால் சிதைவுற்றது அவருடைய குடும்பப் பின்னணி. அதன் மூலம் தாயிடம் கிடைத்த மிகுந்த ஆதரவால்தான் எழுத்து அவருக்கு உடன் வந்திருக்கிறது. அது அவருடைய கவிதைகளிலும் காணக் கிடைக்கிறது. ஊர் நடுவில் இருக்கும் கோயில் குளத்தில் தலித்துகள் தண்ணீர் எடுக்கக் கூடாது என்னும் கட்டுப்பாட்டை விதிக்கும் ஆதிக்க சாதியினரை என்ன செய்வது? அந்தக் கவிதை,

"ஊர் நடுவுல கீர
கோயிலு கொளத்துல
நாங்கெல்லாம் போயி
தண்ணிமொள்ளக் கூடாதுன்னு
ஒரு நாளு
மோளம் அடிச்சி சொல்லிட்டாங்க...
அப்படியும் எடுத்தா
அய்நூறு ரூவா அபராதம்

> அவங்க மட்டும்தான் அந்த
> தண்ணிய குடிக்கணுமாம்
> நாங்களும்
> அவுங்க சொன்னத மீறல
>
> கொளத்துக்கு ராத்திரியில
> அம்மா என்னெ
> ஆருக்கும் தெரியாம
> அடிக்கடி அனுப்பும்
> மாட்டுக்குடலு
> மலம் அலச..."

இதைவிட வேறென்ன எதிர்வினையை ஆற்றிவிட முடியும்? எதைக் கூடாது என்கிறார்களோ, அதையே அவர்களுக்கெதிரான ஆயுதமாக மாற்ற வேண்டும் என்பது ஒடுக்குதலுக்கு எதிரான உளவியல் ஆகிறது.

கிராமத்து வாழ்வை அப்படியே திறந்து காட்டுகின்ற எழுத்து முத்துவேலுடையது. அதில் இருக்கும் உழைப்பு, துயர், அவலம், தன் சுயவாழ்வின் இருள் அனைத்தையும் அப்படியே ஓர் ஒளிப்படப் பெட்டியில் பதிவு செய்வதைப் போல, பொட்டில் அறைந்து கொடுக்கும் வீச்சாக அவருடைய எழுத்துகள் விரிகின்றன.

மக்களின் மொழியிலேயே எழுதும் அவருடைய திறன், படிக்கும் வாசகனுக்கு அந்த மக்களுடனேயே வாழும் உணர்வினைத் தருகிறது. நிலத்தினை இழந்து ஊரே சாராயம் காய்ச்சும் தொழிலில் ஈடுபட்டிருக்கும் தருணத்தினை கவிதையாக்கும் அவருடைய 'மண்ணும் மானமும்' என்னும் கவிதையில், நிலத்தை விற்ற பண முதலீட்டில் சாராயம் காய்ச்சத் தொடங்கினர் அனைவரும். ஆற்றங்கரையில் சாராயம் காய்ச்சுபவர்கள் ஊற்றும் சூடான ஊறல் கலந்து குட்டையில் இருக்கும் மீன்கள் செத்து விட்டன. குடிப்பதற்கென இருந்த ஒரே கிணற்றுத் தண்ணீரும் உவர்ப்பெடுக்கத் தொடங்கிவிட்டது என்னும் அக்கவிதையில் இயற்கை இப்படி கெட்டுவிட்டது; ஆனால் குழந்தைகள் எல்லாரும் கான்வென்டில் படிக்கிறார்கள்

என்னும் குறிப்பை வைப்பார். இயற்கையை சீரழித்துவிட்டு நவீன வாழ்க்கையை மேற்கொள்வதில் உள்ள இடர்ப்பாடுகள் மக்களை உலகயமயமாதல் சூழல் எங்ஙனம் உள்வாங்கிக் கொள்கிறது என்பது கண்கூடு.

தமிழ் இலக்கியம் படித்த முத்துவேல் தன் ஆக்கங்களை செவ்வியல் மொழியில் எழுதாமல், தன் மக்களின் மொழியிலேயே எழுதுகிறார். தமிழ் இலக்கியப் பரப்பில் கவிதையை புனிதமானது என்று கூறும் இலக்கியவாதிகளுக்கு எதிராக - இது என் மக்களின் மொழி; இதில் ரத்தக் கவிச்சியும் வாழ்வின் ஆற்றாமைகளும் இப்படித்தான் இருக்கும் என வெட்டிக் கூறும் துணிச்சல் பெற்றவை முத்துவேலின் கவிதைகள்.

மொழி திருகி எழுதுதல் ஆகச்சிறந்த உத்தியாகக் கருதப்படும் சூழலில் புரியாமல் எழுதப்படும் கவிதைகள், நீண்ட நாள் வாசிப்பனுபவம் மட்டுமே உள்ளவர்களால் புரிந்து கொள்ளப்படுகின்றன என்றும் தன் கவிதைகளுக்கு அப்படி ஒரு விபத்து நேர்ந்துவிடக் கூடாது என்பதில் தான் மிகவும் தெளிவாக இருப்பதாகவும், மிகச் சாதாரண மக்களுக்கும் தன் கவிதைகள் போய் சேர்ந்துவிட வேண்டும் என்றும், தன் மொழியை மக்களுக்கான எளிய மொழியாக மாற்றிக் கொண்டதாக அவர் கூறுகிறார். இதன் மூலம் தலித் ஆக்கவாளிகள் எங்கிருந்தாலும் எத்தகைய சூழலில் இருந்தாலும், தன்னுடைய அரசியலைப் பொதுச் சிந்தனைக்கு எதிராகவே கட்டமைக்கின்றனர் என்பதும் புலனாகிறது.

தன்னை ஒரு தலித் ஆக்கத் திறனுடையவராக உணர்வதாக உறுதியாகச் சொல்லும் முத்துவேல், ஊடகச் சூழலில் தலித் ஆக்கவாளிகள் இப்படி வெளிப்படையாகத் தங்களை தலித் என்று சொல்லிக் கொண்டு வெற்றி பெற முடிவதில்லை என்றே கருதுகிறார்.

‘உடைமுள்’ என்னும் அவருடைய கவிதைத் தொகுப்பில் உள்ள கவிதைகள், நிகழ்வுகளை அடிப்படையாகக் கொண்டவை. அந்நிகழ்வுகள் தலித் வாழ்க்கையினை பிரதிபலிக்கின்றன. பிள்ளை இல்லாத குறையைப் போக்கிக்கொள்ள தங்கையை வளர்க்க அக்கா படும்பாடுகளையும், பிற்காலத்தில் படிப்பில் கவனம் செலுத்தாமல் காதலனுடன் ஓடிப்போய் குழந்தை

பெற்றுக்கொண்டு, குழந்தை இல்லாத அக்காவுக்கு அதைப்பற்றி என்ன தெரியும் என்று பேசுவதை அன்றாட வாழ்வின் பதிவுகளாகக் காணலாம்.

பண்ணையார்க்கு எதிராக பஞ்சாயத்துகள் கூட்டப்படாத கிராமங்களில், அதற்கான காரணத்தை 'புளியங்கொம்பு' என்னும் கவிதையில் காட்சிப்படுத்துகிறார். இது ஒருவகையில் சாதிய ஆதிக்கத்திற்கு எதிரான தலித்துகளின் மனநிலையாகக்கூட கிராமங்களில் காண நேரிடுகிறது. பிற சாதி பெண்களுடனான தொடர்பும் அதை சாதாரணமாகத் தூக்கியெறியும் மனநிலையும் அத்தகையதுதான். அவரே கூறுவதைப் போல, சாலையோர சுமைதாங்கிக் கல் மீது தூக்கி வந்த பாரத்தை சாத்திவிட்டு, சும்மாட்டை உதறித் தோளில் போட்டு தூங்குமூஞ்சி மரநிழலில் சாய்ந்ததை ஒத்திருக்கிறது முத்துவேலின் கவிதைகள்.

ஆதவன் தீட்சண்யா

ஆதவன் தீட்சண்யா (பிறப்பு: மார்ச் 6, 1964). இவர் தமிழ்நாடு முற்போக்கு எழுத்தாளர் கலைஞர்கள் சங்கத்தின் துணைப் பொதுச்செயலாளராகவும், தமிழ்நாடு தீண்டாமை ஒழிப்பு முன்னணியின் மாநிலச் செயலாளர்களில் ஒருவரும் ஆவார். புதுவிசை கலாச்சாரக் காலாண்டிதழின் ஆசிரியர்.

இவருடைய கவிதைத் தொகுப்புகள்-புறத்திருந்து, பூஜ்ஜியத்திலிருந்து துவங்கும் ஆட்டம், தந்துகி, ஆதவன் தீட்சண்யா கவிதைகள், மிச்சமிருக்கும் ஒன்பது விரல்கள். சிறுகதைகள்- எழுதவேண்டிய நாட்குறிப்பின் கடைசிப் பக்கங்கள், இரவாகிவிடுவதாலேயே சூரியன் இல்லாமல் போய்விடுவதில்லை, ஆதவன் தீட்சண்யா சிறுகதைகள், லிபரல்பாளையத்துக் கதைகள், நீங்கள் சுங்கச்சாவடியில் நின்றுகொண்டிருக்கிறீர்கள். புதினங்கள்-மீசை என்பது வெறும் மயிர். கட்டுரைகள்-இட ஒதுக்கீடல்ல; மறு பங்கீடு, ஆகாயத்தில் எறிந்த கல், ஒசூர் எனப்படுவது யாதெனின், இதுவொன்னும் பழைய விசயம் இல்லீங் சாமி, எஞ்சிய சொல். நேர்காணல்கள்- நான் ஒரு மநுவிரோதி.

சாகித்ய அகாடமி 2015 பிப்ரவரி 21, 22 தேதிகளில் சென்னையில் நடத்திய 'இலக்கிய முழுமையை நோக்கி - தலித் இலக்கியம்' என்கிற கருத்தரங்கிற்காக எழுதப்பட்ட கட்டுரையில்

ஆதவன் தீட்சண்யா (ஆதவன் தீட்சண்யா வலைப்பக்கம்) இப்படிக் குறிப்பிடுகிறார். தனிமனிதர்களின் அகநிலையையும் உலகு பற்றிய கண்ணோட்டத்தையும் வடிவமைப்பதில் இங்கு சாதியம் தீர்மானகரமான பங்கு வகிக்கிறது. மாற்றியமைக்கப்பட முடியாதபடி நெகிழ்ச்சியற்று இறுகக் கட்டப்பட்டுள்ள மேல்கீழ் படிவரிசையில் ஒவ்வொரு சாதிக்கும் ஒதுக்கப்பட்டுள்ள இடத்தைப் பொறுத்து அந்தச் சாதியினரின் அகநிலையும் கண்ணோட்டமும் உருவாகுகின்றன. அனிச்சை நிலையிலும் இயல்பிலும் சாதிசார்ந்தே யோசிப்பவராகவும் உள்வாங்குகிறவராகவும் அது சார்ந்தே வெளிப்படுகிறவராகவும் ஒருவர் இருப்பதற்கும் இதுவே காரணமாக அமைகிறது. சாதியானது, அதன் உச்சத்தில் இருக்கும் பார்ப்பன ஆண்களைத் தவிர பார்ப்பனப் பெண்கள் உள்ளிட்ட அனைவருக்குமே எதிரானதுதான். அவர்களது சுயேச்சையான இருப்பைக் கட்டுப்படுத்தி பார்ப்பன ஆண்களுக்குக் கீழ்ப்படுத்துவதற்கு சாதியம் வழிவகுக்கிறது. எனவே அதை எதிர்ப்பதற்கான நியாயம் பார்ப்பன ஆண்களைத் தவிர்த்த அனைவருக்குமே இருக்கிறது. ஆனால் அப்படியொரு எதிர்ப்பு உருவாகாமலும், ஒருவேளை எதிர்ப்பு உருவானாலும் அது ஒன்று திரளாமலும் தடுப்பதற்கான உள்ளக ஏற்பாடாக சாதியடுக்கின் பன்மப் படிநிலை விளங்குகிறது. தலித்துகள் சாதியடுக்கின் அடிநிலையில் இருத்தப்பட்டுள்ளனர். அவர்களுக்குக் கீழே யாரும் இல்லாதபடிக்கு அடிநிலையில் இருத்தப்பட்டிருப்பதால் சாதியமைப்பின் மொத்த பாரத்தையும் அழுத்தங்களையும் தாங்கிச் சுமப்பதன் வலியையும் வேதனையையும் கொண்டவர்கள். சாதியடுக்கிலிருந்து தம்மைத்தாமே உருவியெடுத்து விடுவித்துக் கொள்வதற்கு மதமாற்றம் உள்ளிட்ட எதுவும் எதிர்பார்த்த விளைவை உருவாக்காத நிலையில், தமது விடுதலைக்காக சாதியமைப்பை முற்றாக ஒழிப்பதற்கும் குறைவான எந்தவொரு நிலைப்பாட்டினை மேற்கொள்வதற்கும் வாழ்வியல் அவர்களை அனுமதிப்பதில்லை. சாதியை ஒழிக்கவேண்டுமானால் சாதி இருக்கிறது என்பதை முதலில் ஒத்துக்கொள்ள வேண்டியிருக்கிறது. அது எப்படி இயங்குகிறது, எவ்வாறாக சமூகத்தையும் தனிமனிதர்களையும் கட்டுப்படுத்தி இயக்குகிறது என்பதை விளங்கிக்கொள்ள வேண்டியிருக்கிறது. தனிமனித ஆளுமைக்கும் ஒட்டுமொத்த சமூக மேம்பாட்டிற்கும் சாதி எவ்வாறான கேடுகளை விளைவிக்கிறது என்பதை

அம்பலப்படுத்தவும் அது ஏன் ஒழிக்கப்பட வேண்டும் என்கிற நியாயத்தை பரந்த மக்கள் திரளுக்கு கொண்டு சேர்ப்பதும் அவசியமாயிருக்கிறது. ஆனால் இந்த ரீதியிலான வியாக்கியானங்களும் விளக்கங்களும் தேவைக்கும் அதிகமான அளவில் நம்முன்னே குவிந்திருக்கின்றன. ஆகவே இப்போதைய தேவை, சாதி பற்றிய மேலும் ஒரு வியாக்கியானமல்ல, சாதியொழிப்பை நடைமுறைச் சாத்தியமுள்ள ஒரு நிகழ்ச்சிநிரலாக மாற்றுவதுதான்

ஆதவன் தீட்சண்யா கவிதைகள்

இத்தொகுப்பில் ஏற்கனவே வெளியான புறத்திருந்து (1996), பூஜ்ஜியத்திலிருந்து துவங்கும் ஆட்டம் (2003), தந்துகி (2006) தொகுப்பு கவிதைகள் இணைத்து, மேலும் எழுதப்பட்ட கவிதைகளை சமீபத்திய கவிதைகள் (2011) என்ற தலைப்பின் வழி இணைத்து இத்தொகுப்பினை சந்தியா பதிப்பகம் -2011 வெளியிட்டுள்ளது.

"பயத்தில் செத்தவன் வாயாய்
திறந்து கிடக்கும் வீட்டில்
பாலும் உதிரமும் சுரந்து வழிய
வெட்டுண்ட மார்பகத்தை ஏந்திப் பிடித்தபடி
தாயின் சடலம்

எப்படிச் சொல்வது
உயிரோசை மரித்த நடுநிசிப்போதில்
வீறிட்டழும் குழந்தையிடம்
தெருக்கோடியில்
கையில் வீச்சரிவாளோடு தலையின்றிக் கிடப்பது
உன் தகப்பன்தானென்று" (ப.15).

சாதிக்கலவரத்தில் சாய்க்கப்பட்ட வீட்டின் நிலையைச் சொல்லும்போது அவ்வீடானது வேரோடு பிடுங்கப்பட்டுக் கிடப்பதை மட்டுமல்லாது கலவரத்தில் உண்டாகியிருக்கும் சாதிய ஆதிக்கம் அதில் அனாதையான ஒரு குழந்தையின் கையறுநிலை நெஞ்சைப் பதற வைப்பதாக அமைகிறது. தர்மபுரி மாவட்டம் நத்தம், கொண்டம்பட்டி, அண்ணாநகர் பகுதிகளில்

சாதியத்தீ விட்டுச்சென்ற மிச்சங்கள் சாம்பலாக நினைவுகளை விட்டகலாது குவிந்து கிடக்கிறது. குழந்தைகள் தொலைத்தது வீடுகளையும் புத்தகங்களையும் பொம்மைகளையும், தங்கள் உறவுகளையும் மட்டுமல்ல, தங்களது குழந்தைமையையும்தான். எல்லாவற்றையும் இழந்து 'மிரட்சி'யின் பிடியில் சிக்கி தவிப்பதுதான் நிதர்சன உண்மை. ஒடுக்கப்பட்டவர்களின் வாழ்வியக்கம் ஆதிக்க வர்க்கத்தினராலும் அரச பயங்கரவாதத்தாலும் கட்டமைக்கப்பட்டுக் கொண்டிருக்கிறது. மேற்கண்ட தமிழக நிலப்பகுதிகள் எடுத்துக்காட்டாக அமைய ஆதவன் தீட்சண்யாவின் இக்கவிதை அதன் உணர்வோட்டத்தைச் சொல்கிறது. நியதி எனத் தலைப்பிட்ட பின்வரும் கவிதையில்,

"குழிக்குள் சவம்
குனிந்தேன் கடைசியாய் பார்க்க

பிணம் கெக்கலியிட்டது
எனக்கேனும் இந்த இடம்
உனக்கு...?

ஆழத்தின் ஆழத்திலிருந்து இன்னொரு குரல்;
என் மீது யார் படுத்திருப்பதையும் அனுமதிக்க முடியாது
எழுந்திரு

அச்சத்தில்
அவசரமாய் குழிதூர்த்து நிமிர்ந்தேன்
அதோ
மகனின் கொள்ளிச்சட்டியோடும்
கொள்ளுப்பேரன்களின் நெய்ப்பந்தங்களோடும்
பிணங்களின் நீளும் வருகை

அழவேண்டியிருக்கிறதே என்ற துக்கத்தில்
சுடலையின் எல்லையில் சில பெண்களும்
பாவம்
வெட்டியானுக்கும் மருத்துவச்சிக்கும்
விடுமுறையே கிடையாது" (ப.20)

கிராமங்களில் ஒருவேளைச் சோற்றுக்கும் முழத்துணிக்கும் தங்களுடைய வாழ்க்கையையே அடமானம் வைத்த தலித் குடும்பங்கள் உண்டு. இவர்களுக்கு விடுமுறையோ கூலி உயர்வோ கிடையாது. உயர் சாதியினர் தருவதை வாங்கிக்கொண்டு பிழைத்திருக்க வேண்டும். இதில் பிணங்களே கெக்கலிக்கிற அளவிற்கு தலித்துகளின் நிலை இருப்பதைக் குறிப்பாக உணரலாம். இன்றும் தொடரும் சாதிய வன்கொடுமைகள் பாப்பாபட்டி, கீரிப்பட்டியாகவும் தர்மபுரி நிகழ்வுகளாகவும் தொடர்கிறது. ஆரம்ப காலந்தொட்டே ஆதிக்கவர்க்கத்துக்கும் பார்ப்பனீயத்துக்கும் அறைகூவல் விடுக்கும் விதமாக ஒடுக்கப்பட்டவர்களின் உள்ளங்களில் விடுதலையின் வேட்கையை கிளர்ந்தெழச் செய்ய பலரும் செயல்பட்டுள்ளனர். சாஹூஜி மஹாராஜ், பாபா புலே, நாராயண குரு, அயோத்திதாசர், அப்பாதுரை, புரட்சியாளர் அம்பேத்கர், பகுத்தறிவுப் பகலவர் தந்தை பெரியார், தாத்தா இரட்டைமலை சீனிவாசன், தந்தை சிவராஜ், அன்னை மீனாம்பாள், பள்ளிகொண்டான் தளபதி கிருஷ்ணசாமி, கான்ஷிராம் தொட்டு சமகாலத்தில் பூவை மூர்த்தியார் என இன்னும் பல அரசியல் தலைவர்களால் தொடரும் பயணத்தின் தேவை இன்னும் நீளவேண்டியுமுள்ளது என்பதே சாதியம் குறித்து அதன் ஆதிக்கம் குறித்து சொல்ல வேண்டியுள்ளது.

திருமகன்

முத்து என்னும் இயற்பெயர் கொண்ட திருமகன், தூத்துக்குடி மாவட்டம் உழக்குடி என்னும் ஊரைச் சேர்ந்தவர். நானூறு ஆண்டுகளுக்கு முன்னால் ஆண்டைகளுக்கு வயல்வெளிகளில் வேலை செய்வதற்காக தலித்துகளைக் கொண்டுவந்து இங்கு குடியமர்த்தி உருவாக்கப்பட்டிருக்கிறது இவருடைய ஊர். இந்நிலத்தின் ஆதிக்கம் முன்பொரு காலத்தில் பார்ப்பனர்களிடமும் தற்பொழுது பிள்ளைமாரிடமும் இருக்கிறது. ஜாதி ஆதிக்கம் நிறைந்த ஊரில் தமிழில் முதுகலைப் பட்டம் பெற்ற திருமகன் முதலில் சென்னையில் ‘உதவும் கரங்கள்’ என்ற தொண்டு நிறுவனத்தில் பணியாற்றியுள்ளார். பின்னர் அய்.ஏ.எஸ். அதிகாரியான கிருத்துதாசு காந்தி அவர்களின் உரையை ஒருமுறை கேட்டதற்குப் பிறகு தன்னால் தொழில் முனைவராக பொருளாதாரத்தை ஈட்ட முடியும் என்று முடிவெடுத்து, இன்றைக்கு சென்னையில் மிகச்சிறப்பாக அப்பள

வணிகம் செய்து கொண்டிருக்கிறார். பள்ளிக் காலத்திலேயே எழுத வந்த அவருடைய முதல் கவிதை 'செம்மலரில்' வெளிவந்தது. பின்னர் நவீன கவிதைகளுடன் ஏற்பட்ட தாக்கத்தில் பெரும்பாலும் தன்னுணர்வுக் கவிதைகளை எழுதி இருக்கிறார்.

திருமகனின் முதல் தொகுப்பான 'நிகழ்காலம்' 2005 இல் வெளிவந்தது. இவருடைய இரண்டாவது தொகுப்பு 'சேரியிலிருந்து வருகிறேன்'; மூன்றாவது தொகுப்பு 'கழிவறைக் கடவுள்கள்'. அதற்குப் பிறகுதான் யாருக்காக நாம் எழுத வேண்டும் என்று அவர் உணர்ந்த தருணத்தை மிக முக்கியமானதாகக் கருதுகிறார். 'தலித் முரசு' வாசிக்கத் தொடங்கிய பிறகு அரசியல்ரீதியான எழுத்து அவருக்குள் விளைந்திருக்கிறது. இப்போதெல்லாம் அவர் கவிதையின் அரசியலையும் கவிதைக்கான அரசியலையும் தலித் அரசியலாக மாற்றிக் கொண்டிருக்கிறார். மூன்று கவிதைத்தொகுப்புகளை இவர் வெளியிட்டிருக்கிறார்.

'எனக்காக
நானொரு பாடலைப் பாட முடியாது
ஏனென்றால்
எனக்கும் சேர்த்து அவர்கள் பாடிக் கொண்டிருக்கிறார்கள்'

திருமகனின் இந்த வரிகள்தான் தமிழ் இலக்கியம் இன்னும் யாரிடம் இருக்கிறது என்று உணர்த்தும் வரிகள். இது இலக்கியத்தைக் கடந்தும் பொருந்துகிறது. கவிதையில் 'பாடலை' என்ற இடத்தில் 'வாழ்க்கை' என்று போட்டால் தலித் வாழ்க்கை. 'அரசியல்' என்று எழுதிக்கொண்டால் தலித் அரசியல். இப்படி ஒரு ஓவியத்தைத் திருமகன் வரைந்திருக்கிறார்.

'உறைக்குள்
விழித்திருக்கும் வாளை உருவி எடுக்க
கண நேரமாகாது எனக்கு
உன்னோடு முடிந்துவிடக் கூடாது
என் பெருங்கோபம்
அனலில் வறுத்தெடுத்து
பொறுக்கிப் பொறுக்கிச் சேர்க்கிறேன்

சூடு பரத்தும் சொற்களை
இனிவரும் தலைமுறையின்
நாவுகளில்
நாடி நரம்புகளில்
விடுதலையின் தீ
பற்றி எரியவென்று'

என எழுதும் அவர் தன்னுடைய இத்தொகுப்புக்கு 'சேரியிலிருந்து வருகிறேன்' என்று பெயர் சூட்டியிருக்கிறார். இப்படியான தலைப்பைச் சூட்டுவதற்கு துணிச்சல் வேண்டும். வார இதழ் ஒன்றில் தலித் எழுத்தாளரான பாமா அளித்த நேர்காணலில் தன் அடையாளத்தை வெளிப்படையாகச் சொன்னதுதான் தன்னுடைய துணிச்சலுக்கு காரணம் என்கிறார்.

'பரமாத்மாக்களின்
நாற்றமெடுக்கும் நீதியின் சட்டங்களை
ஜீவாத்மாக்களின் வன்மம் வழியும்
ஏளனப் பார்வைகளை மகாத்மாக்களின்
வஞ்சகம் இழைக்கும்
போலிப் பரிவுகளை எதிர்கொண்டுதானிருக்கிறேன்
தினம் தினம் அவலம் பெருகுமென்
சக ஆத்மாக்களின்
விழிகள் புன்னகைக்கும் வரை
உங்களது ஆன்மீக அருளுரைகளின்
அரசியல் முழக்கங்களின்
பொருளியல்
கோஷங்களின்
மேல்
மூத்திரம்
பெய்து கொண்டிருப்பேன்
நான்'

என தனது அரசியலை நிலைநிறுத்தும் இலக்கியத்தை அவர் நிர்மாணிக்கிறார். தலித் இலக்கியத்தின் தேவை இன்றும் கூடிக்கொண்டிருக்கிறது என்று கூறுபவர் திருமகன்.

1993 ஆம் ஆண்டு நிகழ்ந்த சாதிக்கலவரத்திற்குப் பிறகு அவருடைய ஊரில் தலித் இளைஞர்களிடம் மிகப்பெரும் மாற்றங்கள் ஏற்பட்டிருக்கின்றன. தங்களை நிரூபிக்க வேண்டும் என்ற எண்ணம் அவர்களிடம் தீவிரமாக வேர் கொண்டுள்ளது. அதனால்தான் குடிசை வீடுகள் இன்று காரை வீடுகளாயிருக்கின்றன. படிக்கும் ஆர்வம் பெருகி இருக்கிறது. பண்பாட்டுத் தளத்திலும் பெரும் மாற்றங்கள் உருவாகி இருக்கின்றன. எங்கெல்லாம் சாதிக்கலவரங்கள் நடக்கிறதோ அங்கெல்லாம் சாதி இந்துக்களுக்கு பின்னடைவுதான் ஏற்பட்டிருக்கிறது என்று கூறும் அவர், ஆண்டுக்கொரு முறை தன்னுடைய ஊருக்குச் செல்லும் போதெல்லாம் அங்கிருக்கும் இளைஞர்களுக்கு நூல்களையே பரிசாக வாங்கிச் செல்வதை வழக்கமாகக் கொண்டிருக்கிறார்.

பெருநகரங்களிலெல்லாம் யாருடைய ஜாதியும் யாருக்கும் தெரியாது; இங்கு அறவே ஜாதிப் பாகுபாடுகள் இல்லை என்று சொல்லப்படுகிறது. ஆனால், சென்னைக்கு வந்த பிறகு திருமகனின் ஜாதி அடையாளம் தெரிந்ததால் நான்கு முறை அவர் தனது வீட்டை மாற்றிக் கொள்ள வேண்டிய நிர்பந்தத்திற்கு ஆளாகியிருக்கிறார். அடக்க நினைப்பவனுக்குத்தான் / ஆயுதம் தேவை / அடங்க மறுப்பவனுக்கு / அறிவே தேவை - என அறிவை ஆயுதமாக்கும் அவர் 'வா வா சகோதரா' எனத் தொடங்கும் கவிதையில் கம்பு சுழற்ற, வாள் வீச, குறி தவறாமல் துப்பாக்கியால் சுட சொல்லிக் கொடுக்கும் அதே நேரத்தில் - ஓர் எழுதுகோலையும் எடுத்துக்கொள்வாயெனில் - நலம்பெறலாம் நானும் என்று முடிக்கிறார்.

இக்கவிதை இயங்கும் இரண்டு தளங்களை நாம் கவனித்தால், இது தலித்துகளுக்கு கல்வியை வலியுறுத்துவதாக அமைகிறது; அடுத்து சாதி இந்துக்களும் எழுதுகோலை எடுத்துவிட்டால் தலித்துகளுக்கு எதிரான வன்முறை கைவிடப்படும் என்ற அவருடைய எதிர்பார்ப்பும் அடங்கியிருக்கிறது.

அம்பேத்கரின் நூல்களை வாசித்த பிறகு, தான் இந்துவாக இருப்பதில் அர்த்தமே இல்லை என்பதை உணர்ந்த இவர் பவுத்தத்தைத் தழுவியுள்ளார். அம்பேத்கரே பவுத்தத்தை தழுவிய பிறகு நமக்கு எதற்கு மாற்று? பவுத்தம் இப்போது வலுவற்றதாக இருக்கலாம். ஆனால் அம்பேத்கரின் கனவு நனவாகும்போது

இந்துத்துவத்திற்கு பெரும் சவாலாகத் திகழும் எனக் கூறும் திருமகன், ஒரு பவுத்தராக இந்த சாதிய சமூகத்தில் விடுதலை பெற்ற மனிதனாக இருப்பதில் பெருமிதம் கொள்கிறார். தனது மனைவிக்கு அருள்மொழி என்றும் குழந்தைக்கு குறிஞ்சி மலர் என்றும் மத அடையாளங்களற்ற பெயர்களை வைத்திருக்கிறார்.

இவருடைய 'கழிவறைக்கடவுள்' தொகுப்பு முழுக்க முழுக்க பெரியாரியலை அடிப்படையாகக் கொண்டு எழுதப்பட்ட தொகுப்பு. மூடநம்பிக்கைகளுக்கு எதிரான இவருடைய கவிதைகள் போர்ப்பரணி பாடி இருக்கின்றன. ஒருமுறை / ஒரே ஒருமுறை / உலகறியத்தன்னை / தன் இருப்பை / வெளிப்படுத்திக் கொள்ளக்கூட / திராணியற்றவராய் இருக்கிறார் / எல்லாம் வல்ல கடவுள் என்பது போன்ற கவிதைகள் தொகுப்பு முழுவதும் நிரம்பிக் கிடக்கின்றன. அம்பேத்கர் - பெரியார் என்ற இரு புரட்சியாளர்களின் இணைப்பு இன்றைய சூழலில் இந்துத்துவத்திற்கு எதிரான நம் அறிவாயுதங்களாகத் திகழ்கின்றன என்கிறார் திருமகன்.

யாழன் ஆதி

யாழன் ஆதி தமிழில் எழுதிவரும் நவீனக் கவிஞர்களில் ஒருவர். தலித் இலக்கியத்தின் முக்கிய ஆளுமையாக செயல்பட்டுவரும் யாழன் ஆதி தலித் முரசு இதழில் முதல் பக்க கவிதைகளை எழுதிவருகின்றார். பல்வேறு இதழ்களில் படைப்புகள் வெளிவந்துகொண்டு இருக்கின்றன. இவருடைய கவிதைகள் ஆங்கிலம், மலையாளம் போன்ற மொழிகளில் மொழிபெயர்க்கப்பட்டுள்ளன. புதிய தலித் எழுத்தாளர்களைப் பற்றி தலித் முரசில் மாற்றுப் பாதை என்னும் கட்டுரைத்தொடரை எழுதியுள்ளார். சாம்பல் என்னும் குறும்படத்தையும் இவர் இயக்கி இருக்கின்றார். இசை உதிர் காலம், செவிப்பறை, நெடுந்தீ, கஸ்பா, போதலின் தனிமை, காலி கோப்பையும் தானாய் நிரம்பும் தேநீரும், யாருமற்ற சொல், மனிதம் கொன்ற சாதியம், ஆம்பூர் (ஊர் வரலாற்று நூல்) ஆகிய படைப்புகளை வெளியிட்டுள்ளார். தம்மபதம் என்னும் புத்தரின் போதனைகளை ஆங்கிலம் வழி தமிழில் அவர் மொழிபெயர்த்திருக்கிறார். ஒடுக்கப்பட்ட மக்களின் இலக்கியமான தலித் இலக்கியத்தின் முக்கிய ஆளுமையாக செயல்பட்டுவருபவர். ஆம்பூர் அரசுப் பள்ளி ஒன்றின் ஆசிரியர்;

கவிஞர். விளிம்புநிலை மக்களுக்கான 'மானுடப் பண்ணை' என்ற அமைப்பை நிறுவி, தலைவராக பல்வேறு உதவிகளை முன்னெடுத்தவர். 'மானுட விடுதலையே உண்மையான விடுதலை' என்ற கொள்கையில் நம்பிக்கைகொண்டவர். "படித்த விளிம்புநிலை மாணவர்கள் அதிகம் உள்ள கிராமத்தைத் தேர்ந்தெடுத்து, அந்த மாணவர்களுக்கு சிவில் சர்வீசஸ் தேர்வுக்கான புத்தகங்கள் அடங்கிய நூலகம் ஒன்றை ஏற்படுத்தி தர நினைக்கிறேன். அது, ஒரே தலைமுறையிலேயே மாற்றங்களை உண்டாக்கும்!" எனக் கூறுபவர்.

யாழன் ஆதி கவிதைகள்

யாழன் ஆதி கவிதைகள் ஒற்றைப் பரிமாணமாக அல்லாமல் தலித்திய அழகியலுடன் கூடியவை. பலவிதமான களச்செயல்பாடுகளோடு படைப்பில் ஓர்மையுடன் இயங்கும் இவரது உழைப்பு தலித்தியப் படைப்பு எவ்வாறு இருக்க வேண்டும் என்பதையும் உள்ளார்ந்து சொல்லக்கூடியவை. இதற்குத்தக இவரின் விமரிசனங்களும் அத்தகைய வழியில் அமைபவை. கவிதைகள் மற்றும் கவிஞர்கள் பற்றிய இவரின் தலித் முரசு கட்டுரைகள் மாற்றுப்பாதை என்னும் தலைப்பில் அமைந்துள்ளன. அத்தகைய அவரின் ஆக்கங்களே இந்நூலில் பல கவிஞர்கள் வரிசையில் தொகுத்துத் தரப்படுள்ளது. இதுவே அக்கட்டுரைகளின் நிறைவினை சுட்டும் என்பதும் இங்கு குறிப்பிடத்தக்கது. இவருடைய கவிதைத் தொகுப்பின் வழியாக அல்லாமல் அவருடைய வலைப்பதிவுக் கவிதைகளே இங்கு மேற்கோளாக பயன்படுத்தப்பட்டுள்ளன.

"ஒற்றைக் கண்ணீர்த் துளி
ஒற்றைக் கண்ணீர்த் துளி
ஒற்றைக் கண்ணீர்த் துளியென
இரவின் மீதொரு துயரம்

உயர்ந்த கம்பங்களில்
தெறிக்கின்றது வெளிச்சம்

தார்ச்சாலையின் நீண்ட தனிமையில்
கொதிக்கிறது துயில்

இருளடைந்த வயிற்றுக்குள்
நிரம்பியிருக்கின்றன கைகள்

நூலறுந்த பகல்பட்டம் சிக்கிய
இரவின் துன்ப வனத்தில்
எழும்புகிறது பாடக்கனவு

கால்மடக்கி உடல்குறுக்கி
தலைதொங்கி காலத்தின் கைகளில்
பதுங்குகிறது உழைப்புத் தளிர்

இரக்கமற்ற சுரண்டலின்
குன்றாத வெப்பத்தில்
கனறுகிறது துரத்தப்பட்ட சுவாசக் காற்று

உழைத்துப் பசித்த அயர்வில்
தளும்பி நிற்கிறது
சாத்திய இமைகளோடு உயிர் எழுத்து

வெட்கமேயில்லாமல்
இழுத்துப் போர்த்திக் கொண்டு
மல்லாந்து தூங்குகிறது தேசம்" *(யாழன் ஆதி வலைப்பக்கம் 2-நவம்-11)*

இக்கவிதை, உழைப்பாளர்களின் நிலையாக அடித்தட்டு சமூகத்தின் வாழ்வியல் நிலையினைக் கூறுகிறது. இந்நிலையினைக் கண்டுகொள்ளாத அரசு, அரசியல் ஆகியவற்றின் போலியான வாக்குறுதிகளை, அதன் பகட்டான பேச்சினை கேள்விக்குள்ளாக்குகிறது. வல்லரசாக வளர்ந்து வருவதாக சொல்லப்படுகிற நாட்டில் அடித்தட்டு சமூகங்களில் செலுத்தப்படும் உழைப்புச்சுரண்டலை, அவர்களின் வாழ்வுக்கான வளர்ச்சிக்கான வழிகளை முன்னெடுக்காத வளர்ச்சித் திட்டங்களைப் பகடி செய்கின்றது.

ஞாயிறு போற்றுதும்
அதனாலென்ன அதன் தீவிரம் அப்படி
உலர்ந்து சருகான ஒரு இலையின் வாழ்வைப் போல
உதிர்ந்துகிடக்கும் அதன் கதிர்களை நீங்கள் எடுத்துச்செல்ல
ஏதுவாய்ப் பெய்திருக்கிறது இந்த அமில மழை
குளிர்ந்துக் கருகியிருக்கும் ஒற்றைக் கதிரொன்றை
சிறுமி ஒருத்தி தன் வீட்டிற்கு எடுத்துச்செல்ல
ஒளியை உறிஞ்சி அது இருள் கக்கிய மாயத்தை
அவளால் சொல்ல முடியவில்லை
சாலையெங்கும் வீழ்ந்துக் கிடக்கும்
அந்த ஒளியற்றக் கதிர்களை மிதித்துக்கொண்டே
செல்கின்றன எல்லா வாகனங்களும்
செயற்கையாய் ஒளி செய்யத் தெரிந்த அவர்கள்
கருகிக் கிடக்கும் அதன் ஒளிக்கற்றைகள் குறித்த
அக்கறை ஏதுமற்றவர்களாகத்தான் இருந்தார்கள்
ஆயினும்
அவர்களால் நிச்சயமாய் செய்யமுடியாது
இப்போது ஒளிவீசும் ஒரு ஞாயிற்றைப் போல்.

மானுட வளர்ச்சியென்பது இயற்கையை கைபிடித்துக் கொள்ளும் முறையா செயற்கையை கைப்பிடித்துக்கொள்ளும் முறையா என்பதைவிட, இங்கு கேள்வியாக முன் வைக்கப்படுவது, இயற்கையை செயற்கையினால் அழித்துதொழித்து வளரும் வளர்ச்சியை இக்கவிதை வரிகள் முன்னிறுத்துகிறது. இனி மானுட வளர்ச்சியைப் பற்றி பேச என்ன இருக்கிறது என்ற சோர்வையும் முன் வைத்துவிடுகிறது.

"பகலுயிர்
சிமிழுக்குள் நல்கமுடியாததாக இருக்கிறது
இன்றையப் பகல்
அதன் பிராயசித்தங்களை நீங்கள் அறிய முடியாமல் போனால்
தாவரங்களின் சிறுகொழுந்துகள்மீது ஊறும்
செந்நிற சிற்றெறும்புகள் பாதை மாறலாம்
பழுத்துத் தொங்கும் கனியின் சுவையறிய

துடிக்கும் பகல்பொழுதின் நாக்கு
அதை உங்களுக்காய் விட்டுக் கொடுக்க
நீங்கள் கல்லெறிகிறீர்கள்
பூங்காற்றின் வாசம் நிறைந்த இரவின் பிரதியாய்
நீங்கள் இந்தப் பகலை உணர்வீர்களானால்
அது உங்களை
தடைகளற்ற வெளியெங்கும் வியாபித்திருக்கும்
சமவெளிக்கு அழைத்துச் செல்லும்." (யாழன் ஆதி வலைப்பக்கம் நவம் 2, 2014)

என்னும் இவ்வரிகள் தியானத்தப் போல சில முணுமுணுப்புகளைக் கொண்டது. பிரபஞ்சத்தையும் நம்மைச் சுற்றியுள்ள சுற்றுச் சூழலையும் மட்டுமல்லது ஐம்பூதங்களின் வெளிப்பாடுகளை இரசித்து- உணர்ந்த மனிதர்களால் மட்டுமே இந்தப் பூவுலகை அடுத்தத் தலைமுறைக்குத் தரஇயலும் என்பதாகும்.

நானும் நீயும்
இருப்பதொன்றுமில்லை
மீந்திருக்கும் இந்தச் சாம்பலைத் தவிர
காலத்தின் கெட்டித்தட்டிய என் அந்தரங்கத்தின்மீது
உமிழப்பட்ட எச்சிலைத் துடைக்க
என் ஆயுதங்கள் அத்தனையையும் நான் பயன்படுத்துகிறேன்
நான் படித்த புத்தகங்களை உன் மேசைமீது வைக்கிறேன்
என் எழுத்துக்களை என் பாட்டியின் நிலக்கடலைப் பானையைப் போல்
உன் முன்னால் கவிழ்த்துக் கொட்டுகிறேன்
நாகரிகமடைந்த என் சொற்களை நான்
காற்றில் உலவ விடுகிறேன்
உன் செவிப்பறைகளை வந்தடைய
ஏழு கடல் ஏழு மலைகளைத் தாண்டி நான் எடுத்துவந்த
என் தாமரையைப் பூவை நான்
உனக்களிக்கிறேன்
சொற்களின் சூட்சமம் நிறைந்த என் கவிதைகளை
உனக்குத் தருகிறேன்

என் கதைகள் உன் கனத்த இருதயத்திற்குள் ஊசியைப் போல்
மெல்ல இறங்கும் என நம்பியே சொன்னேன்
மாறிப் போன என் வாழ்வின் பலமுறைமைகளை நான்
உனக்கு விளங்க நடந்தேன்
எல்லாவற்றையும் விட வேறெவரைவிடவும்
மிகவும் அதீத நட்போடு இருக்கவே நான்
உன்னை நோக்கி வருகிறேன்
எப்படி நான் வந்தாலும்
நீ நெருப்பாகவே வந்து என்குடிசைகளைக் கொளுத்திவிட்டே
செல்கிறாய்
இனி நான் என் செய்வது என் சகமனிதனே
சாம்பலிலிருந்து ஊற்றெடுத்துத் தண்ணீராய்ப் பிரவகிக்கிறேன்
வா இனி நீ நெருப்பாய். (அக்.2014 புதிய கோடாங்கி)

தன்னை அடிமையாக, எதிரியாக, புறந்தள்ளப்பட வேண்டியவர்களாக நினைக்கும் அனைத்து சமூகத்தின் மீதும் உரையாடலை அன்பை புரிந்துணரலை உறவை துவக்கப்பட நினைத்தும் துவக்கியும் ஒரு சூழலை உருவாக்கினாலும், அவர்களோ அதன்படியே நெருங்குவதாக அதன்படியே ஒப்புக்கொள்வதாக நெருங்கிவந்து தங்களின் உணர்வுகளை அன்பை உறவை குடிசைகளை எரித்துவிட்டுப் போகும் போது என்ன செய்வது என்று கவிதை மனநிலை இடிந்து போகாமல் நீங்கள் எரிக்க எத்தனை முறை வந்தாலும் எங்களை மீண்டும் உருவாக்கிக்கொள்ள எங்களின் மூத்தத் தலைமுறையின் சாம்பலே உதவும் என்று தன்னை திடப்படுத்திக்கொள்கிறது.

தம்மபதம்

தம்மபதம் புத்தரின் போதனைகளில் மிக முக்கியத்துவம் வாய்ந்தது. திரிபீடகங்களாகத் தொகுக்கப்பட்ட புத்தரின் போதனைகளில் தம்மபதம் சுத்தபீடகத்தில் குந்தக நிகாயத்தில் வைக்கப்பட்டிருக்கிறது. மனித வாழ்க்கைக்குத் தேவையான அறத்தை மிக எளிமையாகவும் நேர்த்தியான கவிதை வடிவத்திலும் பாலி மொழியில் இருக்கும் தம்மபதம் உலகின் பல்வேறு மொழிகளில் மொழிபெயர்க்கப்பட்டுள்ளது. தமிழிலும் பல மொழிபெயர்ப்புகள் வந்திருக்கின்றன.

ஆனால் கவிதை வடிவத்தில் தம்மபதம் மிக எளிமையாகவும் வாசிப்போருக்கு இன்பம் பயப்பதாகவும் அமைந்திருப்பது இந்த மொழிபெயர்ப்பின் சிறப்பு எனக் கூறலாம். புத்தரின் இந்தக் கருத்துகள் நுகர்வுச் சமூகமாக மாறிவிட்ட மனித சமூகத்திற்கு உலகளாவிய ஒன்றிப்பைத் தரக்கூடியன. நாற்பத்தைந்து ஆண்டுகாலம் தன் பணியைச் செய்தபின்னர், நீங்கள் செய்பவனவற்றை முழு ஈடுபாட்டோடு செய்யுங்கள் என்றுக் கூறினார் புத்தர். இந்த நூலும் அத்தகைய கடின உழைப்பையும் கொண்டுள்ளது. தலித்தியத்தோடு மிக நெருங்கிய உறவாக தலித்திய அடையாளமாகவும் காணப்படும் பௌத்த சமயம் என்பதின் வழியாக இங்கு தலித்திய மதமாகவும் அதனை அறிந்துணரும் எளிய வழியாகவும் இங்கு முன்னிலைப்படுத்தப்படுகிறது. இந்நூலின் பகுப்பு மற்றும் உள்ளடக்கத்தை எழுத்தாளர் மா. அமரேசன் மிகவும் சுருக்கமாக வெளிப்படுத்துயுள்ளதை பின்வருமாறு காணலாம்.

கி.பி.623இல் வைகாசி விசாக முழுமதி நாளில் முழு நிலவாய் புத்தர் பிறந்தார். புத்தர் போதனைகள் 'தம்மம்' மூன்று தொகுப்புகளாகத் தொகுக்கப்பட்டன அவை, 1. பேருரைப் பகுதி, 2. நன்னடத்தைப் பகுதி, 3. உன்னதக் கோட்பாட்டுப் பகுதி. இந்த 3 பிரிவுகளும் ஒவ்வொரு பகுதியாகவும், அவை பல வகைகளாகவும், பற்பல உட்பிரிவுகளாகவும், விரிந்து கொண்டே செல்கின்றன. அந்த வகையில் தொகுக்கப்பட்ட தம்ம புத்கங்களின் எண்ணிக்கை மொத்தம் 31 ஆகும். இவற்றில் பேருரைப் பகுதி என்பது துறவிகளும், குடும்பத்தாருக்கும், பல்வேறு நேரங்களில், காலகட்டத்தில், புத்தரால் நேரடியாகச் சொல்லப்பட்ட அறிவுரை மற்றும் அறவுரையாகும்.

இவைகள், 1. ஒழுக்கம், 2. நன்னெறி, 3. சமூகக் கடமைகள் மற்றும், 4. வாழ்வியல் பிரச்சனைகளைப் பற்றியதாகும். இந்தப் பேருரைகள் 5 வகைகளாகத் பிரிக்கப்பட்டிருக்கின்றன அவை, 1. நீண்டப் பேருரைகள், 2. இடைப்பட்ட அளவு பேருரைகள், 3. உறவுடைக் கூற்றுகள், 4. படிப்படியான உரைகள் மற்றும், 5. சிற்றுரைத் தொகுப்பு என வகைப்படுத்தப்பட்டுள்ளது. சிற்றுரைத் தொகுப்பு மட்டுமே 15 புத்தகங்களாகத் தொகுக்கப்பட்டுள்ளது. அவற்றில் அனைவராலும் அறியப்பட்ட ஒரு புத்தகம்தான் தம்மபதம் (தம்மவழி), இது புத்தரின் வாய்மொழியாக வந்தவை.

தம்மபதம் புத்தர் இவ்வுலகில் உள்ள அனைத்து உயிரினங்களின் மீதும், மனிதர்களின் மீதும், கொண்டிருந்த கருணை மற்றும் அவருடைய எல்லையற்ற ஞானத்தையும் உலகுக்கு உணர்த்தும் சிறிய செய்யுள்களின் தொகுப்பாகும். 26 தலைப்புகளைக் கொண்டது. 423 சிறு செய்யுளைக் கொண்டதாகும். இந்தியாவில் தோன்றிய புத்தமதம், இலங்கை, சீனா, ஜப்பான், பர்மா என எல்லா கிழக்காசிய நாடுகளுக்கும் பரவியது. அவ்வாறு பரவக் காரணமாக இருந்ததில் போதிதர்மர் துவங்கிப் பல்வேறு தமிழர்களின் பங்களிப்பு இருந்தாலும், 20ஆம் நுற்றாண்டில் இந்தியாவுக்கு வந்ததில், கர்னல். ஆல்காட், ராய்ஸ் டேவிட்ஸ், பால்காரஸ் என்னும் மூன்று மேலைநாட்டு அறிஞர்களின் வழியாக மேலைநாடுகளுக்கும் இந்தியாவுக்கும் பரவியது.

இவர்களோடு இணைந்து இந்தியாவுக்கும், தமிழகத்துக்கும் பவுத்தம் பரவுவதில் பெரும் பங்கெடுத்தவர் பண்டிதர் அயோத்திதாசர் ஆவார். தேரவாத பௌத்தம் உலகின் பழைய பவுத்த முறை என்று போற்றப்படுகின்றது. அந்த பௌத்த முறை பரவியுள்ள ஆசிய மற்றும் கிழக்காசிய நாடுகளில் தம்மபதமானது, மெய்யறிவு வளரவும், வழிகாட்டுதலுக்கும் ஆதாரமாக அமைந்துள்ளது. தினசரி வாழ்க்கைச் சிக்கலுக்கு எளிய தீர்வைத் தரும் தீர்வுப் புத்தகமாகவும், ஒழுக்கத்தைப் பேணவும், அமைதியான மன நிலையில் வாழவும் அறிவுடையோர் பின்பற்ற வேண்டிய நடைமுறையை தம்மபதம் விவரிப்பதால் இன்று தம்மபதம் திசையெங்கும் தீர்வு சொல்லும் நீதி புத்தகமாக பயணப்படுகின்றது.

தேரவாத பௌத்தக் கொள்கையின்படி தம்மபத ஒவ்வொரு வரியும், ஒரு குறிப்பிட்ட சம்பவம், அல்லது நிகழ்விற்கு பதில்தர புத்தரால் சொல்லப்பட்ட வார்த்தையாகும். வரலாற்றில் முதன் முறையாக கி.பி.ஐந்தாம் நுற்றாண்டில் தமிழகத்தில் வாழ்ந்த புத்தகோஷர் உரையெழுதி இருக்கின்றார். அவருக்குப் பின் தம்மத பதம் உலகின் பல பகுதியில் பிரபலமாகியுள்ளது.

ஐரோப்பிய மொழிகளில் மொழிபெயர்க்கப்பட்டுள்ளது. ஆங்கிலத்தில் மட்டுமே 40க்கு மேற்பட்ட மொழிபெயர்ப்புகள் உள்ளன. அமெரிக்காவில் இப்போது அதிகமாகப் பரவிவரும் மதம் பௌத்தமதம் என்கிறார்கள். தம்மபதத்தின் சூத்திரங்கள்

படிப்பதற்கு எளிமையானவை. பௌத்த சமயக் கொள்கைகளும் வாழ்க்கைக்குத் தேவையான நீதிகளும் தம்மபதத்தில் நிறையவே இருப்பதால் அவற்றைப் படித்துத் தெளிந்துகொள்ளலாம். “இது நமது மொழியிலுள்ள திருவள்ளுவரது திருக்குறளைப் போன்று அத்துணைச் சிறப்பு வாய்ந்தது” என்று தம்ம பதத்துடன் ஒப்பிட்டுப் பார்க்கவேண்டிய நூல் திருக்குறளே என தம் இலக்கிய உதயம் பகுதி 11 எனும் நூலில் கூறுகிறார் வையாபுரிப்பிள்ளை.

தம்மபதத்தின் பெருமையை ஹெர்மான் ஓல்டன்பெர்க் எனும் ஜர்மானியப் பேராசிரியர் இப்படிக் கூறுகிறார். “பௌத்த சமயத்தைப் பற்றித் தெளிவாய்த் தெரிந்துகொள்வதற்கு பௌத்த தர்ம ஆராய்ச்சிகளை ஆரம்பிக்கும்போதே ஆராய்ச்சியாளனுக்கு ஒரு புனிதமானவரின் கைகளால் தம்மபதத்தை அளிப்பதைவிட மேலான காரியம் ஒன்றும் இருக்க முடியாது. தம்மபதம் தன்னிரகற்ற அழகுடையது. பொருள் நிறைந்த பழமொழிக் களஞ்சியம். பௌத்த சமயத்தைத் தெரிந்து கொள்ள உறுதிகொண்ட எவரும் திரும்பத் திரும்பப் படிக்க வேண்டிய நூல் இது.”

தம்மத்தை முதலில் தமிழுக்குத் தந்தவர் அய்யன் திருவள்ளுவர். அவருக்குப்பின் பலரும் தம்மத்தை தமிழ்ப்படுத்தினாலும், அவற்றில் குறிப்பிடத்தக்கவர்கள் இலங்கையைச் சேர்ந்த எம். என். மெகைதீன், பவுத்த துறவி சோமானந்த தேரா, சி.எஸ்.தேவநாதன் மற்றும் பகவான். ரஜனிஸ் ஆகியோர் அடங்குவர். இவர்களில் பகவான் ரஜனிஸ் தம்மபதத்தைக் கதைகளாக விளக்கினார். மற்றவர்கள் வசன கவிதை மற்றும் உரைநடைகளாக வெளியிட்டுள்ளனர். இவர்களை அடுத்து தமிழ்க் கவிதைகளில் தனக்கென தனி ஆளுமையை ஏற்படுத்திக் கொண்டுள்ள யாழன் ஆதியும் தம்மபதம் என்னும் அரியதொரு நூலை வெளியிட்டுள்ளார் (வெளியீடு - புத்தர் ஒளி பன்னாட்டுப் பேரவை - சென்னை கிளை). 180 பக்கமுடைய கையடக்கப் பதிப்பாக வெளிவந்துள்ளது. கவிதைகள் ஆழ்ந்த பொருளில் எளிய தமிழில் யாருக்கும் புரியும் வண்ணம் இருக்கின்றன. கவிதைகள் பிற மொழிச் சொற்கள் இல்லாமல் எளிய தமிழில் யாருக்கும் புரியும் வகையில் வந்துள்ளது. குழந்தைகளுக்கும் புரியும் விதமாக உள்ளன.

“மனம் முன்னோடி
மனம் தலைமை
தீயது பேசும்
தீயது செய்யும் மனம்
துன்பத்தால்
தொடரப்படும்
காளையைத் தொடரும்
வண்டியாய் ”

என முதல் கவிதையைத் துவங்கி கடைசி கவிதையான

‘அந்த துறவி
தன் பழைய பிறப்புகளை
அறிந்தவர்
மகிழ்வை
துன்பத்தை அறிந்தவர்
பிறப்பின் முடிவை அறிந்தவர்
மேலறிவுடன் இருப்பவர்
முழுமையடைந்தவர்
பற்றற்ற நிலையை அடைந்தவர்”

அவரே அறவோர் என்னும் கடைசி கவிதைகள் வரை, உள்ளங்கை நெல்லிக்கனி போல படிக்கப் படிக்க இன்பம் பயப்பனவாக இருக்கின்றது. புத்தர் தன்னுடைய ஒளியால் மனிதனின் இருள் விலகப் பேசியது தம்மபதம்.

தடா நல்லரசன்

நல்லரசன் பிறந்த இடம் அரியலூர் மாவட்டம் ஜெயங்கொண்டத்திற்கு அருகில் உள்ள பாலசுந்தரபுரம். சிறுவயதில் தான் கண்ட சாதிரீதியான ஒடுக்குமுறை, அவர் சமூகக் கோபத்திற்குக் காரணமாக இருந்திருக்கிறது. குளங்களில் தண்ணீர் எடுக்கமுடியாத கொடுமையை அனுபவித்த நேரடித்தன்மை அவரிடம் நிறைய இருக்கிறது. பள்ளி மாணவராக இருக்கும்போது எல்லோருக்கும் தண்ணீர் கொடுத்த ஒரு பெண்மணி, அவருக்கு மட்டும் கையில் ஊற்றிக் குடிக்கச் சொல்லியிருக்கிறார்கள். இப்போதுகூட அவர் கிராமத்தில்

தலித்துகள் பயன்படுத்தக்கூடாது என்று கூறி, ஓர் ஏரியை ஆதிக்க சாதியினர் ஆக்கிரமித்திருக்கின்றனர். இத்தகைய கொடுமைகளை எதிர்த்துதான் தன் கவிதைகள் இயங்குகின்றன என்று கூறும் இவர், 'தை மாசம்' என்னும் நாட்டுப்புற பாடல்கள் அடங்கிய குறுந்தகட்டையும் வெளியிட்டிருக்கிறார்.

'போதி மரத்தடியில்
பிள்ளையார் சிலை
பார்ப்பனிய வெற்றி'

என்னும் போது பௌத்தம் என்னவாக இங்கு திரிக்கப்பட்டுள்ளது என்பதையும் பேசுகிறது.

'தடா' நல்லரசன் என்னும் போது ஓர் அதிர்ச்சி எழுகிறது. இப்படி பெயருக்கு முன்னால் 'தடா' என்றும் 'மிசா' என்றும் வைத்துக் கொள்வது தமிழ்நாட்டில் புதிதல்ல. 'மிசா'வில் கைதானவர்கள் 'மிசா' என்றும் 'தடா'வில் கைதானவர்கள் 'தடா' என்றும் முன்னொட்டுகளை வைத்துக்கொள்வது அரசியல் செயல்பாடு. அது, இலக்கியச் செயல்பாடாகாது. ஆனால், கைதும் சிறையும் அவரை வருத்தியபோதெல்லாம்கூட, கவிதையை விடாமல் அவர் தொடர்கிறார் என்னும்போது அங்கே இலக்கியம் வாழ்கிறது. பத்தாண்டுகள் சிறையில் இருந்தவர். தமிழ்நாட்டின் அனைத்து முக்கிய சிறைகளிலும் அடைக்கப்பட்டவர். 'விதைநெல்', 'வாக்குமூலம்', 'தழும்புகள்', 'திசைகள்', 'முகங்கள்' ஆகிய ஐந்து தொகுப்புகளை வெளியிட்டிருக்கிறார். எல்லா கவிதைகளையும் சிறையில்தான் எழுதியிருக்கிறார். அவர் கவிதைகள் வெவ்வேறு வடிவங்களில் எழுதப்பட்டிருந்தாலும் அவற்றை தலித்தியம், பெண்ணியம், ஏழ்மையியல், தமிழ்த்தேசியம் என்னும் பகுப்புக்குள் உட்படுத்தி விடலாம்.

அவருடைய 'திசைகள்' என்னும் நூல், ஆத்திச்சூடி வடிவிலானது. அவை அனைத்தும் சமூக ஓர்மைக்கானப் பங்களிப்புகள். எதிர்தளத்தில் நின்று பொதுச்சமூகத்தினை நோக்கி இதுதான் வழி என்று சொல்லக்கூடியவை. ஆனால், அவற்றுள் கவிதையை தேடவேண்டாம் என்பது நல்லரசனின் விருப்பம். அது கவிதையாகக்கூட இல்லாமல் போகட்டும்.

இதுதான் தமிழன் போகவேண்டிய பாதை என்று கூறுகின்ற திசைகாட்டி மரம் என்று மிகுந்த உற்சாகத்தோடு கூறுகிறார்.

'விதைநெல்' தொகுப்பில் நீள் கவிதைகள் இருக்கின்றன. தாமிரபரணி படுகொலை, சாதியத்திற்கு எதிரான கவிதைகள், பெண்விடுதலை, ஈழ விடுதலை என அவருடைய கவிதைகள் இயங்குகின்றன. 1999 இல் நடைபெற்ற சிதம்பரம் கலவரத்தில் பாதிக்கப்பட்ட தலித் மக்களை நேரில் சந்தித்து அவர்கள் அடைந்த துயரங்களைக் கவிதைகளாக்கி இருப்பது நல்லரசனின் சமூகம் சார்ந்த விடுதலைப் பார்வைக்கு ஓர் எடுத்துக்காட்டு.

"இங்கே பொறுமையிழந்து
புறப்பட்ட காட்டாற்றை
உங்களின் எந்த அணை தடுக்கும்
எங்களுக்குள் எழும்பிவிட்ட
கோப பூகம்பத்தைச் சிறுபுல்விதையா ஒடுக்கும்?
எமக்குப் போர்க்களம் தானடா
இனித் தீர்வினைக் கொடுக்கும்"

என அவர் எழுதுவது வெற்றுக்கவிதையாகிவிடலாம். ஆனால் இது போராடும் உத்வேகத்திற்கானது என்பதையும் குறிப்பிட வேண்டும்.

'தழும்புகள்' என்னும் தொகுப்பு, அய்க்கூ பாணியிலான கவிதைகள். ஒரு கவிதையின் கடைசிச் சொல்லோ அசையோ அடுத்த கவிதையின் முதல் சொல்லாக வரப்பாடுவது, சிற்றிலக்கிய வகைகளில் ஒன்றான அந்தாதி என்று சொல்லப்படுகிறது. இந்த அந்தாதி, கடவுள் சார்ந்த பாடுபொருள்களைப் பாடுவதற்காக மட்டுமே தமிழ் இலக்கியத்தில் பயன்படுத்தப்பட்டிருக்கிறது. ஆனால், அந்தக் கவிதைத் தன்மையை அய்க்கூவில் புகுத்தி ஒரு மாற்றத்தை உருவாக்க முயன்ற அவருக்குள் ஒரு போராளி எப்போதும் இருப்பதைப் போலவே ஒரு கலைஞனும் இருக்கிறான்.

"வெப்பம் ஏறித்தான்
வெளிவரும் குஞ்சுகள்
ஓடுகளை உடைத்து"

"உடைத்தெடுக்காமல்
ஒன்றுமே கிடைக்காது
உனக்கும் எனக்கும்"

"எனக்கும் ஆசைதான்
சேரிகளே இல்லாத
பூமியினைப் பார்க்க"

இப்படி நூல் முழுக்க கவிதைகளை அமைத்திருக்கிறார். இக்கவிதைகள் தனித்தனியே கவிதைகளாகவும்; நூல் முழுக்க ஒரே கவிதையாகவும் இயங்குகின்றன என்று குறிப்பிடுகிறது தலித் முரசு இதழில் யாழன் ஆதி குறிப்புகள்.

பாரதி நிவேதன்

நீலகிரி மாவட்டம் குன்னூரில் பிறந்து, அங்கேயே படித்த அவருக்கு, தன்னுடைய ஆக்கத் திறனுக்கு அந்தப் பகுதியும் ஒரு காரணம் என்கிறார். தன்னுடைய முனைவர் பட்டத்திற்காக மதுரை வந்த பிறகு தன்னுடைய எழுத்தில் தீவிர மாற்றங்கள் ஏற்பட்டதாகக் கூறும் இவர், கல்லூரி ஒன்றில் தற்காலிக உதவிப் பேராசிரியராகப் பணியாற்றுகிறார். நிவேதனின் தந்தையும் ஒரு கவிஞர். தந்தை மார்க்சியவாதியாக இருந்து திராவிடர் கழகத்திலும், பின்பு திராவிட முன்னேற்றக் கழகத்திலும் பணியாற்றியவர். இதன் பாதிப்பால் தொடக்க காலங்களில் பாரதி நிவேதன் மரபுக் கவிதைகளை எழுதியுள்ளார். பின்பு புதுக்கவிதைதான் தனக்கு ஏற்புடையது என்று எழுதத் தொடங்கி, நவீன எழுத்தையும் கல்லூரியில் படிக்கும்போதே எழுதத் தொடங்கியிருக்கிறார். பாரதி நிவேதன் என்னும் வைணவப் பெயரை அவர் வைத்திருந்தாலும், தீவிரமாக தலித் கவிதைகளை மாற்றுச் சூழலுக்குக் கொண்டுசெல்லும் சிந்தனையுடையவராகவே எந்நேரமும் செயல்படுகிறார்.

பாரதிநிவேதனின் இயற்பெயர், பா.செல்வகுமார். இவருடைய நூல்கள்; கனாக்கண்கள் மெல்ல-குறுநாவல்-குங்குமச்சிமிழ்-2005. கவிதைத் தொகுப்புகள்-ஏவாளின் அறிக்கை, 2006, காலச்சுவடு பதிப்பகம், வேறுகாலம் மறுத்துத் தாயம் போடுபவர்கள்-2009-அனன்யா பதிப்பகம். இயற்பெயரில்

ஆய்வுநூல்கள்-கவிதை இயங்கியல், 2007, கீற்று பதிப்பகம், தமிழ்ப் புதுக்கவிதைகளில் பின்னை நவீனத்துவக் கூறுகள் (தமிழக அரசின் பரிசுபெற்ற நூல்-பாலம் பதிப்பகம்-2009), இன்றைய கவிதையின் இயக்கவியல்-2017(NCBH-வெளியீடு).

நவீன எழுத்தின் ஓர்மையை தன் எழுத்தில் வருவித்து, அதன் மூலம் புதிய ஆக்கவெளியினை உருவாக்கும் தன்மை பாரதி நிவேதனுடையது. பாரதி நிவேதன் தன்னுடைய கவிதைகளில் வைத்திருக்கும் பூடகமும் உட்பொருளும் - சங்க இலக்கியங்களில் பயன்படுத்தப்பட்ட 'இறைச்சி', 'உள்ளுறை', 'உவமம்' ஆகியவற்றிற்கு ஒத்த பண்புடையவை. பாரதி நிவேதனுடைய கவிதைகளும் அவருடைய ஆக்கத் திறனும் பலராலும் பாராட்டப்படுகிற ஒன்று. அவருடைய இரண்டு தொகுப்புகள் 'ஏவாளின் அறிக்கை', 'வேறுகாலம் மறுத்து தாயம் போடுபவர்கள்' ஆகியன நவீன இலக்கிய வட்டத்தில் அறியப்பட்டவை.

பாரதிநிவேதன் குழந்தைகளுக்கான தனித்த உலகொன்றை உருக்கொள்ள வைத்து, அவர்களின் வாழ்வை அதில் பதியமிடுகிறார். குழந்தைகளின் மீதான அவருடைய பார்வையும், அதனை கவிதைக்காகப் பயன்படுத்தும் உத்தியும் மிகவும் சிறப்பானவை. அதிகப் பூடகத்தன்மையுடன் அவருடைய கவிதைகள் இருந்தாலும், அதனால் வெளிப்படும் கவித்துவமும் கவிதை உணர்வும் நம்மை மேலும் வாசிக்கத் தூண்டுகின்றன.

"செடிகள் அசைகின்றன
மேகங்கள் மடியிறக்கும் கதிர்வீச்சை
தூசுகளைப் பரப்பிய காற்று மன்றாடியிருக்கும்
என்னால் அந்தக் குழந்தையின் சிரிப்புக்கு
ஏதும் தர இயலவில்லை" என்று கூறும்போதும்,

"கட்டுமரத் தடுப்புகளின் பின்னால்
ஒளிந்து பார்க்கும்போது
குழந்தைகள் விற்பனையாளர்களாக இருப்பதும்
குனிந்து நிமிரும் போதும்
குழந்தைகளின் எலும்புகளைக் கண்டு
கடல் திகைப்பதுமாக"

என்னும்போதும், பாரதி நிவேதனின் குழந்தைகள் குறித்த பார்வையை நம்மால் உணர முடிகிறது! சமச்சீர் கல்வி குறித்தும், அனைவருக்கும் கல்வி திட்டம் குறித்தும் பேசப்படும் இந்நாட்களில், இன்னும் வீச்சாக இருக்கும் குழந்தைத் தொழிலாளர் பிரச்சினையை எவ்வாறு தீர்ப்பது என்பது ஒரு கேள்விக்குறியாகவேதான் நிற்கிறது.

ஓர் ஆக்கம் காலம் கடந்து நிற்க வேண்டும் என்ற அவசியமில்லை. ஆனால், அது அந்தக் காலத்தின் சிக்கலைப் பேசி இருக்க வேண்டும் என்பது மிகவும் அவசியமானது. பாரதி நிவேதனின் பல கவிதைகள், காலம் கடந்து, காலத்தைப் பேசியும் நிற்கக் கூடியன. பாரதி நிவேதனின் இன்னொரு சிறப்பு அவருடைய மொழியாளுமை. கவிதையில் மொழியை அழகியலோடு பயன்படுத்தும்போது, கவிதை அதற்கான அடைவுகளை அடைந்து விடுகிறது. அவருடைய கல்விப் பின்புலம் அவருடைய மொழியாளுமைக்கு பக்கபலமாக இருக்கிறது. செவ்வியல் மொழியை அவர் பயன்படுத்தும் விதம் நவீன கவிதைக் கட்டுமானத்தில் புதிய வெளிகளைத் திறக்கிறது

“சுனை மழை போற்றுதும்
சுயமுள்ள காற்று போற்றுதும்
பருவமென்னும் பச்சையம் போற்றுதும்
அனைத்துக் கவியும் நேசம் போற்றுதும்”

என்று அவர் எழுதும்போது, இயற்கை மீதான அவருடைய அன்பும் மொழியும் புலனாகும்.

“வண்டலாக ஓடத்துவங்கும் பகற்பாலை
தரைமட்டமாக்குகின்றன
உறக்கத்தின் தாதுவளத்தை”

எனும் அவரது மொழியாக்கம் - அழகியலின் காரணங்களையும், தலித் கவிதையை அடுத்த கட்டத்திற்கும் எடுத்துச் செல்கின்றன. தலித் எழுத்து குறித்த அவருடைய பதில் இப்படி அமைகிறது, தலித் கவிதை என்பது வானம்பாடிகளின் எச்சமாக இருக்கிறது. அவர்களின் மொழியை எடுத்துக் கொண்டு நம் வலியை நாம் கூறுகிறோம். அதனால் அரசியல் இயக்க ரீதியான உந்துதல் எற்படலாம். ஆனால், இலக்கிய

அரசியலை உருவாக்க முடியாது. ஆகவே ‘எழுத்து’, ‘கசடதபற’ போன்ற இதழ்களின் மொழியைப் போல, தலித் எழுத்தும் அழகியலுடையதாக இருக்க வேண்டும்.

அதற்கான புதிய உரையாடலை நாம் தொடங்க வேண்டும். மய்யத்தை நோக்கிய தலித் அரசியலை உருவாக்க வேண்டும். ஆனால் அதே நேரத்தில், இன்று அனைத்து சாதிகளும் இத்தகைய ஓர் அதிகாரத்தை எடுத்துக் கொள்ளும் போக்கினை தற்பொழுது பார்க்க முடிகிறது. தலித்துகள் இடஒதுக்கீடு கேட்ட சூழல் போய் இன்று அனைவரும் இடஒதுக்கீடு கேட்கின்றனர். இதனால் தலித்துகளுக்கு மட்டுமான மய்யத்தை கட்டமைக்க முடியாது. ஆனால் அதே நேரத்தில், வட்டார வழக்கு என்று சொல்லி இலக்கிய பிரதியின் இலக்கியத் தன்மையை நாம் மேலும் இழக்க முடியாது. எனவே, மய்யத்தை நோக்கிய புதிய வகைமையை உருவாக்க வேண்டும். அதற்கான உரையாடலை ஏற்படுத்தும் தளத்தை உருவாக்க வேண்டும்.

‘மாரிமுத்துவை விட்டு விடுங்கள்
தாண்ட முடியாத முனைகள்
எழுத விடாது
பேச விடாது
பேலவிடாது
தேங்கி நிலைக்குத்தும் அவன் மெதுவான பெருமூச்சை
கலைக்காத மின்விசிறியால்
வருடப்படுதலற்று கனத்த பிடரியை
குழல் விளக்கில் ஊற்றி
தெருமுனையில் உடைத்துவிட்ட மாரிமுத்துவை
விட்டுவிடுங்கள்’

என்பது ‘மின்விசிறி’ என்னும் தலைப்பிலான அவருடைய கவிதை. நிவேதன் கூறுவதைப் போல, தலித் கவிதை என்பது ஒற்றைச் சுவையுடையதாக இருக்க வேண்டும் என்பதல்ல. ஆனால் ஏதோ ஒரு சுவையைத் தரக்கூடியதாக இருந்தால் போதும். அந்தச் சுவையை வாசிப்பவரிடம் கொடுத்து அது மறைந்தால் போதும். இதுதான் பிரச்சினை என்று நான் சொல்லி, என்னுடைய ஆசிரியன் என்னும்

அதிகாரத்திலிருந்து விலகிக் கொள்கிறேன். அதன் மேல் செயலாற்ற வேண்டியது வாசிப்போரின் கடமை. ஆக, இக்கவிதையில் மாரிமுத்துவின் வலி நம்மீது கடத்தப்படுகிறது. ஆசிரியன் பிரதியின் அதிகாரி என்னும் தளத்திலிருந்து இறங்கி வந்துவிடுகிறார். நமக்குக் கிடைப்பது, அவலங்கள் நிறைந்த மாரிமுத்துவின் வாழ்க்கை. இது நடத்துகின்ற அரசியல்தான் மய்யத்தை உடைக்கும் தன்மை வாய்ந்த இலக்கிய அரசியல். இதைத்தான் நிகழ்த்த வேண்டும் என்கிறார் பாரதி நிவேதன். காத்திரமாகவும் வெளிப்படையாகவும் எழுதுவது எல்லாம் நமக்கு கோபத்தை வரவழைக்கலாம். ஆனால், அதற்குப் பிறகான அரசியலை நாம் கட்டமைக்க முடியாது. ஆனால் பாரதி நிவேதனுடையதைப் போன்ற கவிதைகள், மொழியின் அழகியலையும் கவிதையின் செம்மாந்த நிலையையும் அடையும் போது, அவை மறுவாசிப்பையோ கீழ்மேல் வாசிப்பையோ கோருகின்றன.

இலக்கிய அரசியலையே தன் எழுத்தின் நோக்கமாக அறிவிக்கிறார் பாரதி நிவேதன். இயக்கத்தில் வேலை செய்வது, தற்போதைய சூழலில் தன்னால் ஆகாது. ஆனால், இலக்கிய அரசியலை நிகழ்த்த தன்னால் ஆகும் என்கிறார். தலித் இலக்கியத்தை பொதுத்தன்மைக்குக் கொண்டு செல்லும் ஆக்கங்களை உருவாக்குவதும், அதற்கான உரையாடல்களை நடத்துவதும் தன்னுடைய வேலையாக அவர் அறிவித்திருப்பது முக்கியமான செயல் திட்டமாகும். தலித் சிந்தனையாளர்களும் எழுத்தாளர்களும் இதற்கான ஒரு சந்திப்பை நிகழ்த்த வேண்டும் என்பது அவருடைய அவா. அவருடைய முதல் தொகுப்பு 'ஏவாளின் அறிக்கை.' இந்தப் பெயர் சூட்டலும் கவிதையும் புதிய தொன்மத்தினை தமிழுக்குத் தருகின்றன. இந்துத்துவ தொன்மங்களான கண்ணகி, சீதை போன்ற பெயர்களை விடுத்து, ஏவாள் என்னும் பெயரை தொன்மமாகப் பயன்படுத்தும் அவருடைய நுண்ணரசியல், தமிழுக்கான எல்லா இயங்களையும் பெண்ணியம் உட்பட வெளியிலிருந்துதான் பெறப்பட்டுள்ளது. அதைப் போல இந்தத் தொன்மத்தையும் தான் வைத்ததாகக் கூறுகிறார். அந்தக் கவிதையின் இறுதிப் பகுதி / நரம்பறுந்தவர்களின் அருகாமையில் / சமையலறை நிசிவழிசலில் / பிணவறைக் கொட்டகையில் / அவளின் அறிக்கைகளை விழுங்க / அருவாள்கள் ஒளியுடன் தொடர்கின்றன என்று

முடியும். பெண்ணிய அரசியலின் குறியீடாக இந்துத்துவச் சூழலில் ஏவாளை உருவாக்குவது என்பதே கலைத்தல் என்னும் கலகச் செயல்பாடாகத்தான் இருக்கும். எதார்த்தம், முழக்கத்தன்மை என்று தலித் அரசியல் எழுச்சிக்காக மட்டும் இருக்கக்கூடிய தலித் எழுத்து, இலக்கிய ஆளுமைமிக்கதாக மாறவேண்டும் என்னும் பாரதி நிவேதனுடைய குரலை தலித் அறிவுலகம் உள்வாங்கிக் கொள்ள வேண்டும்.

தமிழ் முதல்வன்-தனித்தன்மை மிக்க எழுத்துகள்

உலகப் புகழ் பெற்ற கீரிபட்டியினை பூர்வீகமாக கொண்டவர் தமிழ் முதல்வன். நாட்டுப்புற கலைகள் மிகுந்திருக்கும் ஆ.கொக்குளத்தில் பிறந்தவர். பவுத்த நெறியில் வாழ்ந்த தம் முன்னோர் கீரிபட்டியிலிருக்கும் தங்களின் நிலங்களை எல்லாம் ஏழை எளியவர்களுக்கு கொடுத்துவிட்டு இங்கு குடியேறிய பொழுது, அழகன்-கருப்பாயம்மாள் ஆகிய இணையருக்கு மகனாகப் பிறந்தார். அவருடைய முதல் கவிதை நூலான 'ஆயுதக் கோடுகள்' - புதிய கண்ணோட்டத்தை வாசிப்பவர்களுக்கு ஏற்படுத்துகிறது.

தங்கள் முன்னோர்கள் நிலங்களை எல்லாம் இழந்து ஆ.கொக்குளத்தில் விவசாயக் கூலியாக வேலை செய்ய நேர்ந்து விட்ட இடங்களில், ஆதிக்க சாதியினரின் உணவையோ, நீரையோ வாங்க மறுத்து, அவர்களின் பாத்திரங்களைத் தொடமறுத்து, சாதி ஆதிக்கத்தை எதிர்த்ததை தன் எழுத்தில் கொண்டுவருகிற ஆற்றல், தமிழ் முதல்வனுக்கு இருக்கிறது. ஆங்கில இலக்கியம் படித்த இவருக்கு, படிக்கும் காலத்தில் சாதி இந்துக்களின் தடைகள் ஏராளமாக இருந்ததாக தெரிவிக்கிறார். அந்தத் தடைகளை எல்லாம் தகர்த்து, இன்றைக்கு ஓர் தலித் படைப்பாளியாக மிளிர்கிறார்.

தன்னுடைய அனுபவங்களின் மேல் நின்றுகொண்டுதான் அநீதிக்கு எதிராக, 'மனிதம்' எனும் இதழை அவரால் கொண்டுவர முடிந்தது. அந்த இதழைக் கொண்டுவருவதில் பெரும் சவால்களையும் அச்சுறுத்தல்களையும் அவர் சந்தித்திருக்கிறார். பக்தி இலக்கியங்களைச் சுமந்து, தமிழும் தலித்துகளுக்கு துரோகம் செய்துவிட்டதாகக் கருதும் தமிழ்

முதல்வன், ஊடகங்களை தலித்துகள் கைப்பற்றவேண்டும்; தலித் விடுதலைக்கு அவற்றைப் பயன்படுத்த வேண்டும் என்கிறார்.

தமிழ் முதல்வனின் கவிதைகள் மிக நுட்பமானவை. பூடகமான மொழியில் எழுதி, ஒளிவு மறைவின்றி வரக்கூடிய எழுத்துகளை, குறிப்பாக தலித் ஆக்கங்களை 'வெற்று முழக்கம்' என்று புறந்தள்ளுபவர்களுக்கு எதிராக அவர் ஒரு கவிதையை எழுதியுள்ளார்:

"எனக்குப் புரியாமல் எழுதியதால்
அறிவாளியானாய்
உனக்குப் புரியாமல் எழுதியதால்
அறிவாளியானேன்..."

என்று தொடங்கி, இத்தகைய எழுத்துகளால் ஒன்றும் நிகழப் போவதில்லை என்பதை 'இடையில் அப்படியே இருக்கிறது சமூகம்' என்று எழுதுவதன் மூலம் நிலை நிறுத்துகிறார்.

உடல் மீதான தீண்டாமை பருப்பொருளானது, சொற்கள் அரூபமான அதே நேரத்தில், ஆற்றல் கொண்டவையாக மாறி தீண்டாமையை மிகவும் எளிதில் நிலை நிறுத்திவிடும். இதை தமிழ் முதல்வன் எல்லோருக்கும் பிடித்த சொல்லில் - அவர் இல்லை என்றும், அவருக்குப் பிடித்த சொல்லில் பிறர் இல்லை என்றும், உடலே ஒரு சொல்லாகி, பிறருக்கும் அவருக்குமான தொடர்பினை அல்லது பிரிவினை ஏற்படுத்துகின்றது என்பதை கூறுகிறபோது, தன்னை ஒரு நவீனக் கவிஞராக்கிக் கொள்கிறார்.

தமிழகச் சூழலில் சாதிக்கு எதிராகவும், ஈழச் சூழலில் தமிழர்களை மீட்டெடுக்கும் அன்பின் எழுத்தாகவும் அமைகிறது தமிழ் முதல்வனின் கவிதைகள். ஆதிக்கத்தை எதிர்க்கும் ஆக்க மனநிலையை தக்கவைத்துக்கொள்ளும் பொறுப்பு, விளிம்பு நிலைச் சமூகத்தின் ஆக்க செயல்பாட்டுக்குத் தேவையாயிருக்கிறது. தமிழ் முதல்வனிடம் அத்தகைய பொறுப்புடன் இயங்க வேண்டும் என்னும் ஆதங்கம் இருக்கிறது.

உலகத்தின் எந்த மூலையில் ஒடுக்குமுறைக்கு எதிராக மக்கள் போராடினாலும் அவர்களோடு தன்னை இணைத்துக் கொள்வது இன்றியமையாதது...

> "....மூடிய என்னிமை துளைத்து
> விழுந்த ஈழச் சதைகளின் குருதிகள்
> விழிகள் நிரம்ப எழுந்த பொழுது
> என்னைச் சுற்றியும்
> உறங்கிக் கொண்டேயிருக்கின்றன பிணங்கள்"

என்று எழுதுகின்ற வரிகளில், சகமனிதனின் மீது கொள்ளுகின்ற நேயம் வெளிப்படுகின்றது.

> "உள்ளுறுப்புகள் கூடப் பயன்படா நிலையில்
> அப்படியே புதைப்பதா அல்லது எரிப்பதா
> ஞான வெட்டியான்களிடம் மையம் கொண்டிருக்கிறது
> விவாதம் மட்டுமே"

ஈழச் சிக்கல் இன்றைய தமிழக அரசியலில் பகடைக் காயாக வெட்டி விளையாடும் கொடுமையை விவரிக்கும் கவிதையில், தமிழ் முதல்வனின் பேனாவிலிருந்து விழும் சொற்கள் வீரியம் மிகுந்திருக்கின்றன. வெட்டியான்கள் எனப்படும் தொழிலை இழி தொழில் என்று ஒதுக்கியவர்கள், ஞான வெட்டியான்யகளாக மாறி விடுதலையைக் குழி தோண்டிப் புதைக்கின்றனர். ஆனால், அவர்களின் விவாதங்கள் விண்ணைப் பிளப்பதாக இருக்கின்றன.

இந்நிலையில், சாதிச் சவுக்கடியில் வதைபட்டு கொண்டிருக்கும் தலித்துகள் மட்டுமே ஈழ மக்களின் வேதனையை உண்மையாக உணர முடியும் என்பதையும்; உலக அளவில் கறுப்பின மக்களோடு தலித்துகளே அடையாளப்படுத்திக் கொள்ள முடியும் என்னும் கோட்பாட்டை வலியுறுத்துகிறது, அவருடைய 'தொலைவழி' என்னும் கவிதை.

சாதியைத் தகர்ப்பதற்கு குடும்ப அமைப்பில் மாற்றத்தையும், குடும்பங்கள் அமைவதற்கு சாதி-மத மறுப்பையும் நம் முன்னோர்கள் கோரியிருக்கின்றனர். 'கலப்புத் திருமணம்' என்ற சொல்லாடலையே எதிர்த்து, அதை சாதி மறுப்புத் திருமணம் என்று கூறியவர் பெரியார். ஆனால், காலங்கள் கடந்த பின்னும் எத்தனையோ அறிவியல் மாற்றங்கள் நிகழ்ந்த பின்னும்-இன்னும்

திருமண விளம்பரங்களில் வரும் சாதியின் ஆதிக்கத்தை தன் கவிதையில் பகடியாக்குகிறார்:

"பெயருக்குப் பதில் சாதி
பண்புக்குப் பதில் மதம்
மணமக்கள் தேவை விளம்பரங்கள்
இணைத்துக் கொண்டிருக்கின்றன விலங்குகளை
பிரித்துக் கொண்டிருக்கின்றன மனிதர்களை"

கவிதையில் சொற்களைச் சேர்ப்பதும், அவற்றைத் தன் உணர்வுக்கு ஏற்ற வகையில் பிரிப்பதும் ஒரு கவிஞனுக்குரிய உரிமை. அதைச் சிறப்பாகக் கையாளுகிறார் தமிழ் முதல்வன். வாழ்வின் மீது சுமத்தப்பட்ட பாரங்கள் ஆகியவை அவருடைய கவிதைகளில் வெளிப்படுவதைக் காட்டிலும் சமூகம் சார்ந்து அவர் கொண்ட சிந்தனைகளே அவருடைய கவிதைகளாக வெளிப்படுகின்றன.

ஆதிக்கத்தைத் தகர்க்கும் காலத்தைக் காட்ட மறுக்கும் கடிகாரத்தையும், கணக்குத் தீர்க்காமல் கிழிந்திடும் நாட்காட்டியையும் புறக்கணித்து, தலித்துகள் அவர்களுக்கான காலத்தை உருவாக்க மீளாய்வு செய்து, அதை எப்படி நிலைநாட்ட முடியும் என்பதைக் கூறும்போது, அவருக்குத் தேவைப்படும் பொருட்கள்-சாதி இந்துக்களால் மறுக்கப்பட்ட தோளில் அணியும் துண்டு, உரக்கச் சொல்லப்படும் புரட்சியாளர் அம்பேத்கர் பெயர், போடக்கூடாது எனத் தடுக்கப்பட்ட மிதியடிகள், அவர்களால் பிடுங்கப்பட்ட நிலம் முதலியவை.

இவற்றைச் சுட்டிக்காட்டி, வாழ்வில் அடைந்திருக்கும் சமூக முன்னேற்றத்தைக் குறிப்பிடும் போது, ஒருவேளை ஆதிக்கசாதிக்காரன் தற்கொலை புரியவும் கூடும் என்னும் அவரின் உளப்பாங்கு நோக்கத்தக்கது. கணினி சமூகமாக மாறியிருந்தாலும், அறிவியல் கருவிகள் எப்படி சாதிக்கு சாதகமானவையாக இருக்கின்றன என்பதையும் அவற்றை எல்லாம் தூர எறிந்துவிட்டு, மனிதனைப் பேசும் ஏதாவதொரு பொருளைச் செய்யவேண்டும் என்னும் ஏக்கம் கவிதையாகி இருக்கிறது. இது, இவருடைய தனித்தன்மை.

ஒடுக்கப்பட்ட மக்களின் மனநிலையில் நின்று வெளிப்படும் கவிதைகளுக்குச் சொந்தக்காரர் தமிழ் முதல்வன். எந்நிலை கண்டாலும் மறுப்பு ஒன்று மட்டுமே மானத்தைக் காத்துக்கொண்டிருகிறது என்னும் அவர், ஊடகத்தை தலித்துகளுக்கானதாக மாற்றவேண்டும் என்னும் அவாவின் வெளிப்பாடாகவே, ‘மக்கள் திரைப்படக் கழகம்’ ஒன்றை நிறுவி செயல்பட்டு வருகிறார். தற்பொழுது மதுரையில் வசிக்கும் தமிழ் முதல்வன், இருள் தீண்டும் இடமெங்கும் ஓய்வற்று வெளிச்ச வரிகளை எழுத முனையும் பேனாக்காரர் என யாழன் ஆதியால் முன்வைக்கபடுகிறார் (யாழன் ஆதி-தலித் முரசு -செப் -2009)

தலித் கதைப்பாடல்கள்-இசைப் பாடல்கள்-கவிதைகள்-தலித் உணர்வுகள்

நாட்டுப்புறக் கதைப்பாடல்களை சமூகக் கதைப்பாடல்கள், வரலாற்றுக் கதைபாடல்கள், புராணக் கதைப்பாடல்கள், காவியக் கதைப்பாடல்கள் என நான்கு வகையாகப் பிரித்துள்ளனர். இக்கதைப்பாடல்கள் பல்வேறு இனத்தவரின் வரலாற்றையும் வாழ்க்கை முறையையும் அவர்கள் ஆற்றிய பணிகளையும் செய்த தியாகங்களையும் இயம்புகின்றன. அதுமட்டுமல்லாமல் இக்கதைப்பாடல்கள் அச்சமூகத்தின் அம்மக்களின் வாழ்க்கை, பண்பாடு, சமூகம், சாதியமைப்பு ஆகியவற்றையும் எடுத்துக்காட்டுகின்றன எனலாம். கதைப்பாடல்கள் என்பது பாடல் உருவான காலத்தின் சமூக முரண்கள், வாழ்வியல் ஏற்றத்தாழ்வுகள் இவையெல்லாம் கொண்டிருப்பவை. முரண்களை ஆதாரங்களாகக் கொண்டிருப்பவை. இத்தகைய முரண்பாடுகள் எப்படி இறுதி நிலை எய்துகின்றன என்பதையும் அவை தம்முள் கொண்டிருப்பவை. இதற்கு எடுத்துக்காட்டாக தே, லூர்து அவர்கள், முத்துப்பட்டன் கதை, காத்தவராயன் கதைப்பாடல்களைக் குறிப்பிடுவார். மதுரைவீரன் கதை என்பது கி.பி. 17ஆம் நூற்றாண்டினது. இதில் அரசர் x அருந்ததியர் என மதுரை மாவட்டத்தின் கதையாகும். முத்துப்பட்டன் கதை என்பது பிராமணர் x அருந்ததியர் -நெல்லை மாவட்டத்தின் கதை. கௌதலமாடன் கதை என்பது தேவர் x அருந்ததியர் கன்னியாகுமரி மாவட்டத்தின் கதையாகும். சின்னத்தம்பி கதை என்பது வெள்ளாளர் x அருந்ததியர்- நெல்லை மாவட்டத்தின் கதையாகும். காத்தவராயன் கதை என்பது, பறையர் x பிராமணர்- திருச்சி மாவட்டக் கதையாகும். மைகேலம்மா கதை என்பது,

பள்ளர் X உடையார்- இராமநாதபுரக் கதையாகும். இதனை தமிழகத் தலித் கதைப்பாடல்களாகப் பார்க்கலாம்.

மைக்கேலம்மாள் கதைப்பாடல்

சிவகங்கை மாவட்டம், இளையாங்குடி வட்டத்தைச் சேர்ந்த வடதிருக்கைக் கிராமம். இவ்வூரைச் சேர்ந்த பள்ளர் இனத்துப் பெண் மைக்கேலம்மாள். இதே கிராமத்தில் கிறித்துவ உடையார் இனத்தைச் சேர்ந்தவன் ஏசு. இருவரும் ஒன்றாக பக்கத்து கிராமத்துப் பள்ளியில் ஒன்றாகப் படித்தவர்கள். படிக்கிற காலத்தில் காதல்வயப்பட்டவர்கள். தங்கள் காதலை பாலில் சத்தியம் செய்து உறுதி செய்கின்றனர்.

'சாலைக்கிராமம் சந்தையிலே
சக்கரநாடார் கடையினிலே
பாசும்பாலை வாங்கிக் கொண்டு
சத்தியங்க செஞ்சோமடி'

என்ற வரிகள் இவர்களின் தூய்மையான காதலைத் தெரிவிக்கின்றது.

இருவரும் பத்தாம் வகுப்பில் தோல்வி அடைந்தவுடன் மைக்கேலம்மா வீட்டில் வேறொருவருக்கு மைக்கேலம்மாவை பரிசம் போட்டுவிடுகின்றனர். ஆனால் இதனை ஏசு ஒத்துக்கொள்ளாமல் 'வா வீட்டை விட்டு ஓடிப்போய்விடுவோம்' என அதற்கு மைக்கேலம்மா ஒத்துக்கொள்ளவில்லை. சாதித் தடையாக இருப்பதைப் புரிந்து கொண்ட பருவத்திலிருந்து அவள் பேசுகிறாள். ஏசு ஓடிப்போவதில் குறியாக இருக்கிறான்.

'எங்க நல்ல சாதியிலே
மாப்பிள்ளையும் பாத்திட்டாக
ஓங்க நல்ல சாதியிலே –ஏ சேசியரே
பொண்ணு நல்லா பாத்துக்கைய்யா
ஓங்க நல்ல சாதியிலே
நானும் நல்லா வந்தேனுன்னா
ஏசுவாக பேசுவாக – ஏ சேசியரே
எகத்தாளங்க செய்வாகளே'

என்று கூற, ஏசுவோ,

'ஏசுனாலும் பேசுனாலும்
எகத்தாளங்கள் செஞ்சாலுமே
தேவகோட்டை டவெளனுக்குள்ளே –ஏ மைக்கேலம்மா
புடிச்சிருவோம் ரூமுகளும்'

என்கிறான். பரிசம் போட்டாகிவிட்டது, இனிமேல் வரமுடியாது என்று மைக்கேலம்மாள் கூறியும் விடாத ஏசுவின் மனதில் காதல் பழிவாங்கும் வஞ்சமாக மாறுகிறது.

ஒருநாள் ஊருக்குப் பக்கத்திலுள்ள நீர் நிலைக்கு நீராட வந்த மைக்கேலம்மாளைக் குளித்துக் கொண்டிருக்கும் போது கொண்டையைப் பிடித்துக் கீழே தள்ளி கையில் வைத்திருந்த அரிவாளால் குரல்வளையை அறுத்துவிட்டு ஓடிவிடுகிறான். பக்கத்தில் வெளுத்துக் கொண்டிருந்த ஏகாலி அலறி அடித்து வீட்டிற்கு ஓடிவிடுகிறான். குளிக்கச் சென்ற மகள் நீண்ட நேரம் வராததைக்கண்டு, தேடிச்சென்ற மைக்கேலம்மாளின் தாய், ஏகாலியைக் கண்டு விவரத்தைக்கேட்க நடந்ததைக் கூறுகிறான் ஏகாலி. பதறிய மைக்கேலம்மாளின் தாய் செங்கால்வாய் குளத்தங்கரை சென்று கழுத்தறுபட்ட மகளைத் தூக்கிவைத்துக் கதறுகிறாள். இதன்பின் கொலை செய்த ஏசுவை ஆர்.எஸ். மங்கலம் காவல்துறையினர் பிடித்துத் திருவாடனை நீதிமன்றத்தில் முன்னிலைப்படுத்துகின்றனர். இறுதியில் ஏசு விடுதலையாகிறான். தனக்குக் கீழ்ப்படியாத பெண்ணை கொலை செய்யும் ஆண் அதிகாரமும் சாதிய வன்முறையும் ஒன்றுசேர்ந்து தலித் பெண்ணை பழிவாங்கியதுடன் அதற்கான தண்டனையிலிருந்தும் தப்புவதில் ஒப்பாரியாக முடிகிறது மைக்கேலம்மா கதைப்பாடல்.

'கோர்ட்டாருக்கு முன்னாலதான் –ஏசேசியரும்
போட்டாரையா கணக்குகள
கணக்குகள தானெடுத்து
கோர்ட்டார்கள் பார்த்தொடனே
சேசியருக்கு விடுதலதான்
கேசு நல்ல விடுதலை தான்'

என முடிகிறது அக்கதைப்பாடல். சாதி என்பது இங்கு இழிவாகியது என்பதுமட்டுமல்லாமல் அது பலிவாங்கப்பட்டது மட்டுமல்லாமல் அதிகாரத்திற்கு முன் தன்னை இனங்காட்ட முடியாமல் அழித்தொழிக்கப்பட்டுள்ளது.

மேலும் சில கவிஞர்கள், தொகுப்புகள்

ராஜ முருகு பாண்டியன் *(சில தலித் கவிதைகளும்...)* ஏற்கெனவே எழுதிய இரண்டு கவிதைத் தொகுதிகளின் விலகலாகத் தலித் உணர்வுகளைக் கவிதைக்குள் கொண்டுவர முயற்சி செய்துள்ளார்.

“முதலாளியம்மாவின்
பழம் புடவை
அம்மாவிற்குப் புதுப்புடவை

அம்மாவின்
பழம்புடவை
அக்காவிற்குப் புதுப்பாவாடை

அக்காவின்
கிழிந்த பாவாடை
தங்கைக்குப் புதுத்தாவணி

தங்கையின்
கிழிந்த தாவணி
தம்பிக்குப் புதுக்கோவணம்” (ப.72)

என இவ்வரிகள் காலகாலமாக உழைத்தும் தீராத வறுமையின் நிலையைக் காட்சிப்படுத்துகிறது.

தலையாரி, ‘எங்கே எனது முகம்’ *(1990* விடுதலைச் சிறுத்தைகள் அமைப்பிற்காக பஃறுளி பதிப்பகம், சென்னை) என்ற தலித் கவிதைகளின் தொகுப்பை வெளியிட்டுள்ளார். தலையாரியின் கவிதைகளில் கவி வடிவமும் ஏறத்தாழ நாங்கள் / எங்கள் என்ற தன்னிலை வெளிப்பாடுகளாக உள்ளன. ‘குடிசைகள், ஓர வஞ்சனை, நேர்முகத் தேர்வுகள், தகுதி திறமை, தலைகீழ், சொல் நீ தலித்தா, நீங்கள் எதற்கு, நீ ஆடு அல்ல,

குலப்பெருமை...' போன்ற தலைப்புகளில் கவிதையாகியுள்ளன. 'சாபன (சாவம்) பஞ்சமர்கள், எங்கே எமது முகம்? விடுதலை ராகம்' போன்ற கவிதைகளில் தொன்மங்கள், நிகழ்வுகள், பழங்கதைகள், முதலானவற்றை உள்ளடக்கி எதிர்நிலை வாசகனைக் குறுகுறுக்க வைக்கும் கவிதைகளையும் எழுதியுள்ளார்.

அபிமானியின் கவிதைத் தொகுப்பு எதிராக. (காவ்யா, சென்னை - 2004). திருநெல்வேலி மாநகரில், பட்டப்பகலில் நடந்த 'தாமிரபரணிக்கொலை'களைப் பற்றிப்பேசும் கவிதை,

'திசைகளின் கரைகளில் மோதிய
ஓலங்கள் இன்னும் மறைந்து விடவில்லை

உச்சந்தலையில் குத்திய
லத்திக்காய்கள்
இன்னும்
ஆறிவிடவில்லை

தூண்களை இழந்த
குடிம்ப வாசல்களில்
இருள் மூட்டங்கள்
இன்னும் கலைந்துவிடவில்லை

தாமிரபரணி வீசிய
அழுகை வாசம் இன்னும் அழிந்து விடவில்லை
பதினேழு உயிர்களால்
பசிதீர்த்த
தாமிரபரணிக்கு
இன்னும் செரிமானம் ஆகவில்லை'

என்று கேட்கிறார். கள்ளம் கபடமற்ற நிலையில் எழுத்தைக் கையாளும் நிலைமை இனியும் சாத்தியமில்லை. தற்காலத்தின் ஒவ்வொரு எழுத்தாளனையும் கடந்தகாலம் கட்டுப்படுத்துகிறது. இதிலிருந்து விடுபட வேண்டுமானால் புது எழுத்து முயற்சியில் ஈடுபடும் இன்றைய கவிஞன் ஒரு எழுத்து வன்முறையாளனாக

மாற வேண்டிய அவசியம் இருக்கிறது என்ற பார்வையை கூர் தீட்டும் விதமாகத் தணிகைச் செல்வனும்,

"வெண்மணியில் மாமிசங்கள் கருகியவாடை – வீசி
விலகுமுன்னே கண்டதென்ன நீதியின் பாதை?
வெண்மணியின் தீயில் செத்தான் நீதிதேவனும் – எங்கள்
வேதனையில் வளருகிறான் ஜாதி தேவனும்" என்பார்.

மேலும், அபிமானியின் கவிதை,

"வார் அறுந்துபோன செருப்பின் கிழிசல்களை
ஒட்டுப் போடவும்
வளவளப்பும் மினுமினுப்பும் பளிச்சிட
பாலிஷ் போடவும்
நிறைமேனிக்கே நீட்டிய
வெங்கடசாமி நாயக்கனின்
ஆசையைப் பூர்த்தி செய்தார்
அயித்து மறந்து கூட
அவனின் தெருவுக்குள்
செருப்பணிந்து போகாதிருந்த
சின்னசாமி பகடை" (ப.5)

என்கின்ற கவிதைவரிகளில் தலித்துகள் மேல்சாதியினரின் வீதிகளில் காலுக்குச் செருப்புப் போட்டிருந்தாலும் அதைக் கழற்றிக் கக்கத்தில் இடுக்கிக்கொண்டு போகவேண்டிய சாதிய அதிகாரத்தைப் பேசுகிறது. இந்த சாதிய அதிகாரத்தை விமரிசிக்கும் குரலாக இரவிக்குமாரின்,

"மாடு கழுவலாம்
சூத்தும் கழுவலாம்
நாங்கள் மட்டுந்தான்
தண்ணி மொள்ளக் கூடாது"

என்ற வரிகள் எதிர்ப்புக் கவிதையாக அமைகிறது. அடிமை வாழ்வை, அடக்குமுறைகளை, உயிருள்ள மனிதர்களாகவே மதிக்காத அதிகார பீடங்களை, மத ஆளுமையை-சட்டையைப்

பிடித்து உலுக்கித் தன்பக்க நியாயத்தை உணர்த்தும் வகையில் பொங்கி எழுகின்ற தலித்துகளின் குரல் இது போலத்தான் இருக்க இயலும். இந்தியாவின் எதிர்மரபுப் பண்பாட்டின் ஒரு தொடர்ச்சியாகத்தான் தமிழில் தலித் இலக்கியம் என்பதைப் புரிந்து கொள்ள வேண்டும் என்பது மேற்கண்ட கவிதையில் உறுதியாவதைக் கவனிக்கலாம். 'எங்கள் தந்தையர்' என்ற தலைப்பில் அழகிய பெரியவன் இப்படி எழுதுகிறார்,

"எங்கள் தந்தையர்
ஜாதியுடன் போரிட்ட முன்வரிசை வீரர்
அவர் பிணங்களின் மீதும்
குருதிக் கறையின் மீதும் நின்று
இன்று நாங்கள் களத்தில் முன்னேறுகிறோம்
நாளை எம் உடல்களின் மேல்நின்று
எம் பிள்ளைகள் போரிடலாம்
எவ்வளவு உயரமாயினும் சரி
எங்கள் உடல்களை அடுக்கியேறி
விடுதலையைப் பறிப்போம்" எனத் தெளிவுபடக் கூறுகிறார். *(தலித் முரசு-சூன்-2010.ப.42)*

யாக்கன் கவிதைகளில் முற்போக்கு எழுத்தின் தன்மையைப் பார்க்க முடியும். சாதியப் பார்வைக்கு எதிராக ஒவ்வொரு மனிதனும் பாடுபட வேண்டும் என்பதைவிட அப்படிச் சாதிய இழுவுகளுக்கு ஆட்பட்டவனே ஆயுதமாக மாறவேண்டிய அவசியத்தை வீரியத்துடன் சொல்லுகின்றது.

"பறையடித்துப் பாராண்டு
ஏற்ற கொள்கையினால் ஆயுதமிழந்தவனே
அடிமையாகி புலையனானவனே
காற்றை இழுத்துச் சுவாசம் பிடி
உயிர்கொள்

உடம்பில் உணர்ச்சி ஏற்று
மானம் கொண்டு ஏற்று
புழுவினும் கீழாய்ப் பிழைப்பதெற்கு
எத்தனை நாள் மிச்சங்களை உண்டு

எச்சங்களைச் சுமந்தலைவாய்
மண்ணும் மலையும் காற்றும் அலையும்
வேர்களுக்கு விழுதுகளும்
எல்லாம் உனக்குச் சொந்தம்
உள்ளங்காலெழும்பு தேய உழைத்தும்
மிஞ்சியது என்ன?

வலிமையிழந்து வாழ்விழந்த கதையறி
சேரிகளில் புதைந்த அடையாளங்களை
விண்ணைமுட்ட உயர்த்திப்பிடி
பீடங்களின் முகத்தில் காரி உமிழ்

வெட்டப்பட்ட தலைகளும்
அறுபட்ட கழுத்துகளும்
எத்தனையென எண்ணிக்கொள்
சேரிகளை எரித்த நெருப்பை விழுங்கு
தீயாய்ப் பரவு

பறிபோன உரிமைகளை வென்றெடுக்க
நீயே ஆயுதமாகு"

வெ.வெங்கடாசலம், பறவைகள்- குரோதம் எனத் தலைப்பிட்ட கவிதையில்,

"என் வம்சத்துக்கான நித்ய சாபனை
அதனை ஒரு பறையென
சிறகுகோதி இளைபாற வனாந்திரம் நிறுவி
தோள்ப்பட்டைகளை மரங்களென நட்டுவைத்தேன்
காற்றாகியதன் சிறகுகளைப் பின்தொடர்தேன்
நான் மரத்த கணம்
நாக்கைக் கூர் அலகினால் கவ்வியிழுத்து
நீள் கழுத்துயர்த்தி
குரல்வளை நெகிழ விழுங்கிவிட்டது

வினோதப் பறவையின் எச்சில்
பிசுபிசுத்து வழிந்தொழுகுகிறது முகமெங்கும்
பரிமாற்ற மனநெகிழ்வுகள் அறுந்து
சைகைகள் வெல்லும்வரை சகா
அதன் குழைவைப் பொசுக்க
கானகத்துமேல் பலங்குவித்து உதாசீனப் பொரி வீசுவேன்
சமீபிக்கிறது
அதன் உயிர்மெய் கொத்து சாம்லாகும் கணம்" (சாம்பல், மார்ச்-ஏப்ரல்-2004, ப.8, கோவை).

என கவிதையானது பூடக மொழியாகத் தனது வலிமையைச் சொல்லுகின்றது.

கவிதைகள் பற்றிப் பேசும் அதே வேளையில், கவிதைகளைப் பாடல்களாக மாற்றிய நிகழ்வுகளையும் குறிப்பிட்டாக வேண்டும். 1995இல் டாக்டர் கே.ஏ. குணசேகரன் வெளியிட்ட மனுசங்கடா ஒலிநாடா, தலித் சுப்பையா, ரவிக்குமார், கே.ஏ.குணசேகரன் ஆகியோரது கவிதைகளைப் பாடல்களாக மாற்றின. மேடைகளிலும் பாடப்பட்டன. அதில் ரவிக்குமார் எழுதிய குறிஞ்சாங்குளம் கொலைச் சிந்து என்ற நாட்டார் கவி மரபு உள்வாங்கப்பட்டிருந்தது. கோவில்பட்டிக்கருகில் உள்ள குறிஞ்சாங்குளத்தில் நடந்த சாதீய மோதலில் நான்கு இளைஞர்கள் கொல்லப்பட்டதை அந்நீண்ட கவிதை விவரித்துள்ளது. கே.ஏ.குணசேகரன் தொகுத்த 'அக்னிஸ்வரங்கள்', தலித் சுப்பையாவின் 'இசைப் போர்' ஆகிய தொகுப்புக்கள் இவற்றுள் குறிப்பிடத்தக்கவைகளாகும்.

தலித் சுப்பையாவின் தொகுப்பு 'யுத்தம் தொடரும்'. இதிலுள்ள கவிதைகள் நேரிடையாக எதிர்நிலைகளை நோக்கிய குரல்களை வெளிப்படுத்துகின்றன. ஒருவிதப் போர்ப்பிரகடனத் தன்மைகொண்ட அவரது கவிதைகள் / பாடல்களில், தான், ஒடுக்கப்பட்ட சாதியில் பிறந்ததாக மனம் கலங்கவில்லை, அப்படிப் பிறந்ததற்கு நான் பொறுப்புமில்லை என்பதை உரத்துப் பேசுவன. சாதியக் கட்டுமானத்தில் மேலுள்ளவர்களுடன் தலித்துகள் நடத்த வேண்டியது. போராட்டங்கள் அல்ல; யுத்தம் என்பதாக அக்கவிதைகள் கருதுகின்றன.

"தொட்டாலே தீட்டுப்படுமாம் – நாங்க
தொடாத பொருள் எதுவாம்
பார்த்தாலே பாவதோசமான – நாங்க
பார்க்காத காட்சி எதுவாம்

இந்து மதச் சிறையினிலே அரிசனங்க – நாங்க
இயற்கையின் படைப்பினிலே சரிசனங்க நாங்க
சொந்த மண்ணில் சுதந்திரமாய் வாழமுடியலீங்க – இது
இந்தியாவில் தோன்றி நிலவும்
ஈனச் செயலுதாங்க"

"எமக்கு ஓர் புதிய தேசம்
எதிரியின் ரத்தத்தில் தூரிகை நனைத்து
எழுதும் வரலாற்றில் அதன் உதயம்
தலைமுறை இழிவுகளை
பொசுக்கும் நெருப்பில் அதன் முகிழ்ப்பு"

என தலித் சுப்பையாவின் ஒரு கவிதை தலித்துகளின் சிக்கல்கள், மதமாற்றம் என்னும் நடவடிக்கைகளினாலும் தீர்ந்துவிடவில்லை என்பதை இசையாக இவ்வாறு வடிக்கிறது.

"பெயர்கள் மாறுவதால் உறவுகள் வலுவடையும்
உறவுகள் வலுவடைந்தால் உரிமைப் போர் தொடங்கும்
யுத்தப் பாதை ஒன்றே அமைதிக்கு வழிவகுக்கும்"

-என்ற தலித் சுப்பையாவின் பாடல், பெயர்களை மாற்றுவதால் நிகழும் சமூக மாற்றத்தை தமிழகத்தின் மேடைகள் தோறும் ஒலிக்கிறது.

"மனம் மாறினோம்
மதம் மாறினோம்
ரணம் ஆறலே – சாதி
வடு மாறலே

சாதி சொன்ன இந்து மதத்தை தூக்கி எறிந்தோம் – இறை

நம்பிக்கையில் விவிலியத்தை நெஞ்சில் சுமந்தோம்
கல்லறையும் ஆலயமும் எல்லை போட்டதே– எங்க
கண்ணீரில் நம்பிக்கைகள் கரைந்து போகுதே"

(தலித் சுப்பையா, இசைப் போர், ப.68)

    என்.டி.ராஜ்குமாரும் இப்படி கவிதையை 'ராகதொனியாக' நிகழ்த்திக் காட்டுகிறார். ஒவ்வொரு வரிக்கு இடையிலும், அவர் கொடுக்கும் மௌன இடைவெளி, அவர் கவிதை நிகழ்த்துதலை கேட்கும் பார்வையாளர்களுக்குக் கவிதை அனுபவத்தை கடத்துகிறது. மேலும் கவிதையின் உள்ளடக்கமாக இருக்கும் காட்சியையும் கேட்போர் மனதில் விரிக்கும் அற்புதத்தை நிகழ்த்துகிறது. ராஜ்குமார் தனது கவிதைகளை மட்டும் இப்படி நிகழ்த்தாமல் பிற முக்கியக் கவிஞர்களின் கவிதைகளில் தாள நயத்துடன் இருக்கும் வலிமைமிக்க, கவிதைகளையும் நிகழ்த்திக் காட்டுகிறார்.

8

தலித் சிறுகதைகள்

அம்பேத்கர் நூற்றாண்டை ஒட்டி எழுந்த தலித் அரசியல் என்ற செயல்பாட்டால் இலக்கியத்திலும் தலித் இலக்கியம் என்ற ஒருவகை உருவாயிற்று. 1980க்குப் பிறகு தமிழ் இலக்கியத்தின் முகம் தலித் இலக்கியத்தின் முகமாகத்தான் இருக்கிறது. தலித்தியம் என்னும் சொல்லாடலை உருவாக்கியதில் சிற்றிதழ்களின் பங்கு குறிப்பிடத்தக்கது. 'நிகழ்' 1991-டிச-எண் 20, இதழில் விழுப்புரம் சீராளனின் 'என் சனங்களின் கதை' என்ற சிறுகதையை வெளியிட்டு தலித் இலக்கிய விவாதம் தொடங்கியது. தலித் சிறுகதை எழுத்தாளர்களில், பூமணி, ப. சிவகாமி, பாமா, அழகியபெரியவன், ஆதவன் தீட்சண்யா, சோ.தர்மன், ஸ்ரீதரகணேசன், அபிமானி, ஜே.பி.சாணக்யா, புதிய மாதவி, அன்பாதவன், விழி.பா.இதயவேந்தன், பாப்லோ அறிவுக்குயில், என்.டி.ராஜ்குமார், வெ.வெங்கடாசலம், பிரதிபா ஜெயச்சந்திரன், சந்ரு, ரவிக்குமார், இமையம், உஞ்ஞைராசன், யாழன் ஆதி, விடிவெள்ளி, யாக்கன், சந்ரு, பாரதி நிவேதன் என்று பலரையும் சொல்லலாம். ஒடுக்கப்பட்ட மக்கள் சந்தித்த, நாள்தோறும் சந்தித்துவரும் சாதிய கொடுமைகளுக்கு, இழிவுகளுக்கு, புறக்கணிப்புகளுக்கு எதிர்ச்செயலாகத் தலித் சிறுகதைகள் எழுதப்படுகின்றன. சூழலைப் பிரதிபலிக்கக்கூடிய நடைமுறை வாழ்க்கையை, உண்மையை வாழ்வின் முரண்களைச் செறிவான மொழியில் எழுதுவதைவிட கதை அதன் மையமே முக்கியம். இலக்கியம் வாழ்க்கையிலிருந்து மட்டுமே உருவாக்கப்பட முடியும் என்னும் முதன்மையான போக்குடையது தலித் சிறுகதை.

இதில், தன்னுடைய சாதியத்திற்கு எதிரான நிகழ்வுகளைப் பதிவு செய்யும் நோக்கில் தலித் படைப்பாளிகள் படைத்து வந்துள்ளனர். தலித் மக்களின் அன்றாட வாழ்வியல்சார் பண்பாட்டு அடையாளங்கள் பதிவு செய்யப்படுவதன் மூலம் எதிர்காலத் தலைமுறைகளுக்குத் தன்னுடைய சமூகம் எத்தகைய கொடுமைகளுக்கு உட்படுத்தப்பட்டுள்ளது என்பதனைச் சொல்லும் ஆவணமாகவும் சிறுகதை மரபைத் தலித் படைப்பாளிகள் பிரக்ஞையுடனும் கையாள்கின்றனர். தலித் மக்களுக்கு ஆதிக்க சாதியினர் - மேல்தட்டு வர்க்கத்தினரால் ஏற்படும் வாழ்க்கைக் கொடுமைகளைப் பதிவு செய்தல், அதற்குத் தீர்வையும் கொடுத்துக் கதைகளை முடித்தல், தலித் மக்களின் வாழ்க்கை நிகழ்வுகளும் பண்பாட்டு அடையாளங்களும் கதைகளில் உருவாக்கம் பெறுதல் என இத்தகைய படைப்புகளில் தலித் அரசியலின் கொள்கை முழக்கங்கங்களும் தவிர்க்க முடியாத நிலையில் சிறுகதையின் தனித்துவம் என்பதும் அது தலித் இலக்கியத்தில் தேக்கத்தை உண்டாக்கிவிடும் என்ற விமர்சகர்களின் கவலையும் அடங்கியிருந்தது.

இவ்வகையில் இதனுடைய சாதக பாதக நிலைகளையும் குறித்துப் பேரா. வீ.அரசு குறிப்பிடுகையில், “தலித் மரபு என்பது உண்மையை நோக்கிய போராட்டமாகவும் அந்த உண்மையைப் புதிய மொழியில் பதிவு செய்வதாகவும் அமைகிறது. தமிழின் வளமான புனைகதை மரபு, தலித் கதை உருவாக்க மரபின் ஊடாக உருப்பெற்றுள்ளது. இதன் தொடர்ச்சி அடுத்த கட்டத்தை நோக்கிச் செல்ல வேண்டும்; ‘தேங்கிவிடும்’ ஆபத்தை இம்மரபு முறியடிக்க வேண்டும்.” (வெட்சி - தமிழகத் தலித் ஆக்கங்கள் - பரிசல் வெளியீடு, சென்னை.2009, ப.12) என்கிறார்.

தலித் சிறுகதைகள் இதுவே எங்களுக்கான மொழி, பண்பாடு, அழகியல் என்பதைச் தமிழ்ச் சமூகத்தில் ஓங்கி அறைந்து சொல்வதாக இனங்காணப்படுகிறது. ஆரம்ப காலச் சிறுகதைகளில் சாதிகளற்ற மனிதாபிமானக் கருத்தியலின் தளம் பிற்பாடு சாதிய முரண்களைச் சரியாக அடையாளப்படுத்தும் சிறுகதைகளாக மாறி இருப்பது குறிப்பிடத்தக்கது.

சமூக சாதிய பொருளாதார நிலையில் தாங்கள் அடக்கப்பட்டு - இழிவாக்கப்பட்டு இருப்பதற்கான காரணமென்ன, தங்கள் சந்ததியினருக்கு எதிர்காலத்தில் சாதிய

பொருளாதார ஒடுக்குதலிலிருந்து வெளிவர வழியென்ன, நடப்பில் தங்களுடைய வலி என்ன போன்ற கேள்விகளையும், அதன் இருப்புக்கான அடையாளங்களையும் முன்வைப்பதாகத் தலித் சிறுகதைகளின் போக்கினை கவனிக்கலாம்.

அன்பாதவன்

தலித் எழுத்தாளர்கள் குறித்த படைப்பு ஆக்கங்களில் அன்பாதவனின் சிறுகதைத் தொகுதிகளான தீச்சிற்பம்(2004), மும்பை சிறுகதைகள் என்னும் இரண்டு படைப்பு மூலமாகச் சிறுகதை மரபில் தன்னை அடையாளப்படுத்திக் கொண்டவர். இரு சிறுகதை ஆக்கங்களின் மூலம் வெளிப்படும் கருத்து நிலைப்பாடு, "அன்பாதவனின் படைப்புகளின் முக்கியத்துவம் மெய்ப்பொருள் வெளிப்பாட்டுத் தன்மையில் சமூகம் சார்ந்த விமர்சனங்கள் அமைந்த படைப்புகளுக்கே அதிக முன்னுரிமை தந்திருக்கின்றார். எடுத்துக்காட்டாக, தீச்சிற்பம் சிறுகதைத் தொகுப்பின் அநேகக் கதைகளில் அதிகாரிகளின் அதிகாரப்போக்கை சாடியிருக்கிறார் (வெட்சி;2009:50)" எனவும் குறிப்பிடப்படுகிறது.

உஞ்ஞைராசன் -அபிமானி- சோ.தர்மன்

உஞ்ஞைராசன், இவர் 1975 -80 காலகட்டங்களில் தமிழ்ப் படைப்புலகத்திற்கு அடையாளம் காணப்பட்டவர். இவர் தன்னுடையப் பெயருக்கு முன்னால் உஞ்ஞையர் விடுதி எனும் தன்னுடைய ஊரின் பெயரையும் இணைத்து எழுதியவர். இவருடைய படைப்புகள் தலித் மக்களின் பிரச்னைகளை முன்வைத்து எழுதப்பட்டுள்ளன. இவருடைய படைப்பு ஆக்கங்களும் செயல்பாடுகளும் குறிப்பிடத்தக்கவை. அதாவது, கவிதை, சிறுகதை படைப்புகளும் விவாதம், மேடைப் பேச்சு, தலித் பண்பாட்டுப் பேரவை முதலான செயல்பாடுகளும் உஞ்சைராசனின் அடையாளங்களாகும். உஞ்சைராசனின் கதைகளான, சாதிகெட்டவன், துணி, அடிமைக்கும் அடிமை, தனிக்கிராமம், ஆத்திரம், பழி, மறுப்பு, நெருப்பு, உறுதி, நாளும், மாநாடு, சொந்தக்கால், கோவம், போதை, எதிர்ப்பு ஆகியவை குறிப்பிடத்தக்கவை. இவை மட்டுமல்லாது எகிறு (தலித் சிறுகதைகள் - 1996) தொகுப்பும் அடங்கும். உஞ்சைராசனின் கதைகள் வெளிப்படுத்தும் கருத்து நிலைப்பாடு

மற்ற படைப்பாளிகளிலிருந்து எவ்வாறு வேறுபடுகின்றது என்பதனை பேரா. வீ. அரசு குறிப்பிடுகையில், "டேனியல் கதைகளின் வளர்ச்சியைத் தெளிவை உஞ்சைராசன் கதைகளில் நாம் பார்க்க முடியும். உஞ்சைராசன் கதைகள் உடலால், உள்ளத்தால், சுற்றுப்புறச்சூழலால் பலவகையிலும் ஒடுக்கப்பட்ட தலித் மக்களின் தன்னுணர்வு சார்ந்தே கோவத்தைக் காட்டுகின்றன. தலித் மக்கள் மீதான ஊகங்கள் எவ்வளவு பொய்யானவை என்பதை இவரது கதைகள் பேசுகின்றன (கவிதாசரண், செப் - அக், 1996: 91)". உஞ்சைராசன் தலித் மக்களின் வாழ்வியல் சார்ந்த நிகழ்வுகளின் பதிவாகவும் அவற்றிற்கு எதிரான குரலாகவும் தன்னுடைய படைப்புகளில் வெளிப்படுத்துகிறார் என்றே குறிப்பிடலாம். அபிமானியின் கதைகளும் உஞ்சைராசனின் கதைகளும் தலித் அல்லாத சாதியினரை அதிக அளவு கதாபாத்திரங்களாக ஆக்கியுள்ளன. அபிமானியின் நோக்காடு தொகுப்பில் உள்ள 'ருசி, கண்ணீர்ப் பட்டாளங்கள், தண்டம்', பனைமுனி தொகுப்பில் உள்ள 'பாறைகள், வெப்பம், வரம்பு, ஆட்டம்' என அனைத்துக் கதைகளுமே மற்றவர்களைக் கதாபாத்திரங்களாக்கியுள்ளன. உஞ்சைராசனின் எகிறு தொகுப்பிலும் 'துணிவு, பழி, ஆத்திரம், அடிமைக்கு அடிமை தனிக்கிராமம், நெருப்பு, மறுப்பு, உறுதி, சொந்தக்கால்' என அனைத்துக் கதைகளும் சாதிய முரணில் மேல் சாதிக் கதாபாத்திரங்களை முன் நிறுத்தியுள்ளன. இத்தகைய கதைகள் தலித் வாசகனிடம் சாதி வேறுபாடு பற்றிய புரிதலையும் அடிமைத் தளையைக் களையவேண்டிய விழிப்புணர்வையும் தலித் அல்லாத சாதியினரிடம் மன மாற்றத்தையும் வேண்டி நிற்பன எனலாம். அபிமானியும் உஞ்சைராசனும் எதிர்சாதிக் கதாபாத்திரங்களை முன்னிறுத்திச் சாதி வேறுபாடுகளைப் பற்றிய பிரக்ஞையை உண்டு பண்ண முயலும் முயற்சிக்கு மாற்றாக சோ.தர்மனின் கதைகள் தலித் கதாபாத்திரங்களைக் குற்றவாளிகளாக்கி - கிசும்பு செய்தவர்களாக நிறுத்தி ஒத்துப்போகச் சொல்கின்றன. சமாதான சக வாழ்வை முன்னிறுத்தும் கதைக் களன்களை அவரது நசுக்கம், சோகவனம், கதைகளில் வெளிப்படையாகக் காணலாம்.

விழி.பா.இதயவேந்தன்

விழி.பா.இதயவேந்தன் 1991களுக்குப் பிறகு அதிக அளவில் சிறுகதைகளை எழுதியுள்ளார். அத்தகைய

கதைகள் தொகுக்கப்பட்டு பல்வேறு பதிப்பகங்களால் வெளியிடப்பட்டுள்ளன. நந்தனார் தெரு (1991), வதைபடும் வாழ்வு (1994), தாய்மண் (1996), சிநேகிதன் (1999), உயிரிழை (2000), அம்மாவின் நிழல் (2001), தலித் சிறுகதைகள் (தொகுப்பு நூல் 2002), இருள் தீ (2003), மலரினும் மெல்லிது (2004), அப்பாவின் புகைப்படம் (2006), புதைந்து எழும் சுவடுகள் (2007). விழி.பா. இதயவேந்தன் விளிம்பு நிலை மக்களின் அன்றாட வாழ்வைத் தனது படைப்புக்குள் கொண்டு வந்தவர். இதில் இவருடைய அனுபவங்களும் இணைந்து படைப்பைக் கூர்பாய்ச்சுகின்றது. 'நந்தனார் தெரு' 'வதைபடும் வாழ்வு' 'தாய்மண்' ஆகிய சிறுகதைத் தொகுதிகள் மேற்கண்ட கூற்றினைப் புலப்படுத்துகின்றன. அன்றாட நடப்புகள் மிகுந்திருப்பதால் இப்படைப்புகள் 'நடப்பியல்' கூறுகளை அதிக அளவு கொண்டிருக்கின்றன. இவரது கதைகள் பெரும்பாலும் சேரி மாந்தர்களை முன்னிறுத்தும் கதைகள். தொடக்க நிலையிலேயே தன்னைச் சுற்றியுள்ளவர்களையும் தன்னையும் பற்றிய கதைகளை எழுதிவரும் விழி.பா. இதயவேந்தனின் கதைகள் வாசகர்களைக் குற்றவாளிக் கூண்டிலோ, எதிர் முகாமிலோ நிறுத்துவதில்லை. அதற்கு மாறாக இரக்கத்தை யாசிக்கும் தொனியைக் கொண்டவை. தலித் மக்கள் எதிர்ப்பின் மூலமே வெற்றியை அடைய முடியும். கலக்குரல் அவர்களின் விடுதலைக்கு அடிப்படையாக அமையும் என்பதை 'நந்தனார் தெரு' சுட்டுகின்றது. அச்சு எந்திரங்கள் தலித் மக்களின் துன்பத்தைத் துடைக்கப் பயன்படவேண்டும் என்றும் மனிதர்களாக அவர்கள் மதிக்கப்பட வேண்டும் என்றும் குறிப்பிடுகின்றது. விழி.பா.இதயவேந்தனுடைய 'பள்ளத்தெரு' சிறுகதை இந்தியா டுடே இலக்கிய ஆண்டு மலரில் வெளிவந்தது குறிப்பிடத்தக்கது. பறையர், பள்ளர், சக்கிலியர் என இம்மூவரும் ஒரே ஊரில் வசித்து வந்தாலும் ஒற்றுமையில்லாமல் வாழ்ந்துவருகின்றனர். இதனைப் புரிந்துகொண்டு மேல்சாதிக்காரர்கள் இவர்களுடைய பிரச்சினைகளில் தலையிட்டு வந்தனர். ஒரு கட்டத்தில் அது அத்துமீறியதாகவும் தங்களுடைய தன்மானத்தை விலை பேசக்கூடியதாகவும் செல்லும்போது இவர்கள் மூவரும் ஒன்றிணைந்து அவர்களுடைய ஆதிக்கத்தை அழித்தொழிக்க முயல்வதே இக்கதையின் சாரம்சமாகும். இது ஒரு வகையில் கூறுபட்டிருக்கும் தலித்துகளை ஒன்றிணைக்கும் செயலாகும்.

இவ்வகையில் இவருடைய 'சோறு' கதையும் முக்கியமான படைப்பாகும். மேலும், இவருடைய 'பறை' (புதிய கோடாங்கி மாத இதழ் - ஆக.-02) "சாவு வீட்டில் ஒரே களேபரமாக இருந்தது. அழுகையும் கூச்சலுமாக இருந்தது. அதிகாலையில் இறந்துபோன நாட்டாமைக்கு சுற்றுவட்டாரம் முழுக்கப்போய் தகவல் சொல்லிவர கோல்க்காரனை அனுப்பியிருந்தார்கள்" என்று ஆரம்பிக்கிற கதை, ஒரு சாவின் வழியே, சாவு நிகழ்ந்த இடம், அங்குள்ள மக்கள், அவர்களுடைய வாழ்க்கை முறை, சடங்குகள் என்று விரிகிறது. சாவைப்பற்றி சொல்வதைவிட அங்குள்ள மக்களின் வாழ்க்கையைப் பற்றியே அதிகம் சொல்கிறது பறை கதை.

பூமணி

பூமணியின் இயற்பெயர் பூ.மாணிக்கவாசகம். இவர் 1947 ஆம் ஆண்டு தூத்துக்குடி மாவட்டத்தில் கோவில்பட்டி அருகே உள்ள ஆண்டிபட்டி எனும் ஊரில் பிறந்தார். இவரின் தந்தை பூலித்துரை, தாய் தேனம்மை. பூமணி தேவேந்திர குல வேளாளர் சமூகத்தைச் சேர்ந்தவர். கரிசல் வட்டாரத்து வாழ்க்கையின் நுட்பங்களைத் தனது எழுத்தில் வெளிப்படுத்திய எழுத்தாளர். 1971இல் பூமணியின் முதல் சிறுகதை 'அறுப்பு' தாமரை இதழில் வெளிவந்தது. அதன் பிறகு தாமரை ஆசிரியராக இருந்த தி. க. சிவசங்கரன் பூமணியை ஊக்குவித்தார். இவர், தமிழ்நாடு அரசின் கூட்டுறவுத் துறை துணைப் பதிவாளாராகப் பணியாற்றி ஓய்வு பெற்றவர். தமிழ் எழுத்தாளர். சாகித்திய அகாதெமி விருது பெற்ற தமிழ் எழுத்தாளர் ஆவார். இவருடைய சிறுகதைத் தொகுப்புகள்; வயிறுகள், ரீதி, நொறுங்கல்கள். புதினங்கள்: பிறகு, வெக்கை (வெக்கை நாவல் இந்தியில் மொழியாக்கம் செய்யப்பட்டுள்ளது), நைவேத்தியம், வரப்புகள், வாய்க்கால், அஞ்ஞாடி. திரைப்படம்; கருவேலம்பூக்கள் (தேசிய திரைப்பட வளர்ச்சி நிறுவனத்துக்காக இவர் இயக்கிய இத் திரைப்படம் உலகத் திரைப்பட விழாக்களில் பங்கு பெற்றது). இவர் பெற்ற விருதுகள்; இலக்கியச் சிந்தனை பரிசு, அக்னி விருது, திருவனந்தபுரம் தமிழ்ச் சங்க விருது, இலக்கியத்துக்கான பங்களிப்புக்காக 2011க்கான விஷ்ணுபுரம் விருது, அஞ்ஞாடி புதினத்திற்கு 2014இல் சாகித்திய அகாதமி விருது.

அம்பாரம்

பூமணியின் ஐம்பத்து ஒரு சிறுகதைகள் அடங்கிய "அம்பாரம்" (அம்பாரம், பதிப்பாளர்: பொன்னி, சென்னை 91,2007). அம்பாரம் என்பது பூமணியின் அனைத்து சிறுகதைகளுக்குமான தொகுப்புப் பெயர் என்று கருத வேண்டியுள்ளது. 51 சிறுகதைகளை உள்ளடக்கியது. சில கதைகள் கிராம வாழ்வைப் பேசுகின்றன, சில நகர வாழ்வை, சில கதைகள் சாதி குறித்து, சில கதைகள் சிறுவர்கள் பார்வையில் சொல்லப்படுகின்றன, சில பெண்களின் பார்வையில் என்று ஒவ்வொரு கதையும் மாறுபட்ட ஒன்றாக இருக்கிறது. பெரும்பாலும் சாதி அடையாளங்களுடன் பேசப்படும் பூமணியின் எழுத்தில் ஒரு மெல்லிய நகைச்சுவை சில கதைகளின் அடித்தளத்தில் காணப்படுகிறது.

ஒதுக்கம் என்ற சிறுகதையில் இந்த அம்பாரம் என்ற சொல் வருகிறது. ஒரு பேருந்து நிலையத்தின் கழிவறையைப் பராமரிப்பவன் ஒருவன், பேருந்து நடத்துனரைப் பார்த்து பேசுவதாக அமைந்திருக்கிறது இது: "பேசாம துட்ட எடுங்க. அம்பாரத்துல அள்ளிக் கொறஞ்சிறாது. வகுறு சும்மாக் கெடக்குது," என்கிறான் அவன். அந்த அம்பாரம் பேருந்தில் டிக்கெட் கொடுத்த பணம், இருந்தாலும் அதில் இருந்து காசு எடுத்து இருவரும் டீ குடிக்கின்றனர். இந்தக் கதையின் பிரதான பாத்திரம் எவ்வளவு உரிமையாக அம்பாரத்துல அள்ளிக் கொறஞ்சிறாது என்று சொல்கிறான்!- இவனை இரக்கத்துடன் பேசும் கதை ஒரு ஓரப் பார்வையில் இப்படி நினைத்துக் கொண்டு அரசியல் பிழைப்போரைச் சாடுவதாக இருக்கிறது. "முந்தாநாளு டீக்கடையில கரிமூட்டத்துக்குள்ள அழுக்குத் துணியோட கெடந்திருப்பான். இன்னைக்கு என்னடான்னா எஞ்சாதி ஒஞ்சாதின்னு சொல்லி ஓட்டு வாங்கி கவுன்சிலரா வந்த ஒடனே அவனுக்கு வாற வருத்து சொல்ல முடியாது. கக்கூசு வண்டி இழுக்கறவன்னா கக்கூசல்ல சுத்தணும். அது கெடையாது. கொண்ட நெறையா பூவ வச்சுக்கிட்டு கவுன்சிலரு வீட்டைச் சுத்தணுமாம். அடிக்கடி கூப்பிட்டு வுட்ருவாக. கக்கூசென்ன அவுக நடு வீட்லயா கெட்டி வெச்சிருக்காக,' என்று இவன் தன் அதிருப்தியை வெளிப்படுத்துவதன் பின்னணியில் ஒரு கசப்பான அனுபவம் இருக்கிறது. அது அதிகாரத்தைத் தவறாகப் பயன்படுத்துபவர்களை நாம் எப்படி ஏற்றுக் கொண்டிருக்கிறோம், இதனால் மானுடம் எப்படி

சிறுமைப்பட்டுப் போகிறது என்பது எந்த விதமான பிரசார தொனியும் இல்லாமல் பூமணியால் சுட்டிக் காட்டப்படுகிறது.

ஆழம் என்ற சிறுகதை இப்படித் துவங்குகிறது: "அவன் கதையெழுதிக் கொண்டிருந்தான். தூக்கம் கழுவித் துடைத்திருந்த மனசுக்குள் நினைவும் உணர்வும் ஊறி விரலில் கசியக் கசிய எழுத்து வேகமாக ஓடியது. உடம்பு குளிரை மறந்து முறுக்கேறியிருந்தது." ஆனால் அவன் மனைவி பேசிக் கொண்டேயிருக்கிறாள், வீட்டுப் பிரச்சினைகளை, பணப் பிரச்சினைகளை, கௌரவப் பிரச்சினைகளை, குழந்தைகளைப் பார்த்துக் கொள்வதில் இருக்கும் பிரச்சினைகளை என்று அவளது பேச்சு தனது செயல்களின் தொடர் வர்ணனையாக இருக்கிறது; "அந்தப் பய அழுகிறது கேக்கலயா, காது இடிஞ்சா போச்சு. வீட்ல ஆம்பள இல்லன்னு என்னைக்கோ முடிவாயிருச்சு." எழுத்தாளன் அத்தனையையும் கேட்டுக் கொண்டிருக்கிறான், ஆனால் கதை தன் பாட்டுக்கு 'வெண்ணையாகத் திரண்டு' வருகிறது. மனைவியின் அத்தனை உதவி கோரலுக்கும் கதை எழுதும் முனைப்பில் அலட்சியமாக இருந்தவன், கடிகாரத்தில் அலுவலகம் செல்லும் நேரம் பார்த்ததும் கதையை விட்டுவிட்டுக் கிளம்புகிறான். மாலை வீடு திரும்பும்போது மனைவி மகிழ்ச்சியாக இருக்கிறாள். ஓர் அற்பகாரணம்தான். ஆனால் அது அவளது பிரச்சினையைத் தீர்த்து சிறிது மகிழ்ச்சியைத் தருவதாக இருக்கிறது. அவளை இந்த மனநிலையில் பார்க்கும் எழுத்தாளனை அவனது உணர்வுகள் அதன் ஆழத்திலிருந்து எழுந்து தாக்குகின்றன,

'அவனுக்கு நெற்றிக்குள் குடைந்தது. ராத்திரிக்குக் கதை எழுத முடியுமென்று தோணவில்லை. தூக்கம்கூட சந்தேகந்தான்.'

'கொழந்தைக இன்னும் வரலையா?'

'காப்பி ஆறிப் போயிருக்கும்.'

'அவள் வெளியே நின்று குழந்தைகளைத் தேடினாள், அவன் அவளையே பார்த்தபடி காபியை விழுங்கும்போது தொண்டைக்குள் விக்கியது.'

என்று முடிகிறது கதை.

பூமணியின் கதைகள் அந்த அந்தரங்க வெளிப்பாட்டின் சாயல்களைத் தம்முள் கொண்டவையாக இருக்கின்றன. அவற்றில் பூமணியின் விருப்பு வெறுப்பு, நன்மை தீமை என்ற இருமைகள் இல்லை. ஆனால் வறுமை உண்டு, இரக்கமின்மை உண்டு, வன்மம் உண்டு, அவற்றின் நியாயமின்மை குறித்த வேதனை உண்டு, அந்த வேதனை ஆழம் சிறுகதையில் வரும் விக்கல் போல் கனிவைக் கண்டு நெகிழ்வதாக இருக்கிறது.

வாடை என்ற சிறுகதை எவ்வளவோ விஷயங்களை தன் போக்கில் சொல்லிச் செல்கிறது. மழை பெய்கிறது. தன் மிளகாய்த் தோட்டம் என்னாகுமோ என்ற கவலை பாப்புக் கோனாருக்கு. ஒரு 'நட்டுவாக்காலி' அவரை ஐந்தாறு முறை தன் கொடுக்கால் கொட்டி விடுகிறது. வழுக்கி விழும் பாப்புக்கோனார் நினைவு தப்பி, நுரை கக்கி மரணமடைகிறார். அவரைத் தூக்குவது எளிதாக இல்லை, அப்படி ஒரு ஆகிருதி. எனவே ஒரு மாட்டைத் தூக்குகிற மாதிரி, 'தோளோர முதுகிலும் தொடைப் பக்கமுமாக இருப்புச் சட்டத்தைச் சொருகித் தூக்கி' வண்டியில் வைத்து வீட்டுக்குக் கொண்டு வருகிறார்கள். 'தோட்டம்துரவு மாடுகண்ணு என்று நல்ல வசதி'யாக ஒரு பண்ணையார் போல இருந்த பாப்புக் கோனார் இப்படி பிணமாக வீடு திரும்புகிறார். அப்போது 'சக்கிலியக்குடி சனங்கள் மிரண்டு போய் எல்லாவற்றையும் வேடிக்கை பார்த்துக் கொண்டிருந்தார்கள். இனம்புரியாத வருத்தத்தில் கண்கள் கலங்கியிருந்தன' என்று எழுதுகிறார் பூமணி. இத்தனைக்கும் அவருக்கு அந்த சனங்களைக் கண்டால் தீவிர வெறுப்பு. மாடு குளிப்பாட்டும்போது அவர்களில் யாரும் வந்தால்கூட, 'கூகமாதிரி நின்னுக்கிட்டு மாடு கலயிதுல்ல. ஊருணித் தண்ணி ஓடியா போகுது. இப்பத்தான் சனியனா வரணுமாக்கும்' என்று விரட்டி விடுபவர். இப்படிப்பட்டவருக்குதான் அவர்களின் கண்கள் கலங்குகின்றன. அவரது பிணம் அழுகிப் போய் வாடையடிக்கத் துவங்குகிறது. எடுக்க ஆளில்லை. அப்போது இவர்களைக் கூப்பிட்டு காசு கொடுத்து அடக்கம் செய்யச் சொல்கிறார்கள்.

'அந்த மனுசன் நம்மள கண்ணுலயே காங்கவுடாம வெரட்டுவாரு. எல்லாரும் நம்ம வாடையே அடிக்கப்புடாதுன்னு ஒதுங்கி ஓடுவாக. இப்ப அவுக வாடைய அவுகளாலயே தாங்க முடியல. கொடுமையப் பாருங்க' என்று இரக்கப்பட்டு அவர்கள்

அவரை ஒரு சவப்பெட்டியில் வைத்து சுமந்து செல்கிறார்கள். இதையடுத்து கதை இப்படி முடிகிறது, இடைவழியில் கூட்டமாக நின்று பாப்புக்கோனாரை வழியனுப்பிய சக்கிலியக்குடிப் பெண்களில் பினாங்குக்காரி தளுதளுத்த குரலில் சொன்னாள், "நம்ம வாடையே ஆகாதுன்னு இருந்தவருக்கு இந்தக் கதியா வரணும்". நிறையப் பேர் கண்களைத் துடைத்துக் கொண்டார்கள்.

விடுதலை, கதையில் காக்கைகளால் சிறு சிறு தொல்லைகள் ஏற்படுகின்றன என்று அதன் கூட்டைக் கலைக்கப் போகும்போது, கோழிக் குஞ்சுகளை வேட்டையாடும் செம்பிராந்துகளைக் காகங்கள் விரட்டுகின்றன என்று அந்தக் கூட்டைக் காப்பாற்றுகிறார் பெரியவர். ஆனால் பிராந்துத் தொல்லையை ஒழித்த காகங்களில் ஒன்று அவருடைய கோழிக் குஞ்சையே காயப்படுத்தி விடுகிறது. அதையடுத்து அவரது கோபம் காகங்களின் மேல் திரும்புகிறது.

காளைமாடு ரெண்டும் காடிக்கு முன்னால் வெயிலுறைப்புக்கு தலைமடக்கி சொகமாகப் படுத்துக் கிடந்தன. ஒரு மாட்டுக்கு பின் சப்பையில் தார்க்குத்து மங்கி சிராய்ப்பாய்ந்திருந்த பழைய புண்ணை காக்காய் கொத்திக் கிளறிக் கொண்டிருந்தது. நுனியலகுக் கீறலில் சொகம் ஏற ஏற ரத்தம் வடியும்வரை கொடுத்துக் கொண்டிருந்தது மாடு. கூளம் போட வந்த அவர் திடுக்கிட்டுப் போனார்.

"இம்புட்டுக்குக் கொத்துந்தட்டியும் குடுத்துட்டுந்திருக்கே அதச் சொல்லணும். சொகமாருந்தா இப்படியா மரமா படுத்துக் கெடக்கிறது."

காக்கைகளின் பிரச்சினை தொடர்கிறது. ஒரு நாள் அவற்றுக்கு விஷம் வைக்கிறார் பெரியவர். ஒன்று செத்து விழுகிறது. அதை விளார் நுனியில் கட்டி செண்டா நட்டு வைக்கிறார். காக்கைகள் பீதியுடன் சிதறி ஓடுகின்றன. அவர் கம்பீரமாக ஏரை நோக்கி நடக்க ஆரம்பிக்கிறார், என்று முடிகிறது அந்தச் சிறுகதை.

ரீதி, கங்கு, எதிர்கொண்டு போன்ற கதைகளில் ஆத்திரமாக, தங்கள் நிலையில் எந்த முன்னேற்றத்தையும் பெற்றுத் தராத வன்மமாக வெளிப்பட்டு அடங்குகிறது கோபம். இன்றைய சமூகச் சூழலில் இவரது கதைகள் சாதி அடையாளங்களோடு,

சாதி குறித்த விமரிசனங்களாகவே அறியப்பட வாய்ப்பிருக்கிறது. ஆனால், பூமணியின் கதைகளுக்கு பொதுமைத் தன்மை உண்டு. அனைத்து அதிகார அமைப்புகளையும் இவரது கதைகள் கேள்விக்குட்படுத்துவதாக இருக்கின்றன. சாதி இருக்கும்வரை, சாதி அதிகாரத்துக்கு பலியானவர்களின் மௌனத் துயரைப் பதிவு செய்தவராகவே பூமணி அறியப்படுவார் என்று தோன்றுகிறது. உணவுக்கும் உடைக்கும்கூட வழியின்றி பல்வேறு தளைகளில் அவன் உடைந்த ஆன்மாவாகச் சிக்குண்டிருப்பதைத் தன் சிறுகதைகளில் காட்டுகிறார் அவர். இல்லாதவன் மட்டுமல்ல, இருப்பவனும் இந்த சமூக அமைப்பில் உடைந்த ஆன்மாவே, தேவை என்ற சிறுகதை இப்படிப்பட்ட இருபுற நசிவைப் பேசுகிறது. *(மித்திலன், இதழ் 61, 13-12-2011).*

யாக்கன்

யாக்கன், இவர் இதழ்களில் மட்டுமே கதைகளை எழுதியுள்ளார். குருத்துவேலி *(தலித் முரசு, பிப்ரவரி 2004)*, இருளில் முளைத்த மிருகம் *(முற்றுகை, காலாண்டிதழ்-சூலை - அக்டோபர் 2008)*, கலகத்தின் சினைகள் *(முற்றுகை, காலாண்டிதழ்23, 2009)*. இவை அந்தந்தக் காலச்சூழலில் நிகழ்ந்த கொடுமைகளுக்கு எதிரான பதிவாகவும் அவற்றிற்கான தீர்வாகவும் எழுதப்பட்டவையாகும்.

பாமா

தமிழ்நாட்டில் தலித்களுக்கென்று உள்ளாட்சி நிர்வாகத்தில் இடஒதுக்கீடு தந்தாலும் அதில் போட்டியிட முடியாத நிலையே இன்றும் உள்ளது. பாப்பாப்பட்டி, கீரிப்பட்டியில் நடந்த மோதல்கள் இதற்கு எடுத்துக்காட்டாக உள்ளன. லிங்கம்பட்டி என்ற கிராமத்தில் பொதுத்தொகுதியில் தலித் ஒருவர் வேட்புமனு செய்ததால் கலவரம் ஏற்படுகிறது. அந்த கலவரத்தை 'எகத்தாளம்' (வல்லினம் மாத இதழ் - மே-ஜூன்-02) என்ற பெயரில் கதையாக்கியிருக்கிறார் பாமா.

"அங்கங்க தனித்தொகுதிக்குள்ளேயே இவஞ்சாதிக்காரனுங்க நிக்க முடியாம கெடக்கயிலெ... இவனுங்களுக்கு எம்புட்டுக் கொழுப்புன்னா பொதுத்தொகுதியில, அதுவும் நம்பளுக்குப் போட்டியா நிப்பானுங்க." என்கிறது கதைக்குள் குரல். பாமாவின் சிறுகதைகளில் மதமாற்றம் மற்றும் மதம்

மனிதனுக்குப் பாதுகாப்பு அளிப்பதில்லை, அங்கும் வர்க்கம்-சாதி பிணைந்திருக்கிறது என்பதை வெளிப்படுத்துவதுடன் மதம் தாழ்த்தப்பட்டவர்களுக்கு இழைக்கும் கொடுமையை-உயர் சாதி ஆளுமையை சுட்டிக்காட்டுவதாகவும் அமைகின்றன.

மு.ஹரிகிருஷ்ணன்

மு.ஹரிகிருஷ்ணன் எழுதிய 'பாதரவு' (மணல்வீடு - ஜன., பி.-09) என்ற சிறுகதை தெருக்கூத்துக் கலைஞர்களின் அன்றாட வாழ்வைச் சித்தரிப்பது. இவருடைய எழுத்து வாய்மொழி மரபுக் கதை சொல்லும் முறையைப் பின்பற்றுவது. இவருடைய எல்லாக் கதைகளுமே இந்த அடிப்படையில் எழுதப்பட்டுள்ளன. வட்டார வழக்கும், பேச்சு வழக்கும் எந்தப் பிசிறுமின்றி அப்படியே இவருடைய கதைகளில் பதிவாகின்றன.

சிவகாமி

சிவகாமி சிறுகதைகளில் மலைவாழ், தாழ்த்தப்பட்ட - ஒடுக்கப்பட்ட பெண்களின், மக்களின் பதிவுகள் இடம்பெறுகின்றன. "ஈனச்சாதி பயலே - திருட்டு அயோக்கிய ராஸ்கல். எவ்வளவு தைரியமிருந்தா ரெட்டியார் லாரி டிப்போவுக்குள்ளார நுழைவே" என்று 'நாளும் தொடரும்' என்ற கதையில் ப.சிவகாமி எழுதியிருக்கிறார். அந்த நிலைதான் இன்றும் தொடர்கிறது. சமூகத்தில் மாற்றம் இல்லை என்று இக்கதை சொல்கிறது. அது உண்மையா? சிறுவன் ஒருவன் ரெட்டியார் வீட்டு லாரி நிறுத்துகிற இடத்தில் நுழைந்ததற்காக அடித்துத் துரத்தப்படுகின்றான். லாரி நிற்கிற இடத்திற்கு மனிதன் மட்டுமல்ல குழந்தைகள்கூட போக முடியாத நிலைதான் தீட்டு என்ற பெயரில் இன்றும் நம் சமூகத்தில் இருக்கிறது.

இமையம்

தலித் சிறுகதைகள், தலித் மக்களின் பிரச்சினைகள், சாதிய விடுதலைப் போராட்டங்கள், பண்பாட்டு அடையாளங்கள், பிரச்சினைகளுக்குரிய தீர்வுகள் என்னும் கருத்து நிலைப்பாட்டின் அடிப்படையிலே சிறுகதைகள் எழுதப்பட்டு வருகின்றன. வட்டாரம், பெண்ணியம் எனும் பொருண்மைசார் கதை மரபில் தலித் மக்களின் பிரச்சினைகளை முன்வைத்து எழுதப்பட்ட

கதைகளை வரலாற்றின் ஆவணங்களாகவும் குறிப்பிடலாம். எடுத்துக்காட்டாக இமையத்தின் சிறுகதைகள்.

அறிவழகன்

அறிவழகனின் முந்தைய தொகுப்புகளில் சாதி அடையாளம் அற்ற மனிதர்கள் இடம் பெற்ற அளவுக்குச் 'சாதிசனம்' (1995) தொகுப்பில் இடம்பெறவில்லை. எல்லாக் கதைகளுமே சாதி அடையாளம் கொண்ட கதாபாத்திரங்களாகவே வெளி வந்துள்ளன. என்றாலும், தலித் முகச்சுளிப்புகளோடு ரசிக்கும் படைப்பு மனம் இவற்றில் வெளிப்படுகின்றன.

இந்திரன்

இந்திரன் கதைகளில் பிற தேசிய ஒடுக்கப்பட்ட மக்களோடு பிணைத்துப்பார்க்கும் புரிதலோடும், அதன் உள்வாங்கப் படவேண்டிய அரசியலோடும் காணக்கிடைக்கின்றன. தலித் மக்களுக்கு இழைக்கப்படும் அநீதிகளைச் சொல்வதாக மனித உரிமைக்குக் குரல்கொடுப்பதாக இரவிக்குமாரின் சிறுகதைகளும் இவ்வகையில் சுட்டத்தக்கன.

இத்தகைய தலித் சிறுகதைகளை விழி.பா.இதயவேந்தன், "தலித் சிறுகதைகள் அனைத்தும் தொகுத்துப் பார்த்தால் வெறும் கதைகளல்ல; அவைகள் உண்மையான நிஜம். அன்றாடம் அல்லல்படுகிற, லோல்படுகிற, இம்சைபடுகிற வாழ்க்கைச் சூழலிலிருந்து உண்மையான கலகத்தோடும் நெஞ்சுரத்தோடும் வரும் சிறுகதைகள் தமிழ் இலக்கியச் சூழலில் கலகங்களை உண்டு பண்ணுபவையாக உள்ளன" (தலித் கலை இலக்கியம், ப.61. வள்ளி சுந்தர் பதிப்பகம், சென்னை,2003) என்கிறார்.

ஆதவன் தீட்சண்யா

ஆதவன் தீட்சண்யா சமகால தலித் இலக்கிய பரப்பில் தொடர்ந்து பங்களித்து வருகிற முக்கியமான படைப்பாளிகளுள் ஒருவர். இவர் எழுதிய 'கதையின் தலைப்பு கடைசியில் இருக்கக் கூடும்' என்னும் இச்சிறுகதையை அது பேசும் அரசியலின் முக்கியத்துவம் கருதியே தனி நூலாக வெளியிடுவதாக இதனை பதிப்பித்த பயணி வெளியீட்டகம் நூலில் பதிவு செய்கிறது. சிறுகதை குறித்த அறிமுகம், துப்புரவுப் பணியாளர்

நிலை விளக்கம் என அழகிய பெரியவன் எழுதிய இரு கட்டுரைகளையும் சிறுகதையோடு சேர்த்தே நூலாக 2008 இல் (முதற்பதிப்பு) வெளியானது.

ஒடுக்கப்பட்டவரின் கதையை, அவர்களின் துயரத்தை, அவர்தம் வாழ்வின் அவலத்தைப் பேசும் பல படைப்புகளுள் ஒன்று 'கதையின் தலைப்பு கடைசியில் இருக்கக் கூடும்' என்ற சிறுகதை. இக்கதை மனித மலம் அள்ள நிர்பந்திக்கப்படும் துப்புரவுப் பணி செய்யும் அருந்ததியர் மக்களின் அவல வாழ்வை இருண்மை நகைச்சுவை (Black comedy) பாணியில் சொல்லியிருக்கிறது. தமிழ் படைப்பிலக்கியத்தில் முன்னுதாரணம் கூறிட இயலாத அளவிற்கு தனித்துவமான இலக்கிய முயற்சியாக இது விளங்குகிறது. எதிர்காலத்தில் நடப்பதாகப் புனையப்பட்டுள்ள இந்தக் கதையில் வரும் நிகழ்வுகள் எல்லாமே அப்பட்டமாக சமகாலத்தில் சாதியின் பெயரால் இழிவுக்கு உள்ளாக்கப்படும் சமூகத்தின் குரலைப் பதிவு செய்கிறது. முழுக்க முழுக்கப் பகடியாகச் சொல்லப்படுகிற ஒரு கதைக்குள் மொத்த அருந்ததியரின் வாழ்க்கைச் சிக்கல்களையும், அவர்களின் மீதான சாதிய சமூக அரசியலையும் ஒட்டுமொத்தமாக பதிவு செய்து விடுவதே இதன் தனிச்சிறப்பாகவும் இலக்கிய சாதனையாகவும் உள்ளது என இக்கதை குறித்து வருணன் மதிப்பிடுகிறார்.

கதையின் தலைப்பு கடைசியில் இருக்கக் கூடும்

கக்கா நாட்டில் ஒரு விநோதச் சூழல் நிலவுகிறது. அதாவது ஒரு பத்தாண்டுகளாக அங்கு எந்த ஜனாதிபதியும் பதவியில் நீடிப்பதில்லை. ஒரு ஜனாதிபதி கக்கா நாட்டில் தனக்கு இந்த பொம்மைப் பதவியில் நீடித்திட விருப்பமில்லை எனவும், அதற்குப் பதிலாக நாட்டின் வீதிகளையும், கழிவறைகளையும் சுத்தம் செய்து நாட்டு மக்கள் ஆரோக்கியமாகவும் சுகாதாரமாகவும் வாழ்ந்திடவும் வழி செய்யும் துப்புரவு பணி செய்வதே மேலானது என்றும் சொல்லி தனது பதவியை உதறுகிறார். நாட்டின் முதல் குடிமகனே இப்படி சொல்லியபடியால் ஜனாதிபதியின் ஊதியத்தைக் காட்டிலும் ஒரு ரூபாய் அதிகமான சம்பளம் துப்புரவுப் பணியாளர்களுக்கு (அருந்ததியினரை இச்சிறுகதை கிருந்ததியினர் எனச்சுட்டுகிறது) வழங்குவதற்கான சட்டத்திருத்தம் கொண்டுவரப்படுகிறது. அது

முதலே கக்கா நாட்டில் துப்புரவு பணியாளர்களின் வாழ்க்கை நிலையும், தரமும் அடியோடு மாறுகிறது.

வேறு எந்த நாட்டிலும் இல்லாத இந்த அசாதாரணமான சூழ்நிலையால் நாட்டில் உள்ள அனைத்து சாதியினரும் தாங்களும் துப்புரவுப் பணி செய்து அப்பணியால் கிடைக்கக் கூடிய சமூக அந்தஸ்தையும், சலுகைகளையும் பெறத் துடிக்கின்றனர். ஆனால் செய்யும் தொழிலை சாதிய அடிப்படையிலேயே நிர்ணயிக்கும் வழக்கம் காலங்காலமாக இருந்த வந்த ஒரு தேசத்தில், அதையே காரணங்காட்டி மலமள்ள நிர்பந்தப்படுத்தப்பட்டு வந்த அருந்ததியர் மக்கள், தற்போது ஏற்பட்ட தலைகீழ் மாற்றத்தால் சமூக ஆதிக்கம் பெற்ற சாதியினராக உருவெடுக்கின்றனர். ஏனைய சாதியினரோ தங்களுக்கும் துப்புரவுப் பணியில் ஈடுபட வாய்ப்பு வேண்டும் எனவும், அதனை சாதியின் காரணத்தை மட்டும் முன்வைத்து அவர்கள் மட்டுமே உரிமையாக்கி கொள்வது நியாமற்றது எனவும் குரல் எழுப்பத் துவங்குகின்றனர்.

துப்புரவுப் பணிக்கு ஏற்பட்ட திடீர் மவுசு காரணமாக பணியில் சேர்ந்திடக் கடும் போட்டா போட்டி நிலவிடுகிறது. இதனால் பணியில் சேர்பவர்களின் தரத்தைத் தக்கவைத்து கொள்ள போட்டித் தேர்வுகள் நடத்தப்படுகின்றன. இதனை சந்தைப்படுத்திக் காசு பார்க்க என பல பயிற்சி நிறுவனங்கள் கக்கா நாடெங்கும் முளைக்கின்றன. அருந்ததியரின் ஆதிக்கமே துப்புரவுப் பணியைப் பெருத்தவரை மேலோங்கி இருக்க ஏனைய சாதியினர் அணி சேர்ந்து தங்களுக்கும் இட ஒதுக்கீடு வேண்டும் எனப் போராடும் நிலை அந்நாட்டில் உருவாகிறது.

இப்படியே செல்லும் கதையின் உச்சமாக ஏனைய சாதியினர் ‘கிருந்ததியரல்லாத கூட்டமைப்பு’ ஒன்றை உருவாக்கி அதன் மூலம் வெளிநாடுகளில் கழிவறைகளைச் சுத்தம் செய்யும் பணியைத் தங்கள் வசமாக்கிக் கொள்கின்றனர். இதனால் கிருந்ததியர்களின் ஆதிக்கம் குறைவதோடு மட்டுமல்லாமல் அதுவரையிலும் நாட்டில் பிற பணிகள் செய்துவந்த ஏனையோரும் அவற்றை விடுத்துத் துப்புரவுப் பணியில் சேர்வதாக கதை முடிகிறது.

நிசத்தில் நிகழும் சாதிய ஒடுக்குதலை அப்படியே பிரதிபலிப்பதாய் இருக்கிற இந்தப் பகடிக்குள் துப்புரவுத் தொழிலாளரின் வேதனைகள், தொழில்ரீதியாக அவர்கள் எதிர்கொள்ளும் அவலங்கள், அவமானங்கள் எல்லாமே விரிவாகவே சொல்லப்படுகிறது. மலம் அள்ளவும் சாக்கடைகளைத் தூர்க்கவும் நிர்பந்திக்கிற சமூகமே அத்தொழிலைக் காரணங்காட்டியே அவர்களுக்கான சமூக அந்தஸ்த்தை மறுத்து அவர்களை இழிவாக நடத்துவது ஒரு பக்கம் அரங்கேறுகிறது. இன்னொரு பக்கமோ அதே சாதியை காரணங்காட்டி அவர்களுக்கான (கல்வி முதற்கொண்டு எல்லா நிலைகளிலும்) சமவாய்ப்பை மறுப்பதன் மூலமாக அவர்களின் வாழ்க்கைத் தரம் எந்த வகையிலும் மாறாமலும் அதே சமூக அமைப்பே பார்த்துக் கொள்கிறது என்கிற முரண்பாட்டை மறுக்க முடியாத வகையில் பதிவு செய்கிறது இக்கதை.

பற்பல ஆண்டுகளுக்குப் பிறகு, நீண்ட போராட்டங்களுக்குப் பின்னால், பல சிந்தனையாளர்களின் விடாமுயற்சியால் அவர்களுக்கான சட்டப் பாதுக்காப்புகள் வந்து விட்ட போதிலும், பரவலாக இந்தியாவெங்கிலும் அம்மக்களின் வாழ்க்கை பெரிய அளவில் இன்னும் மாற்றங் காணவில்லை என்பதே உண்மையாக இருக்கிறது.

அழகிய பெரியவன்

அழகிய பெரியவன் என்னும் இவரது இயற்பெயர் அரவிந்தன். தமிழ் தலித் இலக்கிய உலகின் முக்கியமான படைப்பாளிகளில் ஒருவர். நாவல், சிறுகதை, கவிதை, கட்டுரை, மேடைப் பேச்சு எனப் பல தளங்களில் இயங்கி வருபவர். இவை அனைத்தும் தெளிந்த அரசியலோடு, தலித் மக்களின் பிரச்சினைகளை முன் வைப்பதாக இருக்கும். ‘தகப்பன் கொடி’ புதினத்திற்காக 2003 ஆம் ஆண்டில் தமிழக அரசின் விருது பெற்றவர். அரசுப் பள்ளி ஒன்றில் தற்காலிக பட்டதாரி ஆசிரியராக வேலை பார்த்துவந்த இவர் தற்போது முழுநேர எழுத்தாளராக இயங்கி வருகிறார். தமிழ் தேசிய அமைப்பு ஒன்றில் மாவட்ட அமைப்பாளராக செயல்பட்டவர். மார்க்சிய அம்பேத்கரிய அமைப்புகளுடன் அறிமுகமும் தோழமையும், தமிழ் அமைப்புகளோடு தீவிர தோழமையும் கொண்டும் தன் படைப்பு மனதை காப்பாற்றி வைத்திருப்பவர்.

இவருடைய படைப்புகள்: தகப்பன் கொடி (நாவல்), வல்லிசை (நாவல்)-நற்றிணை பதிப்பகம், திசையெங்கும் சுவர்கள் கொண்ட கிராமம் (சிறுகதைத் தொகுப்பு-வெளியீடு; கருப்புப் பிரதிகள், உனக்கும் எனக்குமான சொல்- (தமிழக அரசின் விருது; 2008, ஆழி பதிப்பகம், அரூப நஞ்சு (கவிதைகள்), கிளியம்மாவின் இளஞ்சிவப்புக் காலை (சிறுகதைகள்); 2008; தென்திசைப் பதிப்பகம், அழகிய பெரியவன் கதைகள் (சிறுகதைகள்); என்.சி.பி.எச்., சென்னை, நெரிக்கட்டு (சிறுகதைகள்), அழகிய பெரியவன் கதைகள் (முழு தொகுப்பு); நற்றிணை பதிப்பகம். குறடு (சிறுகதைகள்), பெருகும் வேட்கை (கட்டுரைத் தொகுப்பு)- உயிர்மை பதிப்பகம், மூடிய முகங்களில் (கட்டுரைகள்), மீள் கோணம் (கட்டுரைகள்), சிவபாலனின் இடப்பெயர்ச்சிக் குறிப்புகள், வெக்கங்கட்ட நாடு (கட்டுரைகள்).

பொதுவாக, தமிழ் இலக்கியத்தில் வட தமிழ்நாடு அதிகம் பதிவாகவில்லை. தர்மபுரி, வேலூர், திருவள்ளூர் போன்ற பகுதிகள் எல்லாம் தமிழ்நாட்டின் நிலப்பரப்பாகவே பலருக்குத் தோன்றுவது இல்லை. இதற்குக் காரணம், இந்தப் பகுதிகள் ஆந்திர, கர்நாடக எல்லைகளை ஒட்டி அமைந்திருக்கின்றன. முன்பு இங்கு ஆட்சி செலுத்தியவர்கள் தெலுங்கர்களும், நவாப்புகளும்தான். அவர்கள், அவர்களது மொழிக்குத்தான் முக்கியத்துவம் கொடுத்து இருப்பார்கள். இதை எல்லாம் தாண்டி, இந்தப் பகுதி எந்தவித வேலைவாய்ப்புகளும் அற்ற, கடுமையான வறட்சிப் பிரதேசம். தனது வயிற்றுப்பாட்டைப் பார்ப்பதற்கே தவிக்கும் மனிதர்கள் எப்படி கலை, இலக்கியம் பக்கம் கவனம் செலுத்துவார்கள்? என்ற கேள்வியுடன் அதனைப் பதிவு செய்திருப்பவர்.

அழகிய பெரியவன் சிறுகதைகள்

அழகிய பெரியவன் தன் முன்னுரையில் “தலித் இலக்கியம் என்ற தனி வகைப்பாட்டினால் அதிக அனுகூலமும் வெளிச்சமும் கிடைக்கப் பெற்றவர்கள் இவர்கள் என்று சிலர் என்னைச் சொல்லியிருக்கிறார்கள். வகைப்பாடுகள் இடஒதுக்கீடுகள் அல்ல. அறிவியிலில் வகைப்பாடு என்பது பன்மைய உயிர்த்தன்மை உடைய உலகைப் புரிந்துகொள்வதற்கே உதவி செய்கிறது. அதுபோலத்தான் இலக்கியத்திலும் பன்முக வாழ்க்கையின் வெளிப்பாடுகளை வகைப்படுத்துதல் சாத்தியமாகிறது.

ஆனால் ஒரு படைப்பாளியின் இறப்பும் வாழ்வும் காலத்திடம் கையளிக்கப்பட்டுள்ளது. உண்மையற்றதும் கலைத்தன்மை குன்றியதுமான எந்தப் படைப்பும் படைப்பாளிக்கு முன்பாகவே இறந்துவிடும் என்பது உறுதி. தலித் எழுத்தாளன் என்ற என் அடையாளத்தை நான் துறக்கவே விரும்புகிறேன். அதை ஒரு சலுகையாக ஒருபோதும் நான் கருதியதில்லை. வளமார்ந்த தமிழின் ஆளுமையால் தாக்குண்டு எழுத வந்தவர்களில் நானும் ஒருவன். அவ்வளவே! எனக்கு இலக்கியம் குறித்து அரசியல் பார்வை இருந்தாலும் எழுத்தைக் கலைத்தன்மையும் அழகியல் பொழிவும் கொண்டதாகத்தான் பார்க்கிறேன். முழக்கங்கள் மட்டும் எழுத்தாகா. அரசியலும் அழகியலும் நெருக்கம் பூண்டு உருவாவதே தேர்ந்த படைப்பு என்பது என் நம்பிக்கை" என் தனது படைப்பு வெளியின் தன்மை பற்றிக் கூறுகிறார்.

இந்தத் தொகுப்பில் அழகிய பெரியவன் 1998ல் வெளிவந்த தனது முதல் கதையான ‘கூடடையும் பறவைகள்’ -இலிருந்து 2012ல் வெளிவந்த ‘பொற்கொடியின் சிறகுகள்’ வரை உள்ள 56 கதைகளைத் தொகுத்துள்ளார். இக் கதைகளில், கவலைகள் மற்றும் வலிகளிலிருந்து ஆண் கதாபாத்திரங்கள் குடித்து விட்டுத் தப்பிக்கிறார்கள் என்றால் பெண் கதாபாத்திரங்கள் அத்தகைய வாய்ப்பும் அற்று, தனக்குள் அழிபவர்களாக இருக்கிறார்கள். அழகிய பெரியவனின் படைப்புகள் பொதுவான களத்தில் ஒடுக்கப்பட்ட மக்களின் வாழ்வியலைக் கருவாகக் கொண்டிருக்கின்றன. ஒடுக்கப்பட்ட மக்கள் தங்களின் நிலங்களை அந்நிலத்திலேயே அடிமையாகப் பணிபுரிந்த அவலம் சொல்லப்பட்டுள்ளது. நிலஅபகரிப்பு, செருப்பு அணியத்தடை, அடக்கி வைத்திருத்தல், ஏமாற்றிப் பொருள்களைப் பறித்தல், திருட்டுப் பட்டம் கட்டப்படுதல் முதலான உயர்சாதியினரின் துன்புறுத்தல்களைக் கதைகள் பதிவு செய்துள்ளன. சேரிச் சூழலும் தூய்மை இன்மையும், வறுமையான வாழ்க்கைச் சூழலும் நெருக்கடியான சூழல்களும் வாழ்க்கைக்குத் துன்புறுத்தலாக அமைவதைக் கதைகள் பதிவு செய்துள்ளன. அதேசமயம், ஒடுக்கப்பட்ட சமுதாயத்தின் விடிவுக்குக் கல்வியே தீர்வாக அமையும் என்பதனால், பல்வேறு கதைகளில் கல்விக்கு முக்கியத்துவம் கொடுத்திருக்கின்றார். கல்வியின் முக்கியத்துவம், கல்வி கற்காமல் இருப்பதால் சமுதாய அங்கீகாரம் இன்மை, கல்வி அறிவில்லாத காரணத்தால்

வரும் துன்பங்கள், கல்விக்கு இடையூறுகள், ஒடுக்கப்பட்ட இனத்தவர்களாலும் கல்வித்துறையில் சாதனை செய்ய இயலும் என்னும் சிந்தனையினையும் படைப்புகளில் தெளிவான நோக்கில் பதிவு செய்திருக்கின்றார்.

அழகிய பெரியவன் தனது கதைகளில் நிலத்தை இழந்தவன், நிலத்தை நேசிக்கும் சாலம்மாள், பெண் மனம் தேடும் மனம் பிறழ்ந்த சிம்சோன், பிணவறைக்குள் இறங்குவதுபோல தன் பழைய நிலத்தில் துவங்கப்பட்ட தோல் தொழிற்சாலையில் தோல் பதனிடப்பட்டு தொட்டிக்குள் இறங்கும் வெள்ளையன், பிச்சைக்காரியாய் மாறி தன் மகனைப் பார்க்கும் சீனுக்கிழவி, புதிய உறவில் தெளிவு பெறும் சீதா, கிளியென பறந்துபோகும் ஷர்மிளா, தங்கள் சிறுநீரால் பள்ளியை மூழ்கடிக்கும் மினுக்கட்டான் பொழுது சிறுவர்கள், தன் பால்யகாலத் தோழனின் கல்யாணத்தில் ஆடும் யட்சினி, காடு வளர்க்க லஞ்சம் வாங்கும் வேல்முருகன் இப்படிப் பலவிதமான தலித் குரல்களை ஒலிக்கச் செய்துள்ளார்.

இவரது கதைகளில் மனிதர்கள் விடாது வதைபடுகிறார்கள். மகன்களால் அம்மாவும் அப்பாவும் புறக்கணிக்கப்படுகின்றனர். கழுத்தறுபட்ட மாடுகள் ஓடுகின்றன. முதல்முறையாக படிக்கும் தலித் பெண்ணின் வீடு மீது விடாது கல்வீசப்படுகின்றது. மிகச் சாதாரணமாக சாமானியர்களின் உயிர் பறிக்கப்படுகின்றது. சிறுவர்கள் வீட்டைவிட்டு ஓடுகின்றனர். சாதி எல்லா இடத்திலும் நீக்கமற நிறைந்திருக்கிறது. ‘எஜமான்’கள் ஞாயிற்றுக்கிழமை மதியம் மென்ற எலும்பாய் தன்னிடம் நாற்பது ஆண்டுகளாக வேலை பார்த்தவனை துப்புகிறார்கள். சாதிமான் வீடுகளில் நண்பர்கள் சாதியை மாற்றிச் சொல்லச் சொல்லி கூட்டிப்போகிறார்கள். அப்பனின் கண்ணைக் குருடாக்கியவனை அவனின் அந்திமத்தில் சந்திக்கிறார்கள். காதலுக்காக ஆந்திரா வரை போகிறார்கள். நடுச்சாமத்தில் பேய்களுக்கு நடுவே மாட்டுவண்டி ஓட்டிக்கொண்டு போகிறார்கள். கல்வி இல்லாத சூழலில் மக்களின் அறியாமையைப் பயன்படுத்திக் கொண்டு, பணம் படைத்தவர்கள் வறுமையில் வாடுகின்ற மக்களைத் தங்கள் மனம் போனபோக்கில் துன்புறுத்தல் பற்றிய செய்திகள் பதிவு செய்யப்பட்டுள்ளன. நில அபகரிப்பால் புலம் பெயர்ந்தும் அடிமைப்பணி புரிந்தும் அன்றாடம் கூலி வேலைக்குச் சென்றும் வாழ்க்கை நடத்தும் மக்களின்

வாழ்வியல் அவலம் தெளிவுப்படுத்தப்படுகிறது. கூலி வேலை செய்து பிழைக்கும் ஒடுக்கப்பட்ட மக்களின் வாழ்வில் பாதுகாப்பின்மையும், பாலியல் வன்முறைகளும் நிகழ்வதனைக் கதைகள் உணர்த்துகின்றன. சாதிய அடக்குமுறை, படிப்புக்குத் தடை, சமுதாய அங்கீகாரம் இன்மை, செருப்பு அணியத் தடை, நில அபகரிப்பு, ஏமாற்றுச் செயல்கள், அடிமையாக நடத்துதல் என, உயர் சாதியினரின் மூலமாக ஒடுக்கப்பட்ட மக்கள் படும் அத்தனை இன்னல்களும் கருவாகவும், கருவின் வழி கதையமைப்பிலும் பதிவு செய்யப்பட்டிருக்கின்றன. இப்படி பல கருப்பொருளின் தன்மைக்கு ஏற்ப விரிந்த கதைக்களன் உடையதாக இருக்கின்றன.

குறி கதையில், சிலோர், ஊர் நாயக்கனின் கோரமான தாக்குதலுக்கு உள்ளாகுகிறாள். அவள் தற்கொலைக்கு முயன்ற நிலையில் அவள் மனம் பாதிப்படைந்திருந்ததை, “சிலோரின் முகம் பற்றி எரிந்துகொண்டிருந்தது. அவளின் கண்கள் தீப்பிழம்புகளாய் எரிந்தன. அவள் எழுந்துபோய் ஆற்று வேலியில் செழித்திருந்த ஒட்டந்தழைக் கொத்துகளை ஒடித்து வந்தாள். இலைகளை உருவி சட்டியொன்றில் போட்டு நீருற்றி தனியே தீமூட்டி வைத்தாள். மடியிலே முடிந்திருந்த வெல்லக் கட்டிகளையும் அதிலே போட்டாள்” (ப.67) என பதட்டத்திலும் சாகின்ற மனநிலையின் தெளிவைப் பதிவுசெய்கிறார்.

ஓடைவெள்ளம்

ஒடுக்கப்பட்ட மக்கள் என்பதற்காகவும், வறுமையுடன் வாழ்கின்ற சூழ்நிலையினையும் போதிய கல்வியறிவின்மையினையும் பயன்படுத்திக்கொண்டு அவர்களை அடிமைப்படுத்தி வைத்திருப்பதுடன் தமது பெண்களைக் காதலித்து, அவர்கள் தாமாகத் திருமணம் செய்து கொள்ளும்போது பொய்யான வழக்குகளை அவர்கள்மேல் தொடுத்து தண்டனை வாங்கித்தரவும் அவர்கள் தயாராக இருக்கின்றனர் என்பதை ‘ஓடைவெள்ளம்‘ சிறுகதை எடுத்துக்காட்டுகிறது.

“அந்தப்பையன் நல்ல பையன் தான். ஆனா... மாலோடு. அவனுக்குப் பொண்ணுக்குடுத்தா எங்க சாதியில சும்மாயிருக்க மாட்டாங்க” (மேலது, ப.145) “...நான் பறையன்ற ஒரே காரணத்துக்காக, ஒங்கப் பொண்ண கெடுத்துப்புட்டதாகவும்,

கடத்தினு போயிட்டதாகவும் பொய் கேசு போட்டீங்க ஜெயில்ல தள்ளினீங்க" (மேலது, ப.12.).

பலிக்கொடை

ஒடுக்கப்பட்ட மக்கள் என்றால் மேல்சாதியினரின் சொல்லுக்கு அடங்கி நடக்க வேண்டும். அவர்களின் சொற்களையே வேதவாக்காகக் கொள்ளவேண்டும் என்னும் நிலையினை 'பலிக்கொடை' சிறுகதை கருவாகக் கொண்டிருக்கிறது. பெண்கள் என்றால், தன் போகப்பொருளாக வேண்டும் என்ற எண்ணம் கொண்ட சின்னாளன் போன்றவர்களும் பெண்களைத் தன்வசப்படுத்தும் தன்மையராக இருந்தார்கள். அவர்கள் சாதியால் தாழ்ந்தவர்கள் என்று அடித்தட்டு மக்களை வசை தூற்றுவதுடன் உடல் ரீதியான துன்பத்தையும் தருபவர்களாக இருந்தார்கள். இப்படி, உயர்சாதியினரின் அடிமைத்தனம் உழைத்துப் பிழைக்கும் சாதாரண மக்களை அடிமைப்படுத்துவதுடன் அவர்களைத் துன்புறுத்தி வாழ்வைச் சீரழிக்கும் தன்மையினையும் கதைக்கரு தெளிவாக்குகிறது.

புகை சிறுகதை, படிக்கவைக்க ஆள் இல்லாமல் தந்தையின் மாறுபட்ட நடவடிக்கையின் காரணமாகத் தொடர்ந்து படிக்க இயலாத பெண்ணின் நிலையை எடுத்துக்காட்டுகின்றது. படிப்பை இழந்த பெண்கள், ஏதேனும் ஒரு தொழிலைச் செய்துகொண்டு அதுவே வாழ்க்கை என்று வாழ்ந்து கொண்டிருக்கும் நிலையே புகை என்னும் சிறுகதையில் கதைக் கருவாகப் பதிவு பெற்றிருக்கின்றது.

குறடு

அழகிய பெரியவன், காலணி அணியும் உரிமை தலித்துகளுக்கு வேண்டும் என்பதை உணர்த்தும் நோக்கில் ஆழமான நோக்குடன் படைத்த சிறுகதை குறடு. இக்கதையில் வீரபத்திரன் பாத்திரம் ஒடுக்கப்பட்ட மக்கள் காலணி அணியக்கூடாது என்னும் சித்தாந்தத்தை உடைக்கும் நோக்கில் தேர்ந்த பாத்திரமாக அமைக்கப்பட்டிருக்கிறது. வீரபத்திரன் தன் இளவயது முதல் தம் இனமக்கள் எதற்காகக் காலணி அணிவது இல்லை, ஏன் உயர் சாதிக்காரர்கள் மட்டும் காலணி அணிகிறார்கள், நம் இனமக்களை ஏன் காலணி அணிய விடுவது இல்லை என்னும் வினா மனத்துள் எழுந்ததன் காரணமாகவும் தன் இனம்

காலணி அணியும் உரிமை பெற வேண்டும். தான் காலணி அணியவேண்டும் என்பதற்காகவும் தன் சிந்தனைகளைப் பன்முகமாக விரிக்கின்றான்.

வீரபத்திரன் படித்து முடித்து இராணுவத்தில் பணி ஏற்கும்போது, அவனுக்குக் கிடைத்த காலணி பெரிய பேறாகவும் அவனுடைய இனத்திற்கே கிடைத்த அங்கீகாரமாகவும் அமைந்திருக்கிறது.

'பரதன் காட்டுக்குப் போயி ராமனோட பாதுகைகளை வாங்கி தலையில வெச்சி சொமந்துனு வர்றான். அத்தெ நேரா கொணாந்து சிம்மாசனத்துல வெச்சிட்டான்' 'பாதுகன்னா?' 'செருப்புடா. செருப்பு' 'செருப்பப் போயி ராஜா ஒக்காற்ர எடத்துலயா வெக்கிறது?' 'அது சாதாரண செருப்பில்லடா. ராமனோட செருப்பு' 'ஆனா அதுவும் தோல்லதான தெஞ்சிருக்கும்' *(குறடு, ப.170.)* என்றவாறாக அமையும் உரையாடல் பகுதிகள் வீரபத்திரன் சிறுவனாக இருந்தபோது எழுப்பிய பொருள் பொதிந்த வினாக்களைத் தெளிவாக்குகின்றன. கல்லிலும் முள்ளிலிலும் துன்பப்பட்டு உழைக்கும் மக்களுக்குத்தானே செருப்பு வேண்டும் என்ற வீரபத்திரனின் சிந்தனை மிகக் கூர்மையான கருவாக அமைக்கப்பட்டுள்ளது.

"நம்ம சனங்க கணக்கா ராமனும் கல்லுலயும், முள்ளுலயும் வெறுங்கால்ல நடந்திருக்கான். நம்ம சனங்க படற கஸ்டத்த அவனும் கொஞ்ச காலத்துக்கு அனுபவிக்கட்டும். நாம செருப்பு போட்டு நடப்போமுன்னு வாங்கினு வந்தவனுங்க அதெ போட்டுனு நடக்கிறத உட்டுட்டு ஓரத்துல கொண்டு போயி வெச்சிருக்காங்க பாரு." *(மேலது, ப.170)*

வீரபத்திரன் இராணுவத்தில் சேர்வதும் காலணியுடன் சொந்த ஊருக்குத் திரும்புவதும் எல்லாத் தெருக்களிலும் காலணி அணிந்து கொண்டு நடக்கும் போது சாதியக் கட்டுகள் உடைந்த பெருமித உணர்வை வீரபத்திரனிடம் காணமுடிகிறது. குறடு கதையின் கதைக்கரு சமுதாயக் கட்டமைப்பை மாற்றும் வண்ணம் கட்டமைக்கப்பட்டிருக்கிறது.

சமுதாய மாற்றம் உடனடியாக நிகழ்ந்து விடுவதில்லை. அதற்கு நிறைய உழைக்க வேண்டும். நீண்டகாலமாக அடக்கி

ஒடுக்கப்பட்ட சமுதாயத்தில் இருந்து எழும் ஒவ்வொரு புதிய சிந்தனைக்கும் வலிமை உண்டு என்பதை அழகிய பெரியவன் உணர்த்தத் தவறவில்லை. சீரிய சிந்தனையின் மூலம் படைக்கப்பட்ட வீரபத்திரன் மூலமாகத் தன் மனநிலையை வெளிப்படுத்தியுள்ளார். ஒடுக்கப்பட்ட மக்கள் காலணி அணியக்கூடாது என்னும் கட்டு உடைவதைக் கதையாக்கம் செய்திருக்கின்ற அழகிய பெரியவன் உயர்ந்த சாதி தாழ்ந்த சாதி என்னும் பாகுபாட்டை குறடு என்னும் கதை மூலமாக உடைக்க முயன்றிருக்கிறார். இளம் வயதில் இருந்தே பொது இடங்களில் செருப்பு அணியும் உரிமை மறுக்கப்பட்ட வீரபத்திரன் ஒடுக்கப்பட்ட மக்களின் பிரதிநிதியாகக் காட்டப்பட்டு அவன் மூலமாகப் புரட்சிகரமான சிந்தனை விதைக்கப்படுகிறது. இளவயது முதல் நாம் நம் சமுதாயத்தினர் ஏன் காலணி அணியக் கூடாது என்னும் வினாவை மீண்டும் மீண்டும் எழுப்பிக் கொள்ளும் வீரபத்திரன் அதற்கான காரணத்தைக் கண்டுபிடிக்க முயல்கிறான். ஆனால் அவனால் தன் சமுதாயத்தினரிடம் இருந்து உண்மையைப் பெற இயலவில்லை. படிப்பில் அறிவு தெளிவு பெற்ற பின்பு அடக்கு முறையின் வீரியத்தை அறிகிறான். இராணுவப் பணியில் அவனுக்கு வழங்கப்படும் காலணி அவனுடைய வாழ்வின் போக்கை மாற்றுகிறது. ஊரில் பொது இடத்தில் காலணி அணியக்கூடாது என்னும் கட்டினை ஊரில் வாத்தியாராக இருக்கும் சண்முகம் மூலமாக உடைக்க நினைத்து அவ்வழியே செயல்படும் வீரபத்திரன் தன் சமுதாயத்திற்கே எடுத்துக்காட்டாகத் திகழ்கிறான்.

வீரபத்திரனும் சண்முகம் வாத்தியாரும் நடத்துகின்ற நாடகம் சாதியக்கட்டின் தளர்வைக் காட்டுகிறது இதனை, "வீரபத்திரன் உன்னிப்பாகப் பார்க்கிறவர்களின் மனத்திலெல்லாம் பீதி கிளம்பியது. நடுங்கத் தொடங்கியிருந்தனர் அவர்கள். இனிமேல் உங்க ஜனங்களுக்கு எந்தத் தப்பையும் செய்யமாட்டாங்க இவங்க. நீங்க செருப்பு போட்டுனு நடக்கலாம். வேஷ்டிய தழயத் தழயக் கட்டலாம். எச்சில தெருவுல துப்பலாம். பாவம் அறியாம நடந்துடுச்சி" (குறடு, ப.70) என்னும் பகுதிகள் காட்டுகின்றன.

தரைக்காடு கதையில், மலையின் அடிவாரத்திலிருந்து ஒரு நள்ளிரவில் பிரசவத்திற்காக ஒரு பெண்ணை வண்டியில் கூட்டிக்கொண்டு கடக்கும் பாதைகளைப் பற்றியது. அந்தப் பாதையில் பல்வேறு இடர்பாடுகள், மிருகங்கள் , பேய்கள் என

எல்லாம் உண்டு. மருத்துவமனை போய் சேர்வதற்குள் பிரசவம் நிகழ்ந்துவிடுகிறது. "பிள்ளைத்தாச்சிக்கு ரவத்தண்ணி வாங்கிட்டு வாங்க" என உடன்வந்த பெண் கத்துகிறாள். வண்டிக்கு முன்னால் ஓடிவந்தவண்ணம் "ஆண்டமாரு ஊரு வந்துட்டது" என்கிறான். ரத்தப் போக்குடன் கிடக்கும் அம்மணி பிள்ளையைப் பெற்றபின் தனிக்குடிலில் படுத்திருந்தபோது தாகம் தாங்காமல் ரத்தப் போக்குடைய சிறுநீரைப் பிடித்துக் குடித்துவிட்ட தன் பாட்டியின் நினைவெழும்பிக் கிடக்கிறாள் அம்மணி.

தீட்டு

ஒடுக்கப்பட்ட மக்கள் வாழ்வியல் பெரிய அளவில் பொருளாதாரக் குறை உடையது. நிரந்தர வேலைவாய்ப்பின்மை, நிரந்தர வருமானம் இன்மை, சுகாதாரச் சீர்கேடுகள் நிறைந்த வாழ்வியல் சூழல், ஆண்களின் குடிப்பழக்கம், சமூக விரோதச் செயல்கள் முதலானவற்றால் சிதைவுண்டு கிடக்கும் மக்கள் அன்றாட வாழ்வியலில் எண்ணற்ற துன்பங்களைச் சந்திக்கின்றனர்.

'தீட்டு' பாலியல் சிக்கலின் உக்கிரத்தை அடிக்கருத்தாகக் கொண்ட முக்கியமான படைப்பு. தாமு போன்ற ஆட்களால், காமாட்சி, யசோதா முதலான பாத்திரங்கள் நல்ல நிலையில் வாழ நினைக்கும் ஒடுக்கப்பட்ட இனப்பெண்களும் எவ்வாறு பாலியல் சிக்கல்களால் வாழ்வைத் தொலைக்கிறார்கள் என்பதை அறியமுடிகிறது. காமாட்சி, தன் கணவன் கோவிந்தனை விபத்தில் இழந்ததும் சேரியில் இருக்கும் தாமு என்பவனால் வன்புணர்ச்சிக்கு உட்படுத்தப்படுகிறாள். அதனை அடுத்து காவல் துறையினராலும் கல்லூரி மாணவர்களாலும் சீரழிக்கப்பட்டு விபசாரத்தையே வயிற்றுப் பிழைப்புக்காகச் செய்ய வேண்டிய அவலநிலைக்கு உள்ளாகின்றாள். காமாட்சி, தாமுவால் சீரழிக்கப்பட்ட நிலையில்,

"குடிசைக்கு எப்படி வந்து சேர்ந்தாள் என்று அவளுக்கே தெரியவில்லை. ஓடிப்போய் வாந்தி எடுத்தாள். வாயை அழுத்தி அழுத்திக் கழுவினாள். வாய் மீது ஓங்கி ஓங்கி அடித்துக் கொண்டாள். உடம்பெல்லாம் புழு நெளிந்தது. அவமானமும், இயலாமையும் பிடுங்கித் தின்றன. குடிசையின் மூலையில் பிணமாய் விழுந்து தரையில் தலையை முட்டிக்கொண்டு

அழுதாள். குழந்தையும் கதறினான்" (தீட்டு,ப.39) என்றவாறாக எடுத்துக் காட்டப்படுகிறது. காமாட்சி, காவல்துறையினரால் சீரழிக்கப்பட்ட சூழல்,

போலீஸ்காரன் ஒருவனைக் கூப்பிட்டு, பக்கத்து லாக்கப்புக்கு காமாட்சியைக் கூட்டிப் போகச் சொன்னார் இன்ஸ்பெக்டர். "... மண்ணு துண்றத மனுசன் துண்ணா என்னாடி? ஆத்துல போற தண்ணீ! ஆளுக்கொரு கையி! பெரிய பத்தினியாட்டம் பேசறா. வாயெ ஒடச்சிடுவேன்." காமாட்சியின் இரண்டு கைகளையும் பின்னால் இழுத்துப் பிடித்துக் கொண்டான் ஒரு போலீஸ்காரன். இன்ஸ்பெக்டர், அவள் வாயில் கஞ்சா நிரப்பிய சிகரெட்டை வைத்துக் கொளுத்தினான். காமாட்சி திமிறினாள். "குட்றீ...ம்...இழு..." முடியைப் பற்றி கீழ்நோக்கி இழுத்தான். ஆழமாய் ஓர் இழுப்பு. திக்கு முக்காடிப் போனாள். கிறுகிறுவென்று தலை சுற்றியது. முதுகில் மேலும் ஒரு குத்து விழுந்தது. மேலும் ஒரு இழுப்பு இழுக்கச் சொன்னான். மயங்கி விட்டாள் காமாட்சி. இன்ஸ்பெக்டர்... இடுப்பு பெல்ட்டைத் தளர்த்தி, பேண்டை அவிழ்க்கத் தொடங்கினான். (மேலது, ப.45)

காவல் துறையினர் எவ்வாறு நடந்துகொள்ள வேண்டுமோ அவ்வாறு நடந்து கொள்ளாமல் வக்கிரமான ஆசையைத் தீர்த்துக் கொள்ளும் போக்கில் அவளைக் கஞ்சா நிரப்பிய சிகரெட்டைக் குடிக்க வைப்பதும் பாலியலுக்கு உட்படுத்தி துன்புறுத்துவதும் கண்ணியமற்ற மனப்போக்கினை எடுத்துக்காட்டுகிறது. ஒடுக்கப்பட்ட மக்கள் ஆதரவற்றவர்கள் அவர்களை எந்நிலைக்கு ஆளாக்கினாலும் கேட்பதற்கு ஆளில்லை என்ற மனப்போக்கு, அத்துமீறலுக்குக் காரணமாகின்றன.

காமாட்சி, ரிக்சா ஓட்டும் முனியாண்டி மற்றும் மாரியப்பன் இருவராலும் மது புகட்டப்பட்டுக் கல்லூரி மாணவர்களின் சபலத்துக்கு அவளின் உடலை விற்றதை, "மாரியப்பன் திரும்பவும் நாலு பேர்களைக் கூட்டி வந்தான். எல்லாரும் போன பிறகு திரும்பவும் முடுக்கினான். அவன் மொனகிக்கொண்டே போனான். நன்றாய் இருட்டிவிட்டது. பஸ் நிலையமும், சாரதி மாளிகையும் விளக்கு வெளிச்சத்தில் மூழ்கிக்கிடந்தன. சுறுசுறுப்பாய் இருந்தது ஊர். ரொம்ப நேரம் கழித்து மீண்டும் ஐந்து பேருடன் வந்தான் மாரியப்பன். அதற்கு நடுவில் முனியாண்டி பள்ளத்தில் இறங்கிப் பார்த்தான். காமாட்சி

அப்படியே கிடந்தாள். சட்டை ஊக்கெல்லாம் பிய்ந்து போய் மார்பு தெரிந்தது. சேலை இடுப்பில் சுருண்டு சேர்ந்திருந்தது. மசமசவென்ற அந்த இருட்டிலே அவளை அலங்கோலமாகப் பார்க்கப் பாவமாய் இருந்தது முனியாண்டிக்கு. தானும் போகவேண்டும் போல இருந்தது" (மேலது, ப.49) என்னும் பகுதி எடுத்துக்காட்டுகிறது. அழகிய பெரியவன் தெளிவுபடுத்தியுள்ள இப்பகுதிகள் ஒடுக்கப்பட்ட இனத்தில் பெண்கள் எவ்வாறான பாலியல் துன்புறுத்தல்களைச் சந்திக்கின்றனர் என்பதை எடுத்துக்காட்டுவதாக அமைகிறது.

காமாட்சி, தாமுவால் சீரழிக்கப்பட்டபின் அவள் மனத்தளவில் நொந்துபோகிறாள். தான் பிறந்த பிறப்பையே நொந்து கொள்ளும் நிலைக்கு ஆளாகின்றாள். தன் கற்பு பறிபோன பின்னால் நிலையற்ற சூழல் உருவானதைக் காமாட்சியின் மனம் சிந்திக்கிறது.

'குப்புவைக் கூட்டிக்கொண்டு எங்காவது போய்விடலாம் என்றால் இப்படி ஆனதே என்று அழுதாள். தலையில் மாறி மாறி அடித்துக் கொண்டாள். குடிசை வனாந்திரமாய்த் தெரிந்தது. படபடவென ஒத்தை ஈர்க்காய் அலைந்தாள். மனம் நடுங்கியது. செத்துவிடலாம் என்று முடிவெடுத்தாள்' (ப.40) என்றவாறாக காமாட்சியின் மனத் துன்பம் எடுத்துக்காட்டப்படுகின்றது. விபச்சாரம்தான் இனி உயிர் பிழைக்க. சமுதாயம் நம்மை இவ்வாறு சீரழித்து விட்டதே என்று ஒரு கிழவனின் காமப்பசிக்கு காமாட்சி இலக்காகும் சூழ்நிலையில் அவள் மனநிலை,

"காமாட்சி அன்றோடு செத்துவிட்டது போல் உணர்ந்தாள். வீட்டுக்கு வந்தபோது அவள் உடம்பு மேலேயே அவளுக்கு வெறுப்பு வந்தது. நாய்போல குதறிய கிழவன். உடம்பு முழுதும் மலம் பூசியிருப்பது போல அருவருப்பு. கோவிந்தனுக்கு துரோகமிழைத்த குற்ற உணர்வு. கிழவன் வெறியில் பற்றிய வலியும் மனவலியும் அதிகமானது. அவள் மீதும் வாழ்க்கை மீதும், மனிதர்கள் மீதும், எல்லார் மீதும் வெறுப்பு. அடை மழையில் அமுங்கிய குடிசையாய் ஆனாள்"(மேலது, ப.44) என்றவாறாகக் காட்டப்படுகிறது.

துணி வெளுக்கும் தொழில் செய்து பிழைக்கும் வண்ணார்களின் வாழ்வியல் சூழல்களை விவரிக்கும்போது,

துணிகளை வீடுகளுக்குச் சென்று வாங்குதல், குறி இடுதல், ஆற்றுக்குத் துணிகளைச் சுமந்து செல்லுதல், வெளுத்தல், வெள்ளாவி வைத்தல் முதலான நிகழ்வுகள் எடுத்துக் காட்டப்படுகின்றன. வெளுக்கும் தொழிலில் அனைத்துச் செயல்களும் உடல் உழைப்பு, "நேற்று இரவு நடுச்சாமம் வரைக்கும் அவன் அமர்ந்து துணிகளுக்கு அடையாளம் போட்டிருந்தான். வெளுப்புக்குப் போய் வந்த பிறகு அழுக்கு படர்ந்தும், வெளுத்தும் துணிகளில் குறிகள் மங்கியிருக்கும். புதுத்துணிகளும் துவைப்புக்கு வந்துவிடும். சேலைகள், வேட்டிகள், சட்டைகள், கால் சராய்கள் இதர உடுப்புகள் எல்லாவற்றையும் வகை பிரிக்க வேண்டும்... கை வெளுப்புக்கும், வெள்ளாவிக்கும் தனித்தனியாக உருப்படிகளை வகைப்படுத்த வேண்டும். ஆற்றுக்குப் போவதற்கு முன்பாகவே இவைகளை முடித்தால் தான் ஆற்றில் வேலை சுளுவாக முடியும். கறை நீக்கத்துக்கென்று ஒன்றிரண்டு துணிகள் வருவதுண்டு" என்று அவரது கதைகளில் எடுத்துக்காட்டப்படுவதுடன், ஒடுக்கப்பட்ட மக்கள் செருப்பு அணியக்கூடாது என்று உயர்சாதியினரின் தடை விதிப்பால் அவர்கள் படும் அல்லற்பாடுகளை,

"உள்ளங்காலில் ஆணி வந்து குமிழ் போல வீங்கி இருக்கும். சின்னக் கத்தியைக் கொண்டு அவ்வப்போது அங்கிருக்கும் மேல் சதையை அரிந்து வீசுவான் அப்பன். பாதம் முழுக்க வெடிப்புகளும் குமிழ்களுமாக இருக்கும். முள்ளும், கல்லும் குத்திக் கொண்டு கொத்தனம் போட்ட அம்மிக்கல் மாதிரி தழும்புகள் பதிந்திருக்கும் கால்கள் அவை. ஒருமுறை வரப்புகளைத் தாண்டிக் குதித்தபோது பூமிக்குள் புதைந்திருந்த மூங்கில் தப்பையொன்று ஒருவிரல்கடை அளவுக்கு காலில் ஏறிக் கொண்டதாகச் சொல்லியிருக்கிறான். தழைக்கட்டுகள், புல்கட்டுகள், தானிய மூட்டைகள், விறகுச் சுமைகள் என்று தூக்கித் தூக்கி அவன் பாத விரல்கள் விரிந்து வளைந்திருந்தன. உலைத்தடத்தில் வைத்து சூடேற்றி சம்மட்டியால் அடித்து வளைத்து விட்டதுபோல இருந்தன அக்கால்களின் பாதங்கள்" என்றவாறாகப் பதிவு செய்யப்பட்டுள்ளன.

நீர்ப்பரப்பு கதையில், இளங்கோவின் ஊருக்கு கரகாட்டம் ஆடவரும் தன் அம்மாவின் ஆட்டத்தைப் பார்க்கக் கூடாதென அவன் காதலி சிந்து வாக்குறுதி வாங்குகிறாள். இளங்கோவும்

வாக்குறுதியின்பொருட்டு திருவிழா அன்று ஊர் அகன்றவன் மதியத்திற்கு மேல் தாள முடியாமல் திரும்பி வருகிறான். ஒரே கொண்டாட்டமாய் இருக்கிறது. கடைசியில் கரகாட்டமும் பார்க்கிறான். இறுதியில் ஊர் வாலிபப் பிள்ளைகளுக்கும் கரகாட்டம் ஆடவந்தவர்களுக்கும் பிரச்சனை ஆகிறது. இளங்கோ குற்றவுணர்ச்சியுடன் மைதானத்தில் படுத்திருக்கும்பொழுது சிந்துவின் தொலைபேசி அழைப்பு வருகிறது. "ரொம்ப நன்றி இளங்கோ" என்கிறாள் சிந்து. பெரும்பாலான ஆண்கள் கடந்து வந்ததுதான் இந்தக் கள்ளப் பிரதேசம். இந்தப் பொய்க்கால்களில்தான் ஓடுகிறது நம் உறவுக் குதிரைகள்.

வாதை, என்னும் சிறுகதையும் பாத்திரம் பேசும் பேச்சின் தொடக்கமாக, பெண்பாத்திரம் பேசுவதாகத் தொடங்குகிறது. பெண்குழந்தை என்பதற்காகக் கலைத்து விடக்கோரும் குறுகிய மனநிலை உடைய கணவனின் மனநிலையைக் கதை விளக்குகிறது.

சிவபாலனின் இடப்பெயர்ச்சிக் குறிப்புகள் கதையில், சிவபாலன் தன் மகளும், மனைவியும் இறந்த பின்னால் தனிமைப்படும் நிலையில் கடுமையான மன உளைச்சலுக்கு உள்ளாகின்றார். தான் செய்த தவறால் சிவபாலன் மனதளவில் பாதிக்கப்பட்டதை,

"அவருக்கு முதுகுப் பக்கமிருந்த புதைக்காட்டில், அங்கிருந்து பார்த்தாலே தெரியும்படி இருக்கின்றன இரு சமாதிகள். அவரின் மனைவி, மகளுடையவை. அவற்றைத் திரும்பிப் பார்க்கத் துணிவில்லை. விசாலத்தைப் புதைத்துவிட்டு வந்த பிறகும் மின்னொளியை எரியூட்டிய பிறகும் இங்கு தான் நெடுநேரம் அமர்ந்து பித்து நிலையில் கிடந்தார். திவசத்தின் போது மட்டும் அங்கு போய் வருவதோடு சரி. இதைப் போன்றதொரு ஐப்பசியின் கரிநாளில் மனைவிக்கும், மகளுக்கும் சிரார்த்தம் செய்த நடு ஆற்றின் மணல் திட்டு புது வெள்ளத்துள் மறைந்திருந்தது" (ப.16.) என படம் பிடிக்கிறார்.

பனி மூட்டம் சிறுகதையில் ஒடுக்கப்பட்ட இனத்தில் நன்றாகப் படிக்கும் பெண்ணின் படிப்பைச் சீரழிக்கும் நோக்குடன் செயல்படும் மேல்சாதிக்காரப் பையனின் நடவடிக்கை எடுத்துக்காட்டப்படுகிறது. உயர்சாதிக்காரர்கள்

என்ன செய்தாலும் எதிர்த்துக் குரல்கொடுக்கப் பயப்படும் கீழ்த்தட்டு மக்கள் தங்களின் வாழ்க்கையை மனம் போனபடி அடுத்தவர்களுக்கு அடங்கியே வாழவேண்டிய நிலையில் இருக்கிறார்கள் என்பதைப் படைப்புகளின் வழி அழகிய பெரியவன் உணர்த்தியிருக்கிறார்.

ஒடுக்கப்பட்ட மக்கள் வாழ்வில் உறவுகளுக்குள் இறுக்கம் இருந்தபோதும், பொருளாதாரத்தாலும் வாழ்வியல் சிக்கல்களாலும் பாத்திரங்கள் நிம்மதியற்ற தன்மையுடன் வாழ்ந்து கொண்டிருப்பதை புளி உலுப்பும் தொழிலுக்குச் செல்லும் கம்சலை கணவனை இழந்தபின் அவள் தனிமை மனத்தில் எழும் சிந்தனைகள் சிறுகதையில் எடுத்துக் காட்டப்பட்டுள்ளது. புளி உலுப்பும் நாகேந்திரனை மனத்தில் காதலிக்கும் கம்சலை தனக்கு நல்லதொரு வாழ்க்கை மீண்டு விட்டதாக நினைக்கின்றாள்.

"கம்சலையின் மனம் அதைக் கேட்டதும் துள்ளியது. ஒருநாள் மாலையில் காற்று தணிந்திருந்தபோது, அவர்கள் தகிப்பிலிருந்தார்கள். அவள் கரைத்து விட வேண்டுமென்று நினைத்தாள்." (ப.31.)

கல்விதான் ஒடுக்கப்பட்டவர்களின் சமுதாயத்தை முன்னேற்றக்கூடியது. ஆனால், ஒடுக்கப்பட்டவர்களின் கல்வி கற்றலுக்கு உயர் சாதியினர் தடையாக இருந்த தன்மையினை பனிமூட்டம் சிறுகதை எடுத்துக்காட்டுகிறது.

ஒடுக்கப்பட்ட சமுதாயத்தைச் சேர்ந்த மக்களின் கற்றலுக்குத் தடையாக இருக்கின்றவர்களின் கொட்டத்தை ஒடுக்கும் நோக்குடன் செயல்படும் வனமதியும், அவளின் தோழியரும் துணிச்சலுடன் காவல் நிலையம் சென்று தங்கள் கல்விக்குத் தடையாக இருப்பவர்கள்மேல் நடவடிக்கை எடுக்க முடிவு செய்வது புதிய நோக்காக அமைகிறது. இதனை, "எல்லார் கண்களும் பிரகாசமாக ஒளிர்ந்தன. தயக்கத்திலும் பயத்திலும் சிலர் ஒதுங்கிக் கொண்டனர். அவர்களை ஒளிர்ந்த கண்கள் பொருட்படுத்தவில்லை. மனுக்கள் தயாராகின... வனமதியின் தோழிகள் கூட்டமாகக் காவல் நிலையத்திற்குள் நுழைந்தார்கள் அவர்களைப் பார்த்த மாணவிகளின் பெருங்கூட்டம் ஒன்றும் காவல் நிலையத்துக்குள் நுழைந்தது" (சிவபாலனின் இடப்பெயர்ச்சிக் குறிப்புகள், ப.49) என்னும் பகுதி உணர்த்தும்.

மேலும், அதிகாரத்தை எதிர்க்கும் நிலையில், சின்னாளன் ஆண்டைப் பெண்களிடம் தொடர்ந்து தவறாக நடக்க முயலும் சூழலில் முனியன், ஆசப்பன் என்னும் இருவரும் அவன் ஆட்டத்திற்கு முடிவு கட்டித் தன் சமுதாயத்தைக் காக்கின்றனர். "ஊருக்கு ஒரு காத தொலைவில் இருக்கின்ற ஏரிக்கரை மீது வண்டிகள் போய்க்கொண்டிருந்தன. ஆசப்பனும், முனியனும் பாறைகளை தமது வண்டியிலேயே போட்டுவிட்டு ஓடிப்போய் சின்னாளனின் வண்டியை நிறுத்தினார்கள். '"ஆண்டெ பாட்டையிலே என்னமோ படுத்திருக்குது வண்டி போகாது, கீள எறங்குங்க," கத்தினான் ஆசப்பன். சின்னாளன் வண்டியை விட்டு கீழிறங்கி சுற்றும் முற்றும் பார்த்தான். முனியப்பன் தன் இடுப்பில் சொருகியிருந்த கத்தியை எடுத்து அவனை ஒரே போடாகப் போட்டுச் சாய்த்தான்'. *(கிளியம்மாவின் இளஞ் சிவப்புக் காலை, ப.8.)*

பூவரசம் பீப்பீ

பாத்திரம் தனது காலத்தைப் பின்னோக்கிப் பார்க்கும் முறையில் அமைந்திருக்கும் சிறுகதை பூவரசம் பீப்பீ. பள்ளி நாட்களில் ஏற்பட்ட அனுபவங்கள், ஒடுக்கப்பட்ட மக்களின் வாழ்க்கைமுறை, வீட்டில் பன்றி வளர்ப்பு, அதனால் பள்ளியில் கேலி செய்யும் மாணவர்கள், சமுதாய அங்கீகாரம் இன்மை, பன்றி உயர்சாதியினரின் வயலில் மேய்ந்த காரணத்தால் தந்தை, தாய் ஆகியோர் அடிப்பட்ட துன்பம் அத்தனையும் ஒன்றன் பின் ஒன்றாகப் பாத்திரத்ததின் மூலமாகவே கூறப்பட்டு, கதைக்கான தீர்வையும் பாத்திரமே கூறுவதாகக் கதையமைப்பு அமைகிறது.

சேரிப்புற வாழ்க்கையில் அவர்கள் பெறும் துன்பங்களினும் பலமடங்கு துன்பங்கள் உயர்சாதியினரின் அடிமைச் சிந்தனை வழியாக வெளிப்படுகின்றன. குடியிருப்பைச் சாடுவது, சாதியின் பெயர்கூறிச் சாடுவது, வளர்ப்புப் பிராணிகளைச் சாடுவதன் மூலம் அடித்தட்டு மக்களின் வாழ்வாதாரத்தைச் சிதைப்பது முதலான செயல்களில் அவர்கள் ஈடுபடுகின்றனர். பன்றி வளர்க்கும் ஒடுக்கப்பட்ட மக்கள் உயர்சாதியினரால் பெற்ற அவமானத்தை பூவரசம் பீப்பீ சிறுகதை எடுத்துக் காட்டுகின்றது. நாயக்கரின் கழனியில் பன்றி புகுந்த காரணத்தால் பன்றி வளர்க்கும் அடித்தட்டு இனத்தவரைத் தன் கைக்கோலால்

அடித்து உதைத்துக் காயப்படுத்தும் வன்முறைத்தனமான அடிமைத்தனத்தை,

"ராமநாயுடு நெல்லறுத்துக் காய்ந்திருக்கும் கழனியில் நின்றுக்கொண்டு அப்பாவை குடையில் அடித்துக் கொண்டிருந்தான். வானா நாக்கிறே இது நல்லால்ல, வானா நாக்கிறே, அம்மா புடவையை வரிந்து செருகிக்கொண்டு ராம நாயக்கனை நெட்டித் தள்ளிக்கொண்டு அப்பாவை அணைத்து மீட்பது தெரிந்தது... அம்மா புடவையால் அழுத்திப் பிடித்தபடி கதறினாள். ஊரார் நெருங்குவதற்குள் நாங்கள் அப்பாவின் ரத்தத்தால் குளித்திருந்தோம். கழனியில் கருந்திட்டுகளாய் ரத்தம் சிதறின. அப்பனின் ரத்தம் குடித்து அடங்கியது அந்த மாலையின் மௌனம்" *(குறடு, பக். 12-13)* என்ற பகுதி எடுத்துக்காட்டுகிறது.

பாப்லோ அறிவுக்குயில்

பாப்லோ அறிவுக்குயில் பிறந்த ஊர் அரியலூர் மாவட்டத்தில் உள்ள உடையார்பாளையம் வட்டம் வெண்மான்கொண்டான் கிராமம். கீழப்பழூர் கருவிடச்சேரி கிராமத்தில் வசித்து, அங்குள்ள ஆயுள் காப்பீட்டுக் கழகத்தில் முகவராகப் பணிபுரிந்தவர். தற்பொழுது திருநெல்வேலி மாவட்டம் 'அருள'கத்தில் பணிபுரிந்து வருகிறார். பாப்லோ அறிவுக்குயில் (இயற்பெயர்: வீ.அறிவழகன்) கவிஞர், சிறுகதையாளர், நாவலாசிரியர். இவரது அப்பா திரு சா.வீராசாமி ராணுவத்தில் பணிபுரிந்தவர். இவரது துணைவியார் செல்லம் அரசுப்பள்ளி ஆசிரியை. இவர்கள் இருவரும் *30* க்கும் மேற்பட்ட நாய்ப் பிள்ளைகளுடன் கீழப்பழூர் கருவிடச்சேரி கிராமத்தில் வசித்து வருகிறார்கள்.

இவரது முதல் சிறுகதைத் தொகுதியான 'கிளுக்கி' *(1995)* வெளிவந்தது. 'கிளுக்கி' இரண்டாவது பதிப்பை நியூ செஞ்சுரி புக் ஹவுஸ் வெளியிட்டுள்ளது. 'வெயில் மேயும் தெருவில்...' *(2003)* தொகுப்பை வைகறையின் 'பொன்னி' வெளியிட்டது. 'குதிரில் உறங்கும் இருள்' தொகுப்பை எழுத்தாளர் திலகவதியின் 'அம்ருதா' பதிப்பகம் *2006* இல் வெளியிட்டது. 'பாப்லோ அறிவுக்குயில் சிறுகதைகள்' *(2009)* என்றொரு தொகுப்பு அறிவுப் பதிப்பகத்தால் *(NCBH)* வெளியிடப்பட்டிருக்கிறது. *2010*இல் 'இருள் தின்னி' என்கிற தொகுப்பு 'பாலம்' அமைப்பால்

வெளியானது. இந்நூல் தமிழக அரசின் ஆதி திராவிடர் நலத்துறை கலைப் பண்பாட்டுப் பிரிவில் 2009ஆம் ஆண்டுக்கான பரிசு பெற்றது. 2015இல் இவருடைய முதல் நாவலான 'தமுரு'வை பொள்ளாச்சி எதிர் வெளியீடு கொண்டுவந்துள்ளது. கவிஞர், பேராசிரியர் அரச முருகு பாண்டியன் தனது 'போதி' அமைப்பு சார்பாக இவரது படைப்புகள் குறித்த ஆய்வரங்கம் ஒன்றை நடத்தியுள்ளார்.

கிளுக்கி என்ற தொகுப்பின் மூலம் அறியப்பட்டவரான பாப்லோ அறிவுக் குயில் தொடக்கத்தில் கவிதைகள் எழுதியதன் தொடர்ச்சியாகக் கதைக் களனைத் தேர்வு செய்தவர். கவிதையின் சாயல்கொண்ட நடையையும் அத்துமீறிய பாத்திரங்களின் துணிச்சல் மனோபாவத்தையும் இவரது கதைகள் சில வெளிப்படுத்தியுள்ளன. 'வீடு', 'வலி', 'போதை', 'கோவம்', 'சூரி' போன்ற இவரது கதைகள் சாதீய முரணைத் துல்லியமாக நிறுத்திய கதைகள் எனலாம்.

தலித் வாழ்வியலின் கூறு எவ்வாறெல்லாம் சிதைந்து போயுள்ளது, எவ்வாறெல்லாம் வாழ்வைப் பற்றிக்கொண்டு மேல் எழுந்துள்ளது என்பதற்கு குங்குமம்(19 நவம்பர் 2012) இதழில் வெளியான அவருடைய நேர்காணல் இங்கு அவசியத்தின் பேரில் தொகுத்துத் தரப்படுகிறது.

நேர்காணல்

எல்லா நாடுகள்லயும் பிறக்குற குழந்தை ஆணாவோ, பெண்ணாவோ, திருநங்கையாவோதான் இருக்கு. ஆனா இங்கே மட்டும்தான், பிறக்கும்போதே குழந்தைகள் மேல ஜாதி அடையாளம் ஒட்டியிருக்கு. குறிப்பா, தலித் குழந்தைக்கு பள்ளிக்கூடமே பலிபீடமாயிடுது. 'நீயெல்லாம் ஏண்டா பள்ளிக்கூடத்துக்கு வர்றே'ன்னு ஆசிரியரே அந்நியப்படுத்தலை தொடங்கி வைக்கிறார். எங்க அப்பா இந்த விஷயத்துல கொஞ்சம் புரட்சி செஞ்சவர். முரட்டுத்தனமான ஆளு. இந்த சுத்துவட்டாரத்துலயே ராணுவத்துக்குப் போன முதல் மனுஷன். வீதியில நாற்காலியைப் போட்டு, கால்மேல கால் போட்டுக்கிட்டு சிகரெட் புடிச்சபடி தெனாவட்டா உக்காந்திருப்பார். அது ஓர் எதிர்ப்புணர்வு. எதிர்ப்பு இல்லாத இடத்திலதான் ஆதிக்க வர்க்கம் வேலையக் காமிக்கும். தாத்தா

சுவாமிநாதன் தவில் கலைஞர். அம்மானை பாடினார்னா நேரம் போறது தெரியாம கேக்கலாம். நிறைய கதை சொல்லுவார். அவரோட கதைகள்தான் என்னையும் கதைசொல்லியா மாத்தியிருக்கணும். அம்மா பேரு நாகரத்தினம். நல்ல வசதியான குடும்பத்தில பிறந்தவங்க. நான் மூணாவது வரைக்கும் வெண்மான்கொண்டான்ல படிச்சேன். அதுக்குப்பிறகு டேராடூனுக்கு எங்களை அழைச்சுக்கிட்டுப் போயிட்டார் அப்பா. அப்புறம் அங்கிருந்து பூனாவுக்குப் போனோம். தொடர்ந்த இடம் பெயரல் பால்யத்தோட கொண்டாட்டங்களை சிதைச்சிருச்சு.

ஒண்ணும் பெரிய வித்தியாசமில்லை. தமிழ்நாட்டுல ஜாதிப்பிரச்னைன்னா, வடநாட்டுல இனப்பிரச்னை. எந்த பயலும் என்னை விளையாடச் சேத்துக்க மாட்டான். அங்கேயும் தனிமைதான். 'மதராசி குத்தா ஆஹையா'ன்னு திட்டுவான். அங்கேயும் தனிச்சே வாழவேண்டியிருந்துச்சு. அப்புறம் அப்பாவை அசாமுக்கு மாத்திட்டாங்க. அம்மாவோட ஊரான உட்கோட்டைக்கு வந்துட்டோம். இதுக்கிடையில இரண்டு தங்கைகளும் பிறந்துட்டாங்க.

7ம் வகுப்பு படிக்கும்போது, எதிர்பாராத சோகம்... பணிக்காலம் முடிச்சு ஊருக்கு வந்த அப்பா, அரசு சிமெண்ட் ஆலையில டிரைவரா வேலைக்குச் சேந்தார். திடீர்னு ஒருநாள் இன்னொரு பெண்ணைக் கல்யாணம் பண்ணிக்கிட்டு போயிட்டார். அதுவரைக்கும் வரப்பக்கூட மிதிச்சுப் பாக்காத அம்மா, களையெடுக்கவும், கதிரறுக்கவும் போய் எங்களுக்கு கஞ்சி ஊத்தவேண்டிய நிலை. அப்பா எங்க படிப்புச் செலவை மட்டும் ஏத்துக்கிட்டாரு.

கல்லூரி வேறுமாதிரியான உலகம். இடதுசாரி இயக்கங்களோட தொடர்பு கிடைச்சுச்சு. வாசிப்பு உலகமும் விரியத் தொடங்குச்சு. ஜாதீய அடக்குமுறை, தீண்டாமைக்கு எதிரா நானும் கவிதைகள் எழுதத் தொடங்குனேன். உரைநடையும், சிறுகதையும் பழகினேன். நிறைய தலித்திய நாவல்கள் வாசிச்சேன். நவீன படைப்பாளிகளை உள்வாங்குனேன். அமெரிக்க ஏகாதிபத்தியத்தை எழுத்தால அதிர வச்ச பாப்லோ நெருடா என்னை ரொம்பவே பாதிச்சார். என் சமூகத்தின் நிறம் கறுப்பு. அதுவே விடுதலைக்கான நிறமும். கறுப்பின் பிம்பமா இருக்கிற குயிலை பெயரோட

இணைச்சு, பாப்லோ அறிவுக்குயில்னு பேரை வச்சுக்கிட்டு எழுதத் தொடங்குனேன். என் கொள்கைக்கு உடன்பட்ட எல்லா இதழ்கள்லயும் படைப்புகள் வரத் தொடங்குச்சு. சாப்பாடு வேணுமே...? பாண்டிச்சேரியில ஒரு ஓட்டல்ல வெயிட்டரா கொஞ்ச நாள் வேலை செஞ்சேன். நினைவுகளோட அழுத்தத்தால திரும்பவும் ஊருக்கு வந்து, எல்ஐசி ஏஜென்டா இருந்தேன். என் குணத்துக்கு வசதிப்பட்ட வேலை. இனி எழுத்தைத் தவிர வாழ்க்கையில வேறெந்த இலக்கும் இல்லை.

அரியலூர் அரசுக்கல்லூரியில பணிபுரிஞ்ச பேராசிரியர் அ.மார்க்ஸை சந்திச்சபிறகு, என் எழுத்தும் வாழ்க்கையும் மாறுச்சு. உணர்வுகளால நிறைஞ்சு கிடந்த என் படைப்புகளை செதுக்கி, ஒழுங்குபடுத்தினவர் அவர்தான். தலித் சமூகத்தைச் சேர்ந்த ஒருத்தன் உலக இலக்கியமே செஞ்சாலும்கூட, அதை அங்கீகரிச்சு வெளியிடுறது சாத்தியமில்லை. அதனாலேயே அறிவுலகத்துல தலித்களோட பங்களிப்பு குறுகிப் போயிருக்கு. இதை உணர்ந்த அ.மார்க்ஸ் 'விளிம்பு டிரஸ்ட்'னு ஒரு டிரஸ்ட்டை ஆரம்பிச்சு தலித் இலக்கியங்களை வெளியிட முடிவு செஞ்சார். முதல் வெளியீடா அவர் தேர்வு செஞ்சது என்னோட சிறுகதைகளை. அங்கிருந்துதான் என்னோட 'கிளுக்கி' வெளிவந்துச்சு.

இப்போ வாழ்க்கை வேறு வடிவம் எடுத்திடுச்சு. யாராவது தோட்ட வேலைக்குக் கூப்பிட்டா போறதுண்டு. மற்றபடி வீடும், என் தோட்டமும், என் நாய்களும், என் கோழிகளும்தான் உலகம். எங்க தனிமையைப் போக்குறது இந்த குழந்தைகள்தான். தென்னை, மா, பலா, சப்போட்டான்னு ஒரு பழத்தோட்டம் போட்டிருக்கேன். பள்ளிக்கூட வயசுல அம்மா என்னை அரவணைச்ச மாதிரி இப்போ செல்லம் டீச்சர். தாயோட சிறகுக்குள்ள இருக்கிற கோழிக்குஞ்சு மாதிரி இருக்கு மனசு. தினமும் வாசிக்கிறேன். எப்பவாவது எழுதுறேன். என்னைக்காவது வேலைக்குப் போறேன். வாழ்க்கை ஓடிக்கிட்டிருக்கு... கடைசி காலத்துக்குள்ள உருப்படியா எதையாவது எழுதி விட்டுட்டுப் போவேன். எனக்கு மட்டுமில்ல, செல்லம் டீச்சருக்கும் அதுதான் லட்சியம்!

குதிரில் உறங்கும் இருள்

தமிழில் தலித் இலக்கியம் வீறுகொண்டெழுந்த 1990 களில் தமது சிறுகதைகள் மூலம் பெரிதும் பேசப்பட்டவர். பாப்லோ அறிவுக்குயில் ‘எழுதி உலகத்தை ஜெயிக்கவெல்லாம் எழுத வரலே... உள்ளுக்குள்ள இருக்கிற வலியை எழுத்தைக் கொண்டு ஆத்திக்கிறேன்... அவ்வளவுதான்! இன்னைக்கும் வலிக்க வலிக்க அடிச்சுக்கிட்டிருக்கிற மேல்தட்டு மக்களை எதுத்துக் கேக்கமுடியாம, ‘நீ குட்டிச்சுவராப் போயிருவே’ன்னு மனசுக்குள்ளயே திட்டிட்டு அமைதியாப் போறான் பாருங்க... அந்தமாதிரி எழுதிட்டுப் போறேன்...’- என, உணர்வுபூர்வமாகப் பேசுபவர். தலித் விடுதலையையும், விளிம்பு நிலை மக்களின் வழக்காறுகளையும், மறைந்துபோன கலாசாரக் கூறுகளையும், மனித முரண்பாடுகளையும் உள்ளீடாகக் கொண்டு எழுதுபவர்.

“தங்களைத் தவிர காலனியாட்கள் யாராவது குளத்தில் கால் வைத்துவிட்டால் அவ்வளவுதான். அடி பின்னி எடுத்து விடுவார்கள்” *(ப.55)*, “ஊர்த் தெருக்குளத்தில் இறங்கிக் குளித்துக் கொண்டிருந்த போது, ஈசப்பய ஒருத்தன் வந்து, எந்தத் தெருடீ நீ, என்று எகத்தாளமாய்க் கேட்டதோடு, துணிகளை எல்லாம் சேத்தில் திணித்துவிட்டு, வஞ்சியபடியே கிட்ட வந்து மாரப் புடிச்சு திருவினானே” *(ப.55)*.

“நம்பூருல எப்புடி ஊரு கட்டுமானத்த மீறாம நடந்துகிட்டியோ அதுபோல வேத்தூருலியும் நடந்துக்க...கெராமத்த நெருங்கியதும் சைக்கிள உட்டு எறங்கி தள்ளிக்கிட்டே போடா... மறந்து போயிக்கூட குடியான தெருவுல சைக்கிளுல ஏறிக்கிட்டு போயிடாதே. எழவு சொல்ல வந்த வேத்தூரு வெட்டியானுக்கு அவ்வளவு ஆச்சாண்ணு கட்டி வெச்சி தோல உறிச்சிப்புடுவானுக” *(பக்.127-128)*, “கீழ்க்குடியைச் சேர்ந்தவர்கள் தெருவில் சைக்கிளில் வரலாம்? அதுவும் நாட்டாரு கூப்பிட அவங்கம் முன்னாடியே எப்படி சைக்கிளுல ஏறிகிட்டு போவலாம்? குமரன் சொன்னது எதையும் காதில் வாங்காமல் அடி பின்னிவிட்டார்கள். அதோடு மட்டுமின்றி லாடம் கட்டிய செருப்புகளால் உயிர் நிலையைப் பார்த்து உதைத்ததுதான் உடம்புக்கு முடியாமல் போயிற்று” *(ப.129)*.

“சாமிக்கண்ணுவோட அய்யாவும் வீட்டு வேலைக்கோ கொல்லை வேலைக்கோ வரும் ஆட்களை, கோபம் வந்தால் ‘புழுத்த மாட்டுக்கறித் திங்கற பயலே” என்றுதான் வைவார், (ப.85). “அவன் அம்மா கூட, ‘மாட்டுக்கறித் திங்கற பறயஞ் சக்கிலி ஊட்டுக்கெல்லாம் போயிடாதடா தம்பி...என்றுதான் அறிவுரையாய் சொல்லுவாள்” (ப.85).

“இரட்டை டம்ளர் முறையை எதிர்த்து தேநீர்க்கடையிலுள்ள கண்ணாடி டம்ளர்களை உடைத்த என்மீது வைக்கோல் போருக்கு தீ வைத்தாய் என்று ஊர்த்தலைவரால் கொடுக்கப்பட்ட பொய் வழக்கில் நான் குற்றவாளி அல்ல என்ற தீர்ப்பு நகலைப் பெறும் பொருட்டுதான் இன்று வரவேண்டியதாய் ஆகிவிட்டது” (பக்.29-30).

“அடிமக்குடிய சேர்ந்த எவனும் தெரு வழியே போவணும்னா, குதிகால் புரளவேட்டி கட்டியிருக்கக்கூடாது. காலுக்குப் பதிலாய்ச் செருப்பு அக்குளில்தான் இருக்க வேண்டும். முண்டாசும் அக்குளில்தான் செருகியிருக்க வேண்டும். தப்பித் தவறி சைக்கிளில் போனாலும் ஊர் எல்லவரை தள்ளிகிட்டுத்தான் போகவேண்டும். மாடு பூட்டி ஓட்டி வர்றவன்கூட, வண்டியில் குந்தாமல் மாட்டுக் கயித்த புடிச்சபடி பின்னாடிதான் நடந்தே போவணும் இதுவெல்லாம் குடியான சனங்க விதிச்ச எழுதாத சட்டம், மீறினா சாட்டையடி, பஞ்சாயத்து, அவுதரம், ஊர் தள்ளி வைப்பு இதில் எது வேண்டுமானாலும் நடக்கலாம். அப்போது பஞ்சாயத்துத் தலைவருக்கு எது தோணுதோ அப்படித்தான் தீர்ப்பு சொல்லுவாரு.”

இப்படி தனது அனுபவங்களின் வழியாகத் தலித் மக்களின் வாழ்வியலை தனது அனைத்துப் படைப்புகளிலும் கூறுயுள்ளார் பாப்லோ. நீண்ட இலக்கிய வரலாறுகொண்ட தமிழ்ச் சமூகத்தில் ஒடுக்கப்பட்ட மக்களுக்கான பதிவு என்பது மிகச் சொற்பமே. ஒடுக்கப்பட்ட மக்கள் வாழ்க்கையைப் போலவே அவர்தம் வாழ்க்கையைப் பற்றிய பதிவும் வெளிச்சம் பெறாமல் போனது சமூக மனநிலையைப் பிரதிபலிக்கிறது. ஆண்டாண்டு காலமாக அடிமை ஊழியம் செய்துவந்த மக்கள், பேனா பிடிக்கும்போது உண்டாகும் அதிர்வுகள் அசாதாரணமானவை. இவ்வெழுத்துகள் முன்வைக்கும் கேள்விகளும், அதிர்வுகளும் காத்திரமானவை என்பதாகவும் இவரின் எழுத்துகளைக் குறிப்பிடலாம்.

ஸ்ரீதர கணேசன்

ஸ்ரீதர கணேசன் தூத்துக்குடிக்காரர். பல நூறு ஆண்டுகளாகத் தங்கள் மீது திணிக்கப்பட்ட ஒடுக்கல்களையும், சுரண்டல்களையும், எதிர்த்துப் புரட்சிப்போர் தொடங்கியுள்ள இந்திய நீக்ரோக்களான தலித் குடியில் பிறந்தவர். பெரிய படிப்போ, உத்தியோகமோ, வேறு வசதியோ வாய்க்காதவர் - தொழிலாளி. அறம், மனிதாபிமானம் போன்றவை எல்லாம் செத்துப் போய்விட்டன; பெருங்கதையாடல்கள் மனிதர்களை ஒடுக்குகின்றன என்று தீர்ப்புகள் வழங்கப்பட்ட போதிலும் தலித்துகள் கோரிப்பெற பொதுவுடைமைத் தோழர்களிடம் என்ன இருக்கிறது என்று சொன்னாலும், அவற்றையெல்லாம் நிராகரித்துச் செல்கிறது, இவரின் படைப்பியக்கம். இவரின் கதைகளக் கதைகள் எளிமையானவை; பாவனைகள் அற்றவையாக உள்ளன.

ஸ்ரீதரகணேசன் தலித் சிறுகதை மரபில் குறிப்பிடத்தக்கவர். இவருடைய கதையின் கரு குறித்துக் குறிப்பிடுகையில், "நான் கதைக்காக எங்கும் அலைந்ததேயில்லை. கதை என்னை வந்தடைகிறது" என்று பெருமிதப்படுபவர். இவரது அனைத்துக் கதைகளையும் ஒட்டுமொத்தமாக ஆராயும் போது இரண்டு பிரிவுகளுக்குள் அவை அடங்குகின்றன. ஒன்று ஒரு ஆலைத் தொழிலாளியாக கம்யூனிஸ்ட் இயக்கம் சார் கண்ணோட்டத்துடன் இலக்கியத்தைக் கையில் எடுத்த நிலையில் சில கதைகள். மற்றது தொழிலாளி என்பதைவிட தான் ஒரு தலித் என்ற அடையாளத்தை முனைத்து சாதியரீதியிலான பதிவுகளைக் கொண்டவை. இவற்றுள் அதனதன் தாக்கம் மிகையாக இருந்தனவேயன்றி அனைத்துக் கதைகளிலும் வர்க்கமும் சாதியமும் இணைந்தே இருந்தன என்பதை மறுப்பதற்கில்லை. ஸ்ரீதரகணேசனின் கதைகளில் தலித்துகளின் போராட்டங்கள், தாழ்த்தப்பட்டவர்களின் இட ஒதுக்கீடு, சாதி அடிப்படையில் தனித்தனி தெருக்கள், தலித் பெண்களுக்கு எதிரான கொடுமைகள், சாதிய வர்க்கப் போராட்டம், சாதிய இந்துகள் தலித்துக்கு ஏற்படுத்தும் கொடுமைகள் மட்டுமல்லாது தொழிலாளர் பிரச்சினைகள் குறித்தும் கதைப் பொருண்மைகள் அமைந்துள்ளன.

இவருடைய நாவல்கள்: உப்பு வயல்-1995, வாங்கல்-2001, சந்தி-2001, அவுரி-2006, சிறுகதை-மீசை-2009, குறுநாவல்-விரிசல்-2007, சடையன்குளம். ‘குழந்தை கோவில் மிருகம்’ கதையைப் போலவே இருபதாண்டுகளுக்கு முன்பு எழுதிய ‘மீசை’ கதையிலும் எதிர்ப்புணர்வு இருக்கிறது. தலித் அரசியலால் பெற்ற உத்வேகம் அறச்சீற்றத்தை மேம்படுத்தியிருக்கிறது.

மீசை

‘அவுரி’ நாவலைப் போலவே சிறுகதைகள் முழுக்க ஏராளமாகப் பெண்களின் ஆளுமை வெளிப்படுகின்றன. மஞ்சள் தொட்டு மாங்கல்யம் பூஜிக்கும் மெல்லுடல் நங்கையர் அல்லாத பெண்கள் அவர்கள். யாராலும் சண்டையில் வெற்றி கொள்ள முடியாத மாரியம்மாள், ‘நான் பறைச்சிதான்’ என்று முழங்கும் பெண், காதலை வெளிப்படையாகச் சொல்லும் மரியம்மை, கிழட்டு நாயக்கரின் குறியை அறுத்துப்போடும் சக்கிலியப் பெண், குறைந்த கூலிக்கு கக்கூஸ் கழுவ மறுக்கும் ஊர்காளி, கரகாட்டம் ஆடும் வெள்ளையம்மாள் என பெண்களுக்கான இயங்குவெளிகளைக் கண்டடைந்து வெளிக்கொணர்கிறார் ஸ்ரீதர கணேசன்.

சாதி இந்துக்களை அய்யா, அம்மா, எசமான், நாச்சியார் என்றே ஒடுக்கப்பட்டோர் விளிக்க வேண்டும். மைத்துநர், அண்ணி, மாமா என்னும் உறவுப் பெயர்களால் யாரையும் அழைத்துவிட முடியாது. அக்கா என்று அழைக்கும் ராசாத்தியைக் கண்டு கோபங்கொள்ளும் நாயக்கர் பெண், தன்னை ‘அம்மா’ என்று கூப்பிட வேண்டுமென்கிறாள். அம்மா என்று சொல்லவேண்டுமானால், என் அப்பனைக் கட்டிக்கொள் என்று பதிலடி தருகிறாள் ராசாத்தி.

தலித்துகளை நேரடியாக ஒடுக்கும் முதன்மை ஜாதிகளாக நாயக்கமார், தேவர்கள், ரெட்டியார், கவுண்டர், நாடாக்கமார் காட்டப்படுகின்றனர். “நாடாக்கமாரு கோவிலுக்குப் போகணும்னு எனக்கென்ன தலையெழுத்தா? பறப் பையங்கப் போயித்தானே, நான் செஞ்சுக் கொடுத்த மிட்டாய்யெல்லாம் திருப்பிக் கொடுத்தாங்க” என்று தலித் பையன் சொல்கிறான். ஒருவர் ஆட்டைக் குளிப்பாட்ட தனிக் கிணற்றுக்குப் போகச்

சொல்லுகிறார். "ஒங்கம்மா ஒரு பறைச்சி. பறைச்சி புத்தியைக் கேட்காதே. நான் தான் தெரியாத்தனமா இருந்துட்டேன். என்ன இருந்தாலும் நீ ஒரு நாயக்கச்சி. யார் கேட்டாலும் எம் பெயரைச் சொல்லி, நாயக்கர் மகளுன்னு சொல்லு" என்று சாதிப் பெருமிதங் கொள்ளுகிறார் ஒரு நாயக்கர். "எலே என்ன? சாரம் குண்டிக்கு மேலே போவுது; குண்டியில சதை வச்சுப் போச்சா?" என்கிறார் மாடசாமித் தேவர்.

அருந்ததியர்கள், பறையர்கள் மற்றும் வண்ணார்கள், கதையோடு இயைந்து காட்டப்படுகிறார்கள். 'கணக்கு' சிறுகதையில் வரும் "நம்மங்கிட்ட கைகட்டி வேலை செய்கிறவன் பள்ளப்பயல். அவம்புள்ள இன்னைக்கி டாக்டராயிருக்கு?" என்கிறார் ரெட்டியார்.

தொடர்ந்து வேலை கொடுக்கும் கவுண்டர் பெண்ணை பூதமாகக் காட்டுகிறார். நாலாயிரம் ரூபாய்க்கு வாங்கப்பட்ட சேரிப் பையன் பூதம் தரும் வேலையைச் செய்ய முடியாமல் ஓடுகிறான். "இந்த நாலாயிரம் ரூபாய்க்கு இந்த எடுப்பட்ட பய நாலு மாசங்கூட வேலை பாக்கலையே" என்று ஒப்பாரி வைக்கிறாள் கவுண்டர் அம்மா. "ஏலே ஒன்ன ஆடுக அடைக்கிற இடத்தையெல்லாம் தூத்து கழுவச் சொல்லியிருந்ததுல, ஏன்ல கழுவல?" என்று தூத்துக்குடி மொழியில் கவுண்டர் பெண் பேசுகிறாள்.

பெரும்பாலான கதைகள் தூத்துக்குடியைச் சுற்றி வருபவை. குழந்தைகள், குமரிகள், கிழவர்கள், மனைவிமார்கள், நண்பர்கள், சாமியார்கள் என பலதரப்பட்ட மனிதர்கள் வருகிறார்கள். நகரத்துத் தொழிலாளிகளை விட கிராமத்துத் தொழிலாளிகள் வஞ்சிக்கப்படுவதை 'ஆசைகளும் ஆழங்களும்' கதையில் சொல்கிறார். 'நேற்று உனக்கு இன்று எனக்கு' கதையில் தொழிலாளிகளுக்காக வேலை இழந்தும் போராடும் ராஜசேகரனைக் காட்டுகிறார்.

முற்போக்குக் கதைகளில் வெளிப்படும் மனிதாபிமானம் இவரின் கதைகளிலும் காணமுடிகின்றது. வெட்டு, குத்து, அடிதடி, சிறை என அலையும் கில்லாடி கணேசன், மதக்கலவரத்தின் போது கிறித்துவப் பெண்களைத் தன் வீட்டில் வைத்துக் காப்பாற்றுகிறான். இயலாத பெண்ணை ஏற்றி வரும்

ரிக்ஷாக்காரர் கேட்டதை விடக் குறைவாகப் பணம் பெறுகிறார். 'நெருப்புக் குமிழிகள்' கதையிலும் தீக்காயமுற்ற உடல்களைச் சுமந்து மருத்துவமனைக்குச் செல்கிறார் ஒரு ரிக்ஷாக்காரர்.

இவரின் நடை எளிமை கொண்டிருக்கிறது. சிறுசிறு தொடர்கள். பூடகம் ஏதுமற்று உடைத்தத் தேங்காயைப் போலப் பளிரிடுகின்றன. இரண்டாயிரத்துக்குப் பிறகு எழுதிய இக்கதைகளில் தலித்தியச் சார்பு மிகுந்திருக்கிறது (மீசை, பாலம் வெளியீடு, சென்னை -102).

வெ.வெங்கடாசலம்

1999லிருந்து கதைகள் எழுதிவருபவர் வெ.வெங்கடாசலம். இவருடைய பெரும்பான்மையான கதைகள் கிராமிய வாழ்வையும் அம்மனிதர்களின் உயிரோட்டமான இயக்கமும் இயல்புமாகச் சொல்லப்பட்டிருக்கின்றன. 'மேலும் சில மனிதர்கள்' என்னும் அவருடைய சிறுகதைத் தொகுப்பின் என்னுரை என்ற பகுதியில், "கோட்பாட்டு ரீதியிலான கலை-இலக்கிய வியாக்கியானங்கள் பல்கிப் பெருகி வரும் காலமிது. கோட்பாடு சார்ந்தோ அல்லது குறிப்பிட்ட தரப்பிற்குள்ளோ என்னை அடைத்து வைக்கமுடியாது என்று ஒரு படைப்பாளன் சொல்வானேயானால் அது அப்பட்டமான பொய். இலக்கிய தரப்புகள் பற்றிய புரிதலற்ற ஆரம்ப நாட்களிலேயே ஒரு இயல்பான காரியமாற்றுதல் போல என் வட்டாரத்துத் தலித் சமூக வாழ்வியல் கூறுகள் அடங்கிய படைப்புகளை என் அறிவுக்கு உட்பட்டு எழுதியிருக்கிறேன்..... காடு-கரடுகளில் அஞ்சுக்கும் பத்துக்கும் அல்லாது என் உறவினர்களின் கதையை வறண்ட குரலில் சொல்லும் முயற்சி...." (மேலும் சில மனிதர்கள், பக்.3-4) என்று சொல்பவர்.

மேலும் சில மனிதர்கள்

வெங்கடாசலத்தின் கதைகள் தலித் வாழ்வியலின் வலிகளையும் ஏக்கங்களையும் ஒப்பாரிகளையும் மட்டுமே பதிவு செய்யக்கூடிய ஒன்றாக இல்லாமல் அவர்களின் நிலத்தின் ஊர்ப்பகுதியின் வரலாறையும் பேசுகின்றன. இத்தகைய நிலத்தை கிராமத்தை உருவாக்கிய தலித் மக்களின் உழைப்பைக் கோடிட்டுக் காட்டுபவையாகவும் அமைகின்றன.

'பச்சை மனசு' - நிலங்களை காட்டதிகாரிகளிடம் இழந்து விட்டு அந்நிலங்களுக்கே மரக்கன்றுகளை நடப்போகிற தலித்மக்களும், அதில் 'பச்சை' என்ற பெண்ணின் செயல்பாடும் எதிர்க்குணமும் துடுக்குத்தனமும் பெரும்பாலான தலித் பெண்களிடம் இருப்பதற்கான எடுத்துக்காட்டாகிறது. 'பிள்ளைக்காக' 'பருவக்காற்று' ஆகிய கதைகள் முடிவிலித் தன்மையைக் கொண்டவையாக உள்ளன. மணிமாமா, வள்ளியக்கா இருவரும் பூடகங்களை மனதில் கொண்டு இயங்குகிறவர்களாக இருக்கின்றனர். அவர்களின் மீறல்களே மனித வாழ்வின் அந்தரங்கங்களைப் புரிந்து கொள்ள உதவுகின்றன. வள்ளியக்காவின் மேல் இதன் மூலம் பரிவும், பிரியமும் ஏற்படவும் காரணமாகிவிடுகின்றது. இத்தொகுப்பில் வள்ளியக்காவைப்போல் நிறைய பெண்கள் வலம் வருகிறார்கள். 'கொள்ளி' கதையில் கமலா பாத்திரம் தனித்துவமான பாத்திரமாகிறது. சமூகமும், கட்டுப்பாடும் ஒரு பெண்ணின் மீது சுமத்தும் அழுத்தமும் அதிகாரமுமாக, அதற்கு எதிராக அவள் வெளிப்படுத்துகிற கோபமும் தலித் பெண்ணிய நோக்கிலும் ஆராயப்பட வேண்டிய ஒன்றாகும்.

'கோல்கார்' தலித் மற்றும் பிற்படுத்தப்பட்டோர் மக்களின் மனநிலையைப் புரிந்து கொள்ளும் சான்றாகிறது. ஊர்க்கவுண்டன், மகேசு கடும் உட்பகையோடு இருந்தாலும் தங்களுக்கு எதிராக செங்காளியின் மகன் உருவாதைத் தெரிந்து கொண்டு இணைகின்றனர். ஆனால், கோல்காரன் செங்காளியும் அவனுடைய தம்பியும் இந்த நுணுக்கமான புள்ளிக்கு வருவதில்லை. தங்களின் அடையாளத்தை ஒன்று திரட்டாத தலித்துகள், திரட்டிக்கொண்ட பிற்படுத்தப்பட்ட சக்திகள் இன்றைய அரசியல், கலை-இலக்கிய களங்களிலும் தங்களை இப்படியே புலப்படுத்திக் கொள்கிறார்கள் என்றால் அது மிகையில்லை. இப்படி யதார்த்தத்தின் ஒரு கூறினைத் தோலுரித்துக் காட்டுகிறது கோல்காரன் கதை.

இவ்வகையில் இவரின் கதைகள் மிக எளிய மொழியில், யதார்த்த தளத்தில் கிராமிய வாழ்வை நம்முன் உருவாக்கிவிடுகின்றன. அவரின் கதை மனிதர்கள் அசலானவர்களாக இருக்கின்றனர். இயல்பிலேயே எதிர்ப்பு குணம் கொண்டவர்களாக இருக்கின்றனர். தலித்துகள், தங்களது கிராமிய-விவசாய-காட்டு-நாடோடி வாழ்வை நுட்பமாகப்

பதிவு செய்பவர்களாக இருக்கிறார்கள் என்பதை மேலும் உறுதிப்படுத்துபவராக அமைகிறார் வெங்கடாசலம்.

9

தலித்திய நாவல்கள்

நாவல்கள் - தலித்தியப் பார்வை முன்னோட்டம்

தமிழின் தொடக்ககால நாவல்களில் ஒன்றான அ.மாதவையாவின் பத்மாவதி சரித்திரத்தில் தலித்திய சித்திரம் வெளிப்பட்டுள்ளது. இந்து சமயத்தில் இருந்து சாதியக் கொடுமையால் கிறித்துவராக மாறினாலும் அங்கும் சாதியக்கட்டுமானம் இருப்பதை விளக்குகின்றது. நாவலில் கே. தாமஸ் என்பவர் உயர்சாதிக் கலப்பு கிறித்தவர். இவர் தம் மகளை, ஆங்கில இலக்கியம் படித்த பட்டதாரியான பீட்டர் சாமுவேலுக்கு மணம் முடித்துக் கொடுக்க விரும்பி பின்னர் பின் வாங்கி விடுகிறார். இதற்கான காரணம் பீட்டர் தாழ்ந்த சாதி என்று அறிந்ததால் என்ற பதிவும் இந்திய சமூகத்தில் எல்லா மதத்திலும் இனம், சாதி புரையோடிப் போயிருப்பதைக் காட்டுகின்றது. மேலும் சிறுகுலம் சீதாபதி அய்யர் சிறையில் தண்டனை அனுபவிக்கும் பொழுது, தன் மைத்துனர் அய்யாவுக்கு அவர் எழுதிய கடிதத்தில் இங்கு நான், நம் ஊரில் பள்ளர், பறையர் சாப்பிடும் கேழ்வரகுக் களியை உண்டு வருகிறேன் என்று குறிப்பிடுகிறார். இங்கு தலித்துகளின் உணவுப் பண்பாடும் கீழ்மையாக உள்ளதாக சித்திரிக்க அல்லது வெளிப்படுத்தப்பட்டுள்ளது கவனிக்கத்தக்கது. கிராமப்புறத்தில் இருந்து சென்னைக்கு படிப்பு மற்றும் வேலை நிமித்தமாக வந்தடைந்த உயர்சாதியினர் அங்கு தங்களுடைய பிணங்களை தாழ்ந்த சாதியினர் தொட்டு எரிப்பதை விரும்பவில்லை என்ற பதிவும் நாராயணன் என்னும் பாத்திரம் மூலம் வெளிப்படுகிறது.

அ.மாதவையாவின் மற்றொரு நாவலான 'முத்து மீனாட்சி'யில் கிறித்துவராக மதம் மாறிப் பல புதிய செய்திகளையும்

தன்மானத்தையும் சிறிதளவு கற்றுக்கொண்ட 'சாணார்' சாதியைச் சார்ந்த நபர், தீட்சிதர் எதிரே வரப்பில் நடந்து வரும்போது கீழே இறங்காமல் நடக்க, தீட்சிதர் வேறு வழியின்றி வரப்பை விட்டு கீழே ஒதுங்கிக்கொள்வதுடன், இதனை மறவர் சாதியினர் மூலம் அவனை அடித்துத் தீர்த்துத் தனது வன்மத்தை நிலை நாட்டிக்கொள்கிறார். இவ்வகையில் பறையர், பள்ளர், சாணர் தீண்டாமையில் கொடுமைப்பட்ட செய்திகள் நாவலில் இயல்பாகப் பதிவாகியுள்ளது. மறைமலையடிகளின் 'கோகிலாம்பாள் கடிதங்கள்' நாவலில் சாதியக் கொடுமைப் பேசப்பட்டுள்ளது. ஆதிக்கச் சாதியினர் தலித்துகளை கிணறுகள், குளங்கள் போன்றவற்றில் குளிக்கவிடாமல் தடுத்தும் உயரமான இடங்களில் வீடு கட்டிக்கொள்ளவும், ஆலயங்களில் சென்று வழிபடவும் தடை விதித்துள்ளது புலனாகின்றது.

இதற்கு மாறாக, ஆசாரமிக்க வைணவக் குடும்பத்தில் பிறந்த வ.ரா, உயர்சாதி மக்களும் அரசு உயர் அதிகாரிகளும் தலித்துகளுக்கு நியாயமாகக் கிடைக்கவேண்டிய உதவிகளுக்கு பக்கபலமாக இருந்துள்ளதை பதிவுசெய்துள்ளார். தனது நாவல்களான 'சுந்தரி' 'சின்னச் சாம்பு' 'விஜயம்' 'கோதைத்தீவு' ஆகிய நாவல்களில் விதவை மறுமணம், சாதி ஒழிப்பு, தீண்டாமைக்கு எதிரான கருத்துகளைப் பதிவு செய்துள்ளதும் குறிப்பிடத்தக்கது.

1927ல் காசி வேங்கடரமணி எழுதிய 'முருகன் ஓர் உழவன்' என்ற நாவலில் தலித்துகள் கீழ்மைப்பட்ட குணங்களைப் பெற்றவர்களாகச் சித்திரிக்கப்பட்டுள்ளனர். மேலும் 1932இல் எழுதப்பட்ட 'தேசபக்தன் கந்தன்' என்ற நாவலிலும் இத்தகைய பார்வையையே பதிவு செய்துள்ளார். இங்கு தலித்துகள் குடிகாரர்களாக, திருடர்களாகக் கற்பிக்கப்படுவதுடன் உயர்சாதிக்காரர்கள் நன்றாகப் படித்து நல்ல ஒழுக்கத்துடன் முன்னேறுவதாகவும் அவர்களே விடுதலைக்கு நாட்டுப்பற்றுடன் உழைத்ததாகவும் சித்திரித்துள்ளார்.

1948இல் பி.எம்.இராஜகோபாலனின் 'சர்க்கார்' நாவலில், தேவிபுரம் என்ற கிராமத்தில் தலித் மக்களின் ஆலயப்பிரவேசத்திற்குச் சுந்தரேசன் என்ற உயர்சாதி வழக்குரைஞர் தலைமை தாங்கி வழிநடத்துவதாகவும், பொன்னம்பலம் என்ற ஆதிக்கச் சாதிவெறியர் தலித்சார்

எண்ணம்கொண்ட சுந்தரேசனைத் தாக்கிக் கொடுமைப்படுத்தும் செய்திகளும் கூறப்பட்டுள்ளது. நித்தியானந்தனின் 'ஊர்வலம்'-1962, ம.சீ.கல்யாணசுந்தரத்தின் 'இருபது வருடங்கள்'-1965, வல்லிக்கண்ணனின் 'வீடும் வெளியும்'-1967 நாவல்களில் தலித்துகளின் ஆலயப் பிரவேச உரிமை நியாயப்படுத்தப்பட்டு, தீண்டாமைக் கொடுமைகள் கண்டிக்கப்பட்டுள்ளது. கல்கியின் 'தியாகபூமி'யில் வரும் சம்புசாஸ்திரி சாதி சமத்துவம் காப்பவராகச் சித்திரிக்கப்படுகிறார். தலித் ஒருவருக்குத் தன் வீட்டில் தங்க இடம் கொடுத்ததற்காக, இவர் சாதியை விட்டு ஒதுக்கிவைக்கப்படுகிறார்.

டி.செல்வராஜின் 'மலரும் சருகும்'-1966 தலித் நாவலாகவே கொள்ளலாம் என்பர். மாடாசமி, ஈசாக், மோசே, ரங்கன், மரியாய் ஆகிய தலித் கதாபாத்திரங்களைக் கொண்ட தலித் பிரச்சினைகளை மையமிட்ட நாவலாகிறது. இதனையடுத்து இவரின் 'தேநீரின்' நாவலானது காவல்காரப் பிச்சாண்டி, மரம்வெட்டி வேலாண்டி, பூச்சி, பாதாளை மற்றும் தேயிலைத் தோட்டத் தொழிலாளர்களைக்கொண்டு தலித் வாழ்க்கை விவரிக்கப்பட்டுள்ளது. பொன்னீலனின் 'கரிசல்கள்'-1975, கு.சின்னப்பபாரதியின் 'தாகம்'-1975, தனுஷ்கோடியின் 'தோழர்'-1985 நாவல்களில் தலித் மக்களின் பொருளாதார ஒடுக்குமுறை விவரிக்கப்பட்டுள்ளது.

தமிழில் தலித்திய நாவல்கள்

மராட்டியத்திலும், கர்நாடகத்திலும் தலித் மக்களைப் பற்றிய இலக்கியங்கள் தலித் இலக்கியம் என்ற பெயரில் பெரும் பரபரப்பை ஏற்படுத்தின. இருபதாம் நூற்றாண்டின் இறுதியில் தமிழ் இலக்கியத்திலும் தலித் இலக்கியம் பெரும்பரபரப்பை ஏற்படுத்திக் கொண்டுள்ளது. இதில் நாவல்களும் அடங்கும். தமிழ் நாவல்களில் தலித் நாவல்கள் தலித் மக்களின் வாழ்க்கையை அவர்களின் மொழி நடையிலேயே கூறுகின்றன. தலித் மக்கள் பிற மக்களால் எவ்வாறு கொடுமைப் படுத்தப்பட்டனர் என்பதை விளக்குகின்றன. தலித் மக்களின் போராட்டங்கள் எவ்வாறு தொடங்கின என்பதையும், அவர்களுக்கு விழிப்புணர்வு ஏற்பட்ட சூழலையும் கூறுகின்றன. மேலும், தொண்ணூறுகளில் அடிக்கத் தொடங்கிய கோட்பாட்டு அலை சற்றே ஓய்ந்து தமிழில் எதார்த்தவாத

நாவல்களே மீண்டும் செல்வாக்குப் பெற்றிருக்கின்றன. இதற்குக் காரணமாகத் தலித் இலக்கிய வருகையை உட்பக்கம் காணும் வகையில் இனவரைவியல் நாவல்களும் சமூக வரலாற்றை உள்ளீடாகக்கொண்ட நாவல்களும் குறிப்பிடத்தக்க அளவில் வெளிவந்திருப்பதும் ஆகும். இதனுடன் அயோத்திதாசர் எழுத்துகளின் தொகுப்பு, இதழ்கள் - ஆவணங்கள் - பேச்சுகள் ஆகியவற்றின் தொகுப்புகள், வரலாற்றை நேர்செய்தல் - மொழிதல் - மறுவிளக்கம் என்கிற அணுகுமுறைகள் ஆகியனவும் தமிழில் தலித்திய நாவல் உருவாகத்திற்கான காரணங்களாக அமைகின்றன எனலாம்.

தலித் நாவலாசிரியர்கள்

தமிழில் தலித் நாவல்களை எழுதியுள்ளவர்களின் பெயர்ப் பட்டியலில் இடம்பெறும் பெயர்கள் எண்ணிக்கையில் குறைவானவை. தமிழில் தலித்திய எழுத்துகளின் முன்னோடி என்று கூறத்தக்கவர் ஈழ எழுத்தாளர் கே.டானியல் ஆவார். ஈழத்துத் தீண்டாமைக் கொடுமைகளைத் தமது எதார்த்த எழுத்துகள் அனைத்திற்கும் கருப்பொருளாய் எடுத்துக்கொண்டவர். தலித்தியத்திற்கு இன்றுள்ள அங்கீகாரமெல்லாம் இல்லாத ஒரு காலகட்டத்தில் தலித் நாவல்களைப் படைத்தவர் இவர். டானியல் எழுதிய நாவல்களான ‘பஞ்சமர்’, ‘கானல்’, ‘தண்ணீர்’, ‘கோவிந்தன்’, ‘அடிமைகள்’ போன்ற நாவல்கள் உயர் சாதியினரை எதிர்த்து, அவர்களின் உயர்சாதி மனப்பான்மையை எதிர்த்துப் போராடும் மக்களைப் பற்றிய நாவலாகும்.

தலித் இலக்கியம் என்று இலக்கியத்தைப் பிரிப்பதில் எனக்கு உடன்பாடு இல்லை என்று கூறும் பூமணி ஒரு தலித்திய நாவலாசிரியரே. பூமணியின் பிறகு என்ற நாவல் சிறந்த தலித் நாவல்களில் ஒன்றாகப் பலரால் பேசப்படுகிறது. பூமணி, சிவகாமி, இமையம், பாமா, அறிவழகன், சோ. தர்மன், ஸ்ரீதர கணேசன் ஆகியோர் எழுதியுள்ள நாவல்கள் அனைத்தும் ஒரே தன்மையுள்ள நாவல்களும் அல்ல. தங்கள் வாசகர்களிடம் இந்த நாவல்கள் எழுப்ப விரும்பும் உணர்வுகளும் ஒற்றை நோக்கம் கொண்டனவும் அல்ல. நாவலின் வெளி, நாவலுக்குள் வெளிப்படும் காலம், அதன் பாத்திரங்கள், அக்கதாபாத்திரங்களின் எதிர் நிலைகளாக

நிற்கும் பிற கதாபாத்திரங்கள், விசாரணைக்குள்ளாக்கப்படும் கருத்தியல் நிலைப்பாடு என அனைத்து அம்சங்களிலும் தலித் உணர்வோடு எழுதப் பெற்ற பிரதிகள் இவர்களின் பிரதிகள் என்று சொல்வதற்கும் இல்லை. சிலர் கதை நிகழ்வுக்கான வெளியைத் தேர்வு செய்ததன் மூலம் நாவல்களை எழுதியவர்களாக அறியப்படுகின்றனர். சில நாவல்கள் தலித் கததாபாத்திரங்களின் வாழ்நிலையை விவரிக்கிறதன் மூலம் அடையாளப்படுகின்றன. சில நாவல்கள் எழுப்பும் விவாதத்திற்காக - சிலர் தேர்வு செய்து கொண்ட கதையால் உத்திக்காக அடையாளம் பெறுகின்றன.

கே. டானியல்

1950-ஆம் ஆண்டு முதல் இன்றுவரை தமிழ் நாவல் வளர்ச்சிக்கு இலங்கை எழுத்தாளர்களின் பங்களிப்பு மிகப்பெரியது. அறுபதுகளில் யாழ்ப்பாணப் பகுதியில் நடைபெற்ற தீண்டாமை ஒழிப்புப் போராட்டம் ஆலயப் பிரவேச இயக்கங்கள் ஆகியவை இலக்கியத்திற்கு ஊக்கமளித்தன. செ. கணேசலிங்கன், இளங்கீரன் பொன்னையன், காவலூர். இராசதுரை, டொமினிக்ஜீவா, செ. யோகநாதன், கே. டானியல் முதலிய முற்போக்கு எழுத்தாளர்கள் தேசியப் பிரச்சினைகளைத் தங்கள் எழுத்துகளில் வெளிப்படுத்தினார்கள்.

ஈழத்தின் பஞ்சமர் இலக்கிய முன்னோடி கே. டானியல். இந்தியாவில் தலித் இலக்கியம் என்ற இலக்கியவகை பிரபலமாகா முன்பே டானியல் ஈழத்தில் குறிப்பிடத்தக்க பங்காற்றியுள்ளார் யாழ்ப்பாணத்தில் 1927-இல் ஆனைக்கோட்டையில் பிறந்த டானியல் பல சிறுகதைகளையும் நாவல்களையும் எழுதியுள்ளார். அறுபதுகளில் சமுதாய ஒழுங்கீனத்தை மிக நுண்ணிய முறையில் விவரித்துச் சீர்திருத்த உணர்வுகளைத் தூண்டும் வகையில் சிறுகதைகளைப் படைத்த டானியல் பின்னர் நாவல்களையும் எழுதத் தொடங்கினார்.

அமரகாவியம், உப்பிட்டவரை, டானியல்கதைகள் போன்ற சிறுகதைகளையும் எழுதியுள்ளார். இவருடைய சிறுகதைகள் தாமரை இதழில் வெளிவந்துள்ளன. இவை தொகுப்பாக, சிறுகதைத் தொகுதிகள்- டானியல் சிறுகதைகள், உலகங்கள் வெல்லப்படுகின்றன என நூல்களாக வெளிவந்திருக்கின்றன. குறுநாவல்கள்-மனங்கள் தானாக மாறுவதில்லை, முருங்கை

இலைக்கஞ்சி, தெனியானின் பிஞ்சுப்பழம், மையக் குறி, இருளின் கதிர்கள் ஆகியன. கடித இலக்கியம்; 2003-கே.டானியலின் கடிதங்கள். தமிழில் தலித் இலக்கியம் படைத்த சிறந்த நாவலாசிரியரான டானியல் எழுதிய நாவல்களில் முக்கியமானவை பஞ்சமர் (1972), கோவிந்தன் (1983), போராளிகள் காத்திருக்கின்றனர், அடிமைகள் (1984), கானல் (1986), தண்ணீர் ஆகியவையாகும்.

இலங்கைத் தமிழர்களின் போராட்டத்தில் பங்கு கொண்டு 11 மாதங்கள் சிறைப்பட்டார். தமிழகத்திற்கு வந்து தஞ்சையில் தங்கினார். இலங்கையில் தீண்டாமை ஒழிப்பு வெகு ஜன இயக்கத்தின் அமைப்பாளராகவும், மக்கள் கலை இலக்கியப் பெருமன்றத்தின் தலைவராகவும் இருந்தவர். தஞ்சையில் மார்ச்சு 1986-இல் மரணமடைந்தார். ஈழத்து பஞ்சம மக்களுக்காகத் தோழர் டானியல் தன் இலக்கிய இயக்கப் பணிகளை அர்ப்பணித்தவர். தமிழ் இலக்கியத் துறைக்கு நாவல், குறுநாவல், சிறுகதை என பல வடிவங்களில் தம் பங்களிப்பைச் செய்துள்ளார்.

பஞ்சமர்

இந்நாவல் முதலில் அதன் மொழி குறித்த விமர்சனத்திற்கு உள்ளாகியுள்ளதை பஞ்சமர் நாவல் முன்னுரையிலேயே குறிப்பிடப்படுகிறது. இழிசனர் வழக்கு எனபதற்கான விமர்சனத்தை டானியல் எதிர்கொள்ளும் விதமும் இங்கு சுட்டத்தக்கது.

தலித் நாவலாசிரியர்களின் படைப்பு மொழியானது, மரபுரீதியான அல்லது தலித் அல்லாதவர்களின் படைப்பு மொழியிலிருந்து மாறுபட்டும் வழக்கமான மொழியை மீறியதாக அமைந்துள்ளது. இதற்கான காரணத்தை மிகப் பொருத்தமாக முன்வைக்கும் டானியல், "ஈழத்து தமிழறினர் சிலரால் நையாண்டி செய்யப்படும் இழிசனர் வழக்கு மொழியிலேயே இந்த நாவலைச் செய்திருக்கிறேன்" என்கிறார். இது பஞ்சமர் நாவலின் முன்னுரையில் அமைகிறது. மனித இனத்தின் புனிதத் தன்மைகளைத் தான் இலக்கியமாக எழுத்தில் கொடுக்கவேண்டும் என்பதற்கு பதில் அதன் புனிதத் தன்மைகளை விட அருவருப்பானவைகளைத்தான் இவர்

படைப்புகளில் காணமுடிகிறது என்னும் குற்றச்சாட்டுக்கு, ‘அருவருப்பானவைகளும்தான் எமது யாழ்ப்பாணத் தமிழர் வாழ்வில் மலிந்தவை’ என்னும் பதில் அமைகின்றது. இப்பதில் அவரின் தண்ணீர் நாவலில் இடம்பெறுகிறது.

ஆக, தலித்தின் படைப்பும் மொழியும் என்ன வேலையைச் செய்கிறது என்பதனை ராஜ்கௌதமன், “தலித் இலக்கியம் சுகமான வாசிப்பிற்கு உரியதல்ல. படிப்பவர்கள் சூடாக வேண்டும். முகம் சுளிக்க வேண்டும். சாதி மதமெல்லாம் இல்லை என்று சொல்லிக் கொண்டிருப்பவர்களுக்குள் புதைந்திருக்கின்ற சாதி, மதக் கருத்தியலைத் தோலுரித்துக் காட்டவேண்டும். அவரவர்க்குக் குமட்டலை ஏற்படுத்த வேண்டும். நாகரீகமும், நாசூக்கும் பார்ப்பது மிதிபட்டவன் காரியமல்ல. படிப்பவனின் இதயமும் கண்களும் சிவக்க வேண்டும்” *(மேலும்,11ஆக,1991;13)* என்கிறார்.

ஈழத்து தலியத்திற்கும் இந்திய - தமிழக தலியத்திற்கும் டேனியல் மூலம் என்ன பிணைப்பு ஏற்படுகிறது என்ற இலக்கிய-கள கேள்விகளுக்கு கீழ்க்கண்ட பதிலை முன்வைக்கலாம். கே.டானியல் நினைவு மலர் என்னும் நூலில், ‘யாழ்ப்பாண சாதியக் கொடுமுடிச் சரித்திரத்தின் கண்ணாடி டானியல்’ என்னும் கட்டுரையில் சூ.மார்க் இப்படிக் குறிப்பிடுகிறார்.

“திரு.டானியல் இந்தியாவுக்குச் சென்றபோது அங்கு வட ஆர்க்காட்டில் கீழ் வெண்மணிக் கிராமத்தில் நிலச்சுவான்தார் ஒருவரால் குடிசைக்குள் பூட்டிவைக்கப்பட்டு உயிரோடு எரிக்கப்பட்ட நாற்பதுக்கும் மேற்பட்ட ஒடுக்கப்பட்ட விவசாயக் குடும்பத்தினரின் ஸ்தூபிக்குச் சென்று மலர்வளையம் வைத்து தன்னையும் அவர்களுடன் இணைத்துக் கொண்டவர். நம்மில் பலர் இந்தியாவிலுள்ள மாமல்லபுரத்துச் சிற்பங்கள், தஞ்சை பெரியகோவில், சபரிமலை ஐயப்பன், திருக்கழுங்குன்றம், அன்னை வேளாங்கண்ணி போன்ற திருத்தலங்களுக்கும் வரலாற்றுப் புகழ்மிக்க இடங்களுக்கும் அல்லது சாயிபாபாவின் புட்டபத்திக்கும்தான் செல்வதைப் பெருமையாகக் கொள்வர். ஆனால் தோழர் டானியல் சாதிக்கொடுமையால் சேரிகளில் வாழ்ந்த தலித்துகளைச் சந்தித்து அவர்களின் வரலாற்றை அறிந்து கொண்டார் என்பது அவர் கொண்ட இலச்சியத்திற்காக எவ்வாறு

உயர்ந்த மனித நேயத்துடன் வாழ்ந்து காட்டினார் என்பதைப் புலப்படுத்துகிறது" (ப.26).

தமிழீழ எழுத்தாளர் டானியலின் நாவல்களில் 'தலித்' மக்களின் கடும் உழைப்பு, தியாக உணர்வு முதலிய நற்குணங்கள் வெளிப்படுகின்றன. 1972-இல் டானியல் எழுதிய முதல் நாவல் பஞ்சமர். இப்புதினம் குடியாட்சி உணர்வுடன் பஞ்சமர் சாதியைச் சேர்ந்தவர்களின் இயக்க அடிப்படையில் சாதி இழிவுகளுக்கு எதிராகத் திரண்டெழுந்து போராடத் தொடங்கிய வரலாற்றை விளக்குவதாகும். கதை சொல்லும் கலை கைவரப் பெற்ற டானியல் தன் அனுபவங்களின் பின்னணியில் இந்நாவலை எழுதியுள்ளார். இந்நாவல் இலங்கை யாழ்ப்பாண நகரப்பின்னணியில் எழுதப்பட்டுள்ளது. அதில் வட்டாரப் பேச்சு வழக்குகள் அதிகமாக இடம் பெற்றுள்ளன. மனிதர் - வாழ்க்கை - சாவு முதலியவற்றைப் புதிய தரிசனத்தில் புதிய அழகோடு வெளிப்படுத்துகிறது பஞ்சமர். மனித சமூக உறவுகளைப் புதிய முறையில் அமைத்து அதனை மாற்றியமைப்பதற்கான போராட்டம் இந்நாவலில் இடம் பெற்றுள்ளது. பஞ்சமர் நாவலில் இராண்டாம் பக்கத்தில்.

"இப்ப பள்ளியன் கூட, கூலியைப் பேசுங்கோ அருவி வெட்டவர எண்டு கேக்கிறாங்கள்.. பள்ளரும் எங்களுக்கு தட்டுவத்திலை சோறும் வேண்டாம், உங்கடை கூலி நெல்லும் வேண்டாம் காசாச் சம்பளத்தை தாருங்கோ எண்டு என்னட்டையே கேட்டிட்டாங்கள்... ம் ... என்ன செய்கிறது அவன் கோவியக் கந்தையாவின்ர மிசினையும் பிடிச்சு நாளஞ்சு பள்ளரையும் பிடிச்சு ஒரு மாதிரி ஒப்பேத்திப் போட்டன்... இந்த அருவி வெட்டுக்கும் மிசின் வந்துதெண்டால் ஒரு கரைச்சலுமில்லை, பள்ளர் பள்ளியன் எழுப்பம் விடாயினம்."

சின்னக் கமக்காரச்சியின் இந்த வார்த்தைகளில் கிராமத்து விவசாயக் கூலிகளின் போராட்டத்திற்கெதிராக விவசாய இயந்திரமயமாக்கலை சிந்திக்கும்போக்கு வெளிப்படுகின்றது. அத்துடன் இன்றைய தொழிலாளர்களின் வேலை நிறுத்தத்திற்கு எதிராக பல்தேசிய நிறுவனங்கள் கணினிமயப்படுத்தலை தீவிரமாக்கும் போக்கும் எமது கண்முன் விரிகிறது.

பஞ்சமருக்குப் பின் வந்த கோவிந்தன், அடிமைகள், கானல், தண்ணீர் போன்றவை சற்று பின்னோக்கி வரலாற்றுப் போக்கில் சாதியக் கொடுமைகளையும், நிகழ்வுகளையும் வெளிப்படுத்தி நிற்கின்றன. இவற்றில் கானலின் களம் சற்று வேறுப்படுகின்றது. பாத்திர வார்ப்புகள் சிறப்பாக அமைகின்றன. 1975இல் வெளிவந்த 'போராளிகள் காத்திருக்கின்றனர்' என்ற குறுநாவலில், அன்பைப் போதிக்க வந்த மதங்கள் மக்களை ஒடுக்குவதற்கு அதிகார வெறியர்களின் கையில் கருவிகளாக இருப்பதைக் காட்ட,

"முஷ்டியை உயர்த்தி மேசைமேல் பலமாகக் குத்தினான் முத்துராசன். மேசை அந்தத்தில் கொலுவிருந்த அந்தோனியார் திருச்சொரூபம் சரிந்து நிலத்தில் வீழ்ந்து நொறுங்கிப் போயிற்று" (போராளிகள் காத்திருக்கின்றனர், பக் - 104) என்று தீவிர உணர்வு நிலையில் நின்று காட்டிய டானியல் கானல் நாவலில் மிக நிதானமாக அதே உணர்வை வெளிப்படுத்துகிறார். சாதி, இன, மத பேதங்களை அகற்றுவதிலும், ஒடுக்குமுறைகளை இல்லாமற் செய்வதிலும் 'பட்டகினி' என்று சிங்களத்தில் கூறப்படும் 'வயிற்று நெருப்பை' பசித்துயரை ஒழிப்பதிலும் மதங்களால் மனிதகுலத்திற்கு எதுவும் செய்யமுடியவில்லை என்பதை ஞானமுத்துப் பாதிரியாரின் கண்ணீரால் எழுதிக் காட்டுகிறார் டானியேல்.

பஞ்சமரின் கதை மனிதர்கள் கள்ளுக்கடையிலும் சூதாட்டத்திலும் பாதை முரங்களின் குக்கிராமங்களிலும் எஜமானர் வீடுகளின் அடிமைப் பட்டிகளிலிருந்தும் எடுத்தாளப்பட்டிருக்கிறர்கள். இந்த அவல வாழ்க்கையின் ஊடாக, இவர்கள் பெறும் சர்வ சாதாரணமான அனுபவங்களே படிப்படியாய் முதுமைபெற்று அரசியல் பரிணாமம் எய்தி தத்துவபலமும் பெற்று உலகளாவிய ஒரு நம்பிக்கையின் சார்பாக நின்று போரிட இவர்களை வளர்த்துவிட்டிருக்கிறது. ஜாதி எதிர்ப்பு என்ற குறுகிய நிலையில் தன்பலத்தை உணர்த்த இந்தக்கூட்டம் உலகளாவிய அடிமைத்தனத்தை நொறுக்கும் பரந்த லட்சியத்துக்கு தங்களை ஆகுதிசெய்து கொள்ளப்பாய்கிறது. வாழ்விழந்துபோன சகல மனிதக்கூட்டங்களின் உரிமைகளையும் வென்றுகொண்டுவரும் பெருங்கூட்டத்தை சாடும் பெரும்பொறுப்பையும் இந்த நாவல் சுட்டிக்காட்டுகிறது. வாழ்விழந்த மக்களுக்கான

போராட்டங்களின் நடவடிக்கைகள் செயல்பாடுகள் யாவும் அதற்குத் தலைமை தாங்குகிறவர்களின் வர்க்க சுபாவங்களுக்கு உட்பட்டவையாகவே இருக்கும் என்ற நடைமுறை உண்மையையும் இந்த நாவல் அற்புதமாகச் சித்தரிக்கிறது. இன்னும் இந்த நாவல் விரிவான பாராட்டுக்கும் ஆய்வுக்கும் அழகியல் உண்மைகளுக்கும் இடம் தருகிறது.

போராளிகள் காத்திருக்கின்றனர்

இந்நாவல் மண்டைத்தீவு மீனவர்கள் பற்றியது. மனித உணர்ச்சிகளின் அடிப்படையில் தொழிலாளர் இனம் ஒன்றுபட்டுப் போராடுவது சுட்டப்படுகிறது. இது வட்டார நாவலாகத் திகழ்கிறது. அடிநிலை மக்கள் வாழ்க்கையையும், பிரச்சினைகளையும் எழுத்தில் வழங்கும் முயற்சியில் தமிழ் மக்களிடையே அடக்கு முறையின் வடிவமாக இருக்கும் சாதிப்பிரச்சினைகளையும் பற்றி எழுதியுள்ளார்.

தந்தை இறந்துபோக அம்மாவின் இரண்டாம் தாரமாக வந்த சிறிய தந்தையின் அன்புடனும், அம்மாவின் அன்புடனும் இரயில்வே துறையில் பணிபுரிந்து வருகிறார் ஞானமுத்து. சில நாட்களுக்குப் பிறகு அவ்வேலையை விட்டுவிட்டு குருமடம் செல்கிறார். குருபட்டம் பெற்று ஏழை எளியவர்களுக்காகவும் திக்கற்ற மனிதர்களுக்காகவும், நியாயத்திற்காகவும் பாடுபட்டு ஞானமுத்துப் பாதிரியாகிறார். இவர் சமூக சீர்திருத்தத்தை ஏற்படுத்த மக்களைத் தன் வழிப்படுத்த நினைக்கிறார். ஆனால் கடைசியில் உயர்சாதி மக்களுக்கு ஒத்துப் போகவேண்டிய கட்டாயம் ஏற்படுகிறது.

பாதிரியார் நல்ல பண்பாளர். அன்பு குணம் படைத்தவர். எந்த ஒரு செயலையும் தன்னம்பிக்கையோடு செயல்படுபவர். பின்தள்ளப்பட்ட மனிதர் வாழும் கிராமங்களில் கோயிலைக் கட்டி அதனால் பல இன்னல்களை அனுபவித்து, கிராமங்களில் பசியோடும் பட்டினியோடும் இரவுகளைக் கழித்து, சாதிவெறியர்களால், அவமதிப்பிற்குள்ளாகுகிறார். மேலும் கல்வியறிவில்லாத சிறுவர்களுக்குக் கல்விச் செல்வம் கிடைக்கவழி செய்கிறார். நன்னியனுக்கும் அவன் குடும்பத்தாருக்கும் உதவி செய்கிறார். இளையவனுக்கு விடுதலை வாங்கித்தருகிறார். பெரிய கலட்டியில் மாதா

கோயில் கட்டுகிறார். துன்பப்படுகிறவர்களின் துன்பத்தைப் போக்கி அவர்களுக்கு வழிகாட்டத் தன்னை அர்ப்பணிக்கிறார். மிகுந்த சிரமப்பட்டு மக்களுக்கு வேலை வாங்கித் தருகிறார். தன்னம்பிக்கையோடு செயல்படும் இவர், இறுதியில் வயிற்றில் பசி என்ற நெருப்பை கட்டிக்கொண்டிருக்கும் இளையவனிடம் தோற்றுப் போகிறார். அவர் தோற்றுப் போகுமுன் கண்டவையெல்லாம் வெறும் கானலாகிறது. பசி, பட்டினி, பஞ்சம் என்பவைகளை அவரால் தனித்து நின்று வென்றுவிட இயலவில்லை. இது இவரது தன்னம்பிக்கையையும், நற்பண்பினையும் வெளிப்படுத்தும் விதமாக உள்ளது.

நன்னியன், தம்பன், பூக்கண்டர், தம்பாப்பிள்ளை, வெள்ளச்சியம்மாள், நெஞ்சுச்சுப்பன், சந்தியாபிள்ளை ஆகிய பிற பாத்திரங்களின் பண்பு நலன்களும் குறிப்பிடத்தகுந்தது.

நன்னியன், நல்லமுறையில் தம்பாப்பிள்ளை வீட்டில் வேலை பார்த்து வருகிறான். இவனுக்கு மூத்தவன், இளையவன், சின்னி என்று மூன்று பிள்ளைகள். இவன் உழைப்பில் சிறந்தவன். தாழ்த்தப்பட்ட வகுப்பைச் சேர்ந்த இவன் மகள் சின்னி, தம்பா பிள்ளையின் தங்கை வீட்டில் வேலை செய்கிறாள். சின்னியின் கற்புக்குக் களங்கம் ஏற்பட்டதினால் தம்பாப்பிள்ளை தங்கையின் வீட்டிலிருந்த சின்னியை அழைத்து வருகிறான் நன்னியன். இதனால் தம்பாப்பிள்ளைக்கும் இவனுக்கும் மோதல் ஏற்பட, விதானையான் இவனை அடிக்கிறான். இதைப் பார்த்த இளையவனும் மூத்தவனும் அதிர்ச்சி அடைகின்றனர். ஆத்திரத்தால் மூத்தவன் விதானையானைக் கொலை செய்கிறான். மூவரும் சிறைக்குச் செல்ல வேண்டிய கட்டாயம் ஏற்படுகிறது. இவன் வாழ்க்கை மண்வெட்டியுடனும் வயல்களுடனும் இணைந்தது.

தம்பன், சின்ன கலட்டி மக்களுக்கு அடைக்கலம் தந்து அம்மக்களுக்கு உதவி செய்கிறான். நன்னியன் குடும்பத்துக்கு நண்பனான இவன், பெரிய கலட்டியில் மாதாகோயில் கட்டுவதில் பெரும்பங்கை எடுத்துக் கொள்கிறான். கோயிலில் பொறுப்பேற்கிறான். பூக்கண்டருக்கும் இவனுக்கும் நெருங்கிய பழக்கம் இருந்து வருகிறது. நன்னியன் மகன் இளையவனுக்கும் மகள் சின்னிக்கும் தனித்தனியே திருமணம் நடத்தி வைக்கிறான். இவன் நல்ல குணம் படைத்தவன். இனம் பிரிக்காது ஒன்றாக

வாழவேண்டும் என்ற எண்ணம் கொண்டவன். இவ்வாறு, பல்வேறு வகையில் நல்ல செயல்களையே செய்கிறான்.

உயர் சாதியைச் சேர்ந்த வறுமைப்பட்ட விவசாயியான பூக்கண்டர் கலட்டி மக்களுக்கு இருக்க இடம் கொடுக்கிறார். நன்னியன் மகள் சின்னியின் திருமணத்தில் பெரும்பங்கை எடுத்துக் கொள்கிறார். இவரிடம் சாதிய உணர்வுகளைவிட வர்க்க உணர்வுகளே மேலோங்கி நிற்கிறது. அவ்வப்போது பொதுவான மனித நீதிகளை மனம் திறந்து சொல்வார். தனியான போக்குடைய இவர் கலட்டி மக்களிடம் நற்பெயரைப் பெறுகிறார். தாழ்த்தப்பட்ட மக்கள் அனைவரும் கிறித்தவர்களாக மாறிய பின்பு இவரும் கிறித்தவராகிறார். மனிதாபிமானியாக வரும் இவர் அடிக்கடி தம்பனிடம் பல யோசனைகளைச் சொல்வதோடு உயர்சாதிகளிடையே கெட்ட பெயரையும் சம்பாதிக்கிறார்.

நாவலின் தொடக்கத்தில் இளையவனாக வரும் இளையவன், கிறித்தவனாக மாறுகிறான்; எந்தக் குற்றமும் செய்யாமல் சிறைக்குப் போகிறான்; கதையில் ஒரு திருப்பத்தை ஏற்படுத்தும் பாத்திரமாக வரும் இவன் நாட்டில் உள்ள கோடிக்கணக்கான மக்களையும், பாதிரிகளையும் சிந்திக்க வைக்கிறான். கதை முடிவுக்கும் தாழ்த்தப்பட்ட மக்களின் கொடுமைக்கும் தன்னை வெண்மைபடுத்திக் கொள்ளும் பாதிரிகளுக்கும் ஒரு சவாலாக அமைகிறது இப்பாத்திரம்.

கலட்டி மக்களுக்கு வேதம் கற்றுக் கொடுக்கவருபவர் சந்தியாப் பிள்ளை உபதேசியார். இவர் வெளியில் சாதிவேறுபாடு பார்க்காதவர் போல் நடிப்பார். வேதம் சொல்லிக் கொடுக்கும் இவர் தாழ்ந்த சாதி வீடுகளில் தண்ணீர் குடிப்பது கிடையாது. தாழ்த்தப்பட்ட சின்னியின் தாவணியை உயர்சாதி நயனாத்திகள் இழுத்தபோது எங்கே கோயில் கட்டுவது நின்றுவிடுமோ என நினைத்தாரே தவிர அந்தச் சம்பவத்துக்காக எந்த ஒரு வெளிப்பாடும் அவரிடம் தெரியவில்லை.

நாவலில் மக்கள் ஒரு சமூக அமைப்பின் கட்டுக்கோப்பிலிருந்து இன இழிவுகளைப் போக்கிட வேறோர் சமூக அமைப்பை எவ்வாறு நாடுகிறார்கள் என்பதை ஆசிரியர் தெளிவாகவே கூறுகிறார். இந்நாவல் சமுதாய நோக்கில்

எழுதப்பட்டுள்ளது. சாதி ஒழிப்பு இயக்கங்கள் பார்க்கத் தவறியதும், தாழ்த்தப்பட்ட மக்கள் கேட்கத் தவறியதும் ஆன செய்திகள் இந்நாவலிலே விருப்பு வெறுப்புகளுக்கு இடமில்லாமல் கூறப்படுகின்றன.

மானுட வாழ்வில் மதம் வகிக்கும் இடத்தையும், அதிலிருந்து மாறுபட்டு, சாதியம் வேர்பிடித்திருக்கும் வித்தியாசத்தையும், சாதி இழிவுகளுக்கு மதமாற்றம் தீர்வாகாது என்பதையும், சாதியத்தின்முன் கிறித்தவம் தோற்றுப்போகிறது என்பதையும் புதிய ஜனநாயகப் புரட்சியே சாதி ஒழிப்பின் நிபந்தனை எனவும் இந்த நாவலில் சுட்டப்படுகிறது.

இந்நாவலில் இடம்பெறும் கீழ்ச்சாதி மக்கள் கிறிஸ்தவர்களாக மாறுவதற்குப் பல எதிர்ப்புகளை எதிர்நோக்கி, கோயில் கட்டுவதற்கு உழைப்பைக் கொடுத்து இரவு பகலாகக் கண்விழித்து சாதி இழிவுகளைப் போக்க நினைக்கின்றனர். ஆனால் அங்கும் உயர் சாதியினர் மதத்தில் ஊடுருவி ஆதிக்கம் செலுத்தத் தொடங்கும்போது பாதிரியார் உயர் சாதியினருக்கு ஆதரவாகவே போக நேர்கிறது. மதத்திலிருந்து சாதியம் பிரியும் இடத்தை ஆசிரியர் இந்நாவலில் தெளிவாகக் காட்டியுள்ளார்.

வேதம் சொல்லிக்கொடுக்க வரும் சந்தியாப்பிள்ளை உபதேசியாருக்குத் தண்ணீர் தேவைபட, தம்பன் ஒருவனை அனுப்பித் தூய்மையான பாத்திரத்தில் பூக்கண்டர் வீட்டில் தண்ணீர் கொண்டுவா என்கிறார். எனவே மதம் மாற்றம் சாதிமாற்றத்தை ஏற்படுத்தவில்லை என்பது தெளிவு.

பூமணி

தலித் வாழ்க்கையைப் பற்றி எழுத தலித் சமூகத்திலிருந்தே வந்த முதல் எழுத்தாளர் பூமணி. 1976இல் வெளிவந்த அவரது ‘பிறகு’ என்ற நாவல் உடனே தமிழ் இலக்கியத்தில் ஒரு மைல்கல்லெனும் முக்கியத்துவம் பெற்றது. பூமணியின் முதலிரண்டு நாவல்களான பிறகுவும் வெக்கையையும் வெவ்வேறு காரணங்களால் தலித் நாவல்கள் என அடையாளப்படுத்தப்பட வேண்டியன. ஊர், சேரி எனப் பிளவுண்ட வெளிக்குள் ஊரில் வாழும் பிற சாதியாளர்களுக்குச் சேரியில் வாழும் தலித்துகளின் வேலைகள் எத்தகைய உறவு நிலை கொண்டன என்பதை யதார்த்த பாணியில் வெளிப்படுத்திய நாவல்கள், நீர்

இறைப்பதற்கான தோல்பெட்டியோடு, செருப்புத் தைக்கும் தொழிலைப் பரம்பரையாகச் செய்து வருபவர்கள் சக்கிலியர்கள். ஒரு செருப்பு தைக்கும் தொழிலாளி தனது வாழ்தலுக்காக வேறு வேறு கிராமங்களுக்கு இடம் பெயர்ந்து செல்வதும் மாறிவரும் வேளாண்மைத் தொழிலில் அவனது தொழில் சார்ந்த தேவைகள் குறைந்து வருவதும் அதனை எதிர்கொள்ளும் போக்கில் அவனது குடும்ப வாழ்க்கையில் ஏற்படும் நெருக்கடிகளுமெனப் பிறகு வடிவங்கொண்டுள்ளது. இப்படியான சேரி வாழ்க்கை தங்களுக்கு விதிக்கப்பட்ட வாழ்க்கையெனக் கதாபாத்திரங்கள் நம்பும் தொனிகளே நாவல் முழுவதும் உண்டு. ஊரில் வாழும் பிறசாதி மனிதர்கள் மீது பொறாமையோ கோபமோ கொள்ளாத - எதிர்நிலையாகக் கருதாத சேரி மனிதர்களே பிறகுவில் வரும் சேரி மனிதர்கள்.

பிறகு

'பிறகு' நாவல் அழகிரி என்னும் செருப்பு தைப்பவனின் வாழ்க்கையைச் சொல்கிறது. அழகிரிக்கு இன்னொரு கிராமத்திலிருந்து அழைப்பு வரவே அங்கு செல்கிறான். அழகிரி மிகவும் அடக்கமானவன். அமைதியான குணம் கொண்டவன். அவனுக்கு என்ன இன்னல் வந்தாலும், யாரென்ன கெடுதல் செய்தாலும், இதுதான் தனக்கு விதிக்கப்பட்டது என்று ஏற்று அமைதி அடைபவன். தணிந்து போவதையும் ஒரு புன்சிரிப்போடு, கௌரவத்தோடு ஏற்பவன். கருப்பன் என்று ஓர் அநாதைச் சிறுவன் அவனை வந்தடைகிறான். அந்தச் சிறுவனையும் அழகிரி தன் அணைப்பில் பாதுகாப்பில் வைத்துக்கொள்கிறான். கருப்பன் ஒரு சிறுவன்தான்; அநாதைதான்; பலமற்றவன்தான். ஆனாலும், அவனை வந்து சேரும் துன்பங்களையெல்லாம் கிண்டலோடு, கவலையற்று சந்திப்பவன். எதுவும் அவனை நிலைகுலையச் செய்வதில்லை. மாறாக, அவனது கேலியும், பயமின்மையும் மற்றவர்களைத்தான் நிலைகுலையச் செய்யும். ஒரு தலித் இப்படித்தான் தனக்கு விதிக்கப்பட்டுவிட்ட அவல வாழ்க்கையை எதிர்கொள்ள வேண்டியிருக்கிறது. அவனுடைய கிண்டல்தான் அவனிடமிருக்கும் பலமான ஆயுதமும்; அரசியல் போராட்டத்துக்கான ஆயுதமுமாகும்.

பிறகு நாவலின் தொடக்க வரிகளே இப்படி அமைகிறது, "ஏலேய் சக்கிலித்தாயிளி மாடுபாருடா படப்புல மேயிறத கண்ணவிஞ்சா போச்சு வாய்க்கு வந்தாத் தெரியுமா."

1979ல் வெளிவந்த பூமணியின் 'பிறகு' நாவல், தலித்துகளில் குறிப்பாக சக்கிலியர்களின் வாழ்வியலைப் பேசுகிறது. இந்நாவலில் அழகிரி தன் மனைவி காளி, குழந்தை முத்துமாரி ஆகியோருடன் மணலூத்து கிராமத்திலிருந்து துரைச்சாமிபுரத்திற்கு குடிபெயர்கிறான். தன் கிராமத்தினரின் அனுமதியின் பேரில் துரைசாமிபுரத்திற்கு அடிமை வேலையின் நிமித்தம் அழைத்து வரப்படும் அழகிரிக்குடும்பம் அங்குள்ள ஆதிக்கச்சாதி நாய்க்கமார்களின் அழைப்பின் பேரில், தனது தோல் தைக்கும் தொழிற் கருவிகளுடன் புறப்படுகிறான். நாய்க்கமார்கள் தெலுங்கு பேசினாலும் அழகிரி சாதியும் தெலுங்கு பேசினாலும் அழகிரி அவர்களின் மாட்டுத்தொழுவத்தில் வைத்து உணவு கொடுக்கப்படுவதன் வழி, சாதிய கட்டமைப்பு தன்னை உறுதி செய்து கொள்கிறது. ரெங்கராமானுஜ நாய்க்கர் என்ற வில்லிச்சேரி முதலாளியின் கொத்துக்காணியில் அழகிரிக்கு வேலை கிடைக்கிறது. கமலைப் பூட்டித் தண்ணீர் இறைக்கும் தோல்பை தைப்பதுடன், செருப்புத் தைப்பதையும் தொழிலாகக் கொண்டு வாழ்க்கையைத் தொடங்குகிறார். நோயாளியான மனைவியை தன் வருமானத்திற்கு மேலாகச் செலவழித்து மருத்துவம் பார்த்தும் காளி இறந்துவிடுகிறாள். கந்தையா போன்றவர்களின் வற்புறுத்தலின் பேரில், குடி போதை தந்தையை மட்டும் கொண்ட, மதுரை மாட்டுத்தாவணியில் சாணி அள்ளி, குப்பைப் பொறுக்கிக் கூலி வேலை செய்யும் ஆவுடையை மனைவியாக ஏற்றுக்கொள்கிறார். ஆவுடை, முத்துமாரியை கண்ணுங்கருத்துமாகப் பார்த்துக் கொள்கிறாள். அவளுக்காகத் தான் குழந்தைப் பெற்றுக்கொள்வதுமில்லை அவள். முத்துமாரி வளர்ந்து பூப்படைகிறாள். அழகிரி குடும்பத்தை அத்தை மாமன் என்று உறவு சொல்லிப் பழகும் ஊர்க்காளி மேய்க்கும் கருப்பனை தன் தம்பியாக ஏற்று, உண்மையான தாய்மாமன் யாரும் இல்லாததால், மகள் முத்துமாரிக்கு ஆவடை குடிசைக் கட்டச் சொல்கிறாள்.

மது அருந்தாத, மாட்டுக்கறி உண்ணாத அழகிரி, வில்லிச்சேரி முதலாளியின் வண்டிக்காளை ஒன்று கலொடிந்து இறக்க, அதைப் பங்கு வாங்காமல் இருந்தால் சக்கிலியத்தொரைக்கு

இந்த அளவுக்கு நெஞ்சழுத்தமா எனப் பொல்லாப்பு வருமென எண்ணி அதை மற்றவர்களுக்குத் தர எண்ணி பாத்திரத்தை எடுத்துச் செல்கிறார். அப்பொழுது பக்கத்து வீட்டு மாடசாமி மனைவி வீரியை, அப்பையா நாய்க்கர் புணர்ச்சிக்கு வற்புறுத்த, அதைக்கண்ட அழகிரி அவரை அடித்து உதைத்து, திருந்திக் கொள்ளும்படி எச்சரிக்கை விடுத்து அனுப்புகிறார். பழிவாங்க நினைக்கும் அப்பையா ஊர் பஞ்சாயத்தைக் கூட்டி, தன் கமலைச் சாமான்களை அழகிரி திருடி விட்டதாகப் பழியைப் போடுகிறார். உண்மையைக் கூறினால் வீரியின் குடும்பம் சிதையும் என எண்ணிய அழகிரி எதுவும் கூறாததால் பழிக்கு உரியவராகிறார்.

பக்கத்து ஊர் செவல்பட்டி முத்து முருங்கன் மகன் வயிரவனுக்கு முத்துமாரியை மணம் முடித்துக் கொடுக்கின்றனர். இவர்களுக்குச் 'சுடலை' என்ற ஆண் குழந்தை பிறக்கிறது. இராணுவத்தில் சேர்ந்த வயிரவன் பின்னாளில் முத்துமாரியை விவாகரத்து செய்வதுடன் வடநாட்டுப் பெண்ணைத் திருமணம் செய்து கொள்கிறான். மீண்டும் முத்துமாரியை அய்யன்குளத்தைச் சேர்ந்த முனியாண்டிக்கு மணம்முடித்துக் கொடுக்கின்றனர். இவர்களுக்குப் பெண் குழந்தைப் பிறக்கிறது. அப்பொழுது வயிரவன் இறந்த செய்தியைக் கேட்டு, முத்துமாரி அவனது இறப்பிற்கு சென்று வருகிறாள். முனியாண்டி ஒரு கட்டத்தில் புத்திபேதலித்து முத்துமாரியை அடித்துத் துரத்துவிடுகிறான். சுடலையை தன் தந்தை அழகிரியிடம் அனுப்பிவிட்டு, தன் மகளோடு கிணற்றில் குதித்துத் தற்கொலை செய்து கொள்கிறாள். சுடலை மீண்டும் அழகிரியிடம் வளரத் தொடங்குகிறான்.

தலித்துகளின் வாழ்வியல் நிலை எந்தவித புனைவுகளுக்கும் இடம் தராமல் இயல்பின் போக்கில் அதன் மலர்ச்சிகளை தாழ்ச்சிகளை கோபங்களை இயலாமைகளை அழகிரி மற்றும் முத்துமாரி, சக்கணன், கருப்பன் போன்ற பாத்திரங்கள் மூலம் இந்நாவல் உண்மையை, வரலாறை, கலைத்துவ இயல்பை வெளிப்படுத்தியுள்ளது. மீண்டும் அழகிரி பாத்திரத்தைத் துலக்கிகொள்வோமானால், இதனைத் தெளிவாக்கிக் கொள்ளலாம்.

அப்பையாவுக்கும், வீரிக்கும் இருக்கும் தொடர்பை அறிந்தவராகவும் அழகிரி காணப்படுகிறார். வீரி, அப்பையாவைப் பார்த்து, "அவன் கண்டுகிட்டா (கணவன்)

என் பொழப்பு போயிடும், என்னக் கொன்னுருவான், ஒரு காடு கரையினு இல்லாம வீட்டுக்கு வந்து இந்தக்கூத்து பண்ணுறீங்களே, இது ஒங்களுக்கே நல்லாயிருக்கா?" (பிறகு, ப.84) என்று நியாயம் கேட்டுக்கொண்டிருக்க, அழகிரி அங்கு வந்து நிலைமையைப் புரிந்துகொண்டு அப்பையாவை அடித்து உதைப்பதுடன், "உன்னைச் சொல்லி குத்தமில்ல, இந்த கேடுகெட்ட சிறுக்கியைச் சொல்லணும்" (மேலது) என்று வீரியை விறகுச் சிராயில் 'சுரீர்' என அடிக்கிறார்.

பல இடங்களில் இலைமறை காயாகத் தலித்துகளின் வாழ்நிலை சொல்லப்படுகிறது. எடுத்துக்காடாக, கருப்பனும்-துரைசாமியும் சக்கிலியரில் அனாதையாகக் கருதப்படுகிறவர்கள். ஊர்ச்சோறு எடுப்பதுதான் இவர்களின் வயிற்றுப்பாட்டைத் தீர்த்துக்கொள்ள உதவுகிறது. இதே குடியில் வசிக்கும் சித்திரனும் அவனது தாயும் துரைசாமிக்குத்தான் பாத்தியப்பட்டவர்கள் என ஊரார் அறிவர். ஆனால் அது தேவையில்லாத செய்தியாக ஊராரும் பெரிதாகப் பேசிக்கொள்வதில்லை. நோய்நொடியால் இருக்கும் சக்கணன் குழந்தைப் பெற்றுக்கொள்ளத் தகுதியில்லாத நிலையில் வழிதவறியவள் சித்திரனின் தாய் என்பதை, துரைசாமிக்கு நல்ல சோறு அவள் வீட்டில் கிடைப்பதுமுண்டு எனச் சொல்லாமல் சொல்லப்படுகிறது.

கருப்பன் தனக்குள் குமையும் பாத்திரமாகவே இருக்கிறான். தன்னுடைய ஆசையை எதிர்ப்பை விருப்பத்தை வெளியிட முடியாமல் வலம் வருகிறான். போத்தி நாயக்கர் தன்னை அவமானப்படுத்தும் போதெல்லாம், தன்னை குடிசைக் கட்டச் சொல்லி, அதேசமயம் முத்துமாரியை மாறிமாறிக்கட்டிக்கொடுத்தும் பலனில்லாமல் போன அவள் வாழ்க்கையை ஏன் தனக்குத் தாரைவார்த்திருக்கக் கூடாது என எண்ணுபவன். போத்தி நாயக்கர் படப்பில் அவர் மாடு மேய்ந்ததற்காக என்மேல் ஏன் இப்படிப்பட்ட கடுஞ்சொற்கள் வீசப்பட வேண்டும் என்பது கருப்பனுக்குக் கோபம் வருவதாக இருந்தாலும் அவனால் ஒன்றும் செய்ய முடியவில்லை.

கருப்பன் உறவில்லாத அனாதை, ஆனால் அவன் உண்மையான அன்புடன் முத்துமாரியை நேசிக்கிறான். முத்துமாரிக்கு அது புரியவில்லை. விவாகரத்தும் மறுமணத்திலும்

பிரச்சினை உள்ள முத்துமாரியின் நிலைக்கு அவளுக்காக வருந்துவதா, இன்னும் தான் அவளைக் காதலிப்பதற்காகத் தன்னை வருந்துவதா, தன்னை மருமகனாக்கிக் கொள்ள விரும்பாத அல்லது அதைப்பற்றியே நினைக்காத அழகிரியை ஆவுடையை வெறுப்பதா என தனக்குள் புலம்பியபடியே இருக்கிறான்.

“உங்க அம்மா, அப்பா ரெண்டு பெரும் சேர்ந்து, அசலூர்ல போய்க்கட்டிக் கொடுத்தாக, நீ என்னடான்னா முக்காடு போட்டுக்கினு வார. உங்க அம்ம, அப்பாகிட்ட போய் சொல்லு இத்தன சனத்தில இங்கயே மாப்பிள்ளை கிடைக்கலயோ?” (ப.164) என்று ஆதங்கமே பட முடிகிறது கருப்பனால்.

நாவலில் பல இடங்களில் தலித்துகளின் நிலை அப்பட்டமாக முன்வைக்கப்பட்டுள்ளது. ஆதிக்க நாய்க்கமார்களின் தனிப்பட்ட சடங்குகள் சம்பிரதாயங்களுக்கும் தலித்துகள் பலியிடப்படுகின்றனர். ஊர்க்காளி மேய்க்கும் கருப்பன் சிறுவனாக இருக்கும் பொழுது, ஆதிக்க நாய்க்கமார்கள் மழை வரம் வேண்டி அவனுக்கு மொட்டை அடிக்கின்றனர். கரும்புள்ளி செம்புள்ளிக் குத்தி புத்தாடை உடுத்திவிட்டு கழுதை மேல் ஏற்றி ஊர்வலம் வரச்செய்து ஊரைவிட்டுத் துரத்தியடிக்கின்றனர். இப்படிச் செய்வதன் மூலம் ஊருக்குப் பீடை ஒழிந்து மழைக்கொட்டும் என்ற நம்பிக்கையில் ஒரு அனாதைச் சிறுவன் பலியாக்கப்படுகிறான்.

ஆதிக்கச் சாதியான சிரங்ககத்தம்மா என்பவர் வீட்டிற்கு சோறு எடுக்க வருகிறான் கருப்பன், நாய்க்கம்மவோ தன் கையில் அவனுடைய மண்சட்டிப் பட்டுவிட்டால் தீட்டு என்று சோற்றைத் சொத்தென்று போட, மண்சட்டி கீழே விழுந்து உடைகிறது. மீண்டும் ஒரு மண்சட்டி வாங்க கருப்பன் படாதபாடு படுகிறான்.

ஆதிக்கச் சாதியினர் நிலங்களில் வேலை செய்தாலும், அவர்களது கிணறுகளில் உள்ள தண்ணீரைக் குடித்தால் தலித்துகளுக்குக் கடுமையான தண்டனைகள் வழங்கப்படும் நிலையில், சக்கணன் மழைநீர் தேங்கிய இடத்தில் உள்ள தண்ணீரை எடுத்துக் குடித்துவிடுகிறான். அதில் மனிதமலம் கலந்திருப்பதை அவன் பின்னால் அறிந்து வருந்தினாலும்

தலித்துகள் பெறும் கடுமையான நோய்களுக்கு இவை போல பல காரணங்கள் இருப்பது நமது நெஞ்சைப் பிழிகிறது.

வீரியும் அப்பையாவிடம் பயத்தின் காரணமாகவே அவன் விருப்பங்களுக்கு சம்மதிக்கிறாள். "ஏ... கழுத ஞாயம் பேச வந்துட்டாயாக்கும். ஒம் பொழப்புக்கு வேட்டு வெச்சுருவன் பாத்துக்கோ. அட சும்மா... கெட... முக்காத் துட்டுக்கு சொச்சுத்திங்கிற நாயி" *(ப.83)* என்கிறான் அப்பையா. மேலும் நாய்க்கமார்கள் தலித்துகளின் தேர்தல் ஓட்டுக்களைத் தங்களுக்கு அனுகூலமாகிக்கொள்ள நாலுவகைக் காய்கறிகளுடன் அவர்களுக்குச் சமைத்துப்போட்டு, உண்ண உப்புக்கு விசுவாசமாக நடந்துகொள்ளும்படி எச்சரிக்கை செய்யப்படுகின்றனர். இப்படிப்பட்ட நிலைகளும் இந்நாவலில் காணலாகிறது.

நாவலில் அழகிரியின் துணிவுதான் அவர்களின் எதிர்காலத்திற்கு ஓர் ஒளிக்கீற்றாக நம்பிக்கைத் தருகிறது. வீரியை ஆக்கிரமிக்கும் அப்பையாவை உதைத்து, "சத்தம் போட்டீரு கொன்னு குழியத் தோண்டி வச்சிருவேன். யோவ் நீரு பணக்காரரா இருக்கலாம் அத ஒம்ம வீட்டுக்குள்ளதான் வச்சிக்கிறணும். இங்க வந்து மப்ப காட்டினா எலும்ப எண்ணிப் புருவேன். செருப்புத்தைக்கிற பெயகன்னா குனிஞ்சு குடுக்கனுமாக்கும். ஒன்ன பல்லக் கழட்டி வுடணும்யா. நீயெல்லாம் ஒரு பெரிய மனுசன் போல, மூணு புள்ளக்குத் தகப்பனா வேற ஆயிகிட்டீரு. உம்ம பொண்டாட்டி புள்ளையிட்ட சக்கிலிப்பெய வந்து நோண்டிட்டா மயிராண்டிக்கு ரோசம் பொத்துக்கிட்டு வரும்" *(ப.84)* என்ற குரல் ஒட்டு மொத்த தலித்துகளின் எதிர்ப்புக்குரலுக்கு எடுத்துக்காட்டாக அமைகிறது. இவ்வகையில் இந்நாவல் தலித் மக்களின் பொருளாதார-பாலியல் சுரண்டலை சாதியம் என்னும் வலைக்குள் வைத்து அதிகாரமாக எடுத்துக்கொள்ளப்படுவதை மெருகுடன் சொல்லுகிறது.

வெக்கை

தன் வாழ்க்கையில் குறுக்கிட்ட ஊர்மனிதன் ஒருவனை வெட்டிக் கொலை செய்துவிட்டுக் காட்டில் கோபக்கனலுடன் அலையும் ஓர் இளைஞனின் சித்திரத்தையும் அவனது குடும்பத்தினர் எதிர்கொள்ளும் மன உணர்வையும்

வெளிப்படுத்தும் நாவல் வெக்கை. கொலை செய்யப்பட்டதற்கான காரணங்களும் வெளிப்பட்டிருக்கும் நிலையில் சிறந்த நாவலாக அல்லது அந்த அம்சங்கள் இல்லாத போதிலும் தலித் நாவலாக அறியப்படும் தன்மைகள் கொண்டது வெக்கை. பூமணியின் பிறகுவிற்கும் ரீதி கதைகளுக்கும் பின்னால் வெக்கையை வாசிக்கிற பொழுது, அந்த இளைஞனின் ஆவேச வேட்கை சேரி சார்ந்த வெக்கையாக அறியப்படுவதைத் தவிர்க்க முடியாது எனலாம்.

செலம்பரத்தின் (சிதம்பரம்) அப்பா ஜின்னிங் ஃபாக்டரியில் வேலை செய்கிறார். ஃபாக்டரி முதலாளியின் நண்பர் வடக்கூரான் அந்த கிராமத்திலுள்ள எல்லா நிலங்களையும் தன்னுடைய சந்ததிகளுக்கு வளைத்துப்போட பார்க்கிறார். அப்படியே செலம்பரத்தின் குடும்பத்திற்கு சொந்தமான நிலத்தையும் வளைத்துப் போட பார்க்கிறார். நிலவிவகாரத்தால் உட்புகைச்சல் ஏற்பட்டு செலம்பரத்தின் அண்ணன் கொலையாகிறான். இந்த குடும்பப் பகையை மனதில் வைத்து, இருள் கவிழ்ந்த மாலை நேரத்தில் செலம்பரம் வடக்கூரானை வெட்டி வீழ்த்துகிறான். தன்னைப் பிடிக்க வருபவர்கள் மீது கையெறிகுண்டை வீசி தப்பிக்கிறான். இதனை அவனுடைய அப்பாவும், மாமாவும் தெரிந்துகொள்கிறார்கள். எனவே விரைவாக செயல்பட்டு செலம்பரத்தின் அம்மா, தங்கை இருவரையும் அவனுடைய சித்தியின் ஊருக்கு அனுப்பிவிடுகிறார்கள். ஆசையாக வளர்த்த நாயையும், ஆடுகளையும் அத்தையின் பராமரிப்பில் விட்டுவிட்டு தலைமறைவாக வாழப் புறப்படுகிறான்.

கிணற்றடி, பனைக்கும்பல் இருக்கும் நீரோடை, நாணல் புதர், மலையடிவாரம், உச்சிமலை இடுக்குப் பாறை, கல்பொந்து, கோவில் மச்சு என்று எங்கெல்லாம் அப்பாவும் மகனும் செல்கிறார்களோ அங்கெல்லாம் நம்மையும் அழைத்துக் கொண்டு போகிறார்கள். ஒளிந்து வாழும் இடத்தில் கிடைத்ததை சமைத்து சாப்பிடுகிறார்கள். இருவரும் தனிமையில் பேசும் சின்னச் சின்ன உரையாடல்களிலும், அளவான வாக்கியத்தாலும் கதை அழகாக நகர்கிறது. "அப்பா, அம்மா, மாமா, அத்தை, அண்ணன், தங்கை, தம்பி, சித்தி, சித்தப்பா, நாய், ஆடு" என்று நாவலே அன்பால் பிணைக்கப்பட்டுள்ளது. மறைந்து வாழ்ந்தது போதும் என்று முடிவெடுத்து இருவரும் நீதிமன்றத்தில் சரணடைய செல்வதுடன் நாவல் முடிகிறது.

ஒரு மாலை நேரத்தில் ஓட்டலில் சாப்பிட்டுவிட்டு வரும் வடக்கூரானை சிதம்பரம் வெட்டுகிறான். பிடிக்க வருபவர்கள் மீது கையெறிகுண்டை வீசித் தப்பிக்கிறான். அவன் ஊருக்குச் செல்வதற்குள்ளாகவே செய்தி ஊரை எட்டிவிட்டிருக்கிறது. சிதம்பரம் அரிவாளைக் கழுவிவிட்டுப் பதுங்கிநடந்து ஊருக்குள் நுழைகிறான். அவனுடைய மாமா அவனுக்காகக் காத்திருக்கிறார். தேர்ந்த வேட்டைக்காரன் போல சிதம்பரம் ஊருக்குள் செல்லும் காட்சியிலேயே நாவல் எத்தகையது என்று வாசகர் ஊகித்துவிட முடிகிறது. துண்டால் செண்டா காட்டி தன்னை அடையாளப்படுத்துகிறான். மாமா 'ஆரது?' என்னும்போது 'நம்மாளுதான்' என்கிறான். 'நம்மாளுன்னா?' 'பெரியமனுசனா வாங்க வாங்க' என்று மகிழ்ச்சியுடன் வரவேற்கிறார். வடக்கூரானின் ஆட்கள் திருப்பியடிக்க வந்துவிடுவார்களோ என்ற எண்ணத்தில் அவர்கள் காவலிருக்கிறார்கள். மாமா சிதம்பரத்தின் அம்மா, தங்கை இருவரையும் அவனுடைய சித்தியின் ஊருக்கு அனுப்பிவிட்டிருக்கிறார். நாயும் அப்பாவும் வேறுபக்கமாகச் சென்றிருக்கிறார்கள்.

சரசரவென உறவுகள் அறிமுகமாகிக்கொண்டே இருப்பதுதான் வேகமாக ஓடும் இந்த நாவலின் அழகு. சிதம்பரம் அப்பாவைப்பற்றித்தான் கேட்கிறான். 'அய்யாவுக்குத் தெரியுமா?'. மாமா கச்சிதமான பதிலைச் சொல்கிறார் 'அவரு பெத்த பயதானே நீ?' உண்மையில் சிதம்பரம் வெட்டுவதை அப்பா கண்டிருக்கிறார். ஓடிவந்து 'நம்ம செவலக்குட்டி மொசலெடுத்திருக்கான்' என்று சொல்லிவிட்டு அவர் அப்பால் சென்றிருக்கிறார். பின்னர் அப்பாவைச் சந்திக்கும்போது மேலும் மேலும் உறவுகளின் உணர்ச்சிகரமான வலை விரிகிறது "எக்குதப்பா எறங்கி லாவநட்டம் வந்தா என்னாகிறது? ஏற்கனவே மூத்தவனையும் வங்கொலையா சாகக்கொடுத்தாச்சு. நீ ஒருத்தன் தான் இருக்க. ஒன்னவும் பறிகுடுத்துட்டு நாங்க பொழைக்கவா? மொதல்ல ஒன் அத்தைக்கும் மாமாவுக்கும் சொல்லி முடியுமா? மனுசி அழுதே செத்திருவா" உடைமுள் கூட்டங்கள் ஒன்றுடன் ஒன்று பின்னிப்பிணைந்து ஒரே படலமாக ஆகிவிட்ட உறவுகளைக் காட்டுகிறதென்பதே வெக்கையின் நுட்பம்.

விசித்திரமான முறையில் வன்முறையும் அன்பும் கலந்த ஒரு வெளியாக இருக்கிறது வெக்கையின் கதைப்புலம்.

பொட்டல்களில், மலைப்பாறைகளில் தங்குகிறார்கள். சமைத்துச் சாப்பிடுகிறார்கள். ஒவ்வொருமுறையும் பையன் சாப்பிடுவதை, வசதியாகத் தூங்குவதைப்பற்றி அப்பா கவலைப்படுகிறார். 'தனியா இருந்துக்கிடுவியா?' 'எனக்கென்ன பயம்?' 'அதுக்குச் சொல்லல.. பேச்சுத்தொணையில்லாம கெடந்தா மனசுக்கு ஒருமாதிரியா இருக்கும். ஆயுந்தந்தான் பேச்சுத்தொண. அருவாள எடுத்து தலைக்கு வச்சுக்கோ. தூக்கம் சொக்கீட்டு வரும். வேட்டுகள மானாங்காணியா வச்சிட்டு அயத்து மறந்து பெரண்டு படுத்துரக்கூடாது' அப்பாவின் குரலில் இருக்கும் அன்பும் அக்கறையும் ஆயுதத்தையும் உள்ளடக்கியிருக்கிறது. கிளம்பும்போது அன்புடன் சொல்கிறார் 'எவனாவது ஒத்தைக்கொத்தைக்கு வந்து லாந்தினான்னா ஓடீறாத. மலப்பொரும்புக்கு பலிகுடுத்திரு'

வெக்கை உறவுகளைப்பற்றிய நினைவுகளின் தொகுதியாக நீள்கிறது. பழிவாங்கியபின்னர் அகத்தின் கொந்தளிப்பைக் கடந்தகால நினைவுகளின் இனிமை வழியாகச் சமனப்படுத்திக்கொள்கிறார்கள் போல. அப்பாவுக்கும் பையனுக்குமான உரையாடலில் இருக்கும் பிரியம் தமிழில் மிகக்குறைவான நாவல்களிலேயே இதுபோல பதிவாகியிருக்கிறது. 'கறி ரெண்டுபேருக்கு ரெம்பத்தான். மொசக்கைய நாறவச்சு வறட்டித்தின்னாத்தான் ருசி' 'இனியொண்ணு வேணும்பீங்களே?' அய்யா தலை நிமிர்ந்தார். முகத்தில் எந்த உணர்ச்சியுமில்லை. 'நீ சின்னப்புள்ளை. ஒனக்கென்ன தெரியும் அந்த ருசி? இவ்வளவு கறிக்கு தண்ணியிருந்தா அதுக்கு ருசியே வேறதான்' 'அதெங்க மறக்கும் இவ்வளவுக்குப் பெறகும்?' இங்கே பதினைந்து வயது மகன் அப்பாவைக் கண்டிக்கும் தந்தைத் தன்மையுடன் பேச அவர் அந்தக் கண்டிப்பை மீறிச்செல்லும் குழந்தைத்தன்மையைக் காட்டுகிறார். உரையாடல்கள் மூலமே இவை அனைத்தையும் சொல்லிச் செல்வதே பூமணியின் கலையாக இருக்கிறது.

வெக்கை இலக்கியக்கலையை உருவாக்குவதில் தகவல்களுக்கிருக்கும் பங்கென்ன என்பதைக் காட்டும் படைப்பும்கூட. கொலைக்குப்பின் தகப்பனும் மகனும் தலைமறைவாகும் அந்தப்பொட்டலின் நிலத்தைப்பற்றிய விரிவான விவரணை இந்நாவலில் உள்ளது. பொட்டலில் கிடைத்ததைக்கொண்டு செய்யப்படும் சமையல், பொட்டலின்

செடிகொடிகள், பறவைகள்,. இரவும் பகலும் கொள்ளும் வாசனை வேறுபாடுகள் என தகவல்கள் வந்தபடியே உள்ளன.

ஒளிந்து வாழும் வாழ்க்கை மெல்ல மெல்ல அதன் வீரியத்தை இழக்கிறது. சலிப்பும் தனிமையும் மேலோங்குகிறது. 'என்னப்பா இப்டி கட்கட்னு இருமுற? தடுமம் வசமா புடிச்சிருக்கே. சளி நெஞ்சில தாவிடுச்சுன்னா இருமலு வலுத்துக்கிடும். கண்ட கண்ட தண்ணியக்குடிச்சவென. இதில சாப்பாடு நேரத்துக்குக் கெடையாது. மண்டையிடிக்குதா?' என்று கேட்கிறார் அப்பா. சிறையைப்பற்றிய எண்ணங்கள். 'இங்கியே இப்பிடின்னா செயிலுக்குள்ள போடுற சோத்த தின்னுட்டு சமாளிக்கணுமே...சோறாவா போடுவான்? ஒன்னச் சொல்லி குத்தமில்ல. எம்புத்திய செருப்புட்டு போடணும்' கடைசியில் நீதிமன்றத்தில் சரணடையச் செல்லும்போது நாவல் முடிகிறது.

அஞ்ஞாடி

இது வட்டார மொழி வழக்குச் சொல். அஞ்ஞ என்பதற்கு அம்மா என்பது பொருள். அம்மாடி என்றும் அன்னை என்றும் பொருள் கொள்ளத்தக்க சொல்லாக இருக்கிறது. மழைக் கஞ்சியாக கதைகளைக் கரைத்து ஊட்டிய அம்மாவுக்கு என இப்புதினத்தைத் தனது தாய்க்குச் சமர்ப்பணம் செய்திருந்தார் என்பதும் இங்கு குறிப்பிடத்தக்கது. (அஞ்ஞாடி, வெளியீடு: க்ரியா பதிப்பகம், 3- 19வது கிழக்குச்சாலை, திருவான்மியூர், சென்னை - 41)

கரிசல்காட்டின் நூற்றி ஐம்பது ஆண்டு கால வரலாற்றை பின்னணியாகக்கொண்ட இந்த நாவலுக்காக 8 ஆண்டுகளுக்கும் மேலாக பூமணி ஆய்வுமேற்கொண்டார். இந்த நாவலில் 1880களில் தமிழகத்தை உலுக்கிய தாது வருஷப் பஞ்சமும் தமிழகத்தில் அந்த காலகட்டத்தில் நிகழ்ந்த இரண்டு பெரும் ஜாதிக் கலவரங்களும் மிகச் சிறப்பாக பதிவுசெய்யப்பட்டிருக்கின்றன. கலைகளுக்கான இந்திய அறக்கட்டளை இந்த ஆய்வுக்காக கணிசமான தொகையை 2004 ஆம் ஆண்டில் மானியமாக அளித்தது.

அஞ்ஞாடி. 1050 பக்கங்களையும் 22 படலங்களையும் கொண்ட பெரும்வடிவப் புனைவு. அஞ்ஞாடியின் நாவல் களம் தமிழகத்தின் தெற்குப்பகுதியில் உள்ள கலிங்கல் என்னும்

கிராமமாக இருக்கிறது. பள்ளக்குடியின் ஆண்டி குடும்பன், வண்ணாக்குடியின் மாரி என்னும் இருவேறு ஒடுக்கப்பட்ட மனிதர்களின் வாழ்விலிருந்து உருவாகியிருக்கும் இப்படைப்பு பத்தொன்பதாம் நூற்றாண்டின் பிற்பகுதியில் துவங்குகிறது. நவீன இந்திய சுதந்திர வரலாற்றுக் கதைகளின் பயணத்தில் முன்னாள் பிரதமர் இந்திராகாந்தியின் படுகொலையில் முடிவதாக அமைகிறது. பத்தொன்பதாம் நூற்றாண்டுக் களமாக இருக்கும் நிலையில் தமிழக சமூக வரலாற்றின் பக்கங்கள் புனைவெழுத்தின் நினைவோட்டமாய் உருப்பெறுகின்றன. ஆண்டிக் குடும்பன், மாரி வண்ணான், கழுகு மலை பெரிய நாடார் ஆகிய மூன்று கதாபாத்திரங்கள் வழியாக நாவல் பயணிக்கிறது. ஆண்டி, மாரியின் இளம்பிராய ஞாபகங்களும், கதைகளின் உணர்வோட்டமாகிறது.

வண்ணார்குடி பையனான மாரி கொண்டுதரும் பலவீட்டு சோற்றின் ருசியில் மயக்கம் ஏற்படாமல் இல்லை. வண்ணார் பையன் மாரியோடு சேர்ந்து விளையாடும் ஆண்டிக்கு அடியும் உதையும் கிடைத்தாலும் இருவரின் உறவிலும் விரிசல் ஏதும் எழவில்லை. ஓடை ஒன்றின் சகதியில் மாட்டிக் கொண்டு போராடும் ஆண்டியையும் மாரிதான் காப்பாற்றுகிறான். ஆண்டிக்கும் மாரிக்கும் இடையிலான பேச்சு உரையாடலும் விளையாட்டுக்களும், உணவுத் தின்பண்டங்களும் ஒரு வாழ்வியல் கலாச்சார இணைப்பின் கூறுகளாக வெளிப்படுகின்றன.

மாரி ஆண்டிக்கு சொல்லும் கதைகள் பலப்பல. அதில் ஒன்று மாரி கழுதையோடு நிலவுக்குச் சென்றுவரும் கதை, தண்ணிப் பேயின் கதை மரணத்தின் தறுவாயில்கூட இயல்பான தனது கதைச் சொல்லலை விட்டுக் கொடுக்காமல் கிணற்றில் சந்தித்த முனியசாமி அனுப்பிய முனிப் பேய்களைப் பற்றிய கதைகளைச் சொல்லுகிறான். இறந்து போன மாரி கதைகளோடு ஆமையின் மீதேறி வருவது ஆண்டியின் கனவிலும் வருகிறது. கதைப் புனைவுகளின் உலகம் பல்கிப் பெருகுகிறது.

உணவுக்கு எதிர்மறையான உலகம் பஞ்சம். இந்த நாவலில் தாதுவருஷப் பஞ்சத்தில் அடித்தள மக்கள் அவதியுற்ற உலகமும் பதிவாகிறது. எங்கும் மரண ஓலங்கள் கேட்கின்றன. காலையில் மரணமடைந்தவனின் பிணத்தை எடுத்துச் சென்றவர்கள்

மாலையில் மரணமடைந்துவிடுகிற துர்பாக்கிய வாழ்தலின் சுழிப்பாகக் காட்சிகள் நகர்கின்றன.

பள்ளர், வண்ணார், நாடார் சமூகங்களின் வம்ச வரலாறும் ஒடுக்குமுறைக்கு ஆளான சமூக வரலாறும், புனைவு எழுத்தாக உருவாகி உள்ளன. தென்னகத்தின் அடித்தள மக்களான நாடார் சமூகத்தின் உரிமைகளுக்கான போராட்டங்களும் மறுபடைப்பாக்கம் பெற்றுள்ளன. பனையேறி சண்முகத்தின் கதையும் இதில் உண்டு. சகோதரர்கள் இருவரும் பனைமரத்தின் மேலிருந்து கொண்டே சண்டை போட்டு ஒருவரை ஒருவர் கொலைசெய்து வீழ்ந்து மாய்ந்து விடும் சம்பவங்கள் பகைப் புலன்களின் கருவறுப்பை பேசிச் செல்கின்றன. ஆண்டியின் குடும்பத்தோடு சண்முகத்தின் குடும்பமும் பந்தம் கொள்கிறது.

இதில் கழுகுமலை வரலாறும் சைவர்கள் எண்ணூறு சமணர்களை கழுவிலேற்றி கொலைசெய்த துன்பியல் சம்பவமும் இடம்பெறுகிறது. பாண்டிய மன்னர்களின் வீழ்ச்சி, நாயக்க மன்னர்களின் ஆட்சியதிகாரம், பிரிட்டிஷாருக்கு எதிரான கட்டபொம்மன், ஊமைத்துரை, மருது சகோதரர் போன்ற பாளையக்காரர்களின் விடுதலைப் போராட்ட யுத்தங்கள், எட்டயபுரம் ஜமீன் வரலாறும் அதிகாரமும் அடக்கு முறைகளும், என்பதாக இது விரிவடைகிறது.

தமிழ் சமூக வரலாற்றில் முக்கியமாக நிகழ்ந்த கழுகுமலைக் கோயில் ரதவீதிகளில் பல்லக்கு தூக்கிச் செல்லும் உரிமைக்காக நாடார் சமுதாயம் நடத்திய கழுகுமலைப் போராட்டமும், சிவகாசி நாடார்கள் மீது நிகழ்த்தப்பட்ட கொள்ளைச் சம்பவ சாதிக்கலவரங்களும், தலித்துகள் கிறிஸ்தவத்திற்கு மதமரிய வரலாறுகளும் இந்த நாவலின் சமூகவியல் பரிமாணத்தை துலக்கிக் காட்டுகிறது. நவீனகால வரலாற்றின் துவக்கமாக சிவகாசி தீப்பெட்டித் தொழிற்சாலைகளின் வரவு, கல்வி, மருத்துவம், ஊடக சினிமாவின் தோற்றங்கள் குறித்த வரலாறும் இயைந்து நாவலின் காலத்தை முன்பின்னாக நகர்த்திப் போடுகிறது.

அஞ்ஞாடி நாவலில் வரலாற்றியல் கதைகளின் உலகமாக அமணர், அப்பர், அருகர், நாயன்மார், பிள்ளையாண்டவர், வைகுண்டசாமி, சமயப் பண்பாட்டு கதையாடல்களும்,

கான்சாகிப், கட்டபொம்மன், ஊமைத்துரை, மருது சகோதரர்கள், விடுதலைப்போரின் சரித்திரக் கதையாடல்களும் எட்டயபுர வம்சம், கிறிஸ்தவப் பண்பாட்டின் விரிவாக்கம் என்பதாகவும் இந்த நாவல் பிரதி பல்வேறு வரலாற்றியல் குறுங்கதையாடல்களால் உருவாக்கப்பட்டிருக்கின்றது. ஒரு ஆயிரம் ஆண்டுக்கால சமூக வரலாற்றின் சாரம் புனைவெழுத்தாக வடிவெடுத்துள்ளது.

தூரன் குணா தனது விமர்சனப் பதிவில் அஞ்ஞாடி நாவலின் உச்சத்தைத் தொடும் இரு காதல் கதைகள் பற்றி இவ்வாறாகக் கூறுகிறார். "அஞ்ஞாடி நாவலில் வரும் இரண்டு காதல் கதைகள் மிக முக்கியமானதாகத் தோன்றுகிறது. ஒன்று மரபான தன்மை கொண்ட வீரம்மா-கருத்தையன் காதல். இரண்டாவது மரபுக்கு எதிரான தன்மை கொண்ட ஆண்டாள்-அல்லுண்டு காதல். வீரம்மாளின் வாழ்வு ஒளிந்து வாழும் கணவன் கருத்தையனுக்காகக் காத்திருந்து கழிகிறது. இறுதிவரை அவளுக்குக் குழந்தையில்லை. சற்றே காவியத்தன்மை மேவிய காதல்.

ஆனால் கணவனை இழந்த ஆண்டாளுக்கும் அல்லுண்டுக்குமான காதல் யதார்த்தமானது. உறவில் கூடும் கர்ப்பத்தை ஒவ்வொருமுறை கலைக்கும்போது அதன் எச்சங்களைச் சுமந்து சென்று அல்லுண்டு புதைப்பதும் பிறவாமல் அழிந்த சிசுக்கள் உயிர்த்தெழுந்து ஆண்டாளை வதைப்பதுமான இந்தக் கதையை நாவலின் உச்சமான பகுதிகளில் ஒன்றாகச் சொல்லலாம். மனதின் ஆதார உணர்ச்சிகளையும் மனித வாழ்வின் பல்வேறு நிலைகளையும் தொட்டுத் தொட்டுச் செல்லும் அஞ்ஞாடியில் வாசித்துத் துய்ப்பதற்கும் விவாதித்து அறிவதற்கும் திறப்புகள் உள்ளன."

மற்றுமொரு பதிவாக பெங்களூர் ரஞ்சித் பரஞ்சோதியின் விமர்சனக்குறிப்பு யதார்த்தவியல் பாங்கு கொண்ட அஞ்ஞாடிக்குள் அதீத கனவின் சித்திரங்கள் எவ்வாறு கட்டமைப்பு கொண்டிருக்கிறது என்பதை சொல்லிச் செல்கிறது. சமயப் பண்பாட்டின் புனித பிம்பங்கள் மேரிமாதா, முருகன், வள்ளி, எல்லோரும் உயிர்பெற்று நாவலுக்குள் நடமாடுகிறார்கள். அவரது விமர்சன சித்திரிப்பு இவ்வாறாக இடம் பெறுகிறது. "சர்ரியலிசத் தன்மை கொண்ட நாவலின் பகுதிகளான

கனவுகளும், பேய்களின் உரையாடல்களும், கோடங்கிப் பாடலும், கழுதைகள், எறும்புகள் மற்றும் பட்சிகளின் பேச்சுக்களும், அரவக் கருடனார் உலா என்ற படலமும் மொழியின் உச்சங்களைத் தொட்டு நம்மைக் கிறங்கடிக்க வைக்கின்றன.

ஆண்டிக் குடும்பன், தன் நண்பன் மாரி வண்ணானைப் பற்றிக் காணும் கனவு, கொடுமையான பஞ்ச காலத்தில் மருதன் காணும் கனவு, வேதமுத்து நாடார் காணும் பைபிள் கதைகளின் கனவு, பள்ளர்குடி மூக்காயி காணும் கனவு என நிறைய கனவுகள் இடையில் வந்து போகின்றன. இந்தக் கனவுகள் கதை மாந்தர்களின் உளவியலையும், சம்பவங்களையும் நம்முன் வெட்டிப் போட்டுக் காட்சிப்படுத்தி கதையுடனான நம் அனுபவத்தை மெருகேற்றி விடுகின்றது." கழுகுமலை பள்ளர் குடியில் வசிக்கும் மூக்காயி காணும் கனவுதான் மிக வீச்சுள்ள கனவாகிறது.

பங்குனி உத்திரத் திருநாளன்று கழுகுமலை கலவரத்தில் பற்றி எரிந்து கொண்டிருக்கிறது. எட்டயபுரத்து சமீன் மேனேஜர் கொலை செய்யப்படுகிறார். கேட்பாரற்று முருகனின் தேர் வீதியில் கிடக்கிறது. எதிரில் கிறித்தவ நாடார்களின் கோயில் பற்றி எரிந்து கொண்டிருக்கிறது. இந்தச் சூழலில் மூக்காயி கனவு காண்கிறாள். எரிந்து கொண்டிருக்கும் வேதக் கோவிலை விட்டு மேரி மாதா வெளியேறி மூக்காயி வீட்டில் தஞ்சம் அடைகிறாள். மூக்காயிக்கு சந்தோசம் சொல்லி மாளவில்லை. அவளால் கோவிலுக்குள் வந்து பார்க்கமுடியாத மாதா அவளுடைய வீட்டிற்கே வந்த ஆனந்தத்தை எல்லோருக்கும் சொல்கிறாள். அமைதியான இடம் தேடி அலைவதாக மேரி மாதா சொல்ல மூக்காயும் இன்னும் சிலரும் மாதாவை யார் கண்ணிலும் படாமல் மலையைச் சுற்றி அனுப்பிவைக்கிறார்கள். அந்த வழியில் ஆம்பலூரணிக்கருகில் உள்ள மண்டபத்தில் ஒரு கூட்டம் இருக்கின்றது. அக்கூட்டத்தில் தேரை விட்டு இறங்கி வந்த முருகனும் வள்ளியும் நிற்கிறார்கள்.

முருகனைப் பார்த்ததும் மாதாவுக்கு தன் மகனைப் பார்த்தது போன்ற சந்தோசம். முருகன் தன் வாகனமான மயிலை மாதாவுக்குக் கொடுத்து பத்திரமாக வேறு ஊருக்கு அனுப்பிவைக்கிறான். வேதமுத்து நாடாரின் கனவில்

கழுகுமலையின் மலையில் நோவாவின் கதை நிகழ்கிறது. மலையைச் சுற்றிய பகுதிகளில் ஏசு புதுமைகள் செய்கிறார். மலையின் சமணக் குகை இருக்கும் இடம் யூத மதகுருக்களின் தலைமைச் சங்கமாக இருக்கின்றது. மலையடிவார மரத்தில் யூதாஸ் தற்கொலை செய்கிறான். பைபிள் கதைகள் கழுகுமலையில் நிகழ்கின்றன. அஞ்ஞாடியின் கொட்டிக் குவிக்கப்பட்ட கரிசல் மண்ணின் கதைகளும் கதைமொழிகளும், கதைப் பேச்சுகளும் வெவ்வேறு பண்பாட்டுக்குள் கிளைபரப்பி விதவிதமான ரூபங்கொண்டு வாசகனிடத்தில் நெருக்கமாக உரையாடுகின்றன. அடித்தள மக்களின் மொழியால் சொலவடைகளால், கதைகளால், பேச்சுகளால், ஏசல்களால், உரையாடல்களால் உயிரோட்டம் பெற்றது அஞ்ஞாடி.

சோ. தர்மன்

சோ. தர்மராஜ் எனும் இயற்பெயர் கொண்ட சோ. தர்மன் (பிறப்பு: ஆகஸ்ட் 8, 1952) புதின, சிறுகதை எழுத்தாளர். கோவில்பட்டி தாலுகாவில் உள்ள கடலையூர் என்னும் ஊருக்கு அருகில் உள்ள உருளைகுடி என்னும் கிராமத்தில் விவசாயக் குடும்பத்தைச் சேர்ந்தவர். கரிசல் மண் சார்ந்த வேளாண் மக்களின் வாழ்க்கையைப் பதிவு செய்யும் படைப்பாளிகளில் முக்கியமானவர். தூர்வை நாவல் மூலம் இதுவரை சொல்லப்படாத தலித் வாழ்க்கையின் மற்றொரு பக்கத்தைச் சித்தரித்துள்ளார். இதன் மூலம் தலித் இலக்கியத்தின் தனித்துவமான குரலாக அறியப்படுகிறார். ஐந்து சிறுகதைத் தொகுப்புகள்- (சோ.தர்மன் கதைகள், மருதா, 2001- ஈரம், சிந்து பதிப்பக அறக்கட்டளை, சென்னை, 1994-சோகவனம், சாருலதா பதிப்பகம், சென்னை, 1999-சோ.தர்மன் கதைகள், சிபிச்செல்வன் (தொகுப்பு), சந்தியா பதிப்பகம், சென்னை, 2010), இரு நாவல்கள், ஒரு ஆய்வு நூல் இதுவரை வெளியாகியுள்ளன. 'தூர்வை' தலித் சொல்லாடல் தளத்தைத் தொட்டும் விலகியும் நிற்கக்கூடியது. தலித் சாதியில் பிறந்து விட்டதற்கான குற்ற உணர்வோ பெருமிதவுணர்வோ வெளிப்படுத்தாமல் அப்படி வாழ்வதற்கான காரணிகள் எவையென அடையாளப்படுத்துதலையும் செய்யாமல் மனநினைவுக்குள் சென்று திரும்பும் தலித் கதாபாத்திரங்களைக் கொண்ட நாவலாகத் தூர்வை அடையாளப்படுகிறது. 1992 மற்றும் 1994 ஆண்டுகளில் இலக்கியச் சிந்தனையின் சிறந்த

சிறுகதைக்கான விருதினைப் பெற்றிருக்கிறார். இவர் எழுதிய 'கூகை' எனும் நூல் தமிழ்நாடு அரசின் தமிழ் வளர்ச்சித் துறையின் 2005 ஆம் ஆண்டுக்கான சிறந்த நூல்களில் புதினம் எனும் வகைப்பாட்டில் பரிசு பெற்றிருக்கிறது.

தன்னுடைய படைப்புகளில் தலித் சித்திரிப்புப் பற்றி, "எங்களுக்கு இதுவரை காட்டப்பட்ட தலித், தலைக்கு எண்ணெய் தடவாமல் பரட்டைத் தலையுடன் இருப்பான். அழுக்காக, நாற்றமுடையவனாக, வன்முறை விரும்பியாக இருப்பான். தலித் பெண்கள் எளிதில் சோரம்போகிறவர்களாக இருப்பார்கள். இப்படித்தான் தலித்துகள் குறித்து சித்தரிக்கப்பட்டுள்ளது. உங்களுடைய கதையில் வரும் தலித் நிலங்கள் வைத்திருக்கிறான், உழவு மாடு வைத்திருக்கிறான். மாட்டு வண்டி கட்டிப்போறான். இது என்ன முரணாக இருக்கிறதே எனச் சிலர் என்னிடம் கேட்கிறார்கள். இதுவரை காண்பிக்கப்பட்ட தலித் வாழ்க்கை ஒருபக்கச் சார்புடையவை. ஏற்கனவே காட்டப்பட்டுள்ள தலித் குறித்தான சித்திரங்கள் எல்லாம் இடதுசாரி மார்க்சிய எழுத்தாளர்களால் காட்டப்பட்டவையே. தலித் எழுத்தாளர்களும் இதைத் தொடர்ந்தார்கள். என்னுடைய கதைகள் இவை எல்லாவற்றையும் கேள்விக்குள்ளாக்கின" (06 ஜூன் 2017 -தி இந்து) என்று கூறுபவர்.

கூகை

வட்டார வழக்குகளும், சில அலாதியான நாட்டார் கதைகளும், கரிசல் பூமியில் அந்த சமூகத்தினரின் வாழ்க்கை முறையும் சிறப்பாகப் பதிவு செய்யப்பட்டிருக்கிறது கூகை நாவலில். கூகை நாவல், முத்துக்கருப்பனும், மூக்கனும் துட்டி கேட்கும் சாக்கில் டவுனில் கிளப்புக் கடையில் சாப்பிட முடிவெடுக்கின்றனர். பெஞ்சு மேல் உட்கார்ந்து சாப்பிட்டதற்காக ஊரில் காவல்கார முத்தையாப் பாண்டியன் கையில் தர்ம அடி வாங்கும் காட்சியுடன் ஆரம்பிக்கிறது. "பச்சத் தண்ணி பல்லுல பட்றப்படாது வகுறு அப்படியே கொட்டேர்ன்னு கொலப்பட்டினியா கெடக்கோணும்" (ப.16) என, இருவரும் 'துட்டி' வீட்டில் காப்பியும் குடிக்காது, கடையில் தண்ணீர் குடித்தால்கூட சாப்பிடத் தடையாகும் என்று எண்ணி ஆர்வத்துடன் தங்களது கனவை நனவாக்க முயல்கின்றனர். "நாம இனிம எந்தக் காலம் என்று வந்து களப்புக் கடையில்

உட்கார்ந்து சாப்பிடப்போறம்"(ப.17). நல்ல வெள்ளை வேட்டி, சட்டை அணிந்து 'நாச்சியாரம்மா'வின் கடையில் சாப்பிடப் போகிறார்கள். காசு கொடுத்து உண்ணப் போகிறார்கள். ஒடுக்கப்பட்ட வாழ்வியலில் இருந்தவர்களுக்கு மேசை மீது உட்கார்ந்து சாப்பிடுவதா அல்லது வழக்கம்போல கீழேயா என்ற குழப்பத்தில் மேசை மீதே உட்கார்ந்து சாப்பிடுகிறார்கள்.

இந்த நேரத்தில்தான் 'துட்டி' சொல்லச் சென்ற சுப்பிரமணியனும் கடை வாசலில் வந்து உட்காருகிறான். இலையோடு இட்லியைக் கொண்டுவந்து தொப்பென்று போடுகிறார் கடைக்காரர். தனியாகத் தொங்கிய தகர கிளாஸ்களில் ஒன்றை எடுத்துப் பக்கத்தில் வைத்திருக்கிறான் சுப்பிரமணியன். தண்ணீர் கொண்டு வந்து நின்றபடியே தகரக் கிளாஸில் ஊற்றுகிறார் கடைக்காரர். அப்போது மைனர் செயின் கழுத்தில் புரள கிடா மீசையுடன் பெஞ்சில் உட்கார்ந்து சாப்பிட்டுக்கொண்டிருந்த ஒருவர் அப்படியே எச்சிலையோடு தூக்கிவந்து சுப்பிரமணியத்திடம் நீட்ட, இருகையேந்தி பயபக்தியுடன் அதை வாங்கி முன்னால் வைத்துக்கொள்கிறான் சுப்பிரமணியன். அதைச் சாப்பிடாது தள்ளி வைத்தாலோ சுருட்டி வீசினாலோ என்ன நடக்குமென்று அனைவருக்கும் தெரியும். இது போக மூக்கனும், முத்துக் கருப்பனும் கடையில் சாப்பிட்டதை தெரிந்துகொண்டு "வெள்ளையும் சொள்ளையுமாப் போய்ட்டாப்பல நீங்க மேல்தட்டா ஆகிடுவியகளோ...அதுதான் ஒங்க முகத்துல எழுதி கட்டியிருக்கே ஜாதிகெட்ட பயக.."(ப.24) என்று மூக்கனின் வயிற்றில் உதைத்து கீழே தள்ளியதுடன் முத்துக் கருப்பனை கம்பால் அடித்து வயிற்றில் குத்தித் தள்ளினான்.

இதுபோக கடையில் சாப்பிட்டதற்காகவே அதுவும் துட்டி சொல்லப்போகுபோது என சுப்பிரமணியனும் ஊராரிடம் சிக்கிக் கொள்கிறான். "துட்டி சொல்லி வாரப் பள்ளத் தாயோளிக்கு ஒய்யாரம் கேக்காலே…" (ப.37) என்று கேட்டு முச்சந்தியில் கட்டி அடிக்கிறார்கள். சுப்பிரமணியன் வலியால் துடித்து நா வறண்டு தண்ணீர் தண்ணீர் என்று அணத்துகிறான். தண்ணீர் கேட்டவனுக்கு மூத்திரத்தை அளிக்கிறார்கள். உப்புக்கரித்தாலும் உதட்டால் நக்கித் தாகம் தணிக்கிறான் சுப்பிரமணியன்.

பாண்டியன், சண்முகப் பகடையின் மனைவியோடு படுத்து எழுந்த பிறகு குடிக்க சாராயம் வாங்க சண்முகப் பகடையையே

அனுப்புவது அடுத்த காட்சியில், இது என்ன மானங்கெட்ட பொழப்பு என்னும் மனைவியிடம், "என்னம்மா செய்ய பள்ளக்குடி, பரக்குடி, சக்கிலியக் குடி, அந்த சண்டாலங்களொட அறுணாக்கயிறு படாத பொம்பளையைய இருக்கமாட்டா, காலம் அவுங்க காலமாப்போச்சு, அழிச்சாட்டம் பண்றாங்க" (ப.280) என்று மனம் குமுறுபவனாக இருக்கிறான்.

பள்ளக்குடியின் அறிவிக்கப்படாத தலைவனான சீனிக் கிழவன் எப்போதும் அவர்கள் வாழ்க்கை நிலையை உயர்த்த சந்தர்ப்பம் நோக்கி இருக்கிறான். அவனை முன்னால் வைத்து பள்ளக்குடியினருக்கு தன் நிலங்களை குத்தகைக்குத் தந்துவிட்டு நடராஜய்யர் பட்டணம் போய்விடுகிறார். பள்ளக்குடியே இது தங்கள் வாழ்க்கை நிலை உயர ஒரு அரிய வாய்ப்பு என்பதை உணர்கிறது. கடுமையாக உழைப்பது மட்டுமல்லாமல் அடக்குமுறையை சமயம் பார்த்து எதிர்க்கவும் செய்கிறது. உழைக்கும் வர்க்கத்தின் வளர்ச்சிகண்டு மேல்குடியினர் பொருமுகிறார்கள். 'இப்ப ரெண்டு பயக் சைக்கிள் வேற வாங்கிட்டான். நாலு பயக கோவில்பட்டிப் பள்ளிக் கூடத்துக்குப் படிக்க போறான். வார சந்தைக்கு நாலு ஜோடி வேற வாங்கப் போறாங்களாம். தனியாகக் கடை, கிணறு என்று பொருமுகிறார்கள். ஜமீன் தன் அதிகாரத்தால் பொய்க் கேசு பொய்ப்புகார்கள் கொடுக்கிறார். பயிர் அறுவடையில் நாசம், கண்மாயில் நஞ்சு, சாண் ஏறினால் முழம் சறுக்கும் நிலைதான் உழைப்பாளிகள் நிலை.

அப்புச்சுப்பனும் அவன் மகன் அய்யனாரும் ஆளை வெட்டவும் தயங்கவில்லை. ஜமீந்தார், போலீஸ், வன்முறை, அப்புச்சுப்பனுக்கு அடைக்கலம் கொடுக்கும் பேச்சி, நகரத்துக்கு குடி பெயரும் பள்ளக்குடி, தீப்பெட்டி தொழிற்சாலைகளின் வரவு, நில ரீதியான அடக்குமுறை தொழில் ரீதியான அடக்குமுறையாக மாறுவது என்று காலம் மாறுவதைக் காட்டுகிறார். இறுதியில் மழை பொய்த்து, கரிசல் பூமியில் தீப்பெட்டித் தொழிலும் மற்ற தொழிற்சாலைகளும் வர, நிலத்தையும் உழவையும் இழந்து பிழைப்புக்காக ஊரைத் துறந்து செல்லும் அவலத்துடன் நாவல் முடிகிறது.

இறுதியில் பேச்சியின் எண்ணமாக "பட்டிக் காட்ல நாங்க இருந்தப்ப எங்க கையில் மம்பட்டியும் கள வெட்டியும்

கோடாலியும் பண்ணருவாளும் கடகாப் பெட்டியும் இருந்துச்சு. ஒங்க கையில காடு, தோட்டம், வயக்காடு, அம்புட்டும் இருந்துச்சு. நாங்க ஒழைச்சு ஓடாப் போனதுதான் மிச்சம். டவுனுக்கு போயிப் பொழச்சுக்கிறலாம்னு ஊரவிட்டு வெளியேறியப்போன எங்க கையில சாந்துகச்சட்டியும் தார்ச்சட்டியும் ஜல்லி ஒடைக்க சுத்தியலும் சம்மட்டியும் மூட தூக்குற கொக்கியும் கெடச்சுது. ஒங்க கையில் தீப்பெட்டிக் கம்பெனி, ஜின்னிங் பாக்டரி, காண்ராடாக்டு, மெடிக்கல், ஆஸ்பத்திரி, பைனாஸ், கல்குவாரி, மணல் குவாரி, ஆட்டுச் சந்தை, மாட்டுச் சந்தை, பஸ்ஸாடாண்டு எல்லாம் இருந்துச்சு, இதை எல்லாத்தையும் விட்டுட்டு சீரழிஞ்சது போதும்னு தெகச்சு நிக்கும் போது ஒவ்வொருத்தன் கிட்டயும் ஒரு கையில் கட்சிக் கொடியவும் இன்னொரு கையில பிராந்தி பாட்டிலையும் திணிச்சுட்டீங்க, இனிமே அதிகாரமே ஒங்க கையில நாங்க கூகைகளைப் போல மறைந்து பயந்து ஒழிச்சு பதுங்கி, அடக் கடவுளே காலம் பூராவும் இப்படியா சீரழியணும்'' *(ப.118-119)* என முடிக்கிறார்.

இவருடைய 'தூர்வை' நாவல் நம் நினைவுகள் மறந்த ஒரு பழங்காலத்திய தலித் விவசாயிகளின் வாழ்க்கையைச் சொல்வது. வாய்மொழி மரபில் கதை சொல்வதுபோல, துண்டுத் துண்டான காட்சிகளையும் சம்பவங்களையும் பாத்திரங்களையும் நூல் கோத்தாற்போல் அக்கால வாழ்க்கையைச் சொல்லிச் செல்கிறது. நம் பெரியோர்களிடம் கேட்கும் வாய்மொழி மரபு கதை போலவே இதுவும் ஒளிவு மறைவு, பூடகமாகச் சொல்வதைப் பச்சையாகவும் வெளிப்படையாகவும் எவ்வித தயக்கமுமின்றி சொல்லிச் செல்கிறது. அதுவே அந்த வாழ்க்கையின் வண்ணத்தையும் சுவாரஸ்யத்தையும் கூட்டிச் செல்கிறது.

இமையம்

1964 ஆம் ஆண்டு மார்ச் மாதம் *10* ஆம் தேதியன்று கடலூர் மாவட்டம், திட்டக்குடி வட்டம், கழுதூரில் பிறந்த இவரது இயற்பெயர் வெ.அண்ணாமலை. இமையம் முதுகலைப் பட்டம் பெற்றுப் பள்ளிக்கல்வித்துறையில் ஆசிரியராகப் பணியாற்றி வருகிறார். அவரது மனைவி ச.புஷ்பவள்ளி - முதுநிலை

ஆசிரியராக பணியாற்றுகிறார். குழந்தைகள் கதிரவன் மற்றும் தமிழ்ச்செல்வன்.

இமையம், கோவேறு கழுதைகள் - 1994, ஆறுமுகம் - 1999, செடல் -2006, எங் கதெ (நாவல்) - 2015. சிறுகதைத் தொகுப்புகள், மண்பாரம் -2002, வீடியோ மாரியம்மன் - 2008, கொலைச் சேவல் - 2013, சாவு சோறு - 2014, நறுமணம் - 2016, பெத்தவன் (நெடுங்கதை) - பாரதி புத்தகாலயம் - 2013. இமையம் பெற்ற விருதுகளும் சிறப்புகளும்: அக்னி அஷ்ர விருது - 1994, தமிழ்நாடு முற்போக்கு எழுத்தாளர் சங்க விருது - 1994, அமுதன் அடிகள் இலக்கிய விருது - 1998, திருப்பூர் தமிழ்ச் சங்க விருது - 1999, தமிழக அரசின் தமிழ்த் தென்றல் திரு.வி.க. விருது -2010, இந்திய அரசின் பண்பாட்டு அமைச்சகம் இளநிலை ஆய்வு நல்கையை 2002 இல் வழங்கியது, பெரியார் விருது - 2013 - திராவிடர் கழகம்.

சாதிய அடையாளத்தை மறுத்தல்

தன்னை தன் படைப்புகளைச் சாதிய அடையாளத்துக்குள் வைத்துப்பார்ப்பதை ஏற்றுக்கொள்ளாதவர் இமையம். இந்த நிலையில் தன் படைப்புகளுக்கு ஆதிக்கச் சாதியினரின் எதிர்ப்பும், தன்னை தலித்திய எழுத்தாளராக பலர் ஏற்றுக்கொள்ளாத நிலையும் குறித்துப் பேசும் இமையத்தின் பார்வை எழுத்தாளன் என்ற அடையாளத்தை மட்டும் கொண்டது என்பதை அவருடைய பார்வையிலேயே இங்கு பதிவு செய்யலாம். ('இலக்கிய மோசடி' என்னும் தலைப்பில் - 'சூரிய கதிர்' மாத இதழுக்கு - செப்டம்பர் 2015இல் அவர் அளித்திருக்கும் நேர்காணல்)

"ஆதரவாக எழுதுவது, எதிராக எழுதுவது என்பது என் எழுத்தின் நிலைப்பாடு அல்ல. உண்மையை எழுதுவது, அதை சமரசமின்றி, சார்பின்றி எழுதுவதுதான் என் நிலைப்பாடு. இதுவரை அப்படித்தான் எழுதிவந்திருக்கிறேன். இனியும் அப்படித்தான் எழுதுவேன். நான் ஒரு சாதியில் பிறந்துவிட்ட காரணத்தால் என் எழுத்து, குறிப்பிட்ட சாதி சார்ந்துதான் இருக்கும், சுயசாதி சார்ந்த பெருமைகளை, இழிவுகளையே பேசும் என்று நம்புவதும், முத்திரை குத்துவதும், அடையாளப்படுத்துவதும் இழிவான செயல். அடிப்படையில்

நிஜமான எழுத்தாளன் சாதிக்கு, சாதிய மனோபாவத்திற்கு, சாதிய மேலாதிக்கத்திற்கு, சாதியமைப்புகளை கட்டிக்காக்கும், பாதுகாக்கும், வளர்க்கும் எல்லாவிதமான கலாசார பண்பாட்டுக்கூறுகளுக்கும் எதிரானவன். சாதி கூடாது, சாதி சார்ந்த இழிவு கூடாது என்று எழுதுகிறவர்களே சாதி சார்ந்த அடையாளத்தை விரும்புவது. அதை பெருமையாகப் பேணுவது ஏற்புடையதல்ல. சாதிசார்ந்த அடையாளங்களுடன் எழுதப்படுவதும், படிக்கப்படுவதும், கொண்டாடப்படுவதும், சாதி சார்ந்த பண்புகளை மேலும் இறுக்கமாக்கிவிடும். அக்காரியத்தை இலக்கியப் படைப்பு செய்யக்கூடாது. படைப்பாளி செய்யக்கூடாது. சாதியை வளர்ப்பதற்காக இலக்கியப் படைப்புகள் எழுதப்படுவதில்லை. பிற்போக்குத்தனங்களுக்கு, மூடநம்பிக்கைகளுக்கு எதிராகத்தான் இலக்கியம் எழுதப்படுகிறது" என்கிறார்.

கோவேறு கழுதைகள்

இமையத்தின் முதல் நாவல் கோவேறு கழுதைகள். இதில் வரும் முக்கியமான பெண், வண்ணாத்தி ஆரோக்கியம். கால மாற்றத்தால் ஏற்பட்ட அவளது துயரங்களும் அல்லற்பாட்டு ஆற்றாது புலம்பி அழுத கண்ணீரும்தான் கோவேறு கழுதைகள். வன்புணர்ச்சிக்கு ஆளாகும் கையறு நிலையில் ஓரிரு சொற்றொடர்களில் மட்டுமே வரும் மேரியின் மனதைப் பிழிவதாகவும் அமைந்துள்ளது. சுயசாதி விமர்சனத்தை வேறு ஒரு வகையில் வைத்த இமையம் இந்நாவலில் பேச்சு மொழிக்குள்ளிருக்கும் ஆகக்கூடிய வல்லமை பயன்படுத்தியுள்ளார்.

மேல் - கீழ் சாதி அடுக்குகளில் தன்னை மேலாக வைத்து நினைத்துக் கொள்ளும் ஒவ்வொரு சாதியும் தங்களை ஆண்டைகளாகவே கருதிக் கொள்கின்றன. தங்களின் அடிமை முகம் மறந்து ஆண்டை முகத்தை மட்டுமே வெளிப்படுத்துகின்றன. இந்திய சாதி அமைப்பின் சாதுர்யமான தத்துவ வெளிப்பாடு இது. ஒதுக்கப்பட்டுச் சேரிகளில் வாழும் மனிதர்களும் கூட தனக்குக் கீழ் நிலையில் வாழும் மனிதர்களும் கூட தனக்குக் கீழ் நிலையில் வாழும் இன்னொரு குழுவிடம் ஆண்டான் - அடிமை உறவையே செலுத்துகின்றனர் என்று புரிந்துகொள்ள வைப்பது மட்டுமே இமையத்தின் கோவேறு

கழுதைகளின் முதன்மையான நோக்கம் என்று சொல்லிவிட முடியாது. கோவேறு கழுதைகள் என்ற தலைப்பும் அந்தக் கழுதைகளின் சொந்தக்காரியான ஆரோக்கியத்தின் வாழ்வும் இந்தியக் கிராமங்கள் சார்ந்த மனிதர்களின் குறியீடு. வண்ணான் பொதிசுமக்கும் கழுதைகளுக்குத் தெரிந்த வழித்தடம் வண்ணான் துறைக்கும் வண்ணானின் வீட்டுக்குமான தூரம்தான். அதன் பயணம் அவ்விரு எல்லைகளுக்குள்ளும் இடைப்பட்டது. ஏற்றி வைத்த பொதியோடு ஓட்டுவதற்கு ஆளின்றிப் பயணம் செய்யும் கழுதைகள் போய்ச்சேரும் இடம் வண்ணான்துறை அல்லது வீடு. அந்தக் கழுதைகளின் வாழ்வுபோல ஆகிவிட்ட ஆரோக்கியத்தின் வாழ்வு புதிய தடங்களை நினைத்துக்கூடப் பார்க்க மறுத்து அங்கேயே கிடந்து உழல்கிறது. ஆனால், அடுத்தத் தலைமுறை அங்கிருந்து கிளம்பத் தயாராகிவிட்டது. அதுவும் உழைப்புச் சுரண்டலைப் பொறுக்கமுடியாது என்பது வேதனையைத் தவிர பொய்த்துப்போன எதிர்ப்பார்ப்புகள் என்றாகிறது.

விவசாயத்தை மேற்கொண்ட மேல்தட்டினர் தங்கள் நிலத்தில் தங்கள் வீட்டில் வேலை செய்பவர்களுக்குக் கொடுக்கவேண்டிய கூலியை குறைத்துக் கொடுப்பதில் வெளியேற்றங்கள் நிகழ்கின்றன. சகாயம் தன் மாமியாரான ஆரோக்கியத்திடம், "நாம்ம இதவுட்டுத்தான் தொலஞ்சா என்ன? இப்ப இதுக்கென்னவாம்? இது வேண்டாம் கூலியாப் பணம் கொடுக்கச் சொல்லலாம்" (கோவேறு கழுதைகள், ப.6) என்கிறாள். ஆண்கள் சென்னை, பெங்களூர் என இடம்பெயர்ந்ததன் காரணமாக வயதானவர்களும் பெண்களும் மட்டுமே கிராமத்தில் இருக்கின்றனர். திருவிழாவிற்கோ ஏதாவது முக்கிய நிகழ்வுகளுக்கோ மட்டும் வந்து செல்கின்றனர். ஆரோக்கியத்தின் குடும்ப உறுப்பினர்களான பீட்டர் சென்னைக்கும், மூத்தமகன் ஜோசப் சின்ன சேலத்திற்கும் மகள் திருமணம் முடித்து கணவன் ஊருக்கும் சென்றுவிட ஆரோக்கியம் தனிமையில் உழல்கிறாள். "கேப்பாரத்துப் போனேன். வா வாத்தக்கி ஆளில்லாமல் போனேன். தங்கி நிக்க நெல இல்லாம ஆயிட்டன்" (175) என புலம்பிக் கொண்டிருக்கிறாள்.

ஆரோக்கியத்தின் சந்ததிகள் வெவ்வேறு பயணமுறைகளைத் தேர்வு செய்துவிட்டனர் எனக் காட்டுவதுடன் மிக நுட்பமான மற்றொன்றையும் நாவல் குறிப்பிடுகிறது. அது, தொழில், கல்வி மற்றும் பொருளாதார வளர்ச்சியின் காரணமாகத்

தீண்டாமை என்பதில் தளர்வு ஏற்பட்டிருப்பதாகக் கூறுகிறது. சாதி வித்தியாசம் இல்லாமல் தேநீர் கொடுத்தல், முடிவெட்டுதல் என்று அடையாளப்பட்டாலும் வகுப்பில் ஒரே பெஞ்சில் அமர்தல், நட்பாகப் பழகுதல் என இருந்தாலும் மனதில் என்றும் சாதியம் ஊடுருவியிருப்பதைத் தொட்டுக்காட்டுகிறது.

ஆறுமுகம்

ஆறுமுகம் நாவலில் - நகரம் - அதன் இயங்குமுறை - தீமைகள் - குடும்பச் சிதைவுகள், ஆங்கில கல்வி, நாகரீகம் என்று வருகிற அதே நேரத்தில் நகரங்களில் சேரிப் பகுதிகள் உருவாகவும் செய்கின்றன. இமையத்தின் கண்கள் சேரிப்பகுதிகளில் மையம் கொள்கிறது. பாண்டிச்சேரி, அதையொட்டி அமைந்துள்ள ஆரோவில், அதைச்சுற்றியுள்ள கிராம வாழ்க்கை முறை, தொழிற்சாலைகளின் பெருக்கம், அங்கு குறைந்த ஊழியத்தில் இளம்பெண்கள் பணிபுரிவது, உழைப்பு சுரண்டல் மட்டுமல்ல பாலியல் வன்முறைகள் என்று இளம்பெண்கள் அனுபவிக்கும் இடர்கள் என்று நாவல்விரிகிறது. குறிப்பாக பாலியல் தொழிலாளர்கள் - அவர்கள் வாழும்விதம், அவர்களுக்கிடையிலான தொழிற்போட்டிகள், ஆண்களின் வக்கிரச் செயல்கள், பாலியல் தொழிலில் வாடிக்கையாளர்களை அழைத்துவரும் சிறுவர்கள்-சிறுமிகள். எதுவும் மிகை அல்ல. வாழ்வை - அதன் நிஜத்தன்மைக்கு பங்கம் ஏற்படாமல் இலக்கிய அழகியல் குறையாமல் இமையம் எழுதியிருப்பார்.

யதார்த்த பாணி எழுத்துமுறை சார்ந்த நுட்பம் தலித் எழுத்தாளர்களுக்குக் கைவருவது சாத்தியமில்லை என்பதைத் தனது முதல் நாவலிலேயே மறுத்துக் காட்டிய இமையத்தின் இரண்டாவது நாவலும் யதார்த்தத்தின் ஈரத்தைப் பிழிந்து வெளிப்படும் நாவலே. ஊரிலிருந்து ஒதுக்கப்பட்ட வெளியான சேரிகளைப் போல, நகரங்களில் பகலில் மனித நடமாட்டங்கள் இல்லாத, ஆனால் இரவில் நடமாட்டங்கள் நிரம்பிய வெளி பரத்தையர் சேரிகள். அத்தகைய சேரி ஒன்றின் - பாண்டிச் சேரியிலுள்ள செக்குமேடு - வெளிக்குள் அலையும் பெண்களோடு பயணம் செய்யும் சிறுவனின் வாழ்க்கைத் தெளிவை விசாரணையாகக் கொண்ட நாவல் ஆறுமுகம். தாயின் கற்பு மீது - அவளது பாலியல் தேவையைக் குற்றமெனக் கருதி மகன் பிரிந்து விடும் நவீனத் தொன்மமாக அமைகிறது.

தனபாக்கியமோ செய்த குற்றத்திற்குத் தானே தண்டனையை, எல்லாவற்றையும் தன் மகனிடம் சொல்லி முடித்து விட்டுச் செத்துப்போகும் தண்டனையை, ஏற்றுக் கொள்பவளாக இருக்கிறாள். தனபாக்கியம் அழகானவள். தன் காதல் கணவனை இழந்துவிட்ட நிலையில், அவனைப் போன்றேயிருக்கும் தன் மகன் ஆறுமுத்தை வளர்த்து ஆளாக்க வேலைக்குச் செல்கிறாள். பாலியல் உறவு பிரச்சனையாக முளைக்கிறது. இதனால் அவளுக்காகவே வாழும் தந்தை முத்துக்கிழவன் தற்கொலை செய்துகொள்கிறார். மகன் ஆறுமுகம் வீட்டைவிட்டு ஓடிப்போகிறான். இந்த ஓடிப்போதலின் பயணம் நாவலை இட, மக்கள், வாழ்வு சார்ந்த விரிந்த தளத்தில் செல்லவைக்கிறது.

இறுதியில் வரும் தனபாக்கியத்தின் தற்கொலை, பிற மரணங்கள் சார்ந்து இந்நாவலில் இமையம் வாழ்வு, போராட்டம், மரணம் பற்றிய ஆய்வை படைப்பாக முன்வைத்துள்ளார். தலித் மக்களுக்குக் குடும்ப உறவு சார்ந்த மதிப்பீடுகள் இல்லை என நம்பும் மேல்சாதி மனோபாவத்திற்குப் பதில் சொல்லும் விதமாக இந்த நாவல் இருக்கிறது. எந்தச் சூழலிலும் தவறுகளைச் செய்துவிடாத ஆறுமுகம் தன் ஊரைச் சேர்ந்த மேல்சாதிப் பெண்ணோடு இருட்டில் அருகருகே இருக்க நேர்ந்தபோதும், அவளிடமிருந்து விலகி நிற்கவே விரும்புகிறான். வசந்தா ஆறுமுகம் சந்திப்புகளில் எந்த நேரமும் பழிவாங்கலுக்கான சாதி அறிவு சார்ந்த அடிமனம் அவளைப் பற்றிப் படர நினைத்திருக்கலாம். ஆனால் இந்தச் செக்குமேடு, அவளையும் தன் சாதிக்காரியாக்கிவிட்ட உண்மையைப் புரிந்து கொண்டவனாகவே ஆறுமுகம் உலவுகிறான். இமையத்தின் இவ்விரு நாவல்களும் தலித் சொல்லாடல்கள் முன் வைத்த எந்த இலக்கியக் கோட்பாட்டையும் உள்வாங்கிக் கொண்டன அல்ல; என்றாலும் படைப்பு சார்ந்த நுட்பங்கள் என்று தமிழிலும் உலவும் அனைத்தும் கைவரப் பெற்ற ஒரு தலித் படைப்பாளி இமையம் என்பது மறுக்க முடியாத உண்மை.

செடல்

செடல் என்ற சிறுமியின் வாழ்க்கையின் வழியாக, அவள் வாழ்ந்த சமூகத்தின் வாழ்வும் அக்காலமும் பதிவு செய்யப்பட்டிருக்கும். அவளது சொந்த ஊர்ச் செல்லியம்மன் கோயிலுக்கும், சுத்துப்பட்டிலுள்ள பத்துக் கிராமங்களின்

கோயில்களுக்கும் பொட்டுக் கட்டி விடப்பெற்ற பறச்சேரிக் கூத்தாடிக் குடும்பத்துப் பெண்ணான செடலின் வாழ்வு பொட்டுக்கட்டிவிடப்பட்ட பெண்களின் வாழ்க்கை, தெருக்கூத்துக்காரர்களின் வாழ்க்கை, தெருக்கூத்தின் அழகியல் கூறுகள், பசி, வறுமை, சாதிய ஒடுக்குதல்கள் என்று பரந்தகளம் உடையதாக அமையும். 'செடல்' உயர்வகுப்பு மக்களுக்கான கோயில்களுக்குக் குறிப்பிட்ட இனப்பெண்கள் பொட்டுக்கட்டி விடப்பட்டதைப் போல் கிராமத்து சிறு கோயில்களில் தாழ்த்தப்பட்ட இனச் சிறுமிகள் பெற்றோர்களிடமிருந்து பிரிக்கப்பட்டு 'சாமி பிள்ளை'யாக பொட்டுக்கட்டி விடப்படும் சிறுமிதான் செடல். சாமிபிள்ளையான அவள் அவளது ஊரிலேயே வயதுக்குவந்த அந்தப் பொழுதில், கொட்டும் மழையில் ஆதரவின்றிப் புறக்கணிக்கப்படுகிறாள். அதனால் ஊரைவிட்டு வெளியேறும் அவள் நாவலின் போக்கில் கூத்துக்கலைஞர்களால் ஆதரிக்கப்படுகிறாள். கூத்துக்கலையில் திறமைசாலியாகி விடுகிறாள். ஒரு பெண்ணின் தனிமையான வாழ்வு குறித்த பார்வை நாவல் முழுவதும் விரவிச் செல்கிறது. கிராம விழாக்களில் புராண மாந்தர்களின் வேஷம் கட்டியும், இறப்புகளில் வேஷம் கட்டாமலும் கூத்தை ஆட்டமும் பாட்டுமாக கோலோச்ச வைத்திருக்கிறார் இமையம். இறுதியில் 'செடல்' கூத்துக்கலைக்கான அர்ப்பணிப்பாக நிறைவு கொள்கிறது.

'செடல்' நாவலை படிக்கையில் இப்படி ஒரு வாழ்க்கை, இப்படி ஒரு வழக்கம் தமிழ்நாட்டில் உண்டா என்ற திகைப்பு உண்டாகிறது. 'செடல்' உருவான பின்னணி என்ன என்ற கேள்விக்கு அவருடைய பதில்,

"நான் எழுதிய நாவல்களிலேயே மிகவும் முக்கியமானது 'செடல்'. தமிழகத்தில் இசைவேளாளர் இனத்தை சேர்ந்தவர்களைத்தான் கோவில்களுக்குப் பொட்டுக்கட்டி விடுவார்கள் என்ற சமூக நம்பிக்கையை, செடல் பொய்யென நிரூபித்தது. தாழ்த்தப்பட்டவர்களிலேயே கடைநிலையில் இருக்கக்கூடிய - தெருக்கூத்து ஆடுவதைத் தொழிலாகக்கொண்ட இனத்துப்பெண்ணையும் பொட்டுக்கட்டுவார்கள் என்ற நிஜமான வரலாற்றை சொன்ன நாவல். ராஜாக்கள் கட்டிய பெரியபெரிய கோவில்களில் மட்டும்தான் பொட்டுக்கட்டுவார்கள் என்பது மட்டுமல்ல சாதாரண

கிராமத்துக் கோவில்களுக்கும் பொட்டுக்கட்டிவிடுவார்கள் என்ற உண்மையை சொல்கிறது. சட்டரீதியாக தமிழகத்தில் பொட்டுக்கட்டும் மரபு ஒழிக்கப்பட்டுவிட்டது என்பதை பொய்யென நிரூபித்தது மட்டுமல்ல, அது இன்னும் தமிழக கிராமங்களில் நடைமுறையில் இருக்கிறது என்பதை சொன்னது செடல். அதோடு சாதாரண மக்களுடைய கலையாக இருந்த தெருக்கூத்துப் பற்றியும், அதனுடைய அழகியல் கூறுகளையும், மேன்மைகளையும் கலைத்தன்மையோடு விவரிக்கிறது நாவல். சிலப்பதிகாரத்திற்குப் பிறகு தமிழில் கூத்துக் கலையின் அடவுமுறைகளைப்பற்றி விரிவாக பேசிய இலக்கியப் படைப்பு செடல் நாவல்தான். செடல் என்னுடைய ஊர்க்காரர். என்னுடைய இளமைக்காலத்திலிருந்து அவருடைய நாடகங்களைப் பார்த்திருக்கிறேன். ஒரு கரிநாள் அன்று 'பொங்க காசு கொடுங்க' என்று கேட்டு வந்தபோதுதான் செடலைப்பற்றி எழுத வேண்டும் என்ற எண்ணம் எனக்குள் வந்தது" ('சூரிய கதிர்' மாத இதழ் - செப்டம்பர் 2015)

செடல் நாவலானது பழைய தேவதாசி முறையை 'பொட்டுக்கட்டுதல்' என்னும் நம்பிக்கையுடன் இணைத்துப் பார்க்கத் தந்திருக்கிறது. கடவுளுக்கு அஞ்சி ஜாதகத்தின் மீது நம்பிக்கைகொண்டு தான் பெற்ற பிள்ளையை கோயிலுக்குத் தாரை வார்த்து அவள் மேல் எந்தவித கரிசனமுமற்று கடந்துவிட்ட குடும்பமும், தன் வீட்டின் மீது அளவுகடந்து பாசம் வைத்து அந்த அன்பு பொய்யாய்ப்போன செடலின் நிலையும் இந்த நாவலில் உயர்சாதியினரின் வஞ்சகம், ஆண்களின் காமக்கொடூரம் என்பனவற்றுள் பின்னிப் பிணைந்து சொல்லப்பட்டிருக்கிறது. கீழ்சாதி என்று சொல்லப்பட்ட செடல் குடும்பம் மட்டுமல்ல பல குடும்பங்கள் கடவுளுக்கு பயந்தவர்களாகவும் பக்தியுடைவர்களாகவுமே உருக்கொள்கிறார்கள். இதனைப் பயன்படுத்திக்கொண்ட உயர் சாதி சமூகம் ஐயர் மூலமாக செடலின் பெற்றோரான கோபால்-பூவரசிடம், எட்டாவது பெண் குடும்பத்திற்கு ஆகாது எனச் சொல்லி செடல் பொட்டுக்கட்டி விடப்படுகிறாள்.

அதாவது, காலமெல்லாம் கன்னிப்பெண்ணாக கோயிலுக்கு ஊழியம் செய்ய நேர்ந்துவிடப்படுகிறாள். ராமலிங்க அய்யரின் வாய் வார்த்தை வழியாக நிறைவேற்றும் நடராஜ பிள்ளையின் அதிகாரம், செடலின் உடலைத் தெய்வம் ஏறிய உடலாக

மாற்றிக் குடும்பத்திலிருந்து பிரித்துக் கோயிலோடு சேர்த்துப் பிணைக்கிறது. புராணக்கதையாக இதனைப்பார்த்தால், பாற்கடல் கடையும் போது சிந்திய நான்கு துளிகளில் இருந்து மூதேவியும், லட்சுமியும், பார்வதியும் நான்காவதாக செல்லியம்மனும் பிறந்தனர். இறைவனின் ஆணைப்படி வாலி மற்றும் சுக்ரீவனை மணக்க செல்லியம்மன் மறுக்கிறாள். இறைவனின் சாபத்திற்கு ஆளான செல்லி கோபங்கொண்டு ஊர் எல்லையில் உட்கார்ந்து மக்களைத் துன்பப்படுத்துவதாக நம்பப்படுகிறது. இந்நாவல் 'பச்சபொணத்தைப் பாலோடு தின்றும் சுட்ட பொணத்தை முறுக்கென்று தின்றும்' என செல்லியம்மனை வருணிக்கிறது. இப்படிப்பட்ட செல்லியம்மன் கோயிலுக்கு நேர்ந்துவிடப்படுபவள்தான் செடல். கூத்தாடிக் குடும்பமான கோபால்-பூவரும்பு குடும்பத்தின் எட்டாவது பிள்ளையான செடல் கோயிலுக்குப் பொட்டுக்கட்டி விடப்பட்டப்பின் அவளுக்கு நேரும் துன்பமும் துயரமுமே நாவல். அவள் பெரிய மனுஷியாகி உதிரம் பெருகிய ஒரு பெருமழை நாளில், கொட்டும் மழைக்கு ஒதுங்கி உட்கார ஓரிடம் இல்லாமல் தவித்த நிலையில் தனது சொந்த ஊரையும் தெய்வப் பெண்ணாக அவளைக் காத்து வரும் கோயிலையும் விட்டுவிட்டுப் போக நேர்ந்தது என முடிகிறது முதல் பாகம்.

நாவலின் இரண்டாவது பாகம், அவளின் 18 ஆண்டு வாழ்க்கையைப் பற்றியது. சொந்த ஊரைப் பிரிந்து மழைநாளில் கிளம்பிய செடலைப் பொன்னன் என்னும் கூத்துக்காரன் சந்தித்து அழைத்துப் போனதும், அவளை ஒரு தேர்ந்த கூத்துக்காரியாக மாற்றியதுமாக விரிகிறது. பொன்னன் அவளை விட வயதில் மூத்த தெருக்கூத்துக் கலைஞன். இரண்டு பிள்ளைகளுக்குத் தகப்பன். ஒருவிதத்தில் செடலின் தூரத்துச் சொந்தம் என்பதுதான் அவளை அவன் பொறுப்பில் இருக்கும்படி செய்தது. பெண் வேஷம் கட்ட வேண்டியவன் வராத போது பொன்னனின் வேண்டுகோளை ஏற்றுக் கூத்தாடிச்சியாக்கியது. 'பொன்னன் செட்டு' என்ற பெயர் மாறி 'செடல் செட்டு' என்ற பெயர் வந்த போது வருமானமும் வந்தது; சிக்கல்களும் வந்தன. உடல் வனப்பு மிகுந்த பெண்ணான செடல், தேர்ந்த பாட்டுக்காரியாகவும் ஆட்டக்காரியாகவும் திகழும்போது எதிர்கொள்ளும் பிரச்சினைகளும் வந்தன.

கூத்துப் பார்க்க வரும் விடலைப் பையன்கள் என்றில்லாமல் பொன்னனே அவள் மீது காமம் சார்ந்த விருப்பத்தோடு இருப்பதை ஒரு முறை வெளிப்படுத்துகிறான்; அந்தக் குழுவில் ராஜபார்ட் வேஷம் கட்டும் ஆரான் முரட்டுத்தனமான தனது காதலை அவளிடம் சொல்கிறான். பொன்னனின் சாவுக்குப் பின்னால் ஆரான் காட்டிய காதல் விருப்பம் கூத்துக் குழுவையே இரண்டாக்குகிறது. பொன்னன் நடத்திய கூத்துச் செட்டின் தலைமைப் பொறுப்பை அவள் ஏற்றுக்கொள்கிறாள். ரெக்காடு டான்ஸ் நடத்துபவனின் அழைப்பு, அவளது சொந்த ஊர் ஒடயாரு பையன் வீரமுத்து வைப்பாட்டியாக வைத்துக்கொண்டு நிலபுலன்கள் எழுதித் தருவதாகச் சொன்னது என அவள் சந்தித்த பிரச்சினைகள் ஒரு தனி மனுஷியாகக் கடக்க முடியாத மேடுகள். பெண்ணாகப் பிறக்க நேர்வதில் உள்ள துயரம் என்று கருதிக் கொண்டு எல்லா மேடுகளையும் தாண்டுகிறாள் செடல். தான் தெய்வத்திற்கு சேவை செய்ய நேர்ந்து விடப்பட்ட பெண் என்ற நினைப்பின் மூலம் அந்த மேடுகளைக் கடந்ததோடு, மற்றவர்களுக்கும் புரிய வைத்துக்கொண்டே இருக்கிறாள். இந்நிகழ்வுகள் அனைத்தும் பொன்னனின் கிராமமான நெடுங்குளத்தில் நிகழ்வனவாக 17 இயல்களில் எழுதிக் காட்டியுள்ளார் இமையம்.

நாவலின் மூன்றாவது பாகம் 14 இயல்களைக் கொண்டது. செடல் நெடுங்குளத்திலிருந்து சொந்த ஊருக்குத் திரும்ப வந்து, பொட்டுக்கட்டிய தெய்வப் பெண், தெருக்கூத்தாடும் கூத்துக்காரி என்ற இரட்டை அடையாளங்களுடன் வாழ்ந்து கொண்டிருக்கிறாள் என்பதை விவரிக்கிறது. அவளது உறவுக்காரர்கள் என்று சொல்லிக்கொள்ளும்படியாக வனமயிலும் அவளது மகன் பரஞ்ஜோதியும் இருக்கின்றனர். செல்லியம்மனின் கோயிலையே சிதையவிட்ட அவளது சொந்த ஊர், முதலில் அவளைப் பழைய மரியாதைகளோடு ஏற்க மறுத்ததை விரிவாகவும், கிறிஸ்தவப் பாதிரியாரின் அரவணைப்பால் வேதப் பறையர்களின் ஆதிக்கம் கூடி வருவதைக் குறிப்பாகவும் காட்டும் நாவலாசிரியர், அந்த மாவட்டத்தில் தேர்ச்சி பெற்ற கூத்தாடிச்சியான பாஞ்சாலியைச் செடல் சந்திக்கும் நிகழ்வைக் கடைசி நிகழ்வாக வைத்துள்ளார். இடையில் செடலின் உடல் வனப்பு மீது வெறியாக இருந்த வீரமுத்து ஒடயாரின் உதவியை ஏற்றுக்

கொண்டதையும் ஒரு கணம் அவளை இழந்து அவனிடம் தன் உடலைத் தந்துவிடும் தருணம் ஏற்படும் சூழல் நேர்ந்ததையும் காட்டுகிறார். பாஞ்சாலியுடனான சந்திப்பு, செடலின் கடந்த கால வாழ்க்கைக்கும், நிகழ்கால இருப்புக்கும், இனித் தொடரப்போகும் நிகழ்வுகளுக்கும் அர்த்தங்களைச் சொல்வதாக அவள் உணர்கிறாள் என்பதாக முடிகிறது நாவல். (அ.ராமசாமி, இமையத்தின் செடல்: எதிர்பார்ப்புகளற்ற கீழைத் தேய வாழ்வின் மீதான விசாரணை).

எங்கதெ

'எங்கதெ' நாவல், செறிவான நாவல் என்றாலும் முழுக்க ஆணின் பார்வையில் இருப்பதற்கு அவர் வைக்கும் பதில்,

"சங்க காலத்திலிருந்து இன்றைய காலம்வரை காதலால், காதலின் ஏமாற்றத்தால், காதல் கைகூடாததால், பெண்கள்தான் ஏங்குவார்கள், அழுவார்கள், காத்திருப்பார்கள் என்று இலக்கியங்களின் வழியே கற்பிக்கப்பட்டிருக்கிறது. அதை சமூகமும் முழுமையாக நம்பி வந்திருக்கிறது. இலக்கியங்கள் உருவாக்கிக்காட்டுகிற துயரமும், சமூக நம்பிக்கையும் முழுஉண்மை அல்ல என்பதை சொல்கிறது 'எங்கதெ' நாவல். காலம்காலமாக இலக்கியப் படைப்புகள் கட்டமைத்த மதிப்பீட்டிற்கு, சமூகம் உருவாக்கி வைத்திருக்கும் நம்பிக்கைக்கு எதிராக எழுதப்பட்டிருப்பது 'எங்கதெ'. மரபை உடைத்திருக்கிறது இந்த நாவல். காதலில் ஆணும் ஏமாற்றப்படலாம், துயரப்படலாம், கண்ணீர் சிந்தலாம், ஏங்கலாம், காத்திருக்கலாம், அவஸ்தைப்படலாம் இதுவும் சாத்தியம்தான், உண்மைதான் என்பதை சொல்கிறது எங்கதெ நாவல். ஆணின் வலியை அழுகையை, ஆணினுடைய பார்வையில் சொல்வதுதானே பொருத்தம்?" ('சூரிய கதிர்' மாத இதழ் - செப்டம்பர் 2015)

இவ்வாறு தமிழ் நாட்டுக் கிராமங்களுக்குள் நிலவும் மனிதநேயமற்ற வேறுபாடுகளைக் கவனப்படுத்துவதன் மூலம் தனது படைப்புகளில் பொருளாதார, சமூகப் பண்பாட்டுத் தளங்களில் நிலவும் முரண்பாடுகளையும் ஆதிக்கத்தின் குரூரங்களையும் முன் வைக்கிறார்.

அறிவழகன்

அறிவழகனின் சிறுகதைத் தொகுப்புகள்-குற்றவாளிகள், பயணம், நினைவுகள் (தமிழக அரசு பரிசு நூல்), சாதிசனம். குறுநாவல்- சந்தை. நாடகத் தொகுப்பு-நீர்வார் விழிகள். நாவல்-கழிசடை. தலித் படைப்பின் அவசியத்தைக் கூறும் அறிவழகன் அப்படைப்பின் மீதான செயலாக்கத்தை, "தனி மனித பாதிப்பு தோப்பு போன்ற சமுதாயத்தையே சீரழித்து விடக்கூடிய தொற்றுநோய் என்பதை உணராவரையில் ஆதங்கப்படுதலென்பதும் இரக்கப்படுதலென்பதும் மனித நேயமுள்ளவனென்று காட்டிக்கொள்ள மட்டுமேயன்றி பாதிக்கப்பட்டவருக்கோ சமுதாயத்திற்கோ யாதொரு நலனுமில்லை" என்கிறார். *(சாதிசனம், ப.3. அறிவகம் வெளியீடு, சென்னை).*

கழிசடை

அறிவழகனின் முக்கியமான படைப்பு கழிசடை நாவல் ஆகும் (அலைகள் வெளியீட்டகம், சென்னை, 2003). இந்நாவல், அனுமந்தய்யா என்ற துப்புரவுத் தொழிலாளியின் வாழ்வை மையமாகக் கொண்டது. அவர் வாழ்வில் நிகழும் சம்பவங்கள், அவரோடு பயணிக்கும் மனிதர்கள், அவரின் பணியிடம் என நாவலின் களம் விரிந்துள்ளது. நாவலின் காலம் இருபது ஆண்டுகளுக்கு முந்தையது என்பதையும் கதையின்போக்கில் உணரமுடிகிறது. என்றாலும், இன்றுவரை இந்த மக்களின் வாழ்நிலையில் மாற்றம் நிகழ்ந்துவிடவில்லை.

மனித மலத்தை மனிதனே அள்ளுதல் என்கிற அவலம், அதன் நாற்றம் அவனது குடும்ப வெளிகளுக்குள்ளும் மன வெளிக்குள்ளும் நுழையும் சித்திரம் மிக எளிமையாகக் கழிசடையில் இடம் பெற்றுள்ளது. இத்தகைய வாழ்க்கை வாழ நேர்ந்துள்ளதற்கான காரணங்களைப் பற்றியோ, அதற்குள் அமுக்கப்பட்டுள்ளதையோ, உணர்ந்து அதிலிருந்து மீளும் முயற்சிகளை மேற்கொள்ளாத கதாபாத்திரங்களே கழிசடையின் மனிதர்கள். நகர்ப்புறத்தில் மலம் அள்ளும் அருந்ததியரின் தொழிலாளரின் அன்றாட வாழ்க்கைப் போராட்டத்தை விவரித்து ஒவ்வொரு நாளையும் கடத்துவதே, வாழ்க்கையின் வெற்றியாக நினைக்கப்படுவதையும் சொல்கிறது.

இந்திய நாடு அறுபத்து ஒன்பதாவது குடியரசு தினம் கொண்டாடிய அதே நாட்களில், நான்கு இளைஞர்கள் மலக்குழிக்குள் உயிர்விட்ட அவலம் சென்னையில் நடந்தேறியது. அரசு தலித் மக்கள் விடுதலைக்காக ஏதாவது செய்ய வேண்டுமென விரும்பினால் அது, அவர்கள் மலக்குழிக்குள் தங்கள் வாழ்வை இழந்து கொண்டிருப்பதை நிறுத்தி, சுயமரியாதைமிக்க வாழ்க்கை வாழ வழி செய்யவேண்டும். இந்திய ஜனநாயகத்தின் மாண்புக்கு பெரும் சவாலாக இருக்கும் சாதியக் கட்டமைப்பும், அதன்பேரில் நடத்தப்படும் மனித உரிமை மீறல்களும் கணக்கிலடங்காதவை. நாகரிக சமூகத்தால் ஏற்க முடியாதவை. இவற்றை ஒழித்தபின்புதான் இந்தியா, முழுமையான குடியரசு என பறைசாற்றும் தகுதியைப் பெறும். கழிசடை நாவல், அப்படி இந்த நாட்டின் சாதிய அமைப்பால் கடைநிலையில் வைக்கப்பட்டு சுரண்டப்படுகிற மக்களைப் பற்றிப் பேசுகிறது.

துப்புரவுப் பணியாளர்களின் வாழ்நிலை, அவர்கள் சந்திக்கும் உழைப்புச் சுரண்டல், உரிமை மீறல்கள் என அத்துணையும் நாவலில் வலியோடு பதிவு செய்யப்பட்டுள்ளன. தோட்டியின் மகன், தூப்புக்காரி, தவிர்க்கப்பட்டவர்கள் என, விரல்விட்டு எண்ணிவிடும்படியான படைப்புகளே துப்புரவுப் பணி செய்கிற மக்கள் பெரிய சித்திரமாக வளர்கிறார்கள்.

அனுமந்தய்யா, நிரந்தரப் பணியாளராகத் துப்புரவுப் பணி செய்யும் தொழிலாளி. இந்தத் தொழிலே மனித உடல்நலத்தையும், மாண்பையும் சுரண்டும் தொழில் என்றால், இங்கே நடக்கும் அதிகார வர்க்கத்தின் உழைப்புச் சுரண்டல் அதனினும் கொடியதாக உள்ளது. மொய்தீன் மேஸ்திரியும், இன்ஸ்பெக்டரும் எப்போதும் இவர்களை, பணிப் பாதுகாப்பற்ற நிலையில் அவர்களிடம் இறைஞ்சி வாழ்பவர்களாகவே வைத்திருக்கும் வஞ்சமும், அதனால் ஏற்படும் அச்சவுணர்வும் வாசகனுக்குக் கடத்தப்படுகிறது. இன்ஸ்பெக்டர் கண் பார்வையில் படும்படி பவ்யமாக நின்று கெஞ்சித்தான் வேலை பெறமுடியும். அதிலும் அவர்கள் பிடிக்காதவர் என முடிவு செய்துவிட்டால், என்ன காரணம் சொல்லியும் வேலை கொடுக்காமல் இருக்கலாம். அதையும், அவர்களுக்கு இருக்கும் சம்பள விடுப்பாக இல்லாமல் அறிவிப்பற்ற விடுப்பாக்கி, சோற்றில் மண்ணள்ளிப்போடும் அதிகார வர்க்கத்தின் திமிரையும்

நாவலில் பல இடங்களில் ஆசிரியர் தோலுரிக்கிறார். ஆனால், வாங்கும் சம்பளம் வட்டிக்கும், சாராயக் கடைக்குமே போதாமல் இருக்கும்போது, அவர்களை எதிர்த்து என்ன செய்துவிட முடியும் என்ற இயலாமையையும் அனுமந்தய்யா கதாபாத்திரம் உணர்த்துகிறது.

"நிரந்தரப் பணியாளர்களைவிட, தினக்கூலிக்காரங்கள வேலைக்கு எடுக்கத்தான் மேஸ்திரியும், இன்ஸ்பெக்டரும் ஆர்வம் காட்டுவாங்க."

"தினக்கூலிக்காரங்கன்னா... வேல கொடுத்தன்னைக்கே இன்ஸ்பெக்டருக்கு அஞ்சு ரூபாயும் மேஸ்திரிக்கு ரெண்டு ரூபாயுங் கெடைக்கும். வேலயயும் பயந்துக்கினு செய்வாங்க. ஆனா, தினக்கூலிக்காரங்க நெலம இன்னும் மோசந்தான். வேல கொடுக்கராங்களோ இல்லையோ... தினமும் வந்து போவனும். வேலை இருந்தா கொடுப்பாங்க. இல்லைனா மறுநாளு வரச்சொல்லுவாங்க. வேல இருக்கா, இல்லியான்னு சொல்றவரைக்கும் ஆபிச சுத்திப் பெருக்கிக் கூட்டி சுத்தப்படுத்தனும். பர்மன்ட் ஆளுங்க மாதிரி நின்னுக்கினு இருக்க முடியாது."

இப்படி, வேலை உரிமையைக்கூட இரந்து பெறும்நிலையில் துப்புரவுப் பணியாளர்கள் வஞ்சிக்கப்படுவதை ஆசிரியர் பதிவு செய்யுமிடத்து, தனக்காக மட்டுமன்றி ஒப்பந்தப் பணியாளர்களுக்காகவும் கவலைகொள்ளும் அனுமந்தய்யாவின் மனம் வெளிப்படுகிறது.

'சாக்கடை கசடுகளோடு அழுகிப்போன காய்கறி, பழைய சோறு, கஞ்சி, கரையாத திப்பை திப்பையான மலம், காகிதம், கந்தல் துணி என, எல்லாமே கலந்திருந்ததால் கால்வாய்க் கரண்டியால் அள்ளி எடுத்துப்போட்டபோது நாற்றம் குடலைப் பிடுங்கும்படியாக இருந்தாலும் அனுமந்தய்யாவிற்கு அதெல்லாம் ஒன்றுமில்லை. பழகிப்பழகி எல்லாமே சுரணையற்றுப் போயிருந்தது' என்னும்போது இந்நாவல், இங்கே துப்புரவுப் பணி என்பது சட்டத்தால் தடை செய்யப்பட்ட மலமள்ளும் பணியும் சேர்ந்தது என்பதையும், இன்றுவரை அரசாங்கமே அதைச் செய்ய அவர்களை நிர்ப்பந்திக்கிறது என்பதையும் கதையின்போக்கில் வெளிச்சமிட்டுக் காட்டுகிறது.

ஒடுக்கப்பட்ட மக்களின் வாழ்வு இந்த நன்றிகெட்ட சமூகத்தால் உண்டானது என்பதை நாவல் சொல்லாமல் சொல்லிச்செல்கிறது. அவர்களிடம் உழைப்பைச் சுரண்டி கொழுத்துக்கொண்டே அவர்களைத் தீண்டப்படாதவர்கள் என ஒதுக்கிவைக்கும் துரோகத்தை, இச்சமூகம் இன்றளவும் செய்துகொண்டுதானே இருக்கிறது.

'எந்த சனியனோ தெர்லயே. செத்த நாய கொண்டாந்து இங்க போட்டுட்டுப் போயிருக்காணுவோ! அதாங்... வீட்டுல ஒரு நிமிஷங்கூட இருக்கமுடியல. அதக் கொஞ்சங் கையோட எடுத்துப் போட்டுடுடா'

என, கால்வாய் சுத்தம் செய்யப்போன அனுமந்தய்யாவிடம் கோரிக்கைவைத்து பேரம்பேசி ஒப்புக்கொண்டவுடன், மம்புட்டி காலில் படும்படி எட்டிநின்று வீசுமிடத்து சாதித்திமிர் வெளிப்படுகிறது. மலம் அள்ளச் சென்றாலோ, சாக்கடைகளின் அடைப்புகளை எடுக்க சென்றாலோ, அவர்களை மனிதனாக நடத்தி, வேலை வாங்கும் சூழல் இல்லை. சாக்கடைகளை அவர்கள் சுத்தம் செய்யவில்லை என்றால் நகரம் ஸ்தம்பித்துவிடும் என்றாலும் அந்த வேலை செய்பவர்களைப் பார்த்ததும், ஏதோ பார்க்கக் கூடாத ஒன்றை பார்த்து விட்டதாக ஒதுங்கிச் செல்லும் மனநிலையை இந்நாவல் பதிவு செய்கிறது.

மலமும், குப்பை நாற்றமும், பணிச்சுமையும் தரும் உடல் அலுப்பில் குடிக்கு அடிமையாகி, உடல்நலம் கெட்டு, குடும்ப உறவுகளிடமிருந்து விலகிநிற்கும் இவர்களின் வாழ்வு இதனாலேயே பிரச்சினைக்குரியதாக மாறுவதை அனுமந்தய்யாவுக்கும் அவர் மனைவி கொண்டம்மாவுக்கும் இடையே நடக்கும் பிரச்சினைகளின்வழி உணர முடிகின்றது. பத்தை பத்தையாய் உடல் முழுக்கப் புண்ணோடு வதைபடும் மனிதர்கள், எப்படி குடிக்கு அடிமையாகின்றனர் என்பதை விடுமுறை நாளில் சாராயம் தேடி அலையும் பாத்திரங்கள் உணர்த்துகின்றனர். அவ்வளவு நாளும் துரோகம் செய்தவள் என, சண்டையிட்டுக்கொண்டு இருந்த மனைவியை நோய் கண்டதும் பார்க்கத் துடிப்பதும் குடும்பத்துக்காக அவள் எல்லாம் செய்கிறாள் என உணரும் நேர்மையோடு, கதாபாத்திரம் கையாளப்பட்டுள்ளவிதம் எளிமையான வாழ்வின் சாட்சியமாகிறது. காசநோயால் அவதிப்படும் கணவனைப்

பார்த்து கொண்டம்மா, மருத்துவமனையில் ஆறுதல் சொல்வதும், வேலைக்குப் போகவேண்டாமென பரிந்து பேசுவதுமான அவர்கள் உறவின் அன்பு காட்சிப்படுத்தப்பட்டிருக்கிறது.

இங்கே பொதுச்சமூகம், செய்வதற்கு அருவருப்பாக நினைக்கும் எல்லா வேலைகளும் 'அரசாங்க வேலை' என்ற பெயரில் ஒடுக்கப்பட்ட மக்கள் செய்ய நிர்பந்திக்கப்படுகின்றனர். சாதியும், வறுமையும் உயிரைப் பணயம் வைத்து இந்த வேலைகளைச் செய்யவைக்கிறது. சாக்கடைக் கிணறு, கழிவு நீர்த்தொட்டி ஆகியவைகளின் அமைப்பு, அதிலிறங்கி வேலை செய்யும்போது சந்திக்க நேரிடும் அபாயம் அத்தனையும் நாவலில் காட்சிப்படுத்துகிறது.

தந்தையின் சீரழிந்த உடல்நிலையாலும், கடன் தொல்லையாலும் சீனய்யா அடுத்த தலைமுறையாக இந்த வேலையைச் செய்ய நிர்பந்திக்கப்படுகிறான். சாக்கடைக் குழிக்குள் இறங்கும் அவன் வாழ்வு முடியும்போது நாவல் முடிகிறது.

இந்நாவலில் வரும் கதாநாயகனுக்கு வாரிசு இருக்கிறது. அந்த வாரிசும், தன்னைப் போல மலம் அள்ள வேண்டுமா? என, நினைக்கும் கதாநாயகன், அவனை வேறு தொழிலுக்கு அனுப்ப முயற்சித்து தோற்கிறான். வேறு வழியில்லாமல், வாரிசும் மலம் அள்ளும் வேலைக்கு வந்து, உயிரையும் விடுவது, கண்ணீர் மல்க வைக்கிறது. இந்தத் துயரங்களைத் தாங்கி, வாழ்க்கையை மீண்டும் நகர்த்த, கதாநாயகன் விழைவதும் நாவலின் துயர்மிகுந்த பகுதிகளாகின்றன.

கதையின் நிலம், பதினைந்து ஆண்டுகளுக்கு முந்தைய சென்னை மாநகரம், அதன் குடிசைப் பகுதிகள், அம்பேத்கர் நகர் என பெயர் மாற்றப்பட்ட குப்பம் என காட்டப்பட்டுள்ளது. அங்கே இருக்கும் வறுமையும், சுரண்டலும் சமரசமின்றி பதிவு செய்யப்பட்டுள்ளது. தலைமுறை மாறினாலும் மாறாத இந்தக் கொடுமைகள் மாற சமூகத்தின் மனசாட்சியை அசைக்கவேண்டிய தேவையை நாவல்வழியாக ஆசிரியர் உணர்த்தியிருக்கிறார். மாற்றத்துக்காகப் போராடுபவர்கள் இம்மக்களின் வலிமிகும் வாழ்வைப் புரிந்துகொள்ள தங்களது மனசாட்சியை கேள்விக்குட்படுத்திக்கொள்ள வேண்டியிருக்கிறது.

நகர்ப்புறத்தில் மலம் அள்ளும் அருந்ததியர் வாழ்க்கையை, இந்நாவல் சித்தரிக்கிறது. மலம் அள்ளும் தொழிலாளியின் அன்றாட வாழ்க்கைப் போராட்டத்தை விவரித்துக்கொண்டே செல்லும் நாவல், மலம் அள்ளும் தொழிலாளிக்கு, ஒவ்வொரு நாளையும் கடத்துவதே, வாழ்க்கையின் வெற்றி என, சொல்கிறது.

மலம் அள்ளச் சென்றாலோ, சாக்கடைகளின் அடைப்புகளை எடுக்க சென்றாலோ, அவர்களை மனிதனாக நடத்தி, வேலை வாங்கும் சூழல் இல்லை. சாக்கடைகளை, அவர் சுத்தம் செய்யவில்லை என்றால், நம்மால் தொடர்ந்து அங்கு குடியிருக்க முடியாது. ஆனால், அந்த வேலை செய்பவர்களைப் பார்த்ததும், ஏதோ பார்க்கக் கூடாத ஒன்றை பார்த்து விட்டதாக, ஒதுங்கிச் செல்கிறோம்.

மலம் அள்ளுபவன், அவனது வாழ்க்கையை நடத்த, வேலை செய்ய வருகிறான் என்றாலும், அவனுக்கென, மனசு, உறவு, வாழ்க்கை இருப்பதாக யாரும் கவலைப்படுவதே இல்லை. சமூகத்தில் அவனை எவ்வளவு அசிங்கப்படுத்த முடியுமோ, அந்தளவுக்கு அசிங்கப்படுத்துகிறோம்.

ஒரு நாவலின் கதைக் களம் அக்ரஹாரமாகவோ, வயல் வெளியாகவோ, இன்ன பிற தளங்களிலோ இல்லாமல், சமூகத்தில் பிறர் நலனுக்காக உழைக்கும் துப்புரவு தொழிலாளியின் வாழ்வை சித்தரிக்கும் களமாக, நாவல் உள்ளது.

'நமது சுற்றுச்சூழலை மேம்படுத்தும் தொழிலாளியை, நாள்தோறும் நாம் செல்லும் பாதையில் பார்க்கும்போது, கையெடுத்துக் கும்பிட வேண்டும். ஆனால், அவர்களைப் பார்த்து எள்ளி நகையாடுகிறோம். இந்த வலியை அறிவழகன் வெளிப்படுத்தியுள்ளது, சமூகத்தின் நிதர்சனம்' என்று எழுத்தாளர் ஜோ.டி.குரூஸ் பதிவு செய்திருப்பது (09நவ 2014, தினமலர்) பொருத்தமானது எனலாம்.

ஆதவன் தீட்சண்யாவின் 'மீசை என்பது வெறும் மயிர்' நாவல்

'மீசை என்பது வெறும் மயிர்' சாதிய மத ஆதிக்கத்தையும், அதிகார மனோபாவத்தையும் புனைவின் வழியே, நுட்பமாக கேலி, கிண்டல் செய்து, இதன் மூலம் வெட்கித் தலைகுனியச்செய்து கழுவிலேற்றும் நாவல். இந்நாவல்

'நந்தஜோதி பீம்தாஸ்' என்கிற கற்பனை எழுத்தாளரை உருவாக்கி அவரிடம் இந்நூலாசிரியரான ஆதவன் தீட்சண்யா, பேட்டியெடுக்க செல்லும் காரணமும், சம்பவங்களும், பேட்டியின் கேள்வி-பதிலும், பீம்தாஸ் எழுதிய 'மீசை என்பது வெறும் மயிர்' என்கிற நாவலின் சுருக்கம். பீம்தாஸ் கதாபாத்திரம் புனைவு என்றாலும் அவருக்கு நேர்ந்த அவமானங்கள், அவரின் பயணக்குறிப்புகள் எல்லாம் சான்றுகளோடு சொல்லப்படுவதன் வழியே நம்கத்தன்மை என்பதற்கு மேல் இந்நாவல் இன்றைய எதார்த்தங்களோடு உரசிச் செல்கிறது. கடத்தப்பட்டும் சாதிய ஒடுக்குமுறைகளிலிருந்து தப்பிக்கவும் இலங்கைக்குச் சென்ற தலித்துகளின் அசாதாரண மரணங்கள், இன்று உலகம் முழுக்கவும் அகதிகளாக பயணிக்கும் மக்கள் படும் துயரங்களுடன் ஒத்துப்போகிறது. உதாரணமாக மியான்மரின் ரொஹியாங்கா முஸ்லீம்களின் நிலை, நாவலில் சொல்லப்படும் மலையகத் தமிழர்களுடம் பொருந்திப் போகிறது.

தலித்துகளின் மீதான வன்முறைகள், சாதியப் படிநிலைகளை தீவிரமாக்கும் போக்கு, ஒடுக்கப்பட்ட மக்கள் அடிப்படை வாழ்வாதாரத்துக்காக சந்திக்கும் நெருக்கடிகள் சமீப காலங்களில் அபாய நிலையை எட்டியுள்ளன. சமூக செயல்பாட்டாளர்கள் தீவிரமாக செயல்பட்டாக வேண்டிய நேரத்தில், அதற்கொரு முன்னுரையை அமைத்துக் கொடுத்திருக்கிறது இந்நாவல். ஒரு புனைவு, சமூகத்தின் பல்வேறு இடர்பாடுகளை அழுத்தங்களை அடக்குமுறைகளை இனம் காட்டுகிறதென்றால் அது புனைவு என்கிற வரையறைத் தாண்டி வேறொன்றை அடைகிறது. ஆதவன் தீட்சண்யாவின் 'மீசை என்பது வெறும் மயிர்' நாவல் அத்தகையது என்று இதன் மூலம் முன் வைக்கப்படுகிறது.

ஆதவன் தீட்சண்யாவின் 'மீசை என்பது வெறும் மயிர்' நாவலை முன்வைத்து "சமீபத்தில் மகாத்மா புலேவின் தேர்ந்தெடுக்கப்பட்ட படைப்புகள் படித்தேன். 19ஆம் நூற்றாண்டின் ஆரம்ப கட்டங்களில் இந்திய சமூகத்தில் வேரோடிப் போயிருக்கும் சாதிய ஒடுக்குமுறைகள் குறித்து, கட்டுக்கதைகளை உடைக்கும் வகையில் விமர்சனப் போக்கில் எழுதியிருப்பார். அந்த நேரத்தில் சாதி ஒடுக்குமுறைகளை குறித்து ஆட்சியாளர்களுக்கு அறிவிக்கும்பொருட்டும் ஒடுங்கிக் கொண்டிருந்த மக்களின் உரிமைகளை உணர்த்தும் பொருட்டும்

சமூக நீதிக்கான பாதையை வகுத்துக் கொடுத்தது அவர் எழுத்து. புலேவின் தொடர்ச்சியாக ஆதவன் தீட்சண்யாவின் எழுத்தைப் பார்க்கிறேன். ஒடுக்கப்பட்ட மக்கள் குறித்து பலரும் எழுதுகிறார்கள், அவையெல்லாம் இந்த மக்களின் அவலங்கள், பாடுகள் குறித்துதான் அதிகம் பேசுகின்றன. இத்தகைய அவலங்கள், பாடுகளுக்கான சமூக காரணிகளை இவை பேசுவதில்லை. ஆதவன் தீட்சண்யாவின் 'மீசை என்பது வெறும் மயிர்' முன் அட்டையில் தொடங்கி பின் அட்டை வரை நந்தஜோதி பீம்தாஸ் என்கிற எழுத்தாளர் வழியாக, சமகால சமூக அரசியல் சார்ந்து தனித் தனிக் களங்களுக்கு படிப்பவரை இட்டுச் செல்கிறது" (ஜுலை 11, 2015, *https:// thetimestamil.com/author/ muvinandhini)* என்கிறார் எழுத்தாளர் மு.வி. நந்தினி.

இந்நாவலைப் பற்றியும் அதன் சுருக்கத்தையும் எழுத்தாளர் தமிழ்ப் பிரபா பின்வருமாறு எழுதுகிறார். ஒன்பதாம் வகுப்பு படித்துக் கொண்டிருக்கும்போது பீம்தாஸ் பள்ளியிலிருந்து திரும்பும் வழியில், மேல்சாதிப்பய்யனை பெயர் சொல்லிக் கூப்பிட்டு விடுகிறார்.. அதைப் பார்த்த ஆண்டை "எம்மகன பேர் சொல்லி கூப்பிட துணிஞ்சியாடா நாயே, பள்ளிக் கூடத்துக்கு போயிட்டா நீங்களும் நாங்களும் ஒண்ணாயிடுவோமாடா? தினம் நாலுவாட்டி எங்களுத மண்டிப்போட்டு சப்பினாலும் எங்களுக்குச் சமமாயிட மாட்டீங்கடா ஈனசாதிப்பயலே..." என்று சாட்டக்குச்சியால் வெளுத்தெடுக்கிறான். ஆத்திரம் தாளமுடியாத பீம்தாஸ் "எங்கப்பன் ஆத்தா வேர்வைய நக்கி ரத்தத்தை உறிஞ்சி ஒடம்ப வளக்குறது நீங்க...உங்களுத எதுக்குடா நாங்க சப்பணும்?" என்று கத்திக்கொண்டே அவன் குறியை சேர்த்துத் திருகி அவனை ஒருவழிப்பண்ணி, பிறகு தன் பெற்றோரைவிட்டு அந்த ஊரிலிரிருந்துபோய் தனுஷ்கோடி ரயில்நிலையத்தில் படுத்துக்கொள்கிறார். அன்றிரவுதான் தனுஷ்கோடி, கடல் சீற்றத்தில் அழிந்து போகிறது. கடல் உயிரோடு விட்டுவைத்த வெகுசிலரில் பீம்தாஸும் ஒருவர்.

அவர் இலங்கைக்குச் செல்ல நேரிடுகிறது, தேயிலைக் காடுகளில் வேலை செய்வதற்கும், பட்டை லவங்கம் உறிப்பதற்கும் பிரிட்டிஷாரால் கொத்தடிமைகளாக அழைத்துச் செல்லப்பட்டு பின்னாட்களில் 'மலையகத்தமிழர்கள்' என்றழைக்கப்பட்ட தமிழ்நாட்டு மக்களுக்கும், சிலோன் பூர்வீகத் தமிழர்களுக்கும் சாதி காரணங்களால் ஏற்பட்ட

பிணக்கங்களையும் புலம்பெயர்ந்த தமிழர்கள் தமிழக இந்திய மற்றும் இலங்கை அரசியல்வாதிகளால் குடியுரிமை தராமல் எப்படியெல்லாம் அலைக்கழிக்கப்பட்டார்கள், அவர்களுக்கு நேர்ந்த கொடுமைகள் ஆகிய அனைத்தையும் அரசியல்வாதிகளின் பெயரோடு இந்நாவல் விரிவாக ஆய்கிறது.

கலவரம் நடக்கும் பதட்டமான சூழலிலும், ‘இங்கு அரசியல் பேசவும்’ என்று தன் சலூன் கடையில் போர்டு வைத்து, மக்களிடம் விழிப்புணர்வு உண்டுபண்ணிய ‘ஆனந்தம்பிள்ளை’யின் பார்பர் ஷாப் எரிக்கப்பட்டு அவரை கொலை செய்தது போன்ற, இலங்கை அரசின் ஆரம்பாகால இனவாத அட்டூழியங்கள் கதை மாந்தர்களை வைத்து, சுற்றி வளைக்காமல் பேட்டிக்கு பதில் தருவதாக நேரடியாக சொல்லப்பட்டிருக்கிறது.

தனக்கு ஏற்பட்ட துவேஷங்கள் மனதிற்குள் பொதிந்து போன, பீம்தாஸ் ‘மீசை என்பது வெறும் மயிர்’ என்றொரு நாவல் எழுதி, அதில் தன் சிறுவயதிலிருந்து கண்டுணர்ந்த சாதி, இன வெறியர்களை ‘இன்னமும் பெயரிடப்படாத நாடு’ என்கிற ஒரு நாட்டை புனைவில் உருவாக்கி அங்கு அவர்களை நடமாடவிட்டு செவுளில் அரைகிறார்.

தமிழ் நாவல் இலக்கிய உலகம் தாழ்த்தப்பட்டவர்களுடைய வாழ்க்கையை ஒரு வாழ்க்கை முறையாக ஏற்று நாவலில் பதிவு செய்ததே இல்லை. அவர்களுடைய வாழ்வையும் மொழியையும் அசிங்கம் என்று காலந்தோறும் ஒதுக்கிவைத்தே வந்திருக்கிறார்கள். தாழ்த்தப்பட்டவர்களுடைய மொழியை இழிவானதாகவும் பேசினால் கூட தீட்டுப்பட்டுவிடும் என்றும் ‘நீச பாஷை’ ‘கொச்சை மொழி‘ ‘கச்சடா மொழி’ என்றும் சொல்லியும் புறந்தள்ளியும் வந்திருக்கிறார்கள். தாழ்த்தப்பட்டவர்களுடைய வாழ்க்கையும் உலக மனிதர்கள் - இந்திய மனிதர்கள் - தமிழர்கள் - தமிழ் வாழ்வின் ஒரு பகுதிதான் என்பதையும் தாழ்த்தப்பட்டவர்கள் பேசுகிற மொழியும் தமிழ்மொழிதான் என்பதையும் இங்கு கதறியும் கூவியும் சொல்லவேண்டிய நிலையானது மனித நாகரீகத்தைப்பற்றிய கேள்வி எழுப்பக்கூடியதாகும். இத்தகைய தலித்துகளின் வாழ்வியல் நாவலாகும், இலக்கியமாகும், கலையாகும் என்பதைக் கடந்த இருபதாண்டுகளில் பல எழுத்தாளர்கள்

நிரூபித்துக் காட்டியிருக்கிறார்கள். தலித் நாவல்கள் முற்றிலும் அவர்களுடைய வாழ்க்கையை, அவர்களுடைய மொழியின் வழியே தாழ்த்தப்பட்டவர்களுடைய வாழ்வின் அறத்தை, அழகியலை நாவலாக்கினார்கள். தாழ்த்தப்பட்டவர்களுடைய நாவல்கள்தான் இன்று, தமிழ் நாவல்களின் உலகை, தரத்தை, மேன்மையை, அழகியலை கூட்டியிருக்கிறது என்பதை இந்த நாவல்களுக்குக் கிடைத்த வரவேற்பின் வழியே அறிய முடியும். இதுவரை பொது சமூகம் பார்க்கத் தவறிய, பொருட்படுத்த தவறிய வாழ்க்கையைத்தான் பாமா, சிவகாமி போன்றவர்களுடைய எழுத்து வெளிச்சத்திற்கு கொண்டு வந்தது. அத்தகைய வரிசையில் ஆதவன் தீட்சண்யாவின் 'மீசை என்பது மயிர்' என்பதும் அடங்கும்.

ஸ்ரீதர கணேசன்

தூத்துக்குடி பெரியதாழைப் பரதவ சமூகத்திற்குள் நிலவும் உள் முரண்பாடுகளையும் பரதவர் X நாடார், பரதவர் X பறையர் என்ற வேறுபட்ட சமூகங்களின் புறமுரண்பாடுகளையும் அதன் விளைவாக நிகழ்ந்த போராட்டங்களையும் 'வாங்கல்' நாவல் பதிவு செய்துள்ளது. சந்தி நாவலின் முன்னுரையாக அமைந்த இத்தொகுப்பில் இடம் பெற்றுள்ள கட்டுரை, தமிழில் தலித் நாவல் உருவான வரலாற்றை முன்பகுதியில் விளக்குகிறது. 'சந்தி' நாவல் பின்னர் தூத்துக்குடி நகரின் கடந்தகால சமூக நிகழ்வுகளோடு தலித் மக்கள் இயங்கிய வரலாற்றினை பதிவு செய்துள்ளது.

ஸ்ரீதர கணேசனின் உப்புவயல், உப்பள வாழ்க்கைக்குள் அல்லல்படும் தொழிலாளர்களாகத் தலித்துகளை நிறுத்தும் நாவல். இவர்கள் தலித்துகளாக இருப்பதால் ஏற்படும் கூடுதல் துயரங்கள் அல்லது மனநிலைகள் என்ன என்பதனைப் பேசாது, உப்பளத் தொழிலாளர்களாக உருமாறியுள்ள தூத்துக்குடி வட்டார அரிசன சகோதரர்களின் வாழ்வைச் சித்திரிக்கும் நாவல், ஒதுக்குப்புற விளிம்பில், மக்கிப்போன சேரியில் வாழும் இவர்களின் நம்பிக்கைகளை கனவுகளை வேகமாக வளர்ந்து வரும் புதிய முதலாளித்துவம் எப்படியெல்லாம் சிதைத்துச் சின்னாபின்னமாக்குகிறது என்பதைச் சொல்லுகிறது.

உப்புவயல்

தூத்துக்குடிக்கு அருகில் உள்ள போல்டன்புரத்து மக்கள் வாழ்வைச்சொல்கிறது உப்புவயல். உப்பு அள்ளும் தொழிலில் ஏற்படும் பிரச்சினைகளும் பெண்களுக்கு ஏற்படும் பாலியல் கொடுமைகளும் எதிர்த்தவர்கள் அடையாளமற்றுப் போகும்நிலையும், சங்கங்களை முடக்கும் முதலாளிகள் - இவர்களுக்கு ஒத்துழைக்கும் காவல்துறை என ஒடுக்கப்பட்ட சமூகத்தின் மீதான அத்தனை வன்முறைகளையும் அதன் வாழ்வியல் அழகியலோடு பதிவுசெய்துள்ள நாவல். தலித்துகளின் சுயமரியாதைக்கான வாழ்வையும் அதற்கான போராட்டங்களையும் வரலாற்றின் அனுபவத் திரட்சி என்கிற பின்புலத்திலிருந்து உருவாக்கப்பட்டுள்ளது. தென் மாவட்டங்களில் நடத்தப்படும் தலித்துகளின் மீதான ஒடுக்குமுறைகளையும், அதற்கெதிரான போராட்ட எழுச்சியினையும், உட்சாதி முரண்களற்ற, பால் பேதங்களற்ற போராட்ட முறைகளையும், மதமாற்றங்களின் பரிமளிக்கத்தக்க பண்பு மாற்றங்களையும் மிகுந்த உயிர்ப்போடும், கூர்மையோடும் முன்வைக்கும் நாவலாக அமைந்துள்ளது. (உப்புவயல், NCBH வெளியீடு, சென்னை, 1995)

நாவலின் முதன்மைப் பாத்திரமான வடுவச்சியின் குரலில் பயணிக்கிறது கதை. வடுவச்சியின் தந்தை யாரோ ஒருத்தியுடன் ஓடிப்போனவர். தன்னுடன் ஆறு பேர்களை சூழ்ந்துள்ள குடும்பத்தில் தமையனோ சாரயக்கடையே தஞ்சம் என்றிருப்பவன். இந்நிலையில் நல்லபடியாக பிழைக்க எண்ணி தன் தாயுடன் உப்பளத்திற்கு வேலைக்குப் போக முடிவெடுத்துச் செல்லுகிறாள் வடுவச்சி. ஆனால் உப்பளத்தில் நிர்வாகம் வேறுமாதிரியாக இருக்கின்றது. தொழிலாளர்களுக்குக் கங்காணிகள் உழைப்பு ரீதியாக பல கொடுமைகள் செய்வதுடன் வேலைக்கு வரும் பெண்களிடம் கற்பும் சூறையாடப்படுகிறது. "உப்பளங்களில் காலங்காலமாக பெண்கள் கற்பழிக்கப்பட்டிருக்கலாம். வலுக்கட்டாயமாக இணங்க வைத்திருக்கலாம். பலாத்காரம் செய்யப்பட்டிருக்கலாம். இதற்காகவே உழைத்தக் கூலியை கையில் கொடுக்காமல் காலம் கடத்தி, ஒரு நாள் கொடுக்கும்போது கைகளைப் பிடித்துக் கொடுத்துவிட்டு கற்பைக் களங்கப்படுத்துவார்கள்" (ப.41-42). இதை வெளியில் சொன்னால் விபச்சார வழக்கு இவர்கள்

மேலேயே விழும் என்பது கொடுமையானதாக அமைகிறது. இதற்காகவே இதை வெளியில் சொல்லாத பெண்களும் உண்டு. வடுவச்சி இத்தகைய நிலையில் துணிந்து தப்பித்ததோடு மட்டுமல்லாமல் தொழிலாளர் சங்கத்திலும் கூறிவிடுகிறாள். வாய்ப்புகளுக்காகக் காத்துக்கொண்டிருக்கும் நலச்சங்கம் இன்னும் பல சங்கங்களோடு கைகோர்த்து மிகப்பெரிய கண்டன ஊர்வலம் நடத்தி மாவட்ட ஆட்சியரிடம் மனு கொடுக்க எண்ணியது. ஊர்வலத்தில் எதிரிகளால் கல்வீச்சு நடத்தப்பட்டது. காவல்துறையினரோ தொழிலாளர்களை அடித்தனர், கைது செய்தனர். இறுதியில் நியாயம் குழிதோண்டிப் புதைக்கப்பட்டது.

ஆண்களின் கோபத்தை மடைமாற்ற அங்கே சாராயக்கடை திறக்கப்பட்டது. கடன் வைத்துக் குடித்தத் தொழிலாளர்களின் பணம் கூலியில் பிடித்தம் செய்யும் அளவுக்கு இந்த மடைமாற்றம் நிகழ்ந்தது. சாரயக்கடையும் பல்வேறு பிரச்சினைகளைத் துவக்கிவைத்தது. ஒரு சின்ன பிரச்சினையில் மதுரை வீரன் கழுத்து அறுத்துக் கொலை செய்யப்படுகிறான். சாராயக்கடை அடித்து நொறுக்கப்படுகிறது. வழக்கம் போல அப்பாவிகள் கைது. வழக்கு மறக்கடிப்பு நிகழ்கிறது. ஒட்டுமொத்த உழைப்பாளிகளின் வாழ்வியல் பாதைத் திசைத் திருப்பப்பட்டு வழக்கு, குடி என அல்லாட வைக்கப்பட்டு போராட்டம், தன்மானம், உரிமை மழுங்கடிக்கப்படுகிறது. தலித்துகளின் மேன்மையான பாதை இவ்வகையில் தடைசெய்யப்பட்டு மீண்டும் புதுப்புது வழிகளில் அவர்களது உணர்வுகள் மழுங்கடிக்கப்படுகின்றன என்பதை உப்புவயல் நாவல் புலப்படுத்துகிறது.

உப்பளத் தொழிலாளர்களின் உழைப்பு அவர்களின் அரைவயிற்றுக் கஞ்சிக்கும் போதுமானதாக இல்லை. “விடாதே விடாதே என்று வேணா வெயில்லே ஓடி ஓடி உப்புப் பெட்டி சுமந்தால் பிட்டி எலும்பு உடைஞ்சுபோன மாதிரி வலிக்கும். சோர்ந்து போய் வீடு திரும்பும்போது 10 ரூபாய் காசு கிடைக்கும்” (ப.10) என்பதில் வழக்கமான உழைப்புச் சுரண்டலும் காட்டப்படுகிறது. இப்படி இருக்கும் இவர்களது வாழ்க்கையில் மழைக்காலங்கள் மண்ணைப் போட்டுவிடுவது இயற்கையும் இவர்களுக்குத் துரோகம் செய்வதைப்போல் உள்ளது. “மழைக்காலம் வந்துட்டா, அவுங்க படுகிற கஷ்டத்தைப் பார்க்க பொறுக்காது. சொல்லமுடியாது.

அடுப்புல உலைப்பானை ஏறாது. மூணு நாளு நாலு நாளு என்று பொங்காமல் கிடப்பார்கள். ஒட்டோ ஒட்டு என்று வயிறு ஒட்டிப்போகும்" (ப.9) என்று காட்சிப்படுத்தப்படுகிறது.

சடையன்குளம்

உப்புவயல், மீசை, போன்ற தலித் இலக்கியங்களைத் தந்த ஸ்ரீதரகணேசன் நமக்கு சடையன்குளத்தைத் தந்துள்ளார். சடையன்குளம்தான் கதை நடக்கும் களம். அந்தச் சிறிய கிராமத்தில் தலித் மக்களுக்கும் மற்ற அனைத்து சாதி இந்துக்களுக்கும் நடக்கும் போராட்டமே கதை. விடுதலைக்காகவும் வாழ்வுக்காகவும் போராடும் தலித்துகள், அவர்களை மேலும் அடிமைகளாக வைத்திருக்கக் கருதும் ஆண்டைச் சாதிகள் இவர்களின் வாழ்வியல், அவற்றின் ஏற்படும் ஏற்ற இறக்கங்கள், மாற்றங்கள் என இப்பிரதி தானாக ஒரு வரலாறாகச் சுரக்கிறது.

சடையன்குளத்து சேரிக்கு வாழ்க்கைப்பட்டு வருகிறாள் தொடிச்சி. அவள் ஓர் அற்புதமானவள். ரத்தத்தைப்போல அவள் உடலில் விடுதலையும் ஒரு திரவமாக ஓடிக்கொண்டே இருக்கிறது. சடையன்குளத்தில் இருக்கும் அவள் வருகைக்கு முன் இருந்த தலித்துகள் ஆண்டைகளை எதிர்க்க முடியாதவர்களாக அவர்களின் அடிமைகளாக மட்டுமே இருக்கின்றனர். தொடிச்சியின் வருகை அவர்களுக்கு பல கதவுகளைத் திறக்கிறது.

சோட்டையன் தோப்பு காத்தமுத்து மகள்தான் தொடிச்சி. அவளை சடையன்குளத்தின் தம்மக்கார சாம்பாத்தி பேரன் நல்லையாவுக்கு கல்யாணம் செய்து வைக்கும் பந்தலில் வந்து சாதி இந்துக்கள் அனைவரும் நடத்தும் வன்முறையிலிருந்து கதை ஆரம்பிக்கிறது. தலித் கல்யாணம் ரேடியோ லைட் எல்லாம் போட்டு நடக்கிறதா எனக் கோபம்கொண்ட அவர்கள் கல்யாணப்பந்தலையே துவம்சம் செய்கின்றனர். தொடிச்சி புதுப்பெண். தலைகுனிந்து நின்றிருக்க வேண்டியவள் என்ற நிலையை மாற்றி அவள் அந்தக் களத்தில் நிற்கிறாள். இதிலிருந்துதான் தொடிச்சியின் சாதி எதிர்ப்புப் போர் ஆரம்பிக்கிறது.

கல்யாணத்தில் நடந்த வன்முறையை மனதில் வைத்துப் பொருமினாள். 'எங்க ஊரா இருந்தா இந்நேரத்திக்கு ரெண்டு தல பதிலுக்கு உருளும்' என்று பேசினாள். வீட்டில் எல்லா வேலைகளையும் செய்பவள் அவள். அந்த ஊரில் அவள்தான் முதன்முதலில் ரவிக்கை தைத்துப் போட்டுக்கொண்டவள். சுங்குடிச் சேலை கட்டி இருப்பவள். இந்தக் கோலத்தைப் பார்த்ததுமே அனைவருடைய முகத்திலும் கலக்கம். சாம்பாத்தி, மாமனார் ஊர்காத்தான் எல்லோருக்கும் தொடிச்சியின் தோற்றம் பயத்தைத் தருகிறது. இந்த நிலையில் அவள் கிணற்றுக்குத் தண்ணீர் எடுக்கப் போகிறாள். எல்லோரும் தண்ணீர் இறைக்கிற கிணற்றண்டை தொடிச்சியின் தோற்றத்தைப் பார்த்ததும் கேலிபேசுகிறார்கள் உயர்சாதிப் பெண்கள். அவர்கள் போனவுடன் கிணற்றண்டைப் போய் நீர் இறைக்கும் வாளியை எடுத்து கழுவி ஊற்றுவாள் தொடிச்சி. இது பெரிய சண்டையாக மாறும். இப்படி தொடிச்சி தன்னுடைய நிலையிலிருந்து சாதி எதிர்ப்பிற்கான எல்லாவற்றையும் செய்வாள்.

இப்படி நாவல் முழுமையும் வரும் சம்பவங்கள் ஒவ்வொன்றும் ஒரு சாதி எதிர்ப்புப் போராகவே அமைந்திருக்கும். அத்தனை சம்பவங்களும் ஏதோ கோர்த்து விட்டதைப் போல இல்லாமல் இயல்பானதாக அதே நேரம் வன்மம் மிக்கதாக இருக்கும். ஊர்கூட்டத்தில் தலித்துகளின் பெயரைச் சொல்லியே இதுவரை யாரும் அழைத்ததில்லை. சேரி மக்களின் பெயர்களை இளக்காரமாகக் கூப்பிடும் வழக்கமே இருந்திருக்கிறது.

தலித்துகளை தங்கள் அடிமைகளாக வைத்திருந்த வாழ்வியலிருந்து கொஞ்சம் கொஞ்சமாய் விடுதலை அடைகின்றனர் தலித்துகள். அது தொடிச்சியின் வாழ்விலிருந்தே தொடங்குகிறது. தொடிச்சியின் தொடர் எதிர்வினைகளால் அவளுடைய மாமனாருக்கும் கணவனுக்கும் ஊர்க்காரர்களால் கொடுக்கப்பட்ட மாடுகளும் வண்டியும் பறித்துக்கொள்ளப்பட புதுத் தொழிலைச் செய்ய ஆரம்பிக்கின்றனர். செங்கல் சூளைகளில் வேலை செய்வது, பிறகு தாங்களே செங்கல் சூளையை குத்தகைக்கு எடுத்து கல்லை விற்பது, பிறகு நிலத்தை குத்தகைக்கு எடுப்பது பயிர் செய்வது என தொடிச்சியின் வீரமான முடிவுகளால் நடக்கிறது.

சடையன்குளத்து தலித்துகளின் மதமாற்றம், பொருளாதார வளர்ச்சி, கிறித்தவ பாதிரிமார்களின் வருகை, கல்வி உரிமை, வேலை வாய்ப்புகள் என அவர்கள் கொஞ்சமாக சாதியக் கட்டிலிருந்து வெளியேற வெளியேற வெறிகொள்கிறது சாதி ஆணவம். இதனால் தொடிச்சியின் கணவன் கொல்லப்படுகிறான். சாதி ஆதிக்கக்காரர்கள் திட்டமிட்டு தங்கள் இளைஞர்களை போலீசில் சேர்த்து சடையன்குளத்து தலித்துகளை நேரிடையாக எதிர்க்கமுடியாமல், அவர்களை - சட்டத்தைத் தவறாகப் பயன்படுத்தி அழிக்கிறார்கள்.

இந்த நாவல் அப்பட்டமான ஒரு தலித் நாவலாகப் பரிணமிக்கிறது. தலித் விடுதலைக் கூறுகளான பெண் முன்னின்று போரிடுவது, தொடிச்சி, தம்மக்கார சாம்பாத்தி, ஊருக்கு வரும் இசபெல்லா போன்ற கன்னியாஸ்திரிகள், ஆதிக்க சாதியில் இருக்கக்கூடிய காதலிகள், என எல்லாப் பெண்களும் ஒரு வகையில் தன் வாழ்வின் அடிமைத்தனத்தை அறுத்தெறியப் புறப்பட்டவர்கள்.

நாவலில் காட்டப்படும் தலித் இணையர்களில் முடிவெடுக்கக்கூடியவர்களாக பெண்கள் இருப்பது தலித் குடும்ப அமைப்பில் காக்கப்படும் குடும்ப ஜனநாயகத்தைக் காட்டுகிறது, நல்லையா - தொடிச்சி, குன்னிமரியான் - செம்பகம், மூக்கன் - கருப்பாயி, முத்துவீரன் - கருப்பாயி, வைத்தான்செல்லையா - கன்னியம்மா ஆகியோர் இத்தகையவர்களே.

நிலத்தை அடைவது என்னும் குறிக்கோள் தலித்துகளுக்கான இடத்தைப் பெறுவதற்கானப் போராட்டம், நிலம் வாங்குவதற்கான முயற்சிகள் நிலத்தைப் பயன்படுத்திப் பொருளீட்டும் போக்கு ஆகியவற்றைச் சொல்லலாம். அரசியல் அதிகாரத்தைப் பெறுவதற்கு தேர்தலில் போட்டியிடுவது, அதற்காக எந்த சமரசமும் செய்துகொள்ளாமல் போரிடுவது, தங்கள் உரிமைகளை மீட்டெடுக்க எந்த நிலையிலும் தளராமல் இருக்கும் மனப்பான்மை, சடையன்குளத்திலேயே குறைந்த எண்ணிக்கையில் இருக்கும் அருந்ததியர் சமூகத்துடன் தொடிச்சி கொள்ளும் நட்பும் அவர்களுக்கு அவள் செய்யும் உதவியும் உட்சாதிப் பூசல்களைக் கடந்து தலித்துகள் ஒன்றாவதற்கான ஒரு புள்ளியாக மாறுகிறது. வைத்தான் செல்லையாவும் அவனுடைய மனைவி கன்னியம்மாவும் மரியசிலுவையாகவும்

அமலோற்பவமாகவும் மதம் மாறியபின் அவர்கள் சமூகவாழ்வில் ஏற்படும் மாற்றங்கள் மிகவும் முக்கியப்பதிவுகளாக இருக்கின்றன. சாதி ஒழிப்பிற்கு மதமாற்றம் ஒரு முக்கிய ஆயுதம் என்னும் அரசியல் சூத்திரம் அது எழுதப்படுவதற்கு முன்பே தலித் வாழ்வியலாக இருந்தது என நாவல் முழுக்க தலித் விடுதலைக் கருத்தியலை எந்தவிதமான துருத்தலும் வேண்டுமென்றே செய்தல் என்னும் தன்மையும் இல்லாமல் பரப்பியிருப்பார் ஸ்ரீதரகணேசன்.

அவருடைய கதை சொல்லல் முறை நேரிடையாக கதைசொல்லல் முறையாக இருப்பதனால் வாசிப்பதற்கு எளிமையாகவும் அதே நேரத்தில் காத்திரமான நிகழ்ச்சிகளை அடுக்குவதால் அடுத்து என்ன நடக்கிறது என்று அறியும் ஆவல் நாவல் வாசிப்பில் கிடைக்கிறது. ஒவ்வொரு முறையும் தலித்துகள் அடுத்தக் கட்டத்திற்குச் செல்லும்போது அப்பாடா என்று ஆசுவாசப்படும் மனது அடுத்து வரும் கனமான கதைப் போக்கால் மீண்டும் வலி வந்த காயத்தைப் போல மாறிவிடுகிறது.

தலித் இலக்கியம் என்பது தலித்துகள் வாசிக்கும்போது இன்னும் போராட வேண்டும் என்னும் உத்வேகத்தையும் தலித் அல்லாதவர்கள் வாசிக்கும்போது அவர்களின் மனசாட்சியைக் கிளறும் வகையில் இருக்க வேண்டும் என்னும் சரண்குமார் லிம்பாலேவின் கருத்திற்கேற்ப சடையன்குளம் அமைந்திருக்கிறது. சடையன்குளம் என்னும் ஓர் ஊர் இந்திய சாதியத்தன்மையின் ஓர் அலகாக அமைந்திருக்கிறது. தலித் இலக்கியத்தில் நாவல் வகைமையை மேலும் செழுமைப்படுத்தி அதனை அடுத்தகட்டத்திற்கு நகர்த்தி, இதன்மூலம் எழுதப்படாத இன்னும் எத்தனையோ சடையன்குளங்கள் வெளிவர உந்துதலைத் தந்திருக்கிறது சடையன்குளம்.(*http://yaazhanaathi.blogspot.in/* சடையன்குளம், கருப்புப் பிரதிகள், சென்னை)

அழகியபெரியவன் நாவல்கள்

தகப்பன் கொடி

அழகியன் பெரியவன் கூறுவதைப் போல அவருடைய படைப்புகளில் தலித்திய கூறாகவும் சலிப்பாகவும் பார்க்கப்படும் அழுகைகள் ஓலங்கள் அல்லது மிகை உணர்வு கோஷங்கள்

என்பனவற்றை அவரே விமர்சின ரீதியாக தவிர்த்துள்ளதைக் கூறும் படைப்பு தகப்பன் கொடி நாவலாகும்.

ஒடுக்கப்பட்ட மக்களுக்கு ஆங்கில ஆட்சியில் பஞ்சமி நிலங்கள் வழங்கப்பட்டதாகவும் அவை மேல் சாதிக்காரர்களால் கவர்ந்து கொள்ளப்பட்டதாகவும் படைப்பின் முன்னுரையில் கூறியிருக்கிறார். ஒரு காலத்தில் சொந்த நிலங்களில் பாடுபட்டு உழைத்து வாழ்ந்த மக்கள் காலப்போக்கில் உயர் சாதியினரால் ஏமாற்றப்பட்டு நிலங்களை இழந்தனர். அவர்கள் நிலத்தை இழந்த வேதனை பல கதைகளில் கதைக் கருவாக எடுத்தாளப்பட்டிருக்கிறது. தங்கள் நிலத்தை உயர்சாதிக்காரர்களிடம் தங்கள் அறியாமையின் காரணமாகப் பறிகொடுத்துவிட்டுத் தங்கள் நிலத்திலேயே அடிமைப்பணி செய்யும் அவலம் நிகழ்வதனை அழகிய பெரியவன் எடுத்துக்காட்டியிருக்கிறார். ஒடுக்கப்பட்ட மக்கள் தங்கள் வாழ்வாதாரமான நிலங்களை இழந்து வாடிய வாழ்க்கைச் சூழலுக்கு எடுத்துக்காட்டாக அம்மாசியின் வாழ்க்கை எடுத்துக் காட்டப்பட்டிருக்கிறது. தன் தந்தை நல்லானின் நிலம் பறிபோனபின் வாழ இயலாத சூழ்நிலையில் புலம் பெயர்ந்து நிலையான தொழில் வாய்ப்பில்லாமல் இறுதிவரை அலைந்து வாழ்வை இழக்கும் பாத்திரமே அம்மாசி. மிகச்சிறந்த உழைப்புத் திறனும் கள்ளம் கபடமற்ற குணமும் கொண்ட அம்மாசியின் வாழ்க்கை உயர்ச்சாதியினரால் சின்னாபின்னமாக்கப்பட்டதைப் புதினம் பல்வேறு களங்களில் விளக்கியிருக்கிறது.

அம்மாசி, அவனது கிராமத்தில் ஆண்டைகளாக உள்ள மேல்சாதிக்காரர்கள் பறையர்களை ஒதுக்கி வைக்கின்றனர். தீண்டாமைக் கொடுமை, பண்ணையடிமைச் சுரண்டல் ஆகியன அம்மாசியை நிலத்தை விட்டு வெளியேறச் செய்கின்றன. திருமலய்யன் அவர்களது நிலத்தை ஏமாற்றிப் பிடுங்கிக்கொள்கிறான். அம்மாசியின் குடும்பம் முழுவதும் தாமுத்தனுக்கு அடிமையாகிறது. தாமுத்தனை ஒரு கட்டத்தில் அம்மாசி எதிர்க்கிறான். பின்னர் தோல் தொழிற்சாலையில் வேலைக்குச் செல்கிறான். அந்த ஆலை சாய்பு ஒருவருக்குச் சொந்தமானது. அங்கு அவன் முதலாளித்துவச் சுரண்டலுக்கு உள்ளாகிறான். அங்கு தோழர் ரங்கசாமியின் தொடர்பு அவனுக்குக் கிடைக்கிறது. இது அம்மாசியிடம் ஒரு குணாம்ச

மாறுதலைக் கொண்டு வருகிறது. அம்மாசியிடம் ஏற்படும் மாறுதலை அழகிய பெரியவன் மிக நுணுக்கமாகச் சித்தரிக்கிறார்.

அம்மாசியின் வாழ்க்கையில் மறக்க முடியாத துன்பகரமான நிகழ்வு, நிலம் பறிபோதல். உழைக்கும் திறனும், கூத்துக்கலையில் ஆர்வமும், புதியன அறிந்து கொள்ளும் திறனும் கொண்ட அம்மாசியின் வாழ்வில் நிகழ்ந்த நிலம் பறிபோன சம்பவம் மொத்தக் குடும்பத்தையுமே அதிர்ச்சிக்குள்ளாக்குகின்றது. கல்வி வளர்ச்சியும் எவ்விதமான பெரிய முன்னேற்றமும் இல்லாத சூழலில் நிகழ்ந்த கதைக்களம் ஒடுக்கப்பட்ட மக்களின் துன்பத்தை இனம்காட்டுகின்றது. அம்மாசி பிழைப்புக்காகத் தன் மனைவியின் ஊருக்குக்கு கிளம்புவதாய்த் தொடங்கி, பின்னோக்கிய நினைவோடையாக அமைகிறது.

அம்மாசியின் தந்தை நல்லானின் நிலம் பறிக்கப்பட்ட நிலையில் சொந்த நிலத்தை இழந்த துன்பம் வருத்த, நோயில் விழுந்து இறந்து போகிறார். சொந்த ஊரை விட்டுப் புலம் பெயர்ந்த அவர்களுக்கு, சொந்த நிலத்தை இழந்த துன்பம் பெரிதாக வருத்தம் தருகிறது.

“அப்பனை அவன் மண்ணில் புதைக்காத சோகம் அவனைக் கப்பியிருந்தது. அண்ணன் சொன்னது சரிதான். ஆனால் மீண்டும் ஊருக்கு அப்பனைத் தூக்கிப் போக மனம் இடம் கொடுக்கவில்லை. வீட்டு முன்னாலிருந்து பார்த்தாலே அப்பனைப் புதைத்த இடம் ஆற்றங்கரையில் மரக்கூட்டங்களுக்கிடையிலே தெரிகிறது” *(ப.57).*

“ஊரை விட்டுக் கிளம்பும்போது தப்பு செய்வதுபோல மனசுக்குள்ளே ஒரு பக்கத்தில் எழுந்து அடங்கிக் கொண்டிருந்தது. போகப்போகிற இடம் அந்நியமானதில்லை. அபரஞ்சியின் தாய் வீடு தான். மைத்துனன்களும், அத்தையும் மாமனும் தாங்குவார்கள். இந்த ஊரை விட்டு எந்தக் காலத்திலோ போய்விட்ட பெரியப்பா வகையறாவின் குடும்பங்கள் ஒரு ஊரளவுக்கு அங்கே ஆகிவிட்டிருக்கின்றன” *(ப.12).*

வாழ்ந்த ஊரில் ஏமாற்றப்பட்டு நிலங்களைப் பறிகொடுத்துவிட்டு வாழவழியின்றி வேறு ஊரை அடைந்து அங்கே வயிற்றுப் பிழைப்புக்காக மீண்டும் உயர்சாதியினரை

அண்டியிருக்க வேண்டிய சூழல் நிலை குலைவை ஏற்படுத்துகிறது.

ஊர்த் திருவிழாவின் போது பொங்கல் வைக்க வந்த உயர்சாதியினரின் ஆடையானது காற்றடித்ததன் வாயிலாக விலகியதை ஒடுக்கப்பட்ட மக்கள் பார்த்ததால் ஊரைவிட்டுத் தள்ளி வைக்கப்பட்டனர் என்று புதினம் எடுத்துக் காட்டுகின்றது. உயர்சாதியினரின் சாதிய வெறி எந்த அளவு கொடுமையான விளைவுகளை ஏற்படுத்தியது என்பதைப் புதினத்தின் தொடக்கமே எடுத்துக் காட்டுகிறது.

"மயில்பட்டியில் ஏழு ஊர் பஞ்சாயத்து கூடியிருந்தது. நம்ம பொம்மனாட்டிகளோட மானத்தைப் பார்த்ததினாலும் அதக்கண்டு ஓடி மறையாம சிரிச்சதினாலும் திருநா முடியிற வரைக்கும் பறக்குடிங்களே தள்ளி வெக்கிறோம். தீர்ப்புக்கு முன்பே பறக்குடிகள் தள்ளித்தான் இருந்து கொண்டிருந்தார்கள். சேரிக்குள் தவிர வேறு இடங்களில் செருப்புப் போட முடிவதில்லை. சேரிக்குள் இருக்கும் கிணற்றில் மட்டும் தான் அவர்களின் தொண்டை நனைக்க நீர் சுரந்தது. கடைக் கண்களில் செலவு வாங்க எட்ட நின்று கத்தித்தான் பழக்கம். அவர்கள் எதிர்பாராத நேரத்தில் எல்லாமே நேர்ந்து விட்டது. ஆண்டச்சியம்மாக்களின் முன்பாகவும் ஆண்டைமார் மகள்களின் முன்பாகவும் சிரித்த சிரிப்பு, பறக்குடிகளை அந்த வருடத்தின் திருவிழாக்களிலிருந்து தூரத் தள்ளிக்கொண்டு போய்விட்டது."
(ப.20)

வறுமைப்பட்ட வாழ்க்கையும் நிரந்தர விவசாயம் இன்றியும் நிலம் வறண்டு கிடந்ததால் மக்கள் வரிகட்ட இயலாத நிலைக்கு ஆட்பட்டனர். அதன் காரணமாக, அதனைப் பயன்படுத்திக் கொண்ட உயர்சாதிக்காரர்கள் நிலத்தை அபகரிக்கத் திட்டமிட்டு அவ்வாறான நிலங்களுக்குத் தாமே வரி செலுத்தி நிலங்களைத் தமதாக்கிக் கொண்டனர். அரசாங்கத்தால் ஒடுக்கப்பட்டவர்களுக்கென்று ஒதுக்கிக் கொடுக்கப்பட்ட நிலங்கள் அவர்களுக்கு மட்டுமே உரிமை உடையவை. ஆனால், ஒடுக்கப்பட்டவர்களைத் தங்களின் சொகுசான வாழ்க்கைக்குப் பயன்படுத்திக் கொள்ளும் குணம் படைத்த உயர்சாதிக்காரர்கள் அடிப்படை உரிமைகளைக் கூட அவர்களுக்கு மறுத்து அவர்களிடம் இருக்கும் நிலம் முதலாக உடைமைகளும் பறித்துக்

கொண்டு வதைக்கின்றனர். அம்மாசியின் நிலவரி செலுத்த இயலாத சூழல்,

"விசும்புத் தோட்டி இந்த நிலத்துக்குப் போய்த் தீர்வை கேட்டு வருகிறானே என்றிருந்தது அம்மாசிக்கு. வெள்ளைக்காரதுரை இந்த விசும்புத் தோட்டியை நேராக இவன் நிலத்துக்குப் போ என்றா அனுப்பிவிடுவான்? விசும்பு ஊருக்குள் வரும்போதெல்லாம் தீர்வை கேட்டே வருகிறான். நாயுடுமார்களுக்கும், கவுண்டமார்களுக்கும், சில ஆசாரிமார்களுக்கும் இருக்கிற நல்ல கெத்தான நிலமா அது? மணல் பாய்ந்த ஆற்றுக்கரை. அதற்கு இரண்டு மூன்று ரூபாய் தீர்வை. விசும்பு வந்துவிட்டானானால் அம்மாசி கம்பையோ, கேழ்வரகையோ, தேங்காய்களையோ கட்டி அழுது விடுவான்." *(மேலது, ப.20.)*

என்றவாறாக எடுத்துக் காட்டப்படுகிறது. இந்த இயலாமை நிலையைப் பயன்படுத்திக் கொண்டுதான் ஆண்டை திருமலய்யன் அம்மாசியிடம் இருந்து நிலத்தை அபகரித்துக் கொள்கிறான். அம்மாசி, கூலியை உயர்த்திக் கேட்ட காரணத்தால், இவன் நம்மை எதிர்த்துப் பேசுகிறானே என்னும் எண்ணம்கொண்டு, நிலம் இருப்பதனால்தானே இவ்வாறு பேசுகிறான் என்று, அவனுடைய நிலத்தை அபகரிக்கிறான். இதனை, "திருமலய்யனிடம் நெல்வாங்கிப் போவதற்கே விசும்புத் தோட்டி வருகிறான் என்று அம்மாசிக்குத் தெரியும். அவன் அமைதியாய் இருந்தாலும் வாயைப் பிடுங்கிப் பேசிக் கொண்டிருப்பது சில நேரங்களிலே எரிச்சலாய் இருக்கும் அம்மாசிக்கு. ஏண்டா அம்மாசி தீர்வெய தேத்திப்புட்டாயா? ஏரியில பயிரு... யில மயிருன்னு இப்பிடியே இருந்தா எப்பிடடா... நானு மின்னாடியே உன்னிய எச்சரிக்க பண்ணிர்றேன்... அப்புறம் நீயி எம்மேல கொற வெச்சிக்கக் கூடாது" (மேலது, ப.53) என்னும் பகுதி உணர்த்தும். தொடர்ந்து அம்மாசியை எச்சரித்தவாறே, அம்மாசியின் உயிர்நாடியாக இருந்த நிலத்தைத் தான் வரிகட்டிய நிலம் என்று அபகரித்துக் கொள்கிறாள் திருமலய்யன்.

"டேய்... சும்மா பேச்ச உட்டுறு. நானு தீர்வ கட்டிக்கிறேன் இது என் நெலம். போடா இங்கேர்ந்து" *(மேலது, ப.56)* என்னும்

பகுதி, திருமலய்யன் அம்மாசியின் நிலத்தைப் பறித்துக் கொண்டதை உறுதிப்படுத்துகிறது.

திருமலய்யனின் நில அபகரிப்புக்குப் பின்பு ஆண்டையிடம் அடிமைப் பணி செய்த அம்மாசி வெளியேறுகிறான். உறவினரின் சாராயம் காய்ச்சும் பணியில் சிலநாள், தோல் தொழிற்சாலையில் சிலநாள் என்று அவன் காலம் நகர்கிறது. அவன் மனைவி அபரஞ்சி குடும்ப வறுமையைப் போக்க இட்லி வியாபாரம் செய்கிறாள். நிலத்தை இழந்த அம்மாசியின் நிலை,

"நிலத்தைவிட்டு ஒரு அடியை எடுத்து வைக்கக் கால்களுக்குத் திராணி இல்லை. பூமிக்குள்ளிருந்து முளைக்கும் கைகள் அடியெடுக்கும் போதெலல்லாம் பிடித்திழுக்கின்றன. புழக்கடையில் கால் மீது ஊன்றிக் கொண்டபிறகு ஒட்டிக் கொண்டிருக்கின்ற மண் துகள்களைத் தரையில் தட்டுவது போலில்லை. தார்பாய்ச்சிக் கொண்டு மண் மிதித்து சுவர் எழுப்பிய பிறகு உடம்பெல்லாம் அப்பியிருக்கிற மண்ணை மெதுவாகக் கழுவிக் கரைக்கும்படியான உளைச்சல். அங்கேயே புதைந்து போய்விட விரும்புகிறது மனசு. மண் துறைகளிலும் பொந்துகளிலும் வாழ்கின்றவை புண்ணியம் செய்தவை." *(மேலது, ப.57)*

அம்மாசி, மண் இன்றியே ஊரைவிட்டுச் செல்லும் சூழலில் தெரிந்த ஒருவருக்குச் சொல்லும் வார்த்தைகள் உயர் சாதியினரின் கொடூரமான மனத்தை வெளிக்காட்டுவதாக அமைகிறது.

அம்மாசி சொந்த ஊரை விட்டு வந்தாலும் அவனால் சுயமாய் எதுவும் செய்ய இயலவில்லை. மீண்டும் புது ஆண்டை ஒருவரின் நிலத்தில் பண்ணை வேலை பார்க்க வேண்டிய கட்டாயத்துக்கு அம்மாசியின் வாழ்க்கைச் சூழல் தள்ளப்படுகிறது. அபரஞ்சியும் நிலத்தை இழந்ததற்காக வருந்துகிறாள்.

"சவரமாட்டம் வெளயற பூமிய துப்புத் தொறயில்லாம தூக்கிக் குடுத்துப்புட்டு பஞ்சம் பொளைக்க வந்துட்டமே. கொண்டாங் கொடுத்தானுங்க வூட்டுல கீறமேன்னு எண்ணம் எசனம் கீதா உனக்கு? உன்னிய என்னா மருகுக்கா இட்டாந்துக்கீறாங்க."*(மேலது, பக்.61-62)*.

அபரஞ்சியின் சொல்லால் அம்மாசி, நிலத்தை இழந்த நினைவுகள் வரப்பெற்றாலும் ஏதும் செய்ய இயலாத நிலையிலேயே இருக்கிறான். மீண்டும் மீண்டும் அவன் இழந்த நிலம் மட்டுமே நினைவுக்கு வந்து துன்புறுத்துகிறது எனினும் எதையும் துரிதமாகச் சிந்தித்து முடிவெடுக்க இயலாத நிலையில் இருக்கிறான் அம்மாசி. இது ஒடுக்கப்பட்ட மக்களின் வாழ்க்கைச் சூழலை உணர வாய்ப்பினை ஏற்படுத்துகிறது. உயர் சாதிக்காரர்களின் ஏமாற்றுதல், சொத்துகளை அபகரித்தல், காலணி அணியக் கூடாது என்று துன்புறுத்தல், அடிமையாக நடத்தல், உரிமைகளைப் பறித்தல் என, எல்லாச் சூழல்களும் ஒடுக்கப்பட்ட மக்களின் வாழ்வியல் நிலை பரிதாபத்தன்மையை எடுத்துக் காட்டுகின்றன.

“என்னடா புதுப்பளக்கம் அம்மாசி, ஆளுயாரு ஊருக்குப் புதுசா? நீ நம்ம ஊரு வழக்கத்தை சொல்றதில்லையாடா, வேஷ்டியைச் சுருட்டினு எட்றா செருப்பக் கையில... பொன்னு வைத்தியனின் குரலிலும் கடுமையிலும் அம்மாசிக்கு போதை தெளிந்தது போல ஆனது. முத்துமாரி அவர்களை முறைத்துக் கொண்டிருந்தான். டேய் எந்த ஊருடா நீயி? இவெம் பொண்ணெடுத்துக்கிற ஊரா? இந்த ஊரு வழக்கம் தெரியுமில்ல? ரத்தம் கக்கிச் செத்துப்பூடுவே பொண்ணு வைத்தியனால் தண்டிக்கப்பட்டவர்கள் நிறையப் பேர். ஊருக்குள் யார் வந்தாலும் அவனுக்கு விஷயம் போய்விடும். சாதிக் கட்டுமானங்களை மீறுவதற்கு அவன் எப்போதும் விட்டதில்லை. அவரவர் அவரவர்படி இருந்தாகவேண்டும் என்பான். பறக்குடிகள் மேல்பாட்டையிலேயே செருப்பைக் கையில் பிடித்துக்கொள்ள வேண்டும். மீறுபவர்களிடம் தனி விசாரணை நடக்கும். ரத்தம் கசிறும் வரை புளிய மிளாரில் அடி உண்டு.” 16 (தகப்பன்கொடி, ப.46).

உலகில் பிறந்த உயிர்களில் ஆறறிவு படைத்தது மனித இனம். மனித இனத்தில் வேறுபாடு பார்ப்பதும் சாதியால் பாகுபடுத்திப் பார்ப்பதும் ஆறறிவு படைத்த மனிதர்கள் தாம். கொண்ட பொருள் வளத்தால், சாதிய உயர்வு என்னும் குணத்தால் ஆறறிவு படைத்த மனிதர்களையே அடிமைப்படுத்திப் பார்ப்பது பாவச் செயலாகும். ஆனால் பணம் படைத்த உயர்சாதிக்காரர்கள், கீழ்த்தட்டுமக்கள் தங்களைச் சார்ந்திருக்க வேண்டும்

அடிமைகளாக இருக்கவேண்டும் என்னும் சிந்தனையுடன் செயல்படுகின்றனர்.

தொடக்கம் முதல் இறுதி வரை அம்மாசி என்னும் பாத்திரத்தை மையமாகக் கொண்டு கதையமைப்பு சுற்றிச் சுழல்கிறது. பெரிய நகரமோ விரிவான கதைக்களமோ இன்றிச் சாதாரணமான வாழ்வியல் சூழலில் அம்மாசியின் வாழ்வியலை விளக்கிச் செல்கிறது. ஒடுக்கப்பட்ட சமுதாயத்தில் பிறந்த அம்மாசி, கல்வியறிவு இன்றி மனம்போன போக்கில் வாழ்ந்த பிறரால் அடிமைப்படுத்தி வைக்கப்பட்ட ஏமாற்றம் மிகுந்த வாழ்க்கை வாழ்ந்தமையினைப் படைப்பு தெளிவுபடுத்துகிறது.

நாவலின் மையமான பிரச்சனை பஞ்சமி நில மீட்சிப் போராட்டம் என்றும் சொல்லலாம். பஞ்சமி நிலப் போராட்டம் என்பதற்குள் அவர்கள் வந்து சேர்வதை சாதியப் பார்வை - சாதியக் கொடுமைகள் - இழிவாக்கப்பட்டமை - துரத்தியடிக்கப்பட்டமை எனவும் சொல்லலாம்.

வல்லிசை

'வல்லிசை', அழகிய பெரியவனின் இரண்டாவது நாவல் (நற்றிணை பதிப்பக வெளியீடு). பறையொழிப்புப் போராட்டத்தை உள்ளடக்கமாகக் கொண்டு எழுதப்பட்டுள்ளது. திருவேங்கடம் என்ற கதாபாத்திரத்தின் வழியாக தனது சிறு வயது முதல் முதிய வயது வரையிலான வாழ்க்கை நகர்வைச் சொல்வதாக அமைந்துள்ளது வல்லிசை. வல்லிசை தலித் வாழ்நிலையை மட்டும் சொல்கிறதாக நாவல் இல்லை. சாதிக் கட்டமைப்பில் உயர்ந்தும், தாழ்ந்தும் இருக்கின்ற பலவித சாதிக்குழு மனிதர்களின், போராட்டங்களை வெளிப்படுத்தும் நாவலாகிறது. அம்பேத்கரின் வழிகாட்டுதல்களில் முக்கியமாக நாவலுக்கு பங்காற்றுவது 'நம் மக்கள் வாழ்வாதாரத்திற்காக, செய்யும் வேலைகளின் அளவுகோலைத் தகுதியாக வைத்துதான் உயர்சாதி குழுக்கள் நம்மை இழிவாக நடத்த எத்தனிக்கிறது. அப்படிப்பட்ட வேலைகளைச் செய்ய மறுங்கள், முற்றாகத் துறந்து வேறு வேலைகளைத் தேர்ந்தெடுங்கள்' போன்ற கருத்துக்கள்தான் நாவலின் பிரதான பாடுபொருளாக இருக்கின்றது.

"இசையில் சுதி வேறுபாடு இருக்கலாம். சாதி வேறுபாடு இருக்குமா? பறையை சாதியோடு பிணைத்திருப்பது ஒரு சதி. ஆனால் விளக்கங்களைச் சொல்லிக்கொண்டிருப்பதற்கு இது நேரமில்லை. என் கையில் திணிக்கப்பட்ட பறையை நட்டநடு வெளியில் வீசி எறிகிறேன். அது சமமின்மையை உலுக்கும் வல்லிசையைக் காற்றில் பரவச் செய்யும்" என்கிறார் அழகிய பெரியவன்.

"ஊழிக்காலத்துல சிவன் தாண்டவமாடினப்போ, தன் கையிலிருந்த மேளத்தை அடிச்சாராம். அந்த ஒலியிலிருந்து உருவானதுதான் உலக உயிர்கள். புராணம் இதைச் சொல்லுது. நம்ம உடலே இசையாலானது. பழைய தமிழிலக்கியங்களில் பறையைப் பத்திக் குறிப்பிடாத நூல்களே இல்லை. அரசாங்கத்தோட செய்திகளை அறிவிக்கும் உயர்ந்த சிறப்பு பெற்றிருந்தானாம் பறையடிக்கிறவன். இதைப் பெருங்கதைப்பாட்டு சொல்லுது. இவ்ளோ சிறப்பு கொண்டதாம் இந்த மேளம். இதுல இழிவு எங்க வந்துச்சி? பறை நம்ம தமிழ் மரபுல தொன்மையானதொரு கருவி. நாம அக்கருவிமேல இருக்கிற கறையத்தானே போக்கணும்? எதுக்கு அத ஒழிக்கணும்?"

"ஆமாம். 'துடியெறியும் புலைய'ன்னெல்லாம் ஏன் சொன்னாங்க? அரசாங்கச் செய்திகளை அறிவிச்சவன் இன்னைக்கு ஏன் இழிவா மதிக்கப்படறான்? பழம்பெருமை பேசி என்ன பிரயோஜனம்? இப்ப இருக்கிற இழிவைப் போக்கிறதப் பத்தி யோசி. அதுதானே யதார்த்தம்?"

'மனிதர் முன்னும், அரூப உருவின் முன்னும் அன்றி பிணத்தின் செவிட்டுக் காதுகளுக்குக் கேட்கும்படி தொலைவில் நின்று அடித்துக்கொண்டிருக்கும் இந்த மேளத்துக்கு என்ன மரியாதை இருந்துவிடப்போகிறது? வாழ்த்தி அடிக்கும்போது காசு தருகிறவனின் முகத்தையே நாயைப்போல பார்க்கச் சொல்கிறது. அவன் சில்லறைகளைச் சில சமயம் கையிலும் தருவான். சில சமயம் வீசியும் எறிவான். பொறுக்கிக்கொள்ளத்தான் வேண்டும். அப்பன் பல நேரம் அப்படிப் பொறுக்கியிருக்கிறான்" எனத்தொடரும் நாவலின் போக்கில் இதன் மீதான வரலாற்று வாசிப்பின் வழி ஸ்டாலின் ராஜாங்கம் இவ்வாறு கூறுகிறார், "AISCFஇன் இத்தகைய

வேலைத் திட்டங்களோ இழிதொழில் மறுப்பின் உள்ளூர் அனுபவங்களோ நவீன தமிழக வரலாற்றில் சிறுகோடாகவும் பதிவு பண்ணப்படாதவை. உருப்பெற்றிருக்கும் இன்றைய தலித் வரலாறு என்னும் வகைமையினுள்ளும் கூட இதுவரை இவை இடம்பெறவில்லை. இதற்குப் பல்வேறு காரணங்கள் இருப்பினும் ஆதாரங்களின் போதாமை பிரதான காரணம். இப்போராட்டங்களின் தன்மை அப்படிப்பட்டவை. ஒரு பேரளவிலான அமைப்பு, தொடர் பிரச்சாரம் செய்து திரட்சியோடும் அதிகார நோக்கத்தோடும் செய்த போராட்டங்கள் அல்ல இவை; நுண் அளவிலானவை. தலித்தாகிய ஒருவரின் ஒவ்வொரு தருணமும் சாதியமைப்பின் விளைவினால் ஆனவை என்ற முறையில் இயக்கமாக மாறாவிட்டாலும் இந்த இழிதொழில் மறுப்பை உள்ளூரளவில் ஒவ்வொரு தலித்தும் ஏதோவொரு வகையில் தன்னளவில் நிகழ்த்தியபடியே இருக்கிறான். மரபார்ந்த கிராம அமைப்பின் பிரதான நம்பிக்கையையே மறுக்கிறான் என்ற முறையில் தலித்துகள் சந்திக்க நேரும் இழப்புகள் நுட்பமானவை. அரசியல் போராட்டங்களில் நிர்ப்பந்திப்பதற்கும் பொறுப்பேற்பதற்கும் அங்கு அரசு என்றொரு வடிவம் இருக்கிறது. ஆனால் தலித்துகளின் போராட்டங்களோ சமூக அமைப்பை நோக்கியவை. இவற்றில் அவர்கள் பொருளாதார இழப்பை மட்டுமல்ல வாழ்வாதாரத்தையேகூட இழக்கின்றனர். பண்பாட்டு நம்பிக்கைகளுக்கு எதிரான இப்போராட்டங்கள் வர்க்கப்போராட்டங்கள் போன்று நேரடி வயிற்றுப் பிரச்சினையாக இல்லாததால் கவனத்தை ஈர்ப்பவையாகவும் இருந்ததில்லை. பறையடிக்க மறுப்பது, பிணக்குழி தோண்ட மறுப்பது போன்றவை ஓரிடத்தில் நடப்பவையுமல்ல. கிராமம் கிராமமாக நடக்கவேண்டியவை. எனவே இது ஒருநாளில் நடந்துவிடுகிற போராட்டமாகவும் இருப்பதில்லை. தொடர் நடைமுறையாக இருப்பதால் இவற்றில் பெரும்பாலும் பொதுத்தலைமையும் இருப்பதில்லை. ஊருக்குஊர் தலைமைகள் உருவாகிவிடுகின்றன; அல்லது இழிவுமறுப்பில் ஈடுபடும் ஒவ்வொருவருமே போராளியாகிவிடுகின்றனர். எனவே இப்போராட்டங்களுக்கு ஒருங்கிணைக்கப்பட்ட பதிவுகள் உருவாகி ஆதாரங்களாக நிலைபெறவில்லை. எனவே இப்போராட்டப் பின்னணியைத் தகவல் குறிப்புகளோடு வரலாற்று நூலில் எழுதுவதைக் காட்டிலும் புனைவில்

விவரிப்பதற்கான சாத்தியமே அதிகம். பல்வேறு அனுபவங்களைக் குறிப்பிட்ட பாத்திர வார்ப்புகளின் மேலேற்றி உருவகப்படுத்த வேண்டியிருக்கிறது. இப்பின்னணியில்தான் வல்லிசை என்ற இந்நாவலின் வாசிப்பு அமைகிறது." (காலச்சுவடு இதழ்).

முழவு, துடி, தண்ணுமை என மூன்று பகுதியாகப் பிரிக்கப்பட்ட நாவலில், முழவு பகுதியானது திருவேங்கடம் எனும் தனி மனிதனின் வளர்ச்சியை கணக்கில் கொள்கிற காலப்பகுதியையும், துடியானது திருவேங்கடம் எப்படி சமூகத்தின் பங்காக தன்னை மாற்றிக் கொள்கிறான் என்கிற காலப்பகுதியையும், தண்ணுமை மானுட அறம் வீழ்வதைச் சுட்டுவதாகவும் அமைகின்றன. அதன் கால அளவு, வெள்ளை ஆட்சியாளர்கள் தொடங்கி, எம்ஜிஆர் கட்சி தொடங்குவதற்கும் மேலான காலமாக நீண்டிருக்கிறது. 1945ஆம் ஆண்டில் தொடங்கி 1990களில் நாவல் முடிகிறது. இராவணேசன், திருவேங்கடம், சமநீதியரசு என்று தந்தை, மகன், பேரன் என்கிற பாத்திரங்களின் வழியாக நிகழ்கிறது.

பூங்குளம் கிராமத்தின் பல செடி மற்றும் மரங்களின் பெயர்களும், அவர்தம் தொழில்களும் அது சார்ந்த வர்ணனைகளும் பிரமாண்ட உருவத்தை கொடுக்கிறது. மேலும் அங்கு நிகழும் கூத்துகள் சார்ந்தும், சுடுகாட்டில் பிணம் எரிக்கும்போது சொல்லப்படும் நடுகாட்டுக் கதையும் கிராமத்தை சித்திரமாக்கிக் காட்டுகிறது. கிராமம் எப்படி சாதியமைப்போடு தொடர்பு கொண்டிருக்கின்றன என்பதையும் நுண்மையாக விவரிப்பது நாவலின் தன்மையாகிறது. இரண்டாம் உலகப் போருக்கு முந்தைய காலத்தில் பூங்குளம் என்னும் கிராமத்தில் கதை ஆரம்பிக்கிறது.

இராவணேசன் தோல் பதனிடும் தொழிற்சாலையில் பணிபுரியும் நேர்மையான ஊழியர். இராவணேசன் வாழ்நிலை, தான் சார்ந்த மனிதர்களைவிட, தனிப்பட்ட சிந்தனை, சமூக அக்கறை கொண்ட மனிதனாக இருக்கின்றார். தன் சாதிக்குழு மக்களை சற்று மேம்படுத்திக் காட்ட வேண்டும் என்ற முனைப்பு இருக்கின்றது. தன் சாதிக்குழு மக்களில் முன்னோடித் தலைவர்களை பின்பற்றுகின்றார். மூத்த தோழர்கள் விழிப்புணர்வுக்காகக்கொண்டு வருகின்ற பத்திரிக்கைகளை

வாசிக்கும் அறிவு பெற்ற நபராகவும் இருக்கிறார். பொருள் சார்ந்து முன்னேறிய சாதிக்குழு மனிதர்களைப் போலவே, தான் சார்ந்த மனிதர்களும் முன்னேற்றம் காணவேண்டும் என்பதில் விருப்பமுள்ள பாத்திரம் இராவணேசன்.

தனது தந்தையின் மூலமாகவும் அவருடைய தோழராக வரும் சிவமலை போன்றவர்களின் மூலமாகவும் கிராமத்தில் கூறப்படும் சாதி எதிர்ப்பொலிகளைக் கேட்டு வளர்கிறான் திருவேங்கடம். கல்வி ஒன்றே சாதியமைப்பை உடைக்கப் பெரிதும் வழிகோலும் எனப் பெரிதாக நம்பும் இராவணேசன், மகனை மெட்ராஸில் இண்டர்மீடியேட் படிக்க அனுப்புகிறார். விடுதியில் கிடைக்கும் நண்பர்கள் மூலமாக தனிமனித சுதந்திரம் சார்ந்த விழிப்புணர்வு ஏற்படுகிறது. அவனுக்கு பொன்னரசு என்னும் மூத்த மாணவன் நட்பு கிடைக்கிறது. பொன்னரசு, திருவேங்கடத்திற்கு ஒவ்வொரு நாளும் ஒவ்வொரு இடத்தைக் காண்பிக்கின்றான். அந்த தனி மனித சுதந்திரம் கூட எப்படி மேல்சாதிக்காரர்களின் சொத்தாக மாறுகிறது என்பதையும் கேள்வி ஞானத்தால் உணரத் துவங்குகிறான். இப்படி வேலூர் மாவட்ட சிறு கிராமங்களைச் சுற்றி அமைகிற கதைக்களத்தில் திருவேங்கடம் சென்னை பச்சயப்பன் கல்லூரியில் படிக்கச் செல்கின்றச் சூழலும் குறிப்பிடத்தக்கதாக அமைகிறது.

நாவலில் பொன்னரசு துணைப் பாத்திரமாக வந்தாலும் - போராட்ட குணம், நடைமுறையில் குறுக்கிடும் சாதிய அடக்குமுறை, விடுதியில் நடக்கும் குளறுபடிகள், அவைகளுக்கு எதிரான வாதங்கள், அதிரடிச் செயல்பாடுகள் எதையும் நேரடியாக எதிர்க்கும் துணிச்சல், பல புத்தகங்களைப் படித்து சமூகத்தை அறிந்து வைத்திருக்கிற திறமை, படிப்பில் சோடை போகாத இளைஞனின் மன உறுதியை வெளிப்படுத்துகிறது.

காதர்பாய் என்று ஒரு பாத்திரம். தன்னுடைய தோல் பதனிடும் தொழிற்சாலையில், இராவணேசன் உண்மையாக வேலை செய்தான் என்பதற்காக காதர்பாய் தன் இறுதி வாழ்நாள்வரை இராவணேசன் குடும்பத்திற்கு அநேக உதவிகளைச் செய்கின்றார். ஒரு கட்டத்தில் சாதிப் பிரிவினை போராட்டச் சூழலில் இராவணேசன் இறந்து, அவர் மகன் திருவேங்கடம், தாய் மங்கா அனாதையாக நிற்கும்போது, காதர்பாய் இரண்டு ஏக்கர் விளைநிலத்தை இனாமாகக் கொடுத்து, பயிர் செய்து

பிழைத்துக்கொள்ளுங்கள் என்கிறார். அந்தச் சூழலில் காதர்பாய் உதிர்க்கும் வார்த்தை 'எனக்கு அல்லா கொடுத்தது அனேகம், அதில் நீங்கள் வாழ, கொஞ்சம் தருவதால் நான் ஒண்ணும் குறைந்துவிட மாட்டேன்' என்று கூறி மங்கம்மாவிடம் நிலப்பத்திரம் தருகின்றார். இவைகள் எல்லாம் அந்தக் காலத்தின், அறம் சார்ந்த அநேக மனிதர்களின் இரங்கும், நேசிக்கும் பண்பைக் காட்டுகிறது.

திருவேங்கடம், மாமன் மகள் குப்பியோடு இடையிடையில் இயல்பாக வரும் காதல் போக்குகள். திருவேங்கடம், சிறுவயது முதலே உடன் வரும் சிவலிங்கம், திருவேங்கடம், சமூக விழிப்புணர்வாளர் தலைவர் சிவமலை தங்கள் மக்களை வழி நடத்த எடுத்துக்கொள்ளும் போராட்ட வழிமுறைகள் ஆகட்டும், தனிப்பெரும் ரசனையுள்ள பகுதிகளாக நாவலில் வருகின்றன.

உயர்சாதிக் குழு தலைவர்கள், முதலாளிகள் போலீசின் தயையை மிகச் சுலபமாகப் பெறமுடிகின்றது. தங்கள் கருத்துக்கு, தங்களுக்குப் பணியாதபோது தலித்துகளுக்கு எதிராக பொய்க்கேசுகளை அரங்கேற்றுவது போன்ற நிகழ்வுகள் எதார்த்தமாக அடிக்கடி நடக்கிறது. அந்நிலையில் பலர், பல சமயம் பயந்து மீண்டும் அடிமையாகவும், அல்லது தங்கள் வாழ்க்கையையே சூனியமாக்கிக் கொள்வதும் நடந்து விடுகிறது.

சிவமலை, திருவேங்கடம் போன்ற சில வழிகாட்டிகள், பல கட்டங்களில் அம்பேத்கர் போதனைகளை மேற்கோள் காட்டி வழிநடத்துகின்றார்கள். அத்தன்மை வாய்ந்த வேளையில் முதன்மையாக இருப்பதுதான் பறையிசைத் தொழில். திருவேங்கடத்தின் நண்பன் சிவலிங்கம். பறையடிக்கும் வம்சத்தில் பிறந்தவன் என்பதால் அவனுக்கும் அந்தத் தொழிலே அமைகிறது. பறையடித்தல் குறிப்பிட்ட சாதியின் குறியீடாக மாறியிருக்கிறது என்பதை கிராமத்தால் உணர முடியவில்லை.

மேல்சாதிக்காரர்களின் வீட்டில் மரணம் நிகழ்ந்தாலோ, மாடுகள் மடிந்தாலோ பறை அடிப்பவர்களுக்கு வேலை வருகிறது. இதைத் தவிர சாக்கடையை சுத்தம் செய்தல், மலம் அள்ளுதல் என மனிதநேயத்திற்குப் புறம்பான விஷயங்களைத் தொழிலாகச் செய்கிறார்கள். சாதீய தொழில் ஒழியும் தருணத்தில் மேட்டுக்குடி அதிகாரம் ஒடிந்துவிடும்

என்னும் நம்பிக்கை அவனுள் வேர்விடுகிறது. ஒரு கட்டத்தில் சிவலிங்கம் போன்ற சாமான்ய மனிதர்கள் வாழ்வு, இருதலைக் கொள்ளியாக மாறிப்போகிறது. மோளம் அடித்தால் சொந்த சாதிக் கட்டுப்பாட்டை மீறுவதாகும். அடிக்கவில்லை என்றால் குடும்பமே பசியால் சாக வேண்டும். இந்த இக்கட்டுகளை எல்லாம் அற்புதமாகக் கொண்டு செல்கிறது நாவல். பணவர்க்கம், பசிவர்க்கம் இரண்டுக்கும் நடக்கும் போராட்டம் நாவலில் பிரதான பங்கு வகிக்கிறது.

பறையை கிராமத்திலிருந்தே ஒழிக்க வேண்டும் எனும் முனைப்பில் போராட்டங்களில் ஈடுபடுகிறான் திருவேங்கடம். இந்நிலையில் வேறு ஒரு விஷயம் மக்கள் பக்கத்தினின்று மேலெழுகிறது. பறையடித்தலை தன் சொந்த இச்சைக்காக ஒருவன் செய்கிறான் எனில் அவன் ஏன் பறையைக் கைவிட வேண்டும்? பறை சாதீய அறிகுறி என்பதெல்லாம் அவனுக்குத் தேவையில்லையே? அவனுக்கான இசையாக மட்டுமே பறையொலி அமைகிறது. இதன் விளைவுகள் என்ன? பறையினின்று ஒரு சமூகம் விடுதலையடைகிறதா? சித்தாந்தங்களால் நடைமுறைகளை மாற்ற இயலுமா போன்ற பல கேள்விகளுக்கு கதையின் போக்கில் கதையின் வழியாகவே அழகிய பெரியவன் பதிலை முன்வைக்கிறார். சுதந்திரத்தின் முன்னிருந்து பலரின் வாயிலாக ஒவ்வொரு மக்களும் எதிர்பார்த்துக்கொண்டிருக்கும் மானுட விடுதலை வார்த்தையினூடே உயிர்ப் பெற்று நடைமுறையில் காலாவதியாவதை நவீன சித்திரமாக்கியிருக்கிறார். மேற்கண்ட இந்தக் கேள்விகளின் நீட்சியாக நாவலின் மூன்றாம் பகுதியும் நீள்கிறது.

இது வெறும் பறையைப் பற்றிய நாவல் அல்ல. பறை குறிப்பிட்ட சமூகத்தின் அடையாளம். இதுபோன்ற எத்தனையோ குறியீடுகளால் பல சமுதாயங்கள் ஒடுக்கப்பட்டிருக்கின்றன. அவையெல்லாவற்றையும் எதிர்த்து எத்தனையோ சித்தாந்தங்கள் எழுதப்பட்டிருக்கின்றன. அவற்றின் நடைமுறை நிலை என்ன என்பதை இந்நாவல் ஆராய்கிறது. மேலும் இந்நாவல் தாழ்த்தப்பட்ட சாதிகளை மட்டுமே மையப்படுத்தியும் பேசுவதில்லை. ஒவ்வொரு மனிதனும் தனக்கான உரிமையை யாரோ ஒருவரின் போராட்டமாக அனுபவித்துக் கொண்டே இருக்கிறான். அதற்கு பதிலாக உரிமையற்று இருக்கும்

யாரோ ஒருவனுக்காக தன் குரல் ஒலிக்க வேண்டும் என்னும் சுயநினைவு ஏன் இல்லாமல் போனது?. தன்னுடன் இருக்கும் சக மனிதர்களும் தனக்கொப்ப சுதந்திரத்தை அனுபவிக்கிறார்களா என்பதை ஏன் அறிய மறுக்கிறான் என்பது போன்ற கேள்விகள் நவீன யுகத்தின் முன்னே வைக்கப்படும் குற்றச்சாட்டுகளாக நாவலில் எழுகின்றன.

குறைந்த கதாபாத்திரங்களை வைத்தே நாவல் நகர்கிறது. திருவேங்கடம் சமூக நிலையை அறிதல், பின் சமூகத்தில் ஒன்றாக மாறுதல், பின் மீண்டும் தன் தோல்வியை அறிதல் என முப்பரிமாண வாழ்க்கையை ஆசிரியர் முன்வைத்திருக்கிறார். அடுத்து முக்கிய பாத்திரம் சிவலிங்கம். திருவேங்கடம் எப்படி சித்தாந்தங்களின் ஒற்றை உருவகமாக நாவலில் உருக்கொள்கிறாரோ அதேபோல சிவலிங்கம் மக்களுடைய மனோபாவங்களின் ஒற்றை உருவகமாக உருவெடுக்கிறார். சமூகப் பிரச்சினைகளுக்கு நிரந்தர தீர்வு வேண்டுமெனில் அதற்குத் தொலைநோக்குப் பார்வை தேவையாக இருக்கிறது. மக்களோ அன்றைய/அன்றாட தேவைகள் தீர்ந்தால் போதும் என்றிருக்கிறார்கள். இவ்விரு விஷயங்களும் மோதும் தருணத்தில் சமூகத்தின் யதார்த்த நிலையும், ஏன் ஒரு சித்தாந்தம் மக்களிடைய தோல்வியுறுகிறது என்பதையும் இவ்விரு கதாபாத்திரங்களின் வழியே அறிந்துகொள்ளமுடிகிறது.

வரலாற்றுப் பாத்திரங்களாக இவர்களுள் பலரினை அடையாளக் காட்டும் ஸ்டாலின் ராஜாங்கம் காலச்சுவடு இதழில் இவ்வாறு குறிப்பிடுகிறார், “இராவணேசனுக்கு அரசியல் தொடர்பு ஏற்படும் தருணத்தை நாவல் குறிப்பிடும் இடம் முக்கியமானது. சேலம் மார்க்கமாகப் போகின்ற சாலையின் கடைசிவரிசைப் பக்கமாக இராவணேசன் நின்றிருந்தபோது அவ்வழியாய்ப் போன கூண்டுவண்டியிலிருந்து சில பத்திரிகைகள் பறந்துவந்து சாலையில் விழுகின்றன. இராவணேசன் ஓடிச்சென்று தமிழன் என்ற பெயர்கொண்டிருந்த அப்பத்திரிகைகளைத் திரட்டி எடுக்கிறார். பத்திரிகை எடுத்து வந்தவரை நோக்கி இராவணேசன் பெயரைக் கேட்கிறார். “பெரியசாமி இங்கே கௌதமப் பேட்டையில் இருக்கிற என் வீட்டுக்குப் போய்க்கிட்டிருக்கேன்,” என்கிறார்.

அயோத்திதாசரின் வழிப்பயணியாகச் செயல்பட்ட ஏ.பி. பெரியசாமிப் புலவரையும் அயோத்திதாசருக்குப் பின் அப்பாதுரையார் நடத்திய தமிழன் இதழையும் நாவல் இங்கு குறிக்கிறது. இச்சந்திப்பு குறித்து திருவேங்கடத்திடம் விவரித்திடும் ஒவ்வொரு முறையும் சிலிர்க்கிறார் இராவணேசன். அம்மனிதரின் பார்வையும் தமிழன் இதழ்களும்தான் தன் மாற்றத்திற்குக் காரணம் என்று சொல்லிக்கொண்டேயிருந்தார் என்கிறது நாவல். மேலும் அந்தக் காலத்தில் தலித்துகளால் நிறைய மாநாடுகள் நடத்தப்பட்டன. அந்த தகவல்களை எடுத்துக்கொண்டு அதன் உள்ளார்ந்த வேலைப்பாட்டைக் கற்பனா ஊக்கத்தோடு நாவல் கீழ்க்கண்டவாறு விவரிக்கிறது.

"நமது ஜில்லா திருப்பத்தூர் பெரியசாமிப் புலவரை எடுத்துக்கேன். எத்தினி மாநாடு? எத்தினி பொதுக்கூட்டம்? 1891லேர்ந்தே பௌத்தம், சாதியொழிப்புன்னு நடத்தினு வந்திருக்காப்பில. உங்க ஊர் பெரியபேட்டையில் 1931லேயும், உங்க பக்கத்து ஊர் மயில்பட்டியில 1926லேயும் ஆதிதிராவிடர் மாநாடுங்க நடந்திருக்குது. நம்ம ஜனங்க அன்னாடம் ஒளைக்கிற ஜனங்க. மாநாட்டுக்கும் கூட்டத்துக்கும் எப்பிடி வருவாங்க? மாநாடு நடத்துனவங்க ஜனங்களை வரவழைக்க ஆயிரக்கணக்கான பேத்துக்குச் சோறாக்கிப் போட்டிருக்காங்க. இங்க எங்கூருலே கூடப் பல கூட்டங்க," (ப.28). "தாழ்த்தப்பட்டோர் பாதுகாப்பு மாநாடு, தாழ்த்தப்பட்டோர் ஒற்றுமை மாநாடு, பௌத்த மாநாடு ஆயிரக்கணக்கான பேரைச் சேர்த்ததா சொன்னாரே. எப்பிடிப் பேசியிருப்பாங்க அத்தனை பேர்க்கிட்டேயும்? ஊர் பக்கத்துலக்கீற கரம்புல எடம்புடிச்சி, செதுக்கி களம் பண்ணுவாங்க. ஒருத்தன் ஓலை கொண்டாருவான். ஒருத்தன் கொம்புகொடி. மைதானத்துல நடுநாயகமாக மேடை. சுத்தியும் ஜனங்க ஒக்காருவாங்க. கூட்டம் அதிகமாயிருந்தா ஒருத்தர் பேசறதை வாங்கி ஒருத்தர் சொல்வாரு. எல்லோருடைய எண்ணமும் ஒரே மாதிரியிருந்தா பேசறது சுலபம்." (ப.32).

தலித்தாக இருக்கும் ஒருவன் அறிவுசார் வளர்ச்சியை அடைந்திருந்தாலும் அவனைப் பார்க்கும் சமூகம் சாதித்தட்டில் வைத்தே அளவிடுகிறது என்று நாவலுக்குள்ளேயே வருகிறது. இதனைத் தீர்க்க எத்தனையோ கோட்பாடுகள் இயற்றப்பட்டாலும், நிலையை மாற்ற இயலவில்லை. காரணம் பொதுவுடைமை, சமநீதி, மனிதநேயம் போன்றவை

அரசியலுக்கான விஷயங்கள் அன்று. தனி மனிதனின் ஒழுக்கம் சார்ந்த விஷயம். பழமையில் தோய்ந்த சமூகம் அவற்றை அரசியலாக்கியிருக்கின்றன. அந்த பழமையின் குறுக்குவெட்டு தோற்றமாக, பறையின் வழியே ஒடுக்கப்பட்ட மக்களின் இழிகுரலாக ஓங்கி ஒலிக்கிறது அழகிய பெரியவனின் 'வல்லிசை'.

ஆ.திருநாவுக்கரசன்- சாந்திவனத்துவேர்கள்

தகழி சிவசங்கரபிள்ளையின், 'தோட்டியின் மகன்' மற்றும் ஆண்டாள் பிரியதர்ஷினியின் 'தகனம்' நாவலுக்குப் பிறகு வெட்டியான் வாழ்வைப் படம்பிடித்திருப்பது 'சாந்திவனத்துவேர்கள்' என்ற நாவல். ஆசிரியர் ஆ.திருநாவுக்கரசன். வெட்டியான் என்ற சொல்லுக்கு அபிதான சிந்தாமணியானது, இவன் கிராமவேலை செய்யுந் தோட்டிப்பறையன். இவன் கிராமத்தைச் சுற்றிப்பார்த்துத் தீமை நேராமல் காப்பவன். இவன் கிராம விஷயங்களைத் தமுக்கால் கிராமத்தாருக்கு அறிவிப்பான். இவன் கிராமத்தில் சாகும் பிணங்களைத் தகனஞ் செய்பவனுமாவான். மழையில்லாக் காலத்துக் கொடும்பாவி கட்டியிழுப்பவனும் இவனே. இவன் இராஜதானி உத்தியோகத்தனாதனால் கிராமவசூல் பணம் எவ்வளவாயினும் ஜில்லா பொக்கிஷத்தில் சேர்ப்பவன். சண்டாளனுக்கு நிஷாதசாதிஸ்திரீயிடம் பிறந்தவன். சுடுகாடுகாப்பது தொழில்(தர்ஸ்டன்), என்று பொருள் தருகின்றது. ஆக, புனையப்பட்ட பிறப்புக்கான இழிவும் அதற்கான அடிமைத்தொழில் நியாயமும் கற்பிக்கப்பட்டுள்ளது. அதிகாரத்திற்குண்டான அபரிமிதமான உழைப்புச் சுரண்டலும் புலப்படுகிறது. அவன் வயிறு நிறைந்ததற்கான எந்தசாட்சியமுமில்லாததாகிறது. அதிகாரத்தின்பிடி இன்னும் வலுவுள்ளதாகமாறியிருப்பதை உறுதிப்படுத்த சாந்திவனத்து வேர்கள் நாவல் உதவியிருக்கிறது. வாசிப்பு வழியாக என்பது ஒருபுறம் இருக்கட்டும் எழுதுவதன் வழியாக ஆசிரியருக்கு இந்நாவல் பலபடிப்பினைகளை கொடுத்திருக்கக்கூடும்.

இராமநாதபுரம்-திண்ணையடி வலசையில் ஒற்றைப் பனைமரமாக நிற்கும் தலித் குடும்பத்தின் ஓவியம் வரைகோடுகளாகத் துவங்கும் முன்பே துண்டுதுண்டாகிற கதையைச் சொல்லுகிறது. தலித்துகள் மீது காரணமின்றியும்

உயர்சாதியால் உமிழப்படும் கசப்பு வெறுப்பு அதிகாரம் போன்றவற்றையும், தலித்துகள் மீது தங்களின் சுமையை இலகுவாகத் தள்ளிவிட்டுப் போகும் மனிதாபிமானமற்ற தன்மையையும் பதிவுசெய்திருக்கிறது. கூடவே, ஒடுக்கப்படுவது - அவமானப்படுத்தப்படுவது என்பதைத் தாண்டி கவனத்தைத் திசைத்திருப்ப தலித்துகள் கொல்லப்படுவதும் இந்நாவலில் ஜீரணிக்க முடியாத ஒன்றாகியிருக்கிறது. "ஆதிக்கச் சாதியினர் தாங்கள் பொருளாதாரத்திலும், சமூக ரீதியிலும் உயர்ந்த நிலையிலேயே நிலைத்திருக்க, கருத்தளவில் பல செய்திகளையும் புராணங்களையும் பரப்பி, அதனை தலித்துகள் ஏற்றுக் கொள்ளும்படிக் கட்டாயப்படுத்துகின்றனர். உதாரணமாக, போலச் செய்தல் (வழி வழியாக தாத்தாவைப்போல், அப்பாவைப்போல், மகனைப்போல பேரனும் குலத்தொழிலைச் செய்தல்) இதற்குப் பலக் காரணங்களைக் கூறி கருத்தியல் தீண்டாமையை நிலைக்கச் செய்கின்றனர்" *(அருட்கடலார், தலித் அடையாளத் தேடல்,ப.114)* என்பதும் இந்நாவலைப் புரிந்துகொள்ள வேண்டிய தளமாகிறது. நாவலின் மையப்பாத்திரமான சங்கிலி அக்கிராமத்தின் வெட்டியான்,

"சாதிப்புள்ள சேதி சொல்லி வந்திருக்கேங்கய்யா, எனக்கு ஆம்பளப்புள்ள பொறந்திருக்காணுங்கய்யா."

"நல்லதுடா, பையன ஒழுக்கமா ஊர்க்கட்டுமானத்த சொல்லிவள என்ன புரிஞ்சுதா."

சொல்லிக்கொண்டே ஜிப்பாப்பையில் கை நுழைத்தார் பச்சையப்பன்.

"ஆகட்டுங்கய்யா, ஐயா சொன்னமாதிரியே கட்டுத்திட்டா வளத்துப்புடுரேங்கய்யா."

உறுதிமொழி போல சொல்லிக்கொண்டே பவ்வியமாக குனிந்து லாவகமாக வாங்கினான் பச்சையப்பன் நீட்டிய ஐந்துரூபாயை.

சங்கிலி வாங்கியது வெறும் ஐந்துரூபாய் அல்ல. அது அடுத்த தலைமுறையை அடிமையாக எழுதிக்கொடுக்கும் அடிமை சாசனம் ஆகும். வறுமையும் இல்லாமையும் அடுத்த தலைமுறையையும் அடிமையாக விற்க வைத்தது." *(பக்.18-19)*

சங்கிலிக்குத் தன்னுடைய தலைமுறையைப் பற்றி அடுத்தத் தலைமுறையைப் பற்றி தன்னுடைய வாழ்வனுபவத்தின் மூலம் ஏதாவது சொல்லிக் கொள்வதற்கு உண்டா என்பதற்கும் நாவல் இயங்க வேண்டிய களத்திற்கும் முக்கியமான புள்ளி மேற்கண்ட உரையாடல். மேலும் இதுதான் சங்கிலியும் அவனது நிலையும்.

சங்கிலியை அவன் உள்ளத்தை-சிந்திப்பைப் புரிந்துகொள்ள கடைசி மகனான வேலுவைப் படிக்கவைக்க முயன்ற செயல்பாட்டை மட்டுமே உற்றுநோக்க முடிகிறது. வேலுவை படிக்கவைப்பது தன்னுடைய வாழ்க்கையின் தீர்வுக்காக இல்லாமல் எப்படியாவது இந்த வாழ்க்கையிலிருந்து ஊரிலிருந்து அவனைக்கடத்தி விட்டால் போதுமென்ற அங்கலாய்ப்பே ஆகும். மற்றபடி தனது வாழ்க்கைக் குறித்த பரிசீலிப்பிற்கும் மீட்பிற்கும் இல்லை. இதை முற்றும் முடிவாகவே அவன் எண்ணியிருந்ததை மனைவி பிச்சாயியும் மகள் பெருமாயியும் பாலியல் வல்லுறவுக்குள்ளாக்கப்பட்ட போது பேசுவதன் வழியறியலாம்.

"நான் என்ன செய்ய முடியும்மா, நாம ஒத்தவீடு, அவங்கள அண்டிப் பொழைக்கிறோம், மீறுனாலோ குத்தம் சொன்னாலோ சோத்துல மண்ணுவிழுந்திடும், பட்டினியாலேயே நம்மளக்கொன்டுருவாங்கம்மா. இதெல்லாம் நம்ம விதி" *(ப,61)* என்று மனைவியிடமும்,

"ஏலே கருப்பு முடியுமாடா அது. நாம ஒண்டிக்குடித்தனம்டா ஆயுசுக்கும் பத்து வெரலால பாடுபட்டாலும் அஞ்சுவெரலால அள்ளித்திங்க கெடைக்காத வம்சன்டா நாம. ஏதாவது ஒன்னுண்டா நம்மள கொளுத்திடுவாங்கடா கொளுத்தி" *(ப.85)*

என்று பெருமாயி கற்பழிக்கப்பட்டபோது கொந்தளிக்கின்ற கருப்பை அடக்கும்போதும் பேசுகிறான்.

இப்படி, உயர்சாதிக்காரர்களால் தன்னுடைய மனைவி மகள் பாலியல் கொடுமை செய்யப்பட்டபோதும் அதிர்வு எதிர்ப்பற்ற சங்கிலி இறுதி வரை கையாளும் பொறுமை தன் கடைசி மகனும் தாசில்தாரருமான வேலு கொல்லப்பட்டபோது அர்த்தமற்றதாகிறது. எதுவும் அதிர்ச்சிக்குரியதாக இல்லை என்பதற்கு வெட்டியான் என்ற அடிமைநிலையே போதுமானதாக சங்கிலிக்கு நேரும் அவமானங்களின் வழியே உறுதி செய்து

கொள்ளலாம். எவரும் வாடா போடா என விளிப்பதைத் தாண்டி ஏவலிப்பதைத் தாண்டி அடிப்பதும் உதைப்பதும் போகக் கூடைகூடையான அவமானங்களைக் கொட்டுவதும் சாணிப்பாலைக் குடிக்கவைப்பதும் இன்றும் நடக்கிற கதையாகத்தான் இருக்கிறது.

உயர்சாதிக்காரர்களைப் பொறுத்தவரை சங்கிலிக் குடும்பம் தங்களை நிமிர்ந்து பார்த்துவிட்டாலே அவமானம் எனும்படி 'ஒரு அடிமை சாதிக்கு இத்தனை திமிரா' என சுயசாதித்திமிரைக் காட்டிக்கொள்ளும் அதிகாரச் செயல்பாடு துவங்கிவிடுகிறது. மேட்டுக்குடி தனது அதிகாரத்தைச் சோதிக்க, தக்கவைக்க மட்டுமல்லாது தங்களைச் சார்ந்தவர்களுக்கு ஏற்பாடு செய்துதரப்படும் வக்கிர பொழுதுபோக்காக சாட்டையடியும் சாணிப்பாலும் ஓர் ஆட்ட வடிவமாகவும், தலித்துகளுக்கோ தங்களைத் தாங்களே நொந்துகொள்ளும் உள்ளடக்கமாகவும் மாறுகின்றது. சுயத்தை இழந்து குடும்பத்தை இழந்து இருப்பை இழந்து நிற்கும் சங்கிலி தான் கொல்லப்படும் நிலையில் சொல்கிற வார்த்தைகள்,

"ஐயா என்னைய்ய விட்ருங்கய்யா, நீங்க எல்லாரும் என்னா சொன்னைங்களோ அதமட்டுந்தானய்யா நான் செஞ்சேன்" *(ப.172)*

என்பது இதைவிட ஒரு அடிமையால் உங்களுக்கு என்ன செய்துவிட முடியும் என்றாகிறது; தனிப்பட்ட தன்னுடைய வாழ்க்கைக்கு எந்தவிதப் பொருளும் உற்பத்தி செய்யப்படவில்லை என்றுமாகிறது. இதுவே வக்கிர பொழுது போக்கிற்கான சுபமாகவும் தேவைப்படுகிறது.

வசதிவாய்ப்பற்றவர்கள் விளிம்பு நிலையினர் சுயமாகக் கொஞ்சம் செயல்பட்டாலும் இந்தச் சமூகம் அவர்களை ஏப்பம்விடக் காத்திருக்கிறது. பொதுவெளியில் கரைத்துக் கொள்ளமுடியாதபடி தடுப்புவேலிகள் அமைந்த இந்திய சாதிய நிலை சமூகத்தில், தலித்துகள் பல்வேறு மதங்களில் கட்சிகளில் இயக்கங்களில் கரைந்திருக்கிறார்கள்; அழிந்திருக்கிறார்கள். தலித்துகளை கைப்பிடித்து இழுத்து வாழ்க்கைக்குள் ஊன்றி கொஞ்சம் தண்ணீர்விட்டு காவல் காத்திருக்கிறார்கள். காத்த இயக்கங்களுக்கு சாதியம் 'பறையக்கட்சி' என்றும் 'பள்ளக்கட்சி' என்றும் பெயர்சூட்டி இருக்கிறார்கள். கட்சிகளின் உண்மையான

பெயர் 'நீதிக்கட்சி' 'பெரியார்கட்சி' 'கம்யூனிச கட்சி' என்றெல்லாம் இருந்திருக்கின்றன. கருப்புச்சாமியும் இதற்குள் பிணைந்தவன்.

பொறுமையின் எல்லையைக் காப்பதென்பதுதான் அடிமைத்தனத்தின் வாகு எனப் பழகிப்போன சங்கிலிக்கு நேர்மாறாக வளர்ந்து நிற்பவன் கருப்பச்சாமி. நாவலின் மறுபாதி கதாநாயகன். "ஆண்டவன் இல்ல நம்மல ஆளுறவன் செய்யிற சதிவேல இது"(ப.84) என்னும்போது ஊருக்கு வெளியேயிருந்து அவன் ஈசிக் கொண்டு வந்த பெரியாரியம் புலப்படுகிறது. தனக்கு நேர்ந்த முதல் அவமானத்திலேயே சூடுபிடித்துவிடுகிற பாத்திரமாக இருக்கிறான். யார் வீட்டில் இழவுவிழுந்தாலும் வெட்டியான் வீட்டிலிருந்து ஒருவர் வந்து பறையடிக்கவேண்டும் என்ற ஊர்க்கட்டுப்பாட்டில் சென்றவன் பறையடிப்பில் மூழ்கி வேங்கையன் மீது உரச பறையை வாங்கி உடைத்து கிழித்துப்போட்டு விடுகிற வேங்கையன் கருப்புச்சாமியையும் உதைத்துத் தள்ளிவிடுகிறான். காயத்துடனும் அவமானத்துடனும் எழமுடியாமல் இருப்பவன் முயற்சியை,

"எழுந்திருக்க கருப்பு செய்த முயற்சிக்கு யாரும் கைகொடுத்துத் தூக்கிவிட துணியவில்லை அல்லது விரும்பவில்லை. தன் கையூன்றி கரணம் பாய்பவனைப் போல் தானே தனக்கு உதவியாகச் சிரமப்பட்டு எழுந்தவன் உடைந்துபோன தன் பறையை எடுத்துக் கலங்கிய தன் கண்களின் வழியே பார்த்தான்"(ப.74) என்கிறார் ஆசிரியர். பிற்பாடு கருப்புச்சாமியின் அடவுக்கு இது ஒரு முன்னீடு என்றாகிறது.

அதன்படி, தனது தங்கை கற்பழிக்கப்பட்ட பின்னர், காவல்துறையினரின் புறக்கணிப்பை அடுத்து, நக்சல்பாரி இயக்கத்துடன் இணைகிறான். அவனது கீழ்ச்சாதியென்னும் ஆற்றாமையைப் புலம்பலை வேரோடுப் பிடிங்கிவிட்டு இருக்கும் வர்க்கம் இல்லாதவர்க்கம் என்பதை ஊன்றி விடுபவர்களாகிறார்கள் தோழர்கள், "தோழர் எதுக்காக அழுகுறீங்க. நாமெல்லாம் போராளிங்க ரத்தம் சிந்துனாலும் சிந்தலாம். எதுக்காகவும் கண்ணீர் சிந்தக்கூடாது. அது நமக்கு அவமானம்"(ப.107) என்ற தோழர்கள் மூலம் கடவுளின் முகங்களையும் அதிகாரத்தின் வலைகளையும் இனம்கண்டு கொள்கிற கருப்புச்சாமி, காவல்துறையினரால் வேட்டையாடவும்

விளையாடவும்-பதுங்குதலையும் பாய்தலையும் கற்றுக்கொள்கிறான். இரண்டு காவலர்களையும் மூன்று தோழர்களையும் பலிகொடுத்து இரண்டு தோழர்களை நிர்பந்தத்தில் பிரிந்து முந்திரி காட்டுக்குள் ஒளிந்து கொள்கிற கருப்பு, இயல்பாக பிச்சைக்காரன் நிலைக்கும் - நடிப்பாக பைத்தியக்காரன் நிலைக்கும் வந்துவிடுகிறான். பைத்தியக்காரன் வேடத்தின் மூலம் முந்திரிக்காடு பேருந்துநிலையம் மொட்டைக்கிணறு சுடுகாடு தான் வாழ்ந்த குடிசை என கருப்புக்கு அவை கண்காணிப்பின் இடங்களாகின்றன.

நேரங்காலம்பாராமல் நோய்நொடிபாராமல் ஊர்பெருந்தனக்காரர்களின் கூப்பிட்டக் குரலுக்கு நிற்கவேண்டிய அடிமை வாழ்க்கை, மிகக் கடுமையான உழைப்பிற்கும் கூலி உயர்வுதராத உயர்சாதி என்ற பெயரிலான அந்தச் சுரண்டும் வர்க்கத்தை எதிர்க்க முடியாதநிலை, கொஞ்சம் கொஞ்சமாக தனது குடும்பத்தைக் கொன்று கொண்டிருக்கும் உடையப்பன், தனது தங்கையைக் கற்பழித்த-தனது தாயைக் குடிசையோடு கொளுத்திக் கொன்ற உடையப்பன் மகன் வேங்கையன், உயர்சாதியின் அழிச்சாட்டியத்திற்கு ஒத்தூதிய மோழையன், கட்டையன் என்கிற கட்டபாண்டி, குட்டமூக்கன் இவர்கள் அனைவரும் கருப்புச்சாமியின் கொலைப்பட்டியலில் இடம்பெற்றவர்கள். முதற்கட்ட கொலைகளாக மொட்டைக்கிணற்றுக்குள் அடித்து வீசப்படுபவர்கள் மோழையனும் குட்டமூக்கனும். இரண்டாவது கட்ட கொலைகளாக உடையப்பனும் அவனது மனைவியும் அவர்களது வீட்டிலேயே வைத்துக் கொல்லப்படுகிறார்கள். மூன்றாவதுகட்ட கொலைகளாகச் சுடுகாட்டுச் சிதையில் தள்ளப்படும் கட்டப்பாண்டி, மொட்டைக்கிணற்றுக்குள் அடித்து வீசப்படும் வேங்கையன்.

கயிறுமேல் நடக்கும் கழைக் கூத்தாடியின் கழியில் இருக்கும் தாண்டவச் சமனிலைபோல் நாவல் சங்கிலியையும் கருப்புச்சாமியையும் கழியின் இருமுனைகளாக வைத்துக்கொண்டு முன்னேறுகிறது. ஊர்ப்பெருந்தனக்காரர்கள் எனும் கயிறைத் தாண்டுகிறபோது கருப்பின் குற்றப்பின்னணிக்குரிய தடயங்கள் வாசிப்பின் அரசியலில் மௌனமாகின்றன. அது கருப்பு எழுதி வைத்து ரசிக்கின்ற வரிகளுமாகின்றன. "வன்முறை மாத்திரமல்ல

அடக்குமுறையும்கூட இருபக்கமும் கூரான ஆயுதமே" (ப.175) என்பதே அவ்வரிகள்.

வேலு, படிப்பைப் பிடித்துக்கொள்கிறான். வெளியூர்வாசியாக நகரவாசியாக மாறியவன் தனது கிராமத்திற்குள் தனது சாதி செருப்பணியக்கூடாது என்பதை மறந்துவிடுகிறான். சங்கிலிதான் செருப்பைக் கழற்றி வைத்துவிட்டு ஊருக்குள் போகும்படி சொல்லுகிறான். எந்தப் பிரச்சனையிலும் தலையிடவோ புரிந்துகொள்ளவோ வேலுவுக்கு வாய்ப்பில்லாமல் போய்விட்டாலும் கடைசியாக தனது தந்தையை அந்த கிராமத்தைவிட்டு வெளியேற்றிக் கூட்டிப் போய்விட வேண்டும் என்று நினைக்கிறான். அது முடியாது என்று தெரிந்த பிறகு பஞ்சமி நிலத்தை மீட்பதில் கவனம் செலுத்துகிறான். இராமநாதபுரத்தில் நிலத்தை கையகப்படுத்தும் அதிகாரியாக அரசு ஊழியனாக தான் இருப்பதைப் பயன்படுத்தி சட்டத்தின் துணைகொண்டு அதைச் செய்துமுடித்துவிட உறுதிகொள்கிறான். பஞ்சமி நிலத்தை கையகப்படுத்தியிருக்கும் உடையப்பனால் அது நடக்காமல் மட்டுமல்ல வேலுவே கொல்லப்படுகிறான். சங்கிலியைக் கொல்லத்துணியும் வேங்கையன் தன் ஆத்திரத்தைக் கொட்டியபடியே,

"ஊர் கண்ணுல மண்ணத்தூவி விட்டுட்டு ஒன் எளைய மகன் படிச்சு அதிகாரியா வந்தான். வந்ததும் இல்லாம எங்க சொத்துலயே கைவைக்கப் பார்த்தான். அதுக்குப் பரிசா அவன் எடத்தமாத்தி அவன உசிரோட மணல்ல பொதச்சோம்" (ப.172)

என்று சொல்லும் போது எத்தகைய சாதிய பகைப்புலத்தோடு வேங்கையனின் நடவடிக்கை வேலுவைக் கொன்றழித்திருக்கிறது என்பது புலப்படுகிறது.

வேங்கையனின் இத்தகைய பகைப் புலப்பார்வை அவனது தந்தை உடையப்பனிடமிருந்தே அவனுக்குள்ளும் வேரோடி இருக்கிறது. சாதியின் பெயரால், மதத்தின் பெயரால், பஞ்சமி நிலம் உட்பட வளைத்துள்ள பணபலத்தின் பெயரால், சங்கிலியின் குடும்பத்தை அதிகாரஞ் செய்வதன் பெயரால், தனது சுயசாதி ஊர்மக்களிடம் 'எப்பேர்பட்ட மனிதன் -எப்பேர்பட்ட தலகட்டு' என்ற மரியாதையை உருவாக்கி வைத்திருப்பவன் உடையப்பன். பஞ்சமி நிலத்தைப் பொறுத்தவரை,

“எடந் தந்தா இந்த சனங்கள்லாம் ஒரே எடத்துல குடிவந்துருவாங்க. அப்புடி ஒண்ணா குடி வர்றதுங்கிறது அவங்களோட, சமூக விடுதலைய சாத்தியமாக்கிடும். அத எப்புடி உடையப்பன் விரும்புவான். இந்த சனங்கள் பிரிஞ்சு கெடக்கறதுதான் அவனுக்கு பலம். அதுவும் சோத்தத் தேடியே அலையணும். அதுக்கே அவங்களுக்கு நேரம் போதாததா இருக்கணும். அப்பத்தான் இவன் மாதிரி ஆளுங்க அந்த சனங்கள அடக்கி ஆள முடியும். இத விட்டுப்புட்டு அந்த சனங்க ஒண்ணுசேர்றத விரும்புவானா?” *(ப.163)*

என்ற டேவிட் சிவதாணுவின் பேச்சு உடையப்பனின் அதிகாரமனத்தை நுட்பமாக்குகிறது. இத்தகைய அதிகாரபலம்தான் வேங்கையனை பல கொலைகளிலிருந்தும் கற்பழிப்புகளிலிருந்தும் தப்பிக்கவைக்கிறது. மேலும் அவர்கள் வீட்டு நாட்டுத்துப்பாக்கி பறவைகளையோ விலங்குகளையோ வேட்டையாடியதில்லை ஆனால் பலமுறை வெடித்திருக்கிறது... என்ற குறிப்பு உடையப்பன் குடும்பத்தின் சர்வ வல்லமையைப் பறைசாற்றுகிறது.

வேங்கையன் வயிறுமுட்ட குடிப்பதோ கற்பழிக்கத் திணவெடுத்து அலைவதோ காட்டிக்கொடுக்கப்படாமல் இருந்ததற்கு சர்வவல்லமையும் ஒரு காரணமாகிறது. ஆட்டக்காரிகளை நாடும்பொழுதோ, தலித் பெண்ணான பெருமாயியைக் கற்பழித்தபொழுதோ பிடிபடாதவன் தனது ஊருக்குள் குடியானவர் குடும்பத்தில் கைவைத்த பொழுதே பிடிபடுகிறான். பெருமாயி கற்பழிக்கப்பட்ட பொழுது அண்ணன் கருப்புச்சாமி காவல்துறையில் புகாரளிக்கின்றான். பதிலுக்கு கருப்புச்சாமிதான் எச்சரிக்கப்படுகிறான். எழுதிக்கொடுக்கப்பட்ட புகார் மேஜையின் மூலைக்குப் போகிறது. ஊருக்குள் சௌந்திரவள்ளியைக் கற்பழிக்கிற பொழுது அவள் இறப்பதின் மூலமே காவல்துறையின் பிடிக்குள் சிக்குகிறான் வேங்கையன். எதார்த்தத்தின் இவ்வகையான சார்புநிலைகள் இந்நாவலில் பிரதிபலிக்கிறது.

டேவிட் சிவதாணு, நியாயத்தின் வெளிச்சத்தைப் பின் தொடர்பவர். இதனால் உடையப்பன் குடும்பத்திற்கு எதிரானவர். உயர்சாதியினராக இருந்தும் ஜனநாயக உணர்வை மதிக்கத் தெரிந்தவர் என்பதை அறிந்ததால் சங்கிலியின்

குடும்பம் அவருக்கு நன்றிக் கடன்படுகிறது. அவரும் தனது நெறியை எதற்காகவும் விட்டுக் கொடுக்காதவராகிறார். சங்கிலி குடும்பத்திலுள்ள ஒவ்வொருவருக்கும் துணை நின்றுள்ளார். அவர் சாதியைச் சார்ந்தவர்களுக்கே அதுபிடிக்காமலும் அதற்காக அவர்மீது கைவைக்க முடியாமலும் புழுங்குகின்றனர். சங்கிலியை ஊர் கைவைக்கும் போதெல்லாம் கைதூக்கிவிடுகிறார். வேலுவைப் படிக்கவைப்பதற்கு முக்கிய காரணமாகிறார். பெருமாயியின் திருமணத்தை நிகழ்த்திக் காட்டுவதிலும், சங்கிலி குடும்பத்தின் மீது காவல்துறையினரின் தேவையற்றபிடி இறுகுவதைத் தளர்த்துவதிலும், வேலுவுக்குப் பஞ்சமிநிலத்தைப் பற்றிச் சொல்லுவதிலும், தலித்துகளை அவர்களது நிலத்திற்காகப் போராட அணிதிரட்டுவதிலும், அதிகாரத்திற்கு எதிராகப் போராட்ட உணர்வுகளைத் தட்டி எழுப்புவதிலும், எரிந்து இறந்து போன பிச்சாயியின் நிர்வாணத்தின் மீது துணியைப் போர்த்திவிட்ட கண்ணியத்திலும் சிவதாணுவின் செயல்பாடும் போராளித்தனமும் நாவலில் மிக எதார்த்தமாகச் சொல்லப்பட்டுள்ளது.

நாவல் இரத்தமும் சதையுமாக இயங்கும் மொழிநடைக்குக் காரணமாக அமையும் சில காட்சிகளானது நாவலாசிரியரின் எழுத்துத் திறத்திற்குச் சாட்சியாகுபவைகள். பிணத்தை எரிக்கிற புதைக்கிற அதைச் சுற்றிய வர்ணனைகள், புணர்ச்சி சார்ந்த இடங்கள், பிச்சாயியின் பிரசவம், குடுகுடுப்பைக்காரன் வந்துபோகுமிடங்கள், கருப்பச்சாமியின் தலைமறைவுக்காலம், மழைச்சமயம் சங்கிலியின் குடிசைப் போன்ற பகுதிகளைச் சொல்லலாம். இவை நாவலாசிரியரின் அவதானிப்பைச் சொல்முறையின் நுட்பத்தைப் புலப்படுத்துகின்றன. இவையே வடிவம் உள்ளடக்கம் விழுந்திருக்கக்கூடிய இடங்களைப் பூசிவிடுகின்றன. சுடுகாட்டில் சிதை எரிவதற்குப் பக்கத்தில் உருவாகும் புணர்ச்சியும்-பிறப்பும் ஒரு மாயகால வெளிக்கு அழைத்துச் செல்கிறதென்றால் குடுகுடுப்பைகாரன் காட்சியில் பிணத்திலிருந்து மூளையைச் சேகரிக்கிற செயல்பாடு உள்ளீடற்ற காலமொன்றை உருவாக்கிவிடுகிறது.

ஆண்களின் சுதந்திரவெளியில் நிகழும் அசிங்கங்களும் வன்முறையும் என்பதும் போக பெண்களின் அடிமைநிலையில் உருவாகும் ஏக்கமும் வலியும் நாவலின் களமாகிறது. பிறப்பின் பொருளைப் புரிந்துகொள்ளும் முன்னரே பாலியல் வல்லுறவில்

இறந்துபோகும் சௌந்திரவள்ளியும் தலித் பெண்களென்றால் உயர்சாதி ஆண்களால் வேட்டையாடப்படுவதற்கு உரியவர்கள் என்ற நிலையில் பிச்சாயி -பெருமாயியும், அன்னை என்ற உறவு இறக்கப் பிறந்த வீட்டில் தன் அனைத்து உரிமைகளையும் இழந்து வீறிடும் மாயழகும் மனைவி என்ற இருப்பென்பது அடிமை என்பதாகப் பழக்கப்படுத்தப்பட்ட வெள்ளியம்மாளும் பெண்கள் என்பதைவிட அடிமைகள் என்றே சுட்டத்தகும் என்பதை நாவல் சொல்லாமல் மிளிர்த்துகிறது.

அடிமைத்தன விசுவாசத்தை மூளையில் பச்சைக்குத்திக் கொண்ட குறியீடாக சங்கிலி, பஞ்சமி நிலத்தை மீட்கமுடியாத குறியீடாகக் கொலையாகிற வேலு, அறத்தின் ஆதாரமாக மறத்தின் தேவையாகிற கருப்புச்சாமி, வேட்டைமிருகங்களால் சூறையாடப்பட்டதில் காமமானது எச்சிலைத் துடைத்துப் போகிற நிகழ்வைத் தாண்டி வேறொன்றுமில்லை என்பதற்கு பிச்சாயியும் பெருமாயியுமாக இவர்களெல்லாம் இந்நாவலின் வடுவும் வலியும் வலுவுமான தலித் பாத்திரப்படைப்புகளாகின்றனர்.

10

தலித் நாடகங்கள்-சுயசரிதை

நாடகப் பிரதி, மேடையேற்றம் என்ற இரண்டு நிலைகளிலும் செயல்படும் ஒரே தலித் நாடகவியலாளர் டாக்டர். கே.ஏ. குணசேகரன். அவரது நாடகப்பிரதிகளான பலி ஆடுகள், சத்திய சோதனை, பவளக்கொடி போன்றன மேடையேற்றங்கள் கண்ட பின்பு அச்சுக்கு வந்தன. தமிழின் நவீன நாடகப் பிரதிகளுக்குக் கிடைக்காத வாய்ப்பு இது. பலரது பிரதிகளும் அச்சு வடிவங்கொண்டு பல வருடங்கள் ஆகியும் மேடையேற்றம் காண்பதில்லை. ஆனால், கே.ஏ. குணசேகரனின் நாடகங்கள், தலித் இயக்கங்கள் சார்ந்த உள்ளடக்கங்களைக் கொண்டவையாக இருந்ததால் மேடையேற்றங்கள் முதலில் கிடைத்தன.

பொதுவாகத் தமிழ் நவீன நாடகங்கள் சந்திக்கும் அடையாளச் சிக்கல், கே.ஏ. குணசேகரனின் பிரதிகளுக்கு வேறுவடிவில் உண்டு. பிற நாடக ஆசிரியர்களும் இயக்குநர்களும் பொதுமக்களை எளிதில் சென்றடையும் நாடக வடிவங்களைத் தேர்வு செய்வதா? ஐரோப்பிய நவீனத்துவத்தை வெளிப்படுத்தும் நாடக வடிவங்களைத் தயாரிப்பதா என்ற குழப்பத்தில் சோதனை முயற்சிகளைத் தொடர்ந்து கொண்டுள்ளனர். இந்தக் கோணத்திலிருந்து பார்த்தால் கே.ஏ. குணசேகரனின் நாடகங்கள் இணைப்பிரதி (parallel text) உருவாக்கம், அந்நியமாதல் (alienation) தன்மை போன்ற அம்சங்களுக்கு அதிக முக்கியத்துவம் கொடுத்துச் சோதனை முயற்சிகளில் ஆர்வம் கொண்டுள்ளன என்று கூறலாம். தன்னை ஒரு தலித் நாடகக்காராகக் கருதிக் கொள்ளும் அதேநேரத்தில் 'நவீன நாடகக்காரர்' என்ற பிம்பமும் தேவை என்பதால் வரும் சிக்கல் சார்ந்தது இது. இந்த இரட்டை நிலைக்குள் தவிப்பது நாடகக்காரரான கே.ஏ.

குணசேகரனுக்கு மட்டும் உரியது அல்ல. தலித் சிந்தனைத் தளத்தில் மையக் கருத்தியல்களோடு சிறு பத்திரிகைகளின் நட்புப் போக்குகளான நவீனத்துவம் மற்றும் பின் நவீனத்துவத்தின் வெளிப்பாடுகளோடு இணைந்து செல்வதா...?' அல்லது எல்லாவற்றையும் மறுபரிசீலனைக் குட்படுத்தச் சொல்லும் தலித் இலக்கியச் செயல்பாட்டை மட்டும் தனது படைப்பு வெளியாகக் கொள்வதா என்ற குழப்பம் அனைத்துத் தலித் படைப்பாளிகளுக்கும் உரியது.

வரலாற்றாசிரியர் எஸ். பெருமாள், "அப்பாத்துரையாரும் இரத்தினசபாபதியும் அமைத்த சமதர்ம நடிகர் சங்கம் பகுத்தறிவுக் கொள்கைகளைக் கொண்ட நாடகங்களைத் தங்கவயலிலும் வடஆர்க்காடு மாவட்ட ஊர்களிலும் மேடை ஏற்றியது. இந்த நாடகக்குழுவைச் சேர்ந்த சேக்கனூர் (வேலூர்) வி.எஸ். ஜெகந்நாதனின் பாடல்கள் 'ஜாதிபேத விமோசன சமரசானந்த கீதம்' (1946) என வெளியாயிற்று. சமூகவிமோசனம், வீரத்தமிழர்கள் விடுதலை, புதுஉலகம் என்னும் நாடகங்களையும் இவர் எழுதினார். ஞானசூரியன் பூபாலன் குழுவினர் அறிவானந்தா என்னும் கதாகாலட்சேபத்தைத் தங்கவயலிலும் வேலூர், குடியேற்றம் வட்டங்களிலும் நடத்தினர். நிதி வசூலுக்காக நடந்த இந்நிகழ்ச்சிகள் மக்களிடையே வரவேற்பைப் பெற்றன. தங்கவயல் 'பழந்தமிழர் இளைஞர் நடிகர் கழக'த்தினரும் சமூகச்சீர்திருத்த நாடகங்கள் பலவற்றை நடத்தினர்" ('மக்கள் இயக்கங்களும் தமிழ் வெளியீடுகளும்' 2000, மேகலை பதிப்பகம்) என்று வரலாற்று அளவில் கோடிட்டுக் காட்டுவதை நாவல் புனைவாகப் பொருத்திக்கொள்கிறது. நாடகங்கள் நடத்தப்படும் விதம், நாடகத்தில் இடம்பெறும் சீர்திருத்தப் பாடல்களின் முழுவடிவம், நாடகத்திற்கு முன்பு நடக்கும் சொற்பொழிவுகள், இசை வடிவங்கள் எனப் பலவற்றையும் இவ்வாறு விவரிக்கிறது... அம்பேத்கர் பிறந்த மாநிலமான மராட்டியத்தில் அவ்வமைப்பு உள்வாங்கப்பட்ட முறையைப்பற்றி வசந்த் மூன் எழுதுவதோடு ஒத்துப்போவதைப் பார்க்கமுடிகிறது. (பார்க்க: வசந்த் மூனின் 'ஒரு தலித்திடமிருந்து', அக்டோபர் 2002, 'விடியல்' பதிப்பகம்) இரவுப்பள்ளிகள், தங்கவயல் சித்தார்த்தா புத்தகசாலை வெளியிட்ட நூல்கள் பற்றிய தகவல்கள், பெடரேஷன் நடத்திய சத்தியாக்கிரகப் போராட்டங்கள், வடஆற்காடு

நாட்டாண்மைக்காரர்கள் சங்கம் போன்ற தகவல்களும் அடங்கியுள்ளன. (ஸ்டாலின் ராஜாங்கம், காலச்சுவடு இதழில்)

தலித் நாடகங்கள் பற்றிப்பேசும்போது நடிப்பு மற்றும் தயாரிப்பு நிலையில் செயல்படும் டாக்டர் ஜீவா பெயரையும், நாடகப் பிரதியாக வார்த்தை மிருகம் எழுதிய ரவிக்குமாரையும் குறிப்பிட வேண்டும். டாக்டர் ஜீவாவின் செயல்பாடுகளில், தான் ஒரு தலித் என்ற உணர்வைவிடவும் மறுக்கப்பட்ட வெளிகளில் இயங்கத் தயாரான பெண் என்ற பிரக்ஞை கூடுதலாக உண்டு. நடிப்பதற்குக் கூடத் தயங்கும் பெண்களிடமிருந்து வித்தியாசப்பட்டு பின்னரங்க வேலைகளான இசை, ஒப்பனை, உடை, அலங்காரம், அரங்க நிர்வாகம், இயக்கம் என அனைத்துத் துறைகளிலும் வெளிப்பட ஆசைப்படும் பெண்ணாக ஜீவாவைக் கருதலாம். கடந்த பத்தாண்டுகளில் ஜீவாவின் செயல்பாடுகள் இந்தக் கோணத்திலேயே வெளிப்பட்டுள்ளன.

ரவிக்குமார் எழுதிய வார்த்தை மிருகம் அண்ணாமலை நகர் பத்மினியின் வாக்கு மூலத்தை அதே குரலில் பயன்படுத்தி, இருப்பின்மைக்கும் இருப்பிற்குமான கேள்விகளை எழுப்பிய நாடகம், அ. ராமசாமி இயக்கி நான்கு முறை மேடையேறி உள்ளது. கே.ஏ. குணசேகரனின் பலி ஆடுகளில் இடம் பெற்ற அம்பேத்கர் - முல்க்ராஜ் ஆனந்த் இணைப் பிரதியைத் தமிழில் எழுதியவர் ரவிக்குமார்.

டாக்டர் கே.ஏ. குணசேகரன், டாக்டர் மு. ஜீவா போன்றவர்களுக்கு உள்ள குழப்பங்களும் அதற்குப் பிந்திய தெளிவும் தலித் படைப்பாளிகளின் திறமான படைப்புகள் வெளிப்பட்டுள்ள சிறுகதை மற்றும் நாவல்களில் வெளிப்படையாகத் தெரிகின்றன. குழப்பத்திற்குப் பிந்தைய தெளிவு, தலித் படைப்பிலக்கியக் கோட்பாடுகளோடும் உறவோடும் தெளிவாக இல்லை என்பது சொல்லப்பட வேண்டிய ஒன்று. தலித் சிந்தனை முன்னிறுத்திய மாற்றுமொழிதல் உத்திகளையோ புதிய விசாரணைகளையோ தங்களுக் குரியதாக ஆக்கிக்கொள்ளாமல் ஒதுங்கிச்செல்லும் மனோபாவமே வெளிப்பட்டு வருகின்றது. ஒதுங்கிக் கொள்ளும் படைப்பாளிகள் தங்களின் பழைய பாட்டையில் ‘ஒடுக்கப்பட்டவர்களின் பக்கம் நிற்றல்’ என்ற யதார்த்தவாதத்தின் மனித நேயப்பாட்டையில் பயணம் செய்கின்றனர்.

சுயசரிதை

'கவர்ன்மெண்ட் பிராமணன்', 'ஊரும் சேயும்', 'உபாரா', 'உச்சாலியா' போன்ற மொழிபெயர்ப்பு சுயசரிதைகளுக்கு அடுத்து, கே.ஏ. குணசேகரனின் சுயசரிதையான 'வடு' தேர்ந்தெடுத்த சம்பவங்களின் நேர்மையானப் பதிவாக அமைகிறது. மராட்டி, கன்னடம் போன்றவற்றில் மிக வீரியமாய் பதிவுசெய்யப்பட்ட தலித் சுயசரிதை நாவல்கள் போன்றல்லாது மிகக்குறைவாகவே தமிழில் பதிவு செய்யப்பட்டுள்ளன. இதுதவிர, தன் வரலாற்றையும் தான் அறிந்த வேறொருவரது வரலாற்றையும் புனைவுப்பாணியில் நாவலாக்கித் தரும் போக்கும் சமகாலத் தமிழ் இலக்கியத்தில் செல்வாக்குப்பெற்று வருகிறது. அழகிய நாயகியம்மாளின் 'கவலை', நாமக்கல் ராமலிங்கம் பிள்ளையின் 'என்கதை', உ.வே.சா.வின் 'என் சரித்திரம்', நகுலனின் 'நினைவுப்பாதை' மற்றும் பாமாவின் - 'கருக்கு', ராஜ் கௌதமனின் 'சிலுவை ராஜ் சரித்திரம்', சிவகாமியின் 'உண்மைக்கு முன்னும் பின்னும்', தேனி சீருடையானின் -'நிறங்களின் உலகில்', முத்து மீனாளின் 'முள்', பாரத தேவியின் 'நிலாக்கள் தூர தூரமாக', முத்தம்மாள் பழனிச்சாமியின் 'நாடு விட்டு நாடு வந்து', எஸ். சண்முகத்தின் 'நிலம் மருகும் நாடோடி', 'பெரியவயல்', சரவணனின் 'நான் மற்றும் வித்யா'வும், திரு அ. முத்துலிங்கத்தின்- 'உண்மை கலந்த நாட்குறிப்புகள்' போன்றவை நாவல் போக்கில் எழுதப்பட்ட தன் வரலாற்றுப் பதிவுகள்.

இரட்டைமலை சீனிவாசனின் 'ஜீவிய சரித்திர சுருக்கம்' (1939) வெளிவந்த பிறகு தமிழில் எழுதப்பட்ட முதல் தலித் சுயசரிதை நூல் இது (வடு நூலின் முன்னுரையில்) என்பார் ரவிக்குமார்.

கே.ஏ.குணசேகரன்

கே.ஏ.குணசேகரன், மே 12, 1955 சிவகங்கை மாவட்டத்தில் இளையான்குடி அருகேயுள்ள மாரந்தை கிராமத்தில் பிறந்தார். இறப்பு-சனவரி 17, 2016. அவருக்கு ரேவதி என்ற மனைவியும், குணவதி என்ற மகளும் அகமன் என்ற மகனும் உள்ளனர்.

நாட்டுப்புற இசைக் கலைஞரும் புதுச்சேரி பல்கலைக்கழக நாடகத்துறை பேராசிரியருமாக இருந்தவர். நாட்டுப்புற

பாடல்கள் மற்றும் நடனங்களை ஆய்வுசெய்து முனைவர் பட்டம் பெற்ற குணசேகரன் தமிழ் நவீன நாடக உலகில் நடிகராகவும் இயக்குனராகவும் புகழ்பெற்றவர். சத்திய சோதனை, பவளக்கொடி, பலியாடுகள் உள்ளிட்ட நாடகங்கள் பலவற்றை எழுதியுள்ளார். நாட்டுப்புற இசைக்கு பொதுவெளியில் ஏற்பையும் மதிப்பையும் உருவாக்கியவர். நாடகத்தைப் பற்றியும், நாட்டுப்புறவியலைப் பற்றியும் ஆய்வு நூல்களையும், ஐம்பதுக்கும் மேற்பட்ட ஆய்வுக் கட்டுரைகளையும், பதினான்குக்கும் மேற்பட்ட படைப்பு நூல்களையும் எழுதியுள்ளார். சமஸ்கிருத அரங்கவியலுக்கு (theatre) மாற்றாக, தலித் அரங்கவியல் என்னும் கோட்பாட்டை உருவாக்கியுள்ளார். 'பலி ஆடுகள்' என்னும் முதல் தலித் நாடகத்தைப் படைத்துள்ளார். 'தன்னனானே' என்னும் கலைக்குழு வழியாகச் சமூக பிரச்சினைகளை மையமாகக் கொண்ட நாடகங்களை அரங்கேற்றி வந்தார். வடு, தலித் அரசியல் விழிப்புணர்வு ஏற்பட்டதற்குப்பின் தமிழில் வெளியான முதல் தலித் சுயசரிதை ஆகும் என்று குறிப்பிடுவார் டி.ரவிக்குமார் (தலித் எழுத்தாளர், ஆய்வாளர், நிறப்பிரிகை ஆசிரியர்).

இவர் பெற்ற விருதுகள்: இவர் எழுதிய 'நாட்டுப்புற மண்ணும் மக்களும்' என்னும் நூலுக்குத் தமிழக அரசின் சிறந்த நுண்கலை நூலாசிரியர் விருது, நாடகத் துறைக்காகப் புதுவை அரசின் கலைமாமணி விருது, மதுரை கிருத்தவ கலைத் தொடர்பு மையத்தின் சார்பில் 1994ஆம் ஆண்டு சதங்கை விருது, கனடா தமிழ் இலக்கியச் சங்க தலித் இசைக் குரிசில் பட்டம்.

சென்ற நூற்றாண்டில் ஒடுக்கப்பட்டவர்களின் விடுதலைக்கு நம்பிக்கை தந்த புரட்சிகள் இந்த நூற்றாண்டின் நம்பிக்கைக்கு உகந்ததாக இல்லை என்பது போன்ற தோற்றம் உருவாகிவிட்டது. ஏகாதிபத்தியமும் உலகமயமாக்கலும் அதற்கான காரணங்களாக இருக்கலாம். அதேசமயம் ஒடுக்கப்பட்டவர்களின் துயரம் விரிவான படியிருக்கின்றது. இந்த இடத்தில் ஒடுக்கப்பட்டோர் குரலாக கே.ஏ.குணசேகரன் போன்றோர்களின் பங்களிப்பு மிகவும் பொறுப்புமிக்கதாக இருந்தன. மார்க்சிய அரசியல் பின்புலத்தோடு தமிழ் உணர்வையும் தலித் மக்களின் உரிமைகளையும் தனது இசையின் மூலமும் நாடகங்களின் மூலமும் வெளிப்படுத்தியவர்.

வடு

வடு, ஒரு தலித்தின் பார்வையில் எழுதப்பட்ட சுயசரிதை என்றாலும் அது பலர் அனுபவித்துணரமுடியாத ஒரு உலகத்தை அறிமுகப்படுத்துகின்றது. மொழிபெயர்ப்பின் வழியே நமக்குக் கிடைக்கும் தலித் சுயசரிதைகளிலும்கூட, வறுமையும், உணவைத் தேடி ஓடும் அம்மக்களின் பயணம் தனித்து நிற்கின்றன. ஊரில் நடக்கிற ஆதிக்க சாதி திருமணங்களின்போது கடைசி பந்தியில் இடம் பிடித்து சாப்பிட்டு வருவதையும், சோற்றை மறைத்து வெளியே கொண்டு வருவதையும் 'கவர்ன்மெண்ட் பிராமண'னில் அரவிந்த மாளகத்தி விவரிக்கும்போது, ஒரு சாகசம்போல் தெரிகிறது. பசியாற்றிக் கொள்வது என்பது அம்மக்களைப் பொறுத்தவரை ஒரு சாகசம்தான். முள்விறகு வெட்டி, செங்கல் அறுத்து, வீட்டு வேலைகளுக்குப் போய், காடு கழனிகளில் உழன்று பசியைத் தணித்துக் கொள்கின்றனர்.

வடு சுயசரிதையில் கே.ஏ.குணசேகரனின் பதின்மவயதுவரை மட்டுமே எழுதப்பட்டுள்ளது. அவர் இதில், 'இடதுசாரி இயக்கங்களோடு என்னை ஈடுபடுத்திக்கொண்டு, கலைப்பயணம் மேற்கொண்ட காலம் தொட்டு இன்றுவரை என் வாழ்நாளில் நடந்த சம்பவங்களை இதில் இடம்பெறவில்லை' என்று முன்னுரையில் குறிப்பிடுகின்றார். ஒரு சிறுவனாக அவர் பகுத்தறிந்து ஆராய முடியாத வயதிலேயே எப்படி சாதிப்பேய் தனக்குள் புகுத்தப்படுகின்றது என்பதை வெகு நுட்பமாக குணசேகரன் வடுவில் பதிவு செய்கின்றார். இதிலே குணசேகரனும் அவரது உறவினர்களும் ஆதிக்கசாதியால் அடிவாங்கிய சம்பவங்களையும், நிலத்தில் அவர்களின் காலில் விழுந்து கும்பிட்ட நிகழ்வுகளும் எண்ணிக்கையில் நீண்டவை. ஒவ்வொரு சம்பவங்களையும் குணசேகரன் விவரிக்கும்போது, இங்கேயும் அவர் அடிவாங்கிவிடுவாரோ அல்லது இவரது எதிர்ப்புக்காக ஆதிக்கச்சாதியினரிடம் அவரது தாத்தா காலில் வீழ்ந்து கும்பிடப்போகின்றாரோ என்ற பதட்டம் ஒவ்வொருமுறையும் வாசிப்பவருக்கு வந்துகொண்டேயிருக்கும். தமது கிராமம் முஸ்லிம் சமூகத்தால் அதிகம் சூழப்பட்டதால் அவ்வளவு சாதியின் வீரியம் தெரியாமல் வளர்ந்திருந்தாலும் ஊரைவிட்டுப் போகும்போது எப்படி சாதிப்பேய் தங்களை ஆட்டுவித்தது என்பதை குணசேகரன் வேதனையோடு பதிவுசெய்கின்றார். இன்னும் அவரது அண்ணன் முறையான

ஒருவரை அவரது தகப்பனும் சித்தப்பாவும் கஷ்டப்பட்டுப் படிக்கவைத்து வைத்தியராக ஆக்கும்போது, அவர் வேலைசெய்யும் நகரில் சிகிச்சை பெறும்போது மட்டும் ஓரளவு மதிப்புக்கொடுத்துவிட்டு ஊருக்கு வரும்போது அவ்வைத்தியரை ஒருமையில் அழைத்து நக்கலடித்து மதிப்புக்கொடுக்காத ஊரின் ஆதிக்கசாதியினர் பற்றிக்கூறும்போது, பொருளாதார ஏற்றத்தால்கூட இந்தச் சாதிப்பேய் அழிந்துவிடாது என்பது நமக்கு உறைக்கத்தான் செய்கின்றது.

மேலும் தலித்துகளின் குடியிருப்புகளை நோக்கிச் செல்லும் பாதைகளைக்கூட ஆதிக்கசாதிகள் எப்படி வழிமறித்து பயணிக்கவிடாது அழிச்சாட்டியம் செய்கின்றார்கள் என்பதைப் பார்க்கும்போது நமக்கு ஒடுக்குபவர்கள் மீது வெறுப்பு வராதிருந்தால் மனிதர்களாக இருக்கமுடியாது. ஆசிரியப்பணியில் இருக்கும் இருவர் திருமணம் செய்து மாட்டுவண்டியில் வரும்போது கூட, கீழே இறங்கி நடந்துதான் தமது தெருவுக்குள் போகவேண்டும் என்று சண்டைக்குத் தயாராகும் ஆதிக்கசாதியினரைப் பார்க்கும்போது நாம் எந்த நூற்றாண்டில் வசித்துக் கொண்டிருக்கின்றோம் என்று யோசிக்கவேண்டியிருக்கின்றது. ஆதிக்கச் சாதியில் பிறந்த சிறுவர்கள்கூட வயது வந்த தலித்துகளை பெயர் சொல்லி அழைப்பதும், ஒருமையில் அழைத்து நக்கலடிப்பதும் மிகச்சாதாரணமாக இருக்கிறது.

ஒரு சம்பவத்தில், கதைசொல்லியை ஒரு ஆதிக்கசாதிப் பையன் வேண்டுமென்று அடித்துவிட்டு 'பறப்பயலே' என்று திட்டிவிட்டு ஓடிவிடுகின்றான். வந்த கோபத்தில் அவனைத் துரத்திச்சென்று ஆதிக்கச்சாதி பையனின் வீட்டடியில் வைத்துக் கதைசொல்லி திருப்பி அடித்துவிடுகின்றான். இப்படியொரு சம்பவம் நடந்தால் ஆதிக்கச் சாதிப்பேய்கள் சும்மாயிருக்குமா?

'சாதி தெரியாம வந்து வூட்டுக்குள்ள நொழைச்சிருக்கான்னா அந்தப் பயலுக்கு என்ன திமிரு இருக்கும். எங்க? அவனைக் கையையும் காலையும் கட்டித் தூக்கிட்டுப் போகணும்'ன்னு சத்தம் போட்டாங்க. எனக்கு திக் திக்குன்னு இருந்திச்சு. காலனி ஆளுகளும் வாசல் முன்னாடிக் கூட்டமாக் கூடிட்டாங்க. அப்பாடா ஒருவழியா அமைதியாக திருப்பிப் போனாங்க. அவன் அடிச்சதப்பத்தி யாரும் பெரிசாப் பேசல. சாதி

தெரியாம தெருவுக்குள்ள பறையன் போனதும் வூடு நொழைஞ்சதையும்தான் எல்லோரும் பெருசாகப் பேசினாக' (ப 52) என்கின்றார்.

இன்னொரு இடத்தில், கதைசொல்லியின் வீட்டில் இருந்த மரஞ்செடிகளிலிருந்து 'பூவையும் பிஞ்சையும் இலையோட ஏன் அத்துபோடுற?' என்று ஆதிக்கச்சாதிப் பையனிடம் திரும்பிக் கேட்கும்போது அவன் கதைசொல்லியை அறைந்துவிட்டு ஓடிப்போய் நாலைஞ்சு பெரிய ஆட்களோடு திரும்பி வருகின்றான். நிலைமை விபரீதமாய்ப் போவதைக்கண்ட கதைசொல்லியின் தாத்தா, 'அவங்களைக் கும்பிட்டு, 'அய்யா! அய்யா! டவுன்ல இருந்து வந்த புள்ள, அதுக்கு நம்ம ஊரு வெவரம்லாம் புரியாது, தெரியாதுங்க. மன்னிச்சு விட்டுங்க அய்யா, அய்யா'ன்னு நெடுஞ்சாண்கெடையா விழுந்து கும்பிட்டாரு'(ப 80). தன் தாத்தாவைப் பற்றி இன்னொரு இடத்தில், "கூத்து நாடகம்னு ஆடும்போது இவருக்குப் பொம்பள வேசந்தான் கெடைக்குமாம். எந்த வேசத்துக்கும் குரல், உடல் எனப் பொருத்தமானவராக இருந்தாலும் பொம்பள வேசத்தைத்தான் உயர் சாதிக்காரங்க தாத்தாவுக்கு ஒதுக்கிக் கொடுத்திருக்காங்கன்னு மச்சான் எங்கிட்ட வருத்தப்பட்டுச் சொல்லியிருக்காரு. பறைச் சாதியில பொறந்திருந்தாலும் படிச்ச தெறமசாலிங்கறதால, உயர் சாதிக்காரங்களால அவரை ஒதுக்க முடியலை" (ப. 77) எனக் குறிப்பிடுகிறார்.

கே.ஏ. குணசேகரன் அவர்களின் வாழ்க்கைப் போராட்டம், அலைவும், அவர் அனுபவித்த சாதிக் கொடுமைகளும் போகிற இடத்திலெல்லாம் சாதி அவரைத் துரத்தி வருகிறது. கீரனூரில் அவர் அம்மாயி உடன் இருக்கையில், கடைக்கு நெல் எடுத்துப் போய்க் கொடுத்துவிட்டு (பண்டமாற்று) எண்ணெய் வாங்கி வருகிறார். வரப்பு மீது நடந்து வருகையில் எதிரே ஒரு ஆள் வருகிறார். அந்த ஆளுக்கு வழிவிடும் வகையில் வரப்பில் ஒரு காலும், வயலில் ஒரு காலுமாக நிற்கையில், பளார் என்று கன்னத்தில் ஓர் அறை விழுகிறது. சிறுவயதிலேயே சாதிய கட்டுப்பாடுகளை மீறக்கூடாதென்பதற்கான தீச்சூடாகவே அவரில் அது பதிய வைக்கப்படுகிறது. "பறப்பயலுக்குக் கொழுப்பப் பாரு' என்று சொல்லிக்கொண்டே விழுந்த அடிக்கு அழுகை பீறிட்டுக் கிளம்புகிறது. "எப்பா, நாம பறைய வூடு, அவுக மறவூடு, அய்யாமாருக இல்லாட்டி நாச்சியாருக வந்தா

நாமதான் எட்டு அடி தள்ளி நிக்கணும். அவுக போறதுக்கு நாமதான் மொதல்ல பாதை விடணும். அதுக்குதான் அந்த அய்யா அடிச்சிருக்காரு" என அம்மாச்சி அவரை சமாதானப்படுத்துகிறார்.

தலித் சுயசரிதைகளிலும் நீக்கமற நிறைந்திருக்கும் வறுமையும் சாதிக் கொடுமைகளும் வடுவிலும் காணக்கிடைக்கிறது. காலை சாப்பாடு ஊறவைத்த புளியங் கொட்டைகள்; பகலுக்கு ஒன்றும் கிடையாது. இரவுக்கு மட்டும் ஏதாவது இருக்கும். மழைக்காலங்களுக்குப் பின் நத்தையும், ஊமச்சியும்தான் உணவு.. அம்மா கட்டித் தந்த புளிச்சோற்றையே நான்கு நாட்களுக்கு வைத்துக் கொண்டு, சாப்பிட்டுவிட்டு பரிட்சை எழுதியதைச் சொல்கையிலும், பூஞ்சானம் பிடித்த அந்தச் சோற்றைத் தின்றதால் ரத்தபேதி உண்டானதையும் விவரிக்கிறது.

இப்படிப் பல சம்பவங்கள் இறுதியில் எதுவுமே செய்யமுடியாது அடிபணிவதோடு போய்விடுகின்றது. சிறுவர்களின் வயதிலே இப்படியான சாதிக்கொடுமைகள் இந்திய கிராமங்களின் சாதிய மனோபாவத்தின் குறியீடாகிறது. இதனால், நகரங்களுக்கு நகர்வதுதான் ஓரளவு சாதியின் கொடுமையைக் குறைக்கும் என்றும் தனது அனுபவத்தினூடு குணசேகரன் குறிப்பிடவும் தவறவில்லை.

மேலும் அழகிய பெரியவன் வடு சுயசரிதையைப் பின்வருமாறு (கீற்று, டிசம்பர் 05, எழுத்தாளர்: அழகிய பெரியவன் பிரிவு: டிசம்பர் 05 வெளியிடப்பட்டது: 11 ஏப்ரல் 2010) குறிப்பிடுகிறார். இந்த மரபோடு கிறித்துவச் சூழலும் அவருக்கு அமைந்திருக்கிறது. இன்று தலித் சமூகத்திலிருந்து பெரும் இசைக்கலைஞர்களாக உருவெடுத்திருக்கிற பலபேருடைய பின்னணியிலும் ஏதோ ஒரு வகையில் கிறித்துவச் சூழல் இழைந்திருக்கிறது. இது ஒரு கவனத்துக்குரிய அம்சம். இசை, பாட்டு என்கிற மரபான பாரம்பரியத்தைத் தனது வழிபாட்டுக்குரிய வடிவமாகக் கொண்டிருக்கும் சாதி இந்து பின்னணியைப் போன்றதொரு மாற்றுச் சூழலை தலித்துகளுக்கு கிறித்துவம் வழங்கியிருக்கிறது. இந்த அம்சங்களுடனான கிறித்துவச் சூழலும், குணசேகரனுக்கு அமைந்திருக்கிறது. இளையான்குடி ரசூலா சத்திர குடியிருப்பின் வில்சன், ஆர்மோனியச் சுதியோடு அவருக்குப் பாடக் கற்றுக் கொடுத்திருக்கிறார்.

தலித் இலக்கிய வரலாறு | 365

இந்தச் சுயசரிதை, இசுலாமோடு கிறித்துவத்தையும், இந்து சமயத்தையும் ஒப்பிட்டுப் பார்த்துக் கொள்ளவும் உதவுகிறது. குணசேகரனின் இளமைக் கால வளர்ச்சியில் முஸ்லிம் நண்பர்களும், கிறித்துவ நண்பர்களும் கூடுதலாக இருப்பதைக் கணிக்க முடிகிறது. முஸ்லிம் நண்பர்களின் வீடுகளில் நடு வீடுவரை அவரால் செல்ல முடிந்திருக்கிறது. ஒரே தட்டில் அந்த நண்பர்களோடு அவர் தம் வீடுகளிலும் சாப்பிட்டிருக்கிறார். ஆனால், இது சாதி இந்துக்களிடம் முடிவதில்லை. சாதியம் அங்கே மனிதர்களை அண்டவிடாதபடி கிடக்கிறது. அதே சமயம், இளையான்குடியிலிருந்து தோவூரு போகும் வழியில் இருக்கிற கருஞ்சுத்தி இசுலாமியர் குடியிருப்புகளில், தண்ணீர் கேட்டால் சாதியைக் கேட்டுவிட்டு கையில் ஊற்றுவார்கள் என்கிற வலியையும் பதிவு செய்கிறார்.

கல்வியாலும், இஸ்லாம் மற்றும் கிறித்துவம் போன்ற மதங்களின் சமத்துவக் கருத்துகளாலும், இயல்பிலேயே ஒரு தலித்துக்கு இருக்கும் சாதியத்துக்கெதிரான கோபத்தாலும் குணசேகரனிடமிருந்து எழுகின்ற எதிர்ப்புகள், ஒவ்வோர் முறையும் அடக்கப்படுகின்றன. அவன் அம்மாச்சியோ, தாத்தாவோ அவர் சார்பிலே சாதிக்காரர்களிடம் மன்னிப்புக் கோருகிறார்கள். கல்லூரிக் காலங்களில் தன் திறமையினாலும், கல்வியாலும் சாதியத்தை எதிர்கொள்கிறார். ராமநாதபுரம் சேதுபதி கல்லூரியில் முதல் தலித் மாணவராக நாட்டு நலப் பணிதிட்டத்துக்கும், கல்லூரி கவின்கலை மன்றத்துக்கும் செயலாளராகிறார். இப்படியாக, தன்னளவிலான சாதிய மேற்கொள்ளல்கள் அவரின் அப்பாவினாலும், தாத்தாவினாலும், மச்சான் முனியாண்டியாலும் நிகழ்த்தப்படுகின்றன. இவைகளெல்லாம் கல்வியாலும், திறமைகளினாலும் சாத்தியமாகின்றன. திறமையால் தலித்துகள் வெளியே தெரிய வருகையில், ஊர்க்காரர்கள் பெருமையில் பங்கு கேட்க வருகிறார்கள்.

குணசேகரன் அவர்களின் மைத்துனர் முனியாண்டி மருத்துவராகி மதுரை மருத்துவமனையில் இருக்கும்போது, ஊர்க்காரர்கள் நிறைய பேர் சிகிச்சைக்கென்று வருகிறார்கள். அவர்கள் (சாதி இந்துக்கள்) முனியாண்டியை மருத்துவமனையில் 'சார்' என்றும், மதுரையில் 'என்னப்பா' என்றும், ஊரில் 'என்னடா' என்றும் விளிக்கின்றனர். இதைப் பதிவு

செய்யும்போது, நகரில் சாதியம் நீர்த்திருப்பதை சொல்கிறார் குணசேகரன்.

“கோயிலுக்குள்ளே கீழ்ச்சாதிக்காரவுங்கள நொழையவுட மாட்டாங்கன்னு ஒவ்வொரு தடவையும் கோபுரம் இருக்கிற கோயிலுக்குள்ளே போறபோது பயத்துல நெஞ்சு படக் படக்குன்னு வேகவேகமாகத் துடிக்கும். உள்ளே போய்த் திரும்பி வாறபோது எவனாச்சும் நம்மளச் கீழ்ச்சாதிக்காரன்னு கண்டுபிடிச்சு ஒதச்சிடுவானுகலோன்னு கோயிலுக்குள்ளே நொழையும்போது எப்படிப் பயந்து நொழைஞ்சேனோ அது மாதிரி வெளியே வருவேன்” என்ற வரிகள் சாதியம் மட்டுமல்ல அதனால் பாதித்த சக மனித உயிரியின் வேதனையை அப்பட்டமாகக் காட்டுகிறது.

ஒப்பீட்டளவிலே தமிழில் பிற மொழிகளைக் காட்டிலும் வெளிப்படையான, ஆத்திரத்துடனான தலித் சுயசரிதைகள் வரவில்லை. தொடக்கத்திலே விடிவெள்ளி அவர்களின் ‘கலக்கல்’ என்று ஒரு சுயசரிதை வெளிவந்தது. அது, ரோமன் கத்தோலிக்க கன்னி மடத்திலே இருந்த ஒருவன் அனுபவங்களை உள்ளடக்கியது ஆகும். பிற பிரதிகளோடு அதை ஒப்பிட்டால், சில வாழ்க்கைக் குறிப்புகளைச் சொல்லுதல் என்பதோடு அது நிற்கிறது. தலித்துகளின் அசலான வாழ்க்கையைச் சொல்கிற எந்தப் பதிவுகளும் அதில் இல்லை. பாமாவுடையதும், ராஜ்கவுதமனுடையதும் தற்புனைவுகளாக ‘நாவல்’களின் வரிசையிலே வைக்கப்படுகின்றன. தலித் ஓர்மையுடன் கூடிய சுயசரிதையாக ‘வடு’ மட்டுமே தமிழில் இன்று முன் நிற்கிறது.

இந்தியத் தேசியம், தமிழ்த் தேசியம், திராவிடம் போன்ற பல்வேறு இயக்கங்களின் தாக்கங்கள், வேறெந்த இந்தியச் சமூகத்தைக் காட்டிலும் தமிழ்ச் சமூகத்தை மொண்ணை தட்டி வைத்திருக்கிறது. ஒரு போலி கவசமாக தலித் உணர்வுகளின் மீது பதிந்திருக்கும் இவை தரும் போலிப் பாதுகாப்பு உணர்வுகளால் சுருண்டிருக்கிறது தலித் வெளிப்பாடு. வெற்றுப் பெருமிதங்களும், தயக்கங்களும் பிடித்தாட்டுவதால், தலித் சுயசரிதைகள் இங்கு பெருகவில்லை. இந்தத் தேக்கத்தை உடைத்திருக்கிறது ‘வடு’.

இவ்வகையில் தலித்திய இலக்கியம்- தலித்திய அரசியல்- தலித்திய செயற்பாடு என இவை அனைத்தும் எதிர்ப்பு மற்றும் கருப்பின அரசியலுடன் தலித்தியமாக அடையாளப்படுகிறது. தலித் இலக்கிய வரலாறு இவை அனைத்தையும் உள்ளடக்கி இன்னும் பல புதிய வெளிச்சங்களை முன்னே தேடியும், பின்னுள்ளவையை அலசி ஆராய்ந்தும், இடைப்பட்டவற்றை இன்னும் அகழ்ந்தும் மேற்செல்லவேண்டியுள்ளது.